AF586920

A-TÌ-ĐẠT-MA PHÁT TRÍ LUẬN - QUYỂN 1

GIÁO HỘI PHẬT GIÁO VIỆT NAM THỐNG NHẤT
ỦY BAN PHIÊN DỊCH TRUNG ƯƠNG

ĐẠI TẠNG KINH VIỆT NAM

THANH VĂN TẠNG

Tập 38

LUẬN BỘ X

A-TÌ-ĐẠT-MA PHÁT TRÍ LUẬN

Abhidharma-jñāna-prasthāna sāstra

Tạo luận: **Tôn giả Ca-đa-diễn-ni Tử**
Phụng chiếu dịch: **Tam tạng Pháp sư Huyền Tráng**
Việt dịch & chú thích: **Thích Thái Hòa**

QUYỂN 1

HỘI ĐỒNG HOẰNG PHÁP

PL. 2569 - DL. 2025

ĐẠI TẠNG KINH VIỆT NAM
THANH VĂN TẠNG - Tập 38 – LUẬN BỘ X
A-TÌ-ĐẠT-MA PHÁT TRÍ LUẬN - QUYỂN 1
Việt dịch & chú thích: Thích Thái Hòa

Ban Báo Chí & Xuất Bản Hội Đồng Hoằng Pháp
Ấn hành lần thứ nhất, quý IV/2025

Trách nhiệm xuất bản: Thích Nguyên Siêu
Chuyết văn: Tâm Huy
Trình bày & sửa bản in: Quảng Hạnh Tuệ, Nhật Bảo
Thiết kế bìa: Quảng Pháp, Nhuận Pháp

https://hoangphap.org

MỤC LỤC PHÂN TÍCH

GIỚI THIỆU CÔNG TRÌNH PHIÊN DỊCH ĐẠI TẠNG KINH VIỆT NAM

Yo vo, ānanda,
mayā dhammo ca vinayo ca desito paññatto,
*so vo mamaccayena satthā.**

I. SƠ LƯỢC QUÁ TRÌNH PHIÊN DỊCH

Trước khi nhập Niết-bàn, đức Phật có di giáo tối hậu cho các chúng đệ tử: "Pháp và Luật mà Ta đã thuyết và quy định, là Đạo Sư của các ngươi sau khi Ta diệt độ." Phụng hành di giáo của đức Thế Tôn, các vị Trưởng lão A-la-hán đã thực hiện cuộc kiết tập lần thứ nhất tại thành Vương Xá, cùng hòa hiệp phúng tụng tất cả những điều đã được Phật giảng dạy trong suốt bốn mươi lăm năm giáo hóa; nền tảng của văn hiến Phật giáo mà về sau được gọi là Tam tạng được thành lập từ đó.

Kể từ đó, giáo pháp của đức Thích Tôn theo bước chân du hóa của các Thánh đệ tử lan tỏa khắp bốn phương. Nơi nào Giáo pháp được truyền đến, nơi đó bốn chúng đệ tử học tập và hành trì theo phương ngôn của bản địa, như điều đã được đức Phật chỉ giáo: *anujānāmi, bhikkhave, sakāya niruttiyā buddhavacanaṃpariyāpuṇitun"ti.* "Này các tỳ-kheo, Ta cho phép các ngươi học Phật ngôn bằng chính phương ngữ của mình." Y cứ theo lời dạy này, ngay từ khởi thủy Phật ngôn đã được chuyển thể qua nhiều phương ngữ khác nhau. Khi các bộ phái Phật giáo phát triển, mỗi bộ phái cố gắng thành lập Tam tạng Thánh điển theo phương ngữ của địa phương được xem là căn cứ địa. Khi

* Này *Ānanda*! Pháp và Luật mà Ta đã thuyết và qui định, là Đạo Sư của các ngươi sau khi Ta diệt độ.

mà hệ thống văn tự tại cổ Ấn Độ chưa phổ biến, sự lưu truyền Thánh điển bằng khẩu truyền là phương tiện chính. Do khẩu truyền, những biến âm do khẩu âm của từng địa phương khác nhau thỉnh thoảng cũng ảnh hưởng đến một vài thay đổi nhỏ trong các văn bản. Những biến thiên âm vận ấy trong nhiều trường hợp dẫn đến những giải thích khác nhau về một điểm giáo nghĩa giữa các bộ phái. Tuy nhiên, nhìn từ đại thể, các giáo nghĩa trọng yếu vẫn được hiểu và hành trì như nhau giữa tất các các truyền thống, nam phương cũng như bắc phương. Điều có thể được khẳng định qua các công trình nghiên cứu tỉ giảo về văn bản trong hai nguồn văn hệ Phật giáo hiện tại: Pali và Hán tạng. Các bản Hán dịch xuất xứ từ A-hàm, và các bản văn Pali hiện đọc được, đại bộ phận đều tương ưng với nhau. Do đó, những điều được cho là dị biệt giữa hai truyền thống nam và bắc phương, mà thường hiểu lệch lạc là Tiểu thừa và Đại thừa, chỉ là sự khác biệt bởi môi trường lịch sử văn minh theo các địa phương và dân tộc. Đó là sự khác biệt giữa nguyên thủy và phát triển. Phật pháp truyền sang phương nam, đến các nước Nam Á, nơi đó sự phát triển văn minh và các định chế xã hội chưa đến mức phức tạp, nên giáo pháp của Phật được hiểu và hành gần với nguyên thủy. Về phương bắc, tại các vùng đông bắc Ấn, và tây bắc Trung Quốc, nhiều chủng tộc dị biệt, nhiều nền văn hóa khác nhau, và do đó cũng xuất hiện nhiều định chế xã hội khác nhau. Phật pháp được truyền vào đó, một thời đã trở thành quốc giáo của nhiều nước. Thích ứng theo sự phát triển của đất nước ấy, từ ngôn ngữ, phong tục, định chế xã hội, giáo pháp của đức Phật cũng dần dần được bản địa hóa.

Thánh điển Tam tạng là nguồn suối cho tất cả nhận thức về Phật pháp, để học tập và hành trì, cũng như để nghiên cứu. Kinh tạng và Luật tạng là tập đại thành Pháp và Luật do chính đức Phật giảng dạy và quy định, là sở y cho tri thức và hành trì của Thánh đệ tử để tiến tới thành tựu cứu cánh Minh và Hành. Kinh và Luật cũng bao gồm những diễn giải của các Thánh đệ tử được thân truyền từ kim khẩu của đức Phật. Luận tạng, theo truyền thống Thượng tọa bộ nam phương, và cũng theo truyền thống Hữu bộ, do chính đức Phật thuyết. Nhưng các đại luận sư như Thế Thân (*Vasubandhu*), cũng như hầu hết các nhà nghiên cứu Phật học trên thế giới hiện đại, đều không công nhận truyền thuyết này, mà cho rằng đó là tập đại thành các công trình phân tích, quảng diễn, và hệ thống hóa những điều đã được Phật thuyết trong Pháp và Luật. Kinh và Luật tạng được thành lập trong một khoảng thời gian nhất định, trực tiếp hoặc gián tiếp từ kim khẩu của Phật, và là sở y chung cho tất cả các bộ phái Phật giáo, bao gồm cả Phật giáo Đại thừa, mặc dù có những sai biệt do vấn đề truyền khẩu với các khẩu âm và phương ngữ khác nhau, theo thời gian và địa vức.

Luận tạng là bộ phận Thánh điển phản ánh lịch sử phát triển của Phật giáo, bao gồm các phương diện tín ngưỡng tôn giáo, tư duy triết học, nghiên cứu khoa học, định chế và tổ chức xã hội chính trị. Tổng quát mà nói, đó không chỉ là phản ánh lịch sử phát triển của nội bộ Phật giáo, mà trong đó cũng phản ánh toàn bộ văn minh tại những nơi mà giáo lý của đức Phật được truyền đến. Điều này cũng được chứng minh cụ thể bởi lịch sử Việt Nam.

Mỗi bộ phái Phật giáo tự xây dựng cho mình một nền văn hiến Luận tạng riêng biệt, tập hợp các luận giải giáo nghĩa, bảo vệ kiến giải Phật pháp của mình, bài trừ các quan điểm dị học. Đây là nền văn hiến đồ sộ, liên tục phát triển trên nhiều khu vực địa lý khác nhau. Cho đến khi Hồi giáo bành trướng tại Ấn Độ, Phật giáo bị đào thải. Một bộ phận văn hiến Phật giáo được chuyển sang Tây Tạng, qua các bản dịch Phạn Tạng, và một số lớn nguyên bản Phạn văn được bảo trì. Một bộ phận khác, lớn nhất, gần như hoàn chỉnh nhất, văn hiến Phật giáo được chuyển dịch sang Hán tạng, bao gồm hầu hết mọi xu hướng tư tưởng dị biệt của Phật giáo phát triển trong lịch sử Ấn Độ, từ Nguyên thủy, Bộ phái, Đại thừa, cho đến Mật giáo.

Truyền thuyết ghi rằng Phật giáo được truyền vào Trung Hoa dưới đời Hán Minh Đế, niên hiệu Vĩnh bình thứ 10 (Tl. 65), và bản kinh Phật đầu tiên được dịch sang Hán văn là Kinh Tứ thập nhị chương, do Ca-diếp Ma-đằng và Trúc Pháp Lan. Nhưng truyền thuyết này không được nhất trí hoàn toàn giữa các nhà nghiên cứu lịch sử Phật giáo Trung Quốc. Điều chắc chắn là Khương Tăng Hội, quê quán Việt Nam, xuất phát từ Giao Chỉ (Việt Nam), đã đưa Phật giáo vào Giang Tả, miền Nam Trung Hoa. Các công trình phiên dịch và chú giải của

Khương Tăng Hội đã chứng tỏ rằng trước đó, tức từ năm thứ 247 kỷ nguyên Tây lịch, thời gian được nói là Tăng Hội vào đất Kiến nghiệp, quy y cho Tôn Quyền, Phật giáo đã phát triển đến một hình thái nhất định tại Việt Nam, cùng một số kinh Phật được phiên dịch. Điều này cũng được củng cố thêm bởi những điều được ghi chép trong Mâu Tử Lý Hoặc Luận. Có lẽ do hậu quả của thời kỳ Bắc thuộc, hầu hết những điều được tìm thấy trong hành trạng của Khương Tăng Hội và trong ghi chép của Mâu Tử đều bị xóa sạch. Chỉ tồn tại những gì được ghi nhận là truyền từ Trung Quốc.

Dịch giả Phạn Hán đầu tiên tại Trung Quốc được khẳng định là An Thế Cao (đến Trung Quốc trong khoảng Tl. 147 – 167). Tất nhiên trước đó hẳn cũng có các dịch giả khác mà tên tuổi không được ghi nhận. Lương Tăng Hựu căn cứ trên bản Kinh lục xưa nhất của Đạo An (Tl. 312 – 385) ghi nhận có chừng 134 kinh không rõ dịch giả; và do đó cũng không xác định trước hay sau An Thế Cao.

Sự nghiệp phiên dịch Phật kinh Phạn Hán liên tục từ An Thế Cao, cho đến các đời Minh, Thanh được tập thành trong 32 tập của Đại Chánh, bao gồm Thánh điển Nguyên thủy, Bộ phái, Đại thừa, Mật giáo, 1692 bộ. Những trước tác của Trung Hoa, từ sớ giải, luận giải, cho đến sử truyện, du ký, v.v., tập thành từ tập 33 đến 55 trong Đại Chánh, gồm 1492 tác phẩm. Số tác phẩm được ấn hành trong Tục tạng chữ Vạn còn nhiều hơn thế nữa. Đây là hai bản Hán tạng tương đối đầy đủ nhất, trong đó tạng Đại Chánh được sử dụng rộng rãi trên quy mô thế giới.

Sự nghiệp phiên dịch Kinh điển ở nước ta được bắt đầu rất sớm, có thể trước cả thời Khương Tăng Hội, mà dấu vết có thể tìm thấy trong *Lục độ tập kinh*. Ngôn ngữ phiên dịch của Khương Tăng Hội là Hán văn. Hiện chưa có phát hiện nào về các bản dịch Kinh Phật bằng tiếng quốc âm. Suốt trong thời kỳ Bắc thuộc, do nhu cầu tinh thông Hán văn như là sách lược cấp thời để đối phó sự đồng hóa của phương bắc, Hán văn trở thành ngôn ngữ thống trị. Vì vậy công trình phiên dịch Kinh điển thành quốc âm không thể thực hiện. Bởi vì, công trình phiên dịch Tam tạng tại Trung Hoa thành tựu đồ sộ được thấy ngay, chủ yếu do sự bảo trợ của triều đình. Quốc âm chỉ được dùng như là phương tiện hoằng pháp trong nhân gian.

Cho đến thời Pháp thuộc, trước tình trạng vong quốc và sự đe dọa bởi văn hóa xâm lược, văn hóa dân tộc có nguy cơ mất gốc, cho nên sơn môn phát động phong trào chấn hưng Phật giáo, phổ biến kinh điển bằng tiếng quốc ngữ qua ký tự La-tinh. Từ đó, lần lượt các Kinh điển quan trọng từ Hán tạng được phiên dịch theo nhu cầu học và tu của Tăng già và Phật tử tại gia. Phần lớn các Kinh điển này đều thuộc Đại thừa, chỉ một số rất ít được trích dịch từ các A-hàm. Dù Đại thừa hay A-hàm, các Kinh Luận được phiên dịch đều không theo một hệ thống nào cả. Do đó sự nghiên cứu Phật học Việt Nam vẫn chưa có cơ sở chắc chắn. Mặt khác, do ảnh hưởng ngữ pháp Phạn, các bản dịch Hán hàm chứa một số vấn đề ngữ pháp Phạn Hán khiến cho ngay cả các nhà chú giải Kinh điển lớn như Cát Tạng, Trí Khải cũng phạm phải rất nhiều sai lầm. Chính Ngạn Tông, người tổ chức dịch trường theo lệnh của Tùy Dạng đế đã nêu lên một số sai lầm này. Cho đến Huyền Trang, vì phát hiện nhiều sai lầm trong các bản Hán dịch nên quyết tâm nhập Trúc cầu pháp, bất chấp lệnh cấm của triều đình và các nguy hiểm trên lộ trình.

Ngày nay, do sự phát hiện nhiều bản Kinh Luận quan trọng bằng tiếng Sanskrit, cũng như sự phổ biến ngôn ngữ Tây Tạng, mà phần lớn Kinh điển Sanskrit được phiên dịch, nên nhiều công trình chỉnh lý được thực hiện cho các bản dịch Phạn Hán. Thêm vào đó, do sự phổ biến ngôn ngữ Pali, vốn được xem là ngôn ngữ Thánh điển gần với nguyên thuyết nhất, một số sai lầm trong các bản dịch A-hàm cũng được chỉnh lý, và tỉ giảo, khiến cho lời dạy của Đức Thích Tôn được thọ trì một cách trong sáng hơn.

Trên đây là những nhận thức cơ bản để Ban phiên dịch Đại Tạng Kinh Việt Nam y theo đó mà thực hiện các bản dịch. Trước hết, là bản dịch các kinh A-hàm đang được giới thiệu ở đây. Các kinh thuộc bộ A-hàm được dịch sang Hán rất sớm, kể từ thời Hậu Hán với An Thế Cao. Nhưng phần lớn các truyền bản này đều phát xuất từ Tây vực, từ các nước Phật giáo thịnh hành thời đó như Quy-tư, Vu-điền. Do khẩu âm và phương ngữ nên trong các truyền bản được nói là Phạn văn đã hàm chứa khá nhiều sai lạc. Điều này có thể thấy rõ qua sự so sánh các đoạn tương đương Pali, hay các dẫn chứng trong Đại Tì-bà-sa, Du-già sư địa. Thêm vào đó, các dịch giả hầu hết đều học Phật và học tiếng Sanskrit tại các nước Tây Vực chứ không trực tiếp tại Ấn Độ như La-thập và Huyền Trang, nên trình độ ngôn ngữ Phạn có hạn chế. Các vị ấy khi vừa đặt chân lên Trung Hoa, do khát vọng thâm thiết của các Phật tử Trung Hoa, muốn có thêm kinh Phật để học và tu, cho nên trong khi chưa tinh thông tiếng Hán, mà công trình phiên dịch lại được thôi thúc cần thực hiện. Vì không tinh thông Hán ngữ nên công tác phiên dịch luôn luôn qua trung gian một người chuyển ngữ. Quá trình phiên dịch đi qua nhiều giai đoạn mà chính người chủ dịch không thể quán triệt, cho nên trong các bản dịch hàm chứa những đoạn văn rất tối nghĩa, và nhiều khi nhầm lẫn. Trong tình hình như vậy, một bản dịch Việt từ Hán đòi hỏi rất nhiều tham khảo để hy vọng tiếp cận với nguyên bản Sanskrit đã thất lạc, và cũng từ đó mà hy vọng có thể tiếp cận với lời Phật dạy hơn, điều mà các bản Hán dịch do trở ngại ngôn ngữ đã không thể thực hiện được.

Đại Tạng Kinh Việt Nam chủ yếu căn cứ trên Đại Chánh Đại Tạng Kinh, Nhật Bản, gồm 100 tập, được biên tập khởi đầu từ niên hiệu Đại Chánh (Taisho) thứ 11, Tl. 1922, cho đến niên hiệu Chiêu Hòa (Showa) thứ 9, Tl. 1934, tập hợp trên 100 nhà nghiên cứu Phật học hàng đầu của Nhật Bản, dưới sự chủ trì của Cao Nam Thuận Thứ Lang (Takakusu Junjiro) và Độ Biên Hải Húc (Watanabe Kaigyoku). Để bản sử dụng là bản in của chùa Hải Ấn, Triều Tiên, được gọi là bản Cao-lệ. Công trình chỉnh lý văn bản căn cứ các khắc bản Tống, Nguyên, Minh, cùng một số khắc bản và thủ bản tại Hoa và Nhật khác như tả bản Thiên Bình, bản Liêu của Cung nội sảnh, bản chùa Đại Đức, bản chùa Vạn Đức, v.v. Một số bản văn được phát hiện tại các vùng trong Tây Vực như Vu Điền, Đôn Hoàng, Quy Tư, Cao Xương, cũng được dùng làm tham khảo. Nhiều đoạn văn từ Pali và Sanskrit cũng được dẫn dưới cước chú để đối chiếu đoạn Hán dịch mà người biên tập nghi ngờ là không chính xác hoặc thuộc về dị bản nào đó.

Nội dung Đại tạng Đại Chánh được phân làm ba phần chính: phần thứ nhất, gồm 32 tập, là các bản dịch Phạn Hán bao gồm Kinh, Luật, Luận, được thuyết bởi chính kim khẩu của Phật, hay được kiết tập bởi các Thánh đệ tử, hoặc được trước tác bởi các Luận sư. Phần thứ hai, từ Đại Chánh tập 33 đến tập 55, trước tác của Trung Hoa, bao gồm các sớ giải Kinh, Luật, Luận, và luận thuyết riêng biệt của các tông phái Phật giáo Trung Hoa, các sử truyện, truyện ký, du ký, truyền kỳ; các bản Hán dịch thuộc ngoại giáo như Thắng luận, Số luận, Ba tư giáo, Thiên chúa giáo, các tập ngữ vựng Phạn Hán, giáo khoa Phạn Hán, các Kinh lục. Phần thứ ba, từ tập 56 đến 85, tập họp các trước tác của Nhật Bản, gồm các sớ giải Kinh, Luật, Luận, phần lớn căn cứ trên các bản sớ giải Trung Hoa mà giải nghĩa rộng thêm, và các luận thuyết của các tông phái tại Nhật Bản. Còn lại 12 tập sưu tập các đồ tượng, tranh ảnh, phần lớn là các đồ hình mạn-đà-la của Mật tông. 3 tập cuối, tổng mục lục, liệt kê nội dung các bản Đại tạng lưu hành.

Ban phiên dịch Đại Tạng Kinh Việt Nam chọn Đại Chánh tạng làm để bản, phiên dịch tất cả tác phẩm được ấn hành trong đó. Phàm lệ để thực hiện bản dịch tạm thời được quy định như sau:

1. Đại Tạng Kinh Việt Nam bao gồm tất cả các bản dịch tiếng Việt của Tam Tạng Kinh Điển Phật giáo đã xuất hiện ở nước ta từ trước đến nay, qua các thời kỳ với nhiều dịch giả khác nhau, để cho thấy quá trình hình thành Đại Tạng Kinh Việt Nam qua lịch sử.

2. Về bản đáy, bản dịch Việt căn cứ trên ấn bản Đại Chánh Tân Tu Đại Tạng Kinh 100 tập, mỗi tập trên dưới 1000 trang chữ Hán cỡ 10pt và sẽ được đánh số theo thứ tự của số ghi trong bản in Đại Chánh. Mỗi trang của bản in Đại chính được chia làm ba cột: a, b, c. Số trang và cột này đều được ghi trong bản dịch để tiện tham khảo.

3. Vì thế, một bản kinh chữ Hán có thể có nhiều bản dịch tiếng Việt, nên sau số thứ tự của Đại Chánh, sẽ đánh thêm các mẫu tự A, B, C... để phân biệt các bản dịch tiếng Việt khác nhau của cùng một bản kinh chữ Hán đó.

4. Về xử lý văn bản trong khi phiên dịch, phần lớn căn cứ công trình hiệu đính và đối chiếu của bản Đại Chánh. Ngoài ra, tham khảo thêm các công trình hiệu đính và đối chiếu khác.

5. Giữa các ấn bản có những điểm khác nhau, bản Việt sẽ lựa chọn hoặc hiệu đính theo nhận thức của người dịch.

6. Trong bản Hán, nếu chỗ nào xét thấy văn dịch hay từ ngữ không phù hợp với giáo nghĩa truyền thống phổ biến, người dịch sẽ tham khảo các Kinh, Luật, Luận cần thiết để hiệu chính. Những hiệu chính

này được giải thích ở phần cước chú.

7. Bản Hán dịch thực hiện căn cứ phần lớn trên sự truyền khẩu. Do đó những từ phát âm tương tự dễ đưa đến ngộ nhận, như *sam* Pāli hay *sama* và *samyak*; *cala* và *jala*; *muti* và *muṭṭhi*, v.v... Trong những trường hợp này, người dịch sẽ tham chiếu các kinh tương đương, các bản Hán biệt dịch, suy đoán tự dạng nguyên thủy có thể có trong Phạn bản để hiệu chính. Những hiệu chính này đều được ghi ở phần cước chú.

8. Do các truyền bản khác nhau giữa các bộ phái, để có nhận thức về giáo nghĩa nguyên thủy, chung cho tất cả, cần có những nghiên cứu đối chiếu sâu rộng. Công việc này ngoài khả năng hiện tại của các dịch giả. Tuy nhiên, trong trường hợp có thể, những điểm dị biệt giữa các truyền bản sẽ được ghi nhận và đối chiếu. Những ghi nhận này được nêu ở phần cước chú.

9. Bản Hán dịch được phân thành số quyển. Bản dịch Việt không chia số quyển như vậy, nhưng sẽ ghi ở phần cước chú mỗi khi bắt đầu một quyển khác.

10. Các từ Phật học trong một số bản Hán dịch nếu không phổ biến, do đó có thể gây khó khăn cho việc đọc và nghiên cứu, trong các trường hợp như vậy, tuy vẫn giữ nguyên dịch ngữ của bản Hán, nhưng dịch ngữ tương đương thông dụng hơn sẽ được ghi trong phần cước chú. Trong trường hợp có thể, sẽ ghi luôn dịch giả của những dịch ngữ này và xuất xứ của chúng từ bản dịch nào để tiện việc tham khảo.

11. Các kinh sách tham khảo trong cước chú đều được viết tắt theo quy định phổ thông của giới nghiên cứu quốc tế; xem quy định về viết tắt ở cuối mỗi tập của Đại tạng kinh Việt Nam.

II. PHƯƠNG ÁN THỰC HIỆN

Dự án thực hiện bao gồm các công trình phiên dịch, biên tập, và ấn hành, một Hội Đồng phiên dịch Đại Tạng Kinh Việt Nam được thành lập, được điều phối bởi Tổng biên tập, với các nhiệm vụ được phân phối như sau:

1. Ủy ban Phiên dịch. Để hoàn tất một bản dịch, các công tác sau đây cần được thực hiện:

a. Phiên dịch trực tiếp: Các văn bản lần lượt được phân phối đến các vị có trình độ Hán văn tương đối, kiến thức Phật học cơ bản, và khả năng ngôn ngữ cần thiết, phiên dịch trực tiếp từ Hán sang Việt.

b. Hiệu đính và chú thích: nhiệm vụ chủ yếu của phần hiệu chính là đọc lại bản dịch thô và bổ túc những sai lầm có thể có trong bản dịch. Trong thực tế, người hiệu đính còn phải làm nhiều hơn thế nữa.

Trước hết là phần chỉnh lý văn bản. Phần này đáng lý phải thực hiện trước khi phiên dịch. Việc chỉnh lý văn bản thoạt tiên có vẻ đơn giản, vì người dịch chỉ lưu ý một số nhầm lẫn trong việc khắc bản của để bản. Những điểm khác nhau giữa các bản khắc hầu hết được ghi ở cước chú trong ấn bản Đại Chánh, người dịch chỉ cần hiểu rõ nội dung đoạn dịch thì có thể lựa chọn những từ thích hợp trong cước chú. Tuy nhiên, do hạn chế về trình độ Phật pháp và khả năng tham khảo nên đa số người dịch không chọn được từ chính xác. Mặt khác, ngay cả các từ trong cước chú không phải hoàn toàn chính xác. Ngay cả Đại sư Ấn Thuận cũng phạm phải một số sai lầm khi chọn từ, vì không tìm ra các đoạn Pali hoặc Sanskrit tương đương nên phải dựa trên ức đoán. Những ức đoán phần nhiều là sai. Mặt khác, nhiều sai lầm không phải do tả bản hay khắc bản, mà do chính từ truyền bản. Bởi vì, kinh điển từ Ấn Độ truyền sang hầu hết đều do khẩu truyền. Những biến đổi trong khẩu âm, phát âm, khiến nhầm lẫn từ này với từ khác, làm cho ý nghĩa nguyên thủy của giáo lý sai lạc. Người dịch từ Hán văn mà không có trình độ Phạn văn nhất định thì không thể phát hiện những sai lầm này. Điều đáng lưu ý những sai lầm này xuất hiện rất nhiều và rất thường xuyên trong nhiều bản dịch Phạn Hán.

Phần hiệu đính tập trung trên cú pháp Phạn mà ảnh hưởng của nó trong các bản dịch khiến cho nhiều khi ngay cả những vị tinh thông Hán, ngay cả các nhà chú giải kinh điển nổi tiếng cũng phải nhầm lẫn. Để hiểu rõ nội dung bản dịch Hán, cần thiết phải tìm lại nguyên bản Phạn để đối chiếu. Đại sư Cát Tạng đã vấp phải sai lầm khi không có cơ sở để phân tích mệnh đề Hán dịch là năng động hay thụ động, do đó đã nhầm lẫn người giết với kẻ bị giết. Đó là một đoạn văn trong *Thắng man* mà nguyên bản Phạn của kinh này đã thất lạc, nhưng đoạn văn tương đương lại được tìm thấy trong trích dẫn của *Sikṣasamuccaya* của *Sāntideva*. Nếu không tìm thấy đoạn Sanskrit được trích dẫn này thì không ai có thể biết rằng Cát Tạng đã nhầm lẫn.

Rất nhiều kinh điển trong nguyên bản Phạn đã bị thất lạc. Ngay cả những tác phẩm quan trọng như Đại Tì-bà-sa chỉ tồn tại trong bản dịch của Huyền Trang. Nhiều đoạn được trích dẫn trong bản dịch *Câu-xá*, mà Phạn văn đã được phát hiện, cũng giúp người đọc Đại Tì-bà-sa có manh mối để đi sâu vào nội dung. Đọc một bản văn mà không nắm vững nội dung của nó, nghĩa là chính dịch giả cũng không hiểu, hoặc hiểu sai, sao có thể hy vọng người đọc hiểu được đoạn văn phiên dịch? Do đó, công tác hiệu đính không đơn giản chỉ bổ túc những khuyết điểm trong bản dịch về lối hành văn, mà đòi hỏi công phu tham khảo rất nhiều để nắm vững nội dung nguyên tác trong một giới hạn khả dĩ.

Đại Tạng Kinh Việt Nam là bản dịch Việt từ Hán tạng, do đó không thể tự tiện thay đổi nội dung dù phát hiện những sai lầm trong bản Hán. Những sai lầm mang tính lịch sử, do đó không được phép loại bỏ tùy tiện. Tuy vậy, bản dịch Việt cũng không thể bỏ qua những nhầm lẫn được phát hiện. Những phát hiện sai lầm cần được nêu lên, và những hiệu đính cũng cần được đề nghị. Những điểm này được ghi ở phần cước chú để cho bản Việt vẫn còn gần với bản Hán dịch.

Trên đây là một số điều kiện tất yếu để thực hiện một bản dịch tương đối khả dĩ chấp nhận. Trong tình hình hiện tại, chúng ta chỉ có rất ít vị có thể hội đủ điều kiện yêu cầu như trên. Do đó, dự án thực hiện hướng đến chương trình đào tạo, không đơn giản chỉ là đào tạo chuyên gia dịch thuật, mà là bồi dưỡng những vị có trình độ Phật học cao với khả năng đọc và hiểu các ngôn ngữ chuyển tải Thánh điển, chủ yếu các thứ tiếng Pali, Sanskrit, Tây Tạng và Hán. Trong tình hình nghiên cứu Phật học hiện tại trên thế giới, người muốn nghiên cứu Phật học mà không biết đến các ngôn ngữ này thì khó có thể nắm vững giáo nghĩa căn bản. Và đây cũng là điều mà Ngạn Tông đã nêu rõ trong các điều kiện tham gia dịch thuật trong viện phiên dịch bảo trợ bởi Tùy Dạng Đế, mặc dù Ngạn Tông chỉ yêu cầu hiểu biết Phạn văn nhưng đồng thời cũng yêu cầu kiến thức uyên bác, không chỉ tinh thông Phật điển mà còn cả thư tịch ngoại giáo.

Chi tiết chương trình đào tạo cần được trình bày trong một dịp khác.

2. Ủy ban Ấn hành. Công tác ấn hành gồm các phần:

a. Sửa lỗi chính tả của các bản dịch. Hiện tại lỗi chính tả trong các bản dịch do các Thầy, Cô, và Phật tử tự nguyện chỉnh sửa. Nhưng chỉ là công tác nghiệp dư, do không chuyên trách, và do đó cũng thiếu kinh nghiệm trong việc phát hiện lỗi, nên các bản in phổ biến tồn tại khá nhiều lỗi chính tả.

b. Trình bày bản in. Công tác này tùy thuộc điều kiện kỹ thuật vi tính. Sơ khởi, ban ấn hành chưa đủ điều kiện để có những vị thành thạo sử dụng kỹ thuật vi tính trong việc trình bày văn bản. Công việc này hiện tại do các Thầy, Cô phụ trách, với trình độ kỹ thuật do tự học, và tự phát. Vì vậy, trong nhiều trường hợp không khắc phục được lỗi kỹ thuật nên hình thức trình bày của bản văn chưa được hoàn hảo như mong đợi.

Sự nghiệp phiên dịch được định khoảng 15 năm, hoặc có thể lâu hơn nữa. Hình thức Đại Tạng Kinh do đó không thể được thiết kế một lần hoàn hảo. Trong diễn tiến như vậy, tất nhiên trình độ kỹ thuật được cải tiến theo thời gian, khiến cho hình thức trình bày cũng cần thay đổi cho phù hợp với thời đại. Hậu quả sẽ khó tránh khỏi là sự không đồng bộ giữa các tập Đại Tạng Kinh ấn hành trước và sau.

c. Ấn loát. Sau khi hình thức trình bày được chấp nhận, bản dịch được đưa đi nhà in. Trách nhiệm ấn loát được giao cho nhà in với các khoản được ghi thành hợp đồng. Vấn đề ấn loát như vậy tương đối ổn định. Tuy nhiên, cũng cần có người chuyên trách để theo dõi quá trình ấn loát, hầu tránh những sai sót kỹ thuật có thể có do nhà in.

d. Phát hành, phổ biến và vận động. Một nhiệm vụ không kém quan trọng là phát hành và phổ biến Đại Tạng Kinh. Công việc này đáng lý do một ban phát hành chuyên trách. Nhưng trong điều kiện nhân sự hiện tại, một Ban như vậy chưa thể thành lập, do đó ban ấn hành kiêm nhiệm. Thêm nữa, công trình phiên dịch là sự nghiệp chung của toàn thể Phật tử Việt Nam, không phân biệt Giáo hội, hệ phái, do đó cần có sự tham gia và cống hiến của chư Tăng Ni, Phật tử, bằng hằng sản và hằng tâm, bằng tâm nguyện cá nhân hay tập thể dưới các hình thức hỗ trợ và bảo trợ bằng vật chất hoặc tinh thần, cống hiến bằng tất cả khả năng vật chất và trí tuệ. Công việc vận động này để cho được hữu hiệu với sự tham gia tích cực của nhiều chúng đệ tử cũng cần được chuyên trách bởi một ban vận động. Trong điều kiện nhân sự hiện tại, ban ấn hành kiêm nhiệm.

HẬU TỪ

Trải qua trên dưới 2 nghìn năm du nhập, những giáo nghĩa căn bản mà đức Phật đã giảng được học và hành tại Việt Nam, đã đem lại nhiều an lạc cho nhiều cá nhân và xã hội, đã góp phần xây dựng tình cảm và tư duy của các cộng đồng cư dân trên đất nước Việt. Thế nhưng, sự nghiệp phiên dịch cũng như ấn hành để phổ biến Thánh điển, làm nền tảng sở y cho sự học và hành, chưa được thực hiện trên quy mô rộng lớn toàn quốc.

Sự nghiệp phiên dịch tại Trung Quốc trải qua gần hai nghìn năm, với thành tựu vĩ đại, tập đại thành và bảo tồn kho tàng Thánh điển thoát qua nhiều trận hủy diệt do những đức tin mù quáng, quàng tín. Sự nghiệp ấy đại bộ phận do các quốc vương Phật tử tích cực bảo trợ, đã là sự nghiệp chung của toàn thể nhân dân theo từng giai đoạn đặc biệt của lịch sử. Việt Nam tuy cũng có các minh quân Phật tử, nhưng do tác động bởi các yếu tố chính trị xã hội nên chưa từng được tổ chức quy mô dưới sự bảo trợ của triều đình. Chỉ do yêu cầu thực tế học và hành mà một số kinh điển được phiên dịch, nhưng chưa đủ để lập thành nền tảng tương đối hoàn bị cho sự nghiên cứu sâu giáo nghĩa.

Gần đây, vào năm 1973, một Hội đồng phiên dịch Tam tạng lần đầu tiên trong lịch sử được thành lập. Chủ tịch: Thượng tọa Thích Trí Tịnh, Tổng thư ký: Thượng tọa Thích Quảng Độ, với các thành viên quy tụ tất cả các Thượng tọa và Đại đức đã có công trình phiên dịch và có uy tín trên phương diện nghiên cứu Phật học, dưới sự chỉ đạo của Viện Tăng Thống, Giáo hội Phật giáo Việt Nam Thống nhất. Chương trình phiên dịch được soạn thảo trên quy mô rộng lớn, nhưng do bởi hoàn cảnh chiến tranh cho nên chỉ mới thực hiện được một phần nhỏ. Một phần của thành quả này về sau được ấn hành năm 1993 bởi Viện Nghiên cứu Phật học Việt Nam, trực thuộc Giáo hội Phật giáo Việt Nam, dưới danh hiệu "Đại Tạng Kinh Việt Nam." Thành quả này là các Kinh thuộc bộ A-hàm được phân công bởi Hội đồng Phiên dịch Tam tạng, trong đó, *Trường A-hàm* và *Tạp A-hàm* do TT Thiện Siêu, TT Trí Thành và ĐĐ Tuệ Sỹ thuộc Viện Cao đẳng Phật học Hải đức Nha Trang; *Trung A-hàm* và *Tăng nhất A-hàm* do TT Thanh Từ, TT Bửu Huệ, TT Thiền Tâm thuộc Viện Cao đẳng Phật học Huệ Nghiêm Saigon.

Ngoài ra, một phần phân công khác cũng đã được hoàn thành như:

TT Trí Nghiêm: Đại Bát Nhã (Huyền Trang dịch, 600 cuốn) thuộc bộ Bát-nhã. TT Trí Tịnh: Kinh *Ma-ha Bát-nhã-ba-la-mật* (Đại phẩm) thuộc bộ Bát-nhã; Kinh *Diệu pháp Liên hoa* (La-thập dịch), thuộc bộ Pháp hoa; Kinh Đại phương Quảng Phật Hoa nghiêm (bản Bát thập) thuộc bộ Hoa nghiêm, và toàn bộ Đại bảo tích.

Các bản dịch này cũng đã được ấn hành nhưng do bởi đệ tử của các Ngài chứ chưa đưa vào Đại Tạng Kinh Việt Nam.

Những vị được phân công khác chưa thấy có thành quả được công bố.

Mặc dù với nỗ lực to lớn, nhưng do hoàn cảnh nhiễu nhương của đất nước nên thành tựu rất khiêm nhượng. Thêm nữa, các thành tựu này cũng chưa hội đủ điều kiện và thời gian thuận tiện được hiệu đính và biên tập theo tiêu chuẩn nghiên cứu và phiên dịch Phật điển trong trình độ nghiên cứu Phật giáo hiện đại của thế giới, do đó cũng chưa thể được dự phần trong sự nghiệp phiên dịch và nghiên cứu Phật học trên quy mô quốc tế, như cống hiến của Phật giáo Việt Nam cho cộng đồng nhân loại trong sự nghiệp hoằng dương Chánh pháp chung của toàn thể Phật tử thế giới vì lợi ích và an lạc của hết thảy mọi loài chúng sanh.

Sự nghiệp như vậy không thể là cống hiến cá biệt của một cá nhân hay tập thể, của một Giáo hội hay hệ phái, mà là sự nghiệp chung của toàn thể Tăng tín đồ Phật giáo Việt Nam, không chỉ một thế hệ, mà liên tục trong nhiều thế hệ, cùng tồn tại và tiến bộ theo đà thăng tiến của xã hội và nhân loại. Trên hết là báo đáp ân đức của Phật Tổ, đã vì an lạc của chúng sanh mà trải qua vô vàn khổ hành, qua vô số a-tăng-kỳ kiếp. Thứ đến, kế thừa sự nghiệp hoằng pháp lợi sanh của Thầy Tổ để cho ngọn đèn Chánh pháp luôn luôn được thắp sáng trong thế gian.

Vì vậy, chúng tôi khẩn thiết, trên nương nhờ uy thần nhiếp thọ của Chư Phật và Thánh Tăng, cùng với sự tán trợ của chư vị Trưởng lão hiện tiền trong hàng Tăng bảo, kêu gọi sự hỗ trợ cống hiến bằng tất cả tâm nguyện và trí lực, bằng tất cả hằng sản và hằng tâm, của bốn chúng đệ tử Phật, cho sự nghiệp hoằng pháp đệ nhất tối thắng này được tiến hành vững chắc và liên tục từ thế hệ này cho đến nhiều thế hệ tiếp theo, duy trì ngọn đèn Chánh pháp tồn tại lâu dài trong thế gian vì lợi ích và an lạc của hết thảy chúng sanh.

Mùa Phật đản Pl. 2552 – Mậu Tý 2008

Trí Siêu – Tuệ Sỹ

cẩn bạch

GIÁO HỘI PHẬT GIÁO VIỆT NAM THỐNG NHẤT

HỘI ĐỒNG PHIÊN DỊCH TAM TẠNG LÂM THỜI

DUYÊN KHỞI

Kể từ phong trào chấn hưng Phật giáo vào thập niên 1930, chư vị dịch giả đã cố gắng phiên âm và phiên dịch Kinh điển từ Hán văn hay chữ Nôm sang chữ quốc ngữ để sử dụng trong sinh hoạt thiền môn Việt Nam cũng như để đem giáo lý Phật đi vào quần chúng. Những nỗ lực như vậy rất đáng trân trọng, nhưng vẫn còn là những đóng góp từ cá nhân, mang tính cấp thời, chưa có sự phối hợp đồng bộ, và chưa đủ tầm mức học thuật để giới thiệu Thánh điển Phật giáo tiếng Việt đến với cộng đồng dân tộc.

Vài thập niên sau đó thì chữ quốc ngữ qua ký tự La-tinh mới được phổ cập trong thiền môn, và kinh sách Phật giáo bằng tiếng Việt, phiên dịch cũng như trước tác, mới được bừng khai, không những tạo nên các phong trào tu học của quần chúng khắp nước, mà còn là sự dẫn đạo tư tưởng của Phật giáo Việt Nam đối với các thế hệ trưởng thành trong chiến tranh qua sự thành lập Giáo Hội Phật Giáo Việt Nam Thống Nhất (GHPGVNTN), đồng thời kiến lập Đại Học Vạn Hạnh, một viện đại học tư thục Phật giáo đầu tiên tại Nam Việt Nam vào năm 1964.

Từ nguồn nhân lực dồi dào với nhiều vị pháp sư, học giả được đào tạo trong và ngoài nước, cũng như các cơ sở giáo dục Phật giáo được trải rộng khắp miền Trung và Nam Việt, Viện Tăng Thống GHPGVNTN đã có nền tảng vững chắc về học thuật để quyết định thành lập Hội Đồng Phiên Dịch Tam Tạng; và qua Hội nghị Toàn thể Hội đồng Phiên dịch Tam Tạng tổ chức tại Viện Đại Học Vạn Hạnh vào các ngày 20, 21,

22 tháng 10 năm 1973, hội nghị đã đưa ra dự án phiên dịch với mục lục tổng quát các Kinh điển truyền bản Hán tạng cần phiên dịch, phân chia công việc, cũng như giới thiệu thành viên của Hội đồng Phiên dịch Tam Tạng gồm 18 vị Pháp sư như sau:

HỘI ĐỒNG PHIÊN DỊCH TAM TẠNG 1973

A. *Ủy Ban Phiên Dịch:*

1. Hòa thượng Trưởng lão Thích Trí Tịnh (1917 – 2014)
Trưởng Ban
2. Hòa thượng Trưởng lão Thích Minh Châu (1918 – 2012)
Phó Trưởng Ban
3. Hòa thượng Trưởng lão Thích Quảng Độ (1928 – 2020)
Tổng Thư Ký
4. Hòa thượng Trưởng lão Thích Trí Quang (1923 – 2019)
5. Hòa thượng Trưởng lão Thích Đức Nhuận (1924 – 2002)
6. Hòa thượng Trưởng lão Thích Bửu Huệ (1914 – 1991)
7. Hòa thượng Trưởng lão Thích Trí Thành (1921 – 1999)
8. Hòa thượng Trưởng lão Thích Nhật Liên (1923 – 2010)
9. Hòa thượng Trưởng lão Thích Thiện Siêu (1921 – 2001)
10. Hòa thượng Trưởng lão Thích Huyền Vi (1926 – 2005)

B. *Thành Viên Bổ Sung:*

1. Hòa thượng Trưởng lão Thích Đức Tâm (1928 – 1988)
2. Hòa thượng Trưởng lão Thích Huệ Hưng (1917 – 1990)
3. Hòa thượng Trưởng lão Thích Thuyền Ấn (1927 – 2010)
4. Hòa thượng Trưởng lão Thích Trí Nghiêm (1911 – 2003)
5. Hòa thượng Trưởng lão Thích Trung Quán (1918 – 2003)
6. Hòa thượng Trưởng lão Thích Thiền Tâm (1925 – 1992)
7. Hòa thượng Trưởng lão Thích Thanh Từ (1924 –)
8. Hòa thượng Thích Tuệ Sỹ (1943 – 2023)

Sau gần 50 năm kể từ khi Hội đồng Phiên dịch Tam Tạng được thành lập, nhiều Kinh điển đã được phiên dịch, góp phần đáng kể vào kho tàng Thánh điển Phật giáo Việt Nam, nhưng có thể nói rằng dự án phiên dịch đưa ra thời ấy, vẫn chưa hoàn tất. Lý do thứ nhất, do hoàn cảnh chiến tranh và bất toàn xã hội, các Kinh điển được dịch rồi vẫn không có đủ thời gian thuận tiện để được hiệu đính và nhuận sắc lại theo đúng tiêu chuẩn Phật điển hàn lâm. Thứ nữa, với nguồn tài liệu cổ ngữ, sinh ngữ dồi dào hiện nay cùng với phương tiện kỹ thuật vi tính, thông tin liên mạng, chư vị dịch giả có rất nhiều cơ hội để truy cập, tham khảo, đối chiếu các truyền bản khác nhau để có được định bản tiếng Việt đáng tin cậy, theo chuẩn mực quốc tế. Ngoài ra, chư vị thành viên Hội đồng Phiên dịch đã theo thời gian, tuần tự viên tịch khi công trình phiên dịch còn dang dở. Nay chỉ còn 2 trong số 18 vị dịch giả còn đương tiền, nhưng một vị đang trong tình trạng bất hoạt; vị duy nhất còn lại có thể tiếp tục đảm đương trọng nhiệm là Hòa thượng Thích Tuệ Sỹ. Xét thấy, đây cũng là phước duyên hy hữu cho Phật giáo Việt Nam cũng như cho công trình phiên dịch Tam Tạng do Viện Tăng Thống đề ra nửa thế kỷ trước:

a) Về phương diện học thuật, Hòa thượng Tuệ Sỹ là một trong số ít học giả uy tín trong việc nghiên tầm, phiên dịch, chú giải và giảng thuật về Tam Tạng Kinh điển từ nhiều thập niên qua; đã và đang đào tạo, nâng đỡ nhiều thế hệ Tăng Ni và Cư sĩ có trình độ Phật học và cổ ngữ có thể phụ trợ công trình phiên dịch;

b) Về phương diện điều hành, Hòa thượng Tuệ Sỹ chính thức tiếp nhận ấn tín Viện Tăng Thống từ Đức Đệ ngũ Tăng Thống, hàm nghĩa kế thừa sự nghiệp hoằng pháp của GHPGVNTN, đồng thời kế thừa công trình phiên dịch của Hội đồng Phiên dịch Tam Tạng được Hội đồng Giáo phẩm Trung ương Viện Tăng Thống thành lập năm 1973.

Từ những nhân duyên và điều kiện kể trên, công trình phiên dịch dang dở của chư vị tiền hiền tất yếu phải được Hòa thượng Tuệ Sỹ đưa vai gánh vác, không thể để cho gián đoạn. Đó là lý do, từ danh nghĩa Viện Tăng Thống GHPGVNTN, Hội Đồng Phiên Dịch Tam Tạng Lâm Thời (HĐPDTTLT) đã được thành lập vào ngày 03 tháng 12 năm 2021, theo Thông Bạch số 11/VTT/VP, nhằm kế thừa sự nghiệp phiên dịch Tam Tạng của chư vị Trưởng lão Hội Đồng Phiên Dịch Tam Tạng Viện Tăng Thống, với thành phần nhân sự như sau:

HỘI ĐỒNG PHIÊN DỊCH TAM TẠNG LÂM THỜI 2021*

Cố Vấn:	Giáo sư Trí Siêu Lê Mạnh Thát (Việt Nam)
Chủ Tịch:	Hòa thượng Thích Tuệ Sỹ (Việt Nam)
Chánh Thư Ký:	Hòa thượng Thích Như Điển (Đức quốc)
Phó Thư Ký Quốc Nội:	Hòa thượng Thích Thái Hòa (Việt Nam)
Phó Thư Ký Hải Ngoại:	Hòa thượng Thích Nguyên Siêu (Hoa Kỳ)

Ủy Ban Duyệt Sách:

Hòa thượng Thích Tuệ Sỹ; Giáo sư Trí Siêu Lê Mạnh Thát.

Ủy Ban Phiên Dịch:

Hòa thượng Thích Đức Thắng (Việt Nam); Hòa thượng Thích Thái Hòa (Việt Nam); Thượng tọa Thích Nguyên Hiền (Việt Nam); Thượng tọa Thích Nhuận Châu (Việt Nam); Đại đức Thích Nhuận Thịnh (Việt Nam); Cư sĩ Đạo Sinh Phan Minh Trị (Việt Nam); Cư sĩ Trí Việt Đỗ Quốc Bảo (Đức quốc).

Ủy Ban Chứng Nghĩa Chuyết Văn:

Hòa thượng Thích Thiện Quang (Canada); Thượng tọa Thích Nguyên Tạng (Úc); Đại đức Thích Nhuận Thịnh (Việt Nam); Cư sĩ Tâm Huy Huỳnh Kim Quang (Hoa Kỳ); Cư sĩ Tâm Quang Vĩnh Hảo (Hoa Kỳ).

Những thành viên khác tùy theo nhu cầu sẽ được thỉnh cử sau.

Xét thấy công hạnh tu trì cũng như kiến văn của thành viên chưa thể sánh ngang với chư Tôn túc Trưởng lão Hội đồng Phiên dịch Tam Tạng 1973, do đó chỉ có thể thành lập Hội đồng Lâm thời để kế thừa việc phiên dịch Kinh-Luật-Luận theo khả năng. Trong điều kiện như thế, HĐPDTTLT sẽ không phiên dịch theo thứ tự lịch sử hình thành Thánh điển như Đại Chánh, mà theo phương pháp các Kinh Lục cổ điển, phân Thánh giáo thành Ba thừa: Thanh Văn Tạng, Bồ-tát Tạng và Mật Tạng. Cho đến khi nào sở học và đạo hạnh được nâng cao, đủ để xác định tín tâm trong hàng bốn chúng đệ tử, bấy giờ Hội đồng Phiên dịch Tam Tạng Lâm thời sẽ chuyển thành chính thức, và sẽ tuần tự thực hiện chương trình phiên dịch đúng theo đề xuất của Hội đồng Phiên dịch Tam Tạng 1973.

* Xem thêm chú thích cuối bài.

Sự nghiệp phiên dịch Đại Tạng Kinh là sự nghiệp chung, hệ trọng và trường kỳ, của Tăng tín đồ Phật giáo Việt Nam trong và ngoài nước. Hình thành Đại Tạng Kinh tiếng Việt không những tạo điều kiện thuận lợi cho việc nghiên cứu và thực hành Phật Pháp đúng đắn cho tứ chúng đệ tử, khẳng định vị thế của Phật giáo Việt Nam đối với nhân loại và cộng đồng Phật giáo quốc tế, mà còn là sự phục hưng những giá trị văn hóa dân tộc nhằm góp phần vào việc xây dựng và phát triển đất nước. Nhận thức được tầm quan trọng này, chư vị lãnh đạo các Giáo hội Phật giáo Việt Nam Thống Nhất tại hải ngoại đã vận động thành lập Hội Đồng Hoằng Pháp vào ngày 08 tháng 5 năm 2021, với sự tán trợ của Viện Tăng Thống, nhằm mở rộng con đường hoằng pháp ngoài nước theo tiêu hướng của GHPGVNTN, cũng như để vận động yểm trợ và thúc đẩy công trình phiên dịch và ấn hành Đại Tạng Kinh Việt Nam tiến đến thành tựu viên mãn.

Để tri niệm ân sâu của chư lịch đại Tổ sư và chư vị Tôn túc trong Hội Đồng Phiên Dịch Tam Tạng 1973 trong sự nghiệp hoằng truyền chánh đạo, Hội Đồng Hoằng Pháp nguyện góp phần công đức, toàn tâm ủng hộ, cúng dường tâm lực, trí lực và tài lực để Đại Tạng Kinh Việt Nam chuẩn mực được lần lượt ấn hành, khởi đầu từ Thanh Văn Tạng, tháng 01 năm 2022, cho đến khi hoàn tất Bồ-tát Tạng và Mật Tạng trong thập niên tới.

Nguyện đem công đức Pháp thí này hồi hướng chánh pháp cửu trụ, tứ chúng an hòa, phát Bồ-đề tâm tiến tu đạo nghiệp; lại nguyện nhân loại được an vui, phúc lạc; sớm chấm dứt thiên tai dịch bệnh, khắp loài chúng sinh đều được lạc nghiệp an cư.

Ngưỡng vọng chư tôn Trưởng lão, chư Hòa thượng, Thượng tọa, Đại đức Tăng Ni cùng bốn chúng đệ tử trong và ngoài nước chứng minh và liễu tri.

Nam mô Công Đức Lâm Bồ-tát.

Phật lịch 2565, năm Tân Sửu
Ngày 01 tháng 01 năm 2022

Hội Đồng Phiên Dịch Tam Tạng Lâm Thời
Cẩn bạch

CHÚ THÍCH *(cập nhật 15/09/2024):*

Tham chiếu Quyết định số: 07.VTT/CTK/QĐ do Hòa Thượng Thích Tuệ Sỹ ký 21/09/2023; đồng thời tham chiếu Biên bản kỳ họp Ủy Ban Phiên Dịch Trung Ương mở rộng vào ngày 15/08/2024 và 29/08/2024, từ 9/2024 có những thay đổi về tổ chức và nhân sự sau:

- Tên gọi mới:

ỦY BAN PHIÊN DỊCH TRUNG ƯƠNG

- Nhân sự:

Chủ tịch:	Hòa Thượng Thích Như Điển
Chánh Thư Ký:	Hòa Thượng Thích Thái Hòa
Phó Thư Ký:	Hòa Thượng Thích Nguyên Siêu
Phụ tá đặc trách Giáo nghĩa Tiểu Ban Phiên Dịch Chuyên Trách:	Tỳ-kheo-ni TN. Thanh Trì

PHÀM LỆ

1. Đại Tạng Kinh Việt Nam bao gồm tất cả các bản dịch tiếng Việt của Tam Tạng Kinh Điển Phật giáo đã xuất hiện ở nước ta từ trước đến nay, qua các thời kỳ với nhiều dịch giả khác nhau, để cho thấy quá trình hình thành Đại Tạng Kinh Việt Nam qua lịch sử.

2. Về bản đáy, bản dịch Việt căn cứ trên ấn bản Đại Chánh Tân Tu Đại Tạng Kinh 100 tập, mỗi tập trên dưới 1000 trang chữ Hán cỡ 10pt và sẽ được đánh số theo thứ tự của số ghi trong bản in Đại Chánh. Mỗi trang của bản in Đại chính được chia làm ba cột: a, b, c. Số trang và cột này đều được ghi trong bản dịch để tiện tham khảo.

3. Vì thế, một bản Kinh chữ Hán có thể có nhiều bản dịch tiếng Việt, nên sau số thứ tự của Đại Chánh, sẽ đánh thêm các mẫu tự A, B, C... để phân biệt các bản dịch tiếng Việt khác nhau của cùng một bản Kinh chữ Hán đó.

4. Về xử lý văn bản trong khi phiên dịch, phần lớn căn cứ công trình hiệu đính và đối chiếu của bản Đại Chánh. Ngoài ra, tham khảo thêm các công trình hiệu đính và đối chiếu khác.

5. Giữa các ấn bản có những điểm khác nhau, bản Việt sẽ lựa chọn hoặc hiệu đính theo nhận thức của người dịch.

6. Trong bản Hán, nếu chỗ nào xét thấy văn dịch hay từ ngữ không phù hợp với giáo nghĩa truyền thống phổ biến, người dịch sẽ tham khảo các Kinh, Luật, Luận cần thiết để

hiệu chính. Những hiệu chính này được giải thích ở phần cước chú.

7. Bản Hán dịch thực hiện căn cứ phần lớn trên sự truyền khẩu. Do đó những từ phát âm tương tự dễ đưa đến ngộ nhận, như *sam* Pāli hay *sama* và *samyak*; *cala* và *jala*; *muti* và *muṭṭhi*, v.v... Trong những trường hợp này, người dịch sẽ tham chiếu các Kinh tương đương, các bản Hán biệt dịch, suy đoán tự dạng nguyên thủy có thể có trong Phạn bản để hiệu chính. Những hiệu chính này đều được ghi ở phần cước chú.

8. Do các truyền bản khác nhau giữa các bộ phái, để có nhận thức về giáo nghĩa nguyên thủy, chung cho tất cả, cần có những nghiên cứu đối chiếu sâu rộng. Công việc này ngoài khả năng hiện tại của các dịch giả. Tuy nhiên, trong trường hợp có thể, những điểm dị biệt giữa các truyền bản sẽ được ghi nhận và đối chiếu. Những ghi nhận này được nêu ở phần cước chú.

9. Bản Hán dịch được phân thành số quyển. Bản dịch Việt không chia số quyển như vậy, nhưng sẽ ghi ở phần cước chú mỗi khi bắt đầu một quyển khác.

10. Các từ Phật học trong một số bản Hán dịch nếu không phổ biến, do đó có thể gây khó khăn cho việc đọc và nghiên cứu, trong các trường hợp như vậy, tuy vẫn giữ nguyên dịch ngữ của bản Hán, nhưng dịch ngữ tương đương thông dụng hơn sẽ được ghi trong phần cước chú. Trong trường hợp có thể, sẽ ghi luôn dịch giả của những dịch ngữ này và xuất xứ của chúng từ bản dịch nào để tiện

việc tham khảo.

11. Các Kinh sách tham khảo trong cước chú đều được viết tắt theo quy định phổ thông của giới nghiên cứu quốc tế; xem quy định về viết tắt ở cuối mỗi tập của Đại Tạng Kinh Việt nam.

12. Quy ước các danh từ viết hoa

* *Các từ gốc Sanskrit/Pāli:*

a. Từ thường phiên âm: tất cả viết thường với gạch nối. Như *śūnyatā* = thuấn-nhã-đa tính, *kṣatriya* = sát-đế-lợi. Trừ các từ tôn kính, theo ngữ cảnh; như: *Nirvāṇa* = Niết-bàn; *Ācārya* = A-xà-lê; *Bhikṣu* = Tỳ-kheo v.v...

b. Từ đặc hữu (nhân danh, địa danh): Chữ đầu hoa, còn lại thường, với gạch nối. Như *Śariputra* = Xá-lợi-phất, *Śrāvastī* = Xá-vệ, *Kapilavastu* = Ca-tì-la-vệ.

c. Trường hợp vừa âm vừa nghĩa, phần phiên âm chữ đầu hoa, còn lại thường với gạch nối; phần nghĩa viết Hoa, như *Śariputra* = Xá-lợi Tử.

* *Các từ thuần Việt,* chưa có quy tắc chính thức, nhưng theo cách viết phổ thông hiện nay:

a. Từ phổ thông: tất cả không hoa, trừ trường hợp tôn kính hay đặc biệt.

b. Từ đặc hữu, nhân danh, địa danh: tất cả viết hoa.

Vạn Hạnh, Pl. 2550 - Dl. 2006

Trí Siêu và **Tuệ Sỹ** cẩn chí

BẢNG VIẾT TẮT

A	*Aṅguttara-Nikāya* – Tăng chi bộ kinh
Câu-xá	A-tỳ-đạt-ma-câu-xá luận, T 29 No 1558
Cf.	*confer*, Tham chiếu, so sánh
Cđ., Chân Đế	bản dịch của Chân Đế
cht.	chú thích
Ch.	Chương
...cho đến	Lặp lại nguyên văn đoạn trên
D	*Dīgha-nikāya*, Trường bộ kinh
Đại.	Đại Chánh Tân Tu Đại Tạng Kinh, Taisho
đd	đã dẫn
Dh, Dhp	*Dhammapada*, kinh Pháp cú
Du-già	Du-già sư địa luận, T 30 No 1579
ff.	following, tiếp theo
Ht., Huyền Trang	bản dịch của Huyền Trang
ibid.	*ibidem*, cùng chỗ đã dẫn, đã dẫn, dẫn thượng
M	*Majjhima-Nikāya* – Trung bộ kinh
n.	number, số hiệu
Ngũ A	Ngũ phần Tỳ-kheo giới bổn A
Ngũ B	ngũ phần Tỳ-kheo giới bổn B
Niss.	*Nissaggiya*, Ni-tát-kỳ
NM	bản in đời Nguyên Minh
nt	như trên
Ntk	Ni-tát-kì ba-dật-đề
Pl.	Pāli
S	*Samyutta-Nikāya* – Tương ưng bộ kinh
Pāc.	*Pācittiya*, Ba-dật-đề

Sdt.	sách dẫn trên
Sđd.	Sách đã dẫn
Skt.	Sanskrit
Sn	*Sutta-nipāta* – Kinh tập
T	Taisho (大正), Đại chánh tân tu Đại tạng kinh, dẫn theo số sách, số trang, cột và dòng.
Tập dị	Tập dị môn túc luận
Th 1	*Theragātha* – Trưởng lão kệ
Th 2	*Therīgāthā* – Trưởng lão ni kệ
thc.	tham chiếu
thk.	tham khảo
Tì-bà-sa	A-tì-đạt-ma Đại tì-bà-sa luận
Tl.	Tây lịch
TNM	bản in các đời Tống Nguyên Minh
tr.	Trang
TVT	Thanh Văn Tạng, Đại Tạng Kinh Việt Nam
vd.	ví dụ
Vin.	*Vinaya*, Luật tạng Pāli
Vsm.	*Visuddhimagga* – Thanh tịnh đạo luận
x.	xem
X.	Xuzang (續藏), Tục tạng, Vạn.
Wogihara	Phạn Hòa từ điển, Địch Nguyên Vân Lai (Wogihara Unrai)

A-TỲ-ĐẠT-MA PHÁT TRÍ LUẬN

Số 1544

(Quyển 01-20)

GIỚI THIỆU A-TỲ-ĐẠT-MA PHÁT TRÍ LUẬN

*** Ý nghĩa**

A-tỳ-đạt-ma Phát trí luận, tên tiếng Phạn là Abhidharma-jñāna-prasthāna sāstra.

A-tỳ-đạt-ma, Hán phiên âm từ Abhidharma của Sanskrit; Abhidhamma của Pāli và dịch là Đối pháp, Đại pháp, Vô tỷ pháp, Hướng, Thắng pháp, Vi diệu pháp...

Đối pháp: Nghĩa là sắc pháp và tâm pháp là đối tượng để trí hướng tới phân tích và liễu ngộ, nên gọi là Đối pháp; Đại pháp là pháp rộng lớn; Vô tỷ pháp là pháp không thể so sánh; Hướng pháp là pháp hướng đến của tuệ; Thắng pháp là pháp thù thắng vi diệu, nên cũng gọi là vi diệu pháp. Vi diệu pháp là pháp vi diệu, pháp ấy là Tứ Thánh đế.

Pháp Tứ Thánh đế là đối tượng để trí và tuệ xâm nhập, phân tích, nhằm hướng tới Niết-bàn thù thắng.

Nhưng, nghĩa nguyên thủy của A-tỳ-đạt-ma là nghiên cứu và phân tích giáo pháp của Phật đã dạy.

Phát trí luận, tiếng Phạn là jñāna-prasthāna śāstra. Jñāna, Hán dịch là trí, prasthāna, Hán dịch là phát; śāstra, Hán dịch là Luận.

Vậy, *A-tỳ-đạt-ma Phát trí luận* là luận Phát trí đối với Thắng pháp hay vi diệu pháp.

Phát trí luận là luận đầy đủ văn và nghĩa, nên đối với *Lục túc luận, Phát trí luận* được xem là thân và *Lục túc luận* được xem là chân của luận Phát trí này.

Phát trí luận là luận bàn và luận chứng về phát khởi trí tuệ. Luận này ở chương một, gọi là "Tạp uẩn", phẩm hai của chương một, gọi là "Trí nạp tức"; chương ba, gọi là "Trí uẩn", phẩm bốn của chương ba, gọi là "Tu trí nạp tức"; chương tám, gọi là "Kiến uẩn", phẩm bốn của chương tám, gọi là "Trí nạp tức".

Đối với *Bát kiền độ luận,* chương một, gọi là "Tạp kiền độ", phẩm hai của chương một, gọi là "Trí bạt cừ"; chương ba, gọi là "Trí kiền độ", phẩm ba của chương ba, gọi là "Tri tha tâm bạt cừ"; phẩm bốn của chương ba, gọi là "Tu trí bạt cừ"; phẩm năm của chương ba, gọi là "Trí tương ưng bạt cừ". Chương tám, gọi là "Kiến kiền độ", phẩm bốn của chương tám, gọi là "Trí thời bạt cừ".

Trí, ở đây, bao gồm cả trí hữu lậu[1] và trí vô lậu[2]. Trí hữu lậu và vô lậu sinh khởi là do khả năng tu tập thiền định nhiếp phục và đoạn trừ các loại kiến chấp, các loại phiền não thuộc Dục giới, Sắc giới, Vô sắc giới mà sinh ra.

---

1 Skt. Sāsrava-jñāna. Hữu lậu trí, còn goi là Tục trí, Thế trí, Thế gian trí, Thế tục trí. Nghĩa là trí đang ở trong phiền não. Hữu lậu trí là chỉ cho sinh đắc tuệ. Nghĩa là tuệ khi sinh ra đã có. Tuệ này cũng quán chiếu các pháp nhân duyên, sinh diệt vô thường, hữu vi, vô vi... nhưng còn mê lầm, không nhận rõ chân lý, nên chưa đủ năng lực dứt trừ phiền não, các lậu hoặc ở trong sinh tử.

2 Skt. Anāsrava-jñāna. Ấy là trí tuệ chứng kiến Tứ Thánh đế, xả ly hết thảy phiền não, mọi sự hiểu biết không còn có sự lỗi lầm. Đối với Phật giáo bộ phái, chứng kiến Tứ Thánh đế gọi là Vô lậu trí. Trí chứng được Tứ Thánh đế ở Dục giới, gọi là Pháp trí. Trí chứng được Tứ Thánh đế ở Sắc giới, Vô sắc giới, gọi là Loại trí. Vô lậu trí theo Phật giáo bộ phái, cho rằng đến giai vị kiến đạo, mới bắt đầu phát sinh và tăng trưởng dần. Và đối với Thánh giả vô học, trí này chia hai loại, gồm: Tận trí, Vô sinh trí. Tận trí (Kṣaya-jñāna). Ấy là trí do đoạn tận phiền não mà thành

Trí ở đây là do chứng kiến đối với đế lý và tu tập Tứ Thánh đế khiến phát khởi.

Nói gọn lại: Trí hữu lậu và vô lậu là do hành giả chứng kiến Tứ Thánh đế và tu tập Tứ Thánh đế hiện quán mà trí hữu lậu và vô lậu phát sinh, khiến thấy rõ tính như thật của hết thảy pháp thuộc về Sắc, Tâm, Tâm sở pháp và các pháp thuộc về Bất tương ưng hành, Hữu vi, Vô vi, Hữu học, Vô học... ở trong mọi không gian thuộc Dục giới, Sắc giới, Vô sắc giới; đối với mọi thời gian thuộc quá khứ, hiện tại, vị lai và đối với hết thảy chủng loại chúng sinh, bao gồm cả phàm và Thánh.

*** Truyền bản**

A-tỳ-đạt-ma Phát trí luận có hai truyền bản.

---

tựu. Vô sinh trí (Anutpāda-jñāna), trí thấy rõ các pháp bất sinh. Ấy là trí tuệ tột cùng của bậc Thánh giả vô học, xa lìa hết thảy các pháp sinh diệt. Đối với Tứ Thánh đế đã tri khổ, đoạn tập, chứng diệt, tu đạo. Và biết rõ không còn khổ để biết, không còn tập để đoạn, không còn diệt để chứng, không còn đạo để tu. Lại nữa: "Biết đúng như thật rằng, ta đã biết khổ, không còn có khổ nào cần phải biết nữa; ta đã đoạn tập, không còn tập nào phải đoạn nữa; ta đã chứng diệt, không còn diệt nào để chứng nữa; ta đã tu đạo, không còn đạo nào để tu nữa. Từ đó, sinh ra trí, kiến, minh, giác, giải, tuệ, quang, quán, gọi là Vô sinh trí". (*A-tỳ-đạt-ma Tập dị môn túc luận* 3, tr 376a, *Đại chánh* 26).

Đại thừa Duy thức giải thích Vô lậu trí có hai loại, gồm: Căn bản trí và Hậu đắc trí. Căn bản trí (Mula-jñāna), còn gọi là chân trí, Như lý trí, Vô phân biệt trí, Thực trí, Chính thể trí. Trí này là thể tính chân thật của trí, trí ấy là trí vô phân biệt, do chứng chân như tính nơi vạn hữu mà sinh khởi. Nhiếp đại thừa luận thích 8, cho rằng: "Trí này là tuệ chính chứng, vì xa lìa mọi hoạt động tìm hiểu, tư duy, tự thân của trí chiếu soi và thích ứng với chân lý, không cần phải khởi dụng phân biệt, nên gọi là trí tuệ chính chứng. Hậu đắc trí (Pṛṣṭha-labdha-jñāna) là trí từ nơi căn bản trí mà sinh khởi, ấy là trí biết rõ nhân duyên hiện khởi. Trí này cũng gọi là Như lượng trí, Quyền trí, Tục trí. Ấy là trí suy xét, chọn lựa... Trí này tu tập đến hàng Sơ địa bồ tát mới bắt đầu phát khởi và tăng trưởng dần dần lên. (Thế Thân, *Nhiếp đại thừa luận thích* 8, *Đại chánh* 31. Thân Quang, *Phật địa kinh luận* 3, *Đại chánh* 26. *Thành duy thức luận* 10, *Đại chánh* 31).

1- *A-tỳ-đạt-ma Phát trí luận* do ngài Huyền Tráng dịch vào đời Đường. Còn gọi là *Thuyết nhất thiết hữu bộ*[3] *Phát trí luận*, hiện có ở *Đại chánh* 26, số ký hiệu 1544.

2- *A-tỳ-đạt-ma Bát kiền độ luận*, còn gọi là Ca chiên diên A-tỳ-đàm luận; A-tỳ-đàm kinh bát kiền độ luận, do Tăng-già-đề-bà và Trúc Phật niệm cùng dịch, vào đời Phù Tần, hiện có ở *Đại chánh* 26, số ký hiệu 1543.

Nội dung:

Phát trí luận do ngài Huyền Tráng dịch từ Phạn sang Hán, hiện có hai mươi quyển. Bản của hai ngài Tăng-già-đề-bà và Trúc Phật niệm cùng dịch, gồm có ba mươi quyển.

Nội dung bản dịch của ngài Huyền Tráng, gồm có: hai mươi quyển, chia làm tám chương (uẩn), phân thành bốn mươi bốn phẩm.

Tám chương gồm:

1- Tạp uẩn: Bàn luận về bốn Thiện căn, bốn Thánh quả, hữu dư y Niết-bàn, Vô dư y Niết-bàn.

Chương Tạp uẩn này, lại phân thành tám phẩm, gồm: Thế đệ nhất pháp nạp tức, Trí nạp tức, Bổ-đặc-già-la nạp tức, Ái nạp tức, Vô tàm nạp tức, Tướng nạp tức, Vô nghĩa nạp tức, Tư nạp tức.

2- Kết uẩn: Bàn luận về các chủng loại kiết sử như Ba kiết sử, Ba dục lâu, Bốn bộc lưu, Bốn ách, Bốn thủ, Bốn triền, Năm kiến, Sáu ái thân, Bảy tùy mien, Chín kiết sử, Chín mươi tám tùy miên,...

Chương này, lại phân thành bốn phẩm, gồm: Bất thiện nạp tức, Nhất hành nạp tức, Hữu tình nạp tức, Thập môn nạp tức.

3- Trí uẩn: Bàn luận Tám chi, Mười chi vô học, Kiến, Giác chi đạo; Thế tục kiến; Vô lậu kiến; Thế tục trí; Vô lậu trí; bậc Thánh giả đoạn trừ các hoặc lậu, các chướng ngại do phiền não, chứng đạt trí vô lậu...

Chương này, lại phân thành năm phẩm, gồm: Giác chi nạp tức,

---

3 Skt. Survāsti-vādin. Pāli: Sabbattivāda. Bộ phái phân ra từ Thượng tọa bộ, sau 300 năm kể từ khi Phật Niết-bàn.

Ngũ chủng nạp tức, Tha tâm trí nạp tức, Tu trì nạp tức, Thất Thánh nạp tức.

4- Nghiệp uẩn: Bàn luận về các hành vi thiện ác, từ ba nghiệp thân, khẩu, ý phát khởi; Mười thiện nghiệp đạo; chín môn nghiệp thâu nhiếp lẫn nhau;...

Chương này, phân thành năm phẩm, gồm: Ác hành nạp tức; Tà ngữ nạp tức; Hại sinh nạp tức; Biểu vô biểu nạp tức; Tự nghiệp nạp tức.

5- Đại chủng uẩn: Bàn luận về Sắc uẩn do bốn đại chủng tạo nên, liên hệ đến ba đời.

Chương này, lại phân thành bốn phẩm, gồm: Đại tạo nạp tức; Duyên nạp tức; Cụ kiến nạp tức; Chấp thọ nạp tức.

6- Căn uẩn: Bàn luận Sắc pháp; Sáu căn; Năm căn, Hai mươi hai căn... liên hệ đến bốn quả và ba đời.

Chương này, phân thành bảy phẩm, gồm: Căn nạp tức; Hữu nạp tức; Xúc nạp tức; Đẳng tâm nạp tức; Nhất tâm nạp tức; Ngữ nạp tức; Nhân duyên nạp tức.

7- Định uẩn: Bàn luận các loại thiền định ở trong ba cõi và các loại thiền định khác nhau của hàng Nhị thừa.

Chương này, phân thành năm phẩm, gồm: Đắc nạp tức; Duyên nạp tức; Nhiếp nạp tức; Bất hoàn nạp tức; Nhất hành nạp tức.

8- Kiến uẩn: Bàn luận hai kiến chấp đoạn và thường của phàm phu ngoại đạo với sáu mươi hai luận giải khác nhau.

Chương này, phân thành sáu phẩm, gồm: Niệm trụ nạp tức; Tam hữu nạp tức; Tưởng nạp tức; Trí nạp tức; Kiến nạp tức; Già tha nạp tức.

Bản dịch của ngài Tăng-già-đề-bà và Trúc Phật niệm, ba mươi quyển, có tám kiền độ, bốn mươi bốn bạt cừ.

Tám kiền độ và bốn mươi bốn bạt cừ như sau:

1- Tạp kiền độ: Kiền độ này có tám bạt cừ, gồm: Thế đệ nhất pháp; Trí; Nhân; Ái cung kính; Vô tàm quý; Sắc; Vô nghĩa; Tư.

2- Kiết sử kiền độ: Kiền độ này có bốn bạt cừ, gồm: Bất thiện; Nhất hành; Nhân; Thập môn.

3- Trí kiền độ: Kiền độ này có năm bạt cừ, gồm: Bát đạo; Ngũ chủng; Tri tha tâm; Tu trí; Trí tương ưng.

4- Hành kiền độ: Kiền độ này có năm bạt cừ, gồm: Ác hành; Tà ngữ; Hại chúng sinh; Hữu giáo vô giáo; Tự hành.

5- Tứ đại kiền độ: Kiền độ này có bốn bạt cừ, gồm: Tịnh căn; Duyên; Kiến đế; Nạp tạo.

6- Căn kiền độ: Kiền độ này có bảy bạt cừ, gồm: Căn; Hữu; Cánh lạc; Thỉ tâm; Thỉ phát tâm; Ngư tử; Duyên.

7- Định kiền độ: Kiền độ này có năm bạt cừ, gồm: Quá khứ đắc; Duyên; Giải thoát; A-na-hàm; Nhất hành.

8- Kiến kiền độ: Kiền độ này có sáu bạt cừ, gồm: Ý chỉ; Dục; Tưởng; Trí thời; Kiến; Kệ.

*** Tư tưởng chủ đạo**

A-tỳ-đạt-ma Phát trí luận, lấy tư tưởng của Trường phái Phật giáo Thuyết nhất thiết hữu bộ làm nền tảng để minh giải, nhằm làm sáng tỏ những luận điểm của mình.

Phật giáo bộ phái này chủ trương: "Tam thế thực hữu, pháp thể hằng hữu[4]". Nghĩa là ba đời đều có thật thể, thể của pháp là luôn luôn

---

[4] Tam thế thực hữu, pháp thể hằng hữu: Có bốn cách giải thích, gồm:

- Ngài Pháp Cứu cho rằng: "Loại hữu dị". Các pháp trong ba đời chỉ khác nhau về hình loại, còn thực thể thì giống nhau.
- Ngài Diệu Âm cho rằng: "Tướng hữu dị". Các pháp chuyển biến, trong mỗi pháp đều có tướng của ba đời. Khi an trú ở quá khứ thì hợp với tướng quá khứ và xa lìa hai tướng của hiện tại và vị lai.
- Ngài Thế Hữu cho rằng: "Vị hữu dị". Các pháp trải qua ba đời do vị trí khác nhau mà có tác dụng khác nhau, chứ thể không có khác nhau.
- Ngài Giác Thiên cho rằng: "Đãi hữu dị". Các pháp do đối đãi mà có trước sau khác nhau, chứ thể của chúng không khác nhau. Trong bốn quan điểm này, quan điểm "Vị hữu dị" của ngài Thế Hữu là chính thống của Bộ phái Thuyết nhất thiết hữu bộ. (*Đại Tỳ-bà-sa* 77, *Đại chánh* 27).

tồn tại và quá khứ, hiện tại, vị lai đều có thực thể như nhau. Tất cả pháp như: sắc, tâm, tâm sở, hữu vi, vô vi... đều có thật thể.

Chủ trương rằng, sinh thân của Phật là hữu lậu. Pháp của Phật tuyên thuyết có vô ký ngữ. Chánh pháp luân lấy Bát chánh đạo làm thể.

Bộ phái này chủ trương: Bồ tát cũng tu tập ba thời kỳ, gồm đủ một trăm kiếp mới hiểu được Tứ Thánh đế, nhưng chỉ hiểu cộng tướng của Tứ Thánh đế, chứ không hiểu được biệt tướng của Tứ Thánh đế...

Phật giáo bộ phái này là phân phái từ Thượng tọa bộ, sau Phật Niết-bàn khoảng ba trăm năm. Thượng tọa bộ chủ trương Pháp và Luật của Phật dạy là then chốt. Nhưng, ngài Ca-đa-diễn-ni tử chủ trương: A-tỳ-đàm là then chốt và nỗ lực hoằng truyền A-tỳ-đàm. Do đó, từ Thượng tọa bộ, phân thành Thuyết nhất thiết hữu bộ.

Nên, Tổ sư của trường này chính là ngài Ca-đa-diễn-ni-tử (Kātyāyaniputra). Và cũng là tác giả trước tác bản luận này.

*** Phát trí luận với Lục túc luận**

Lục túc luận là chân của *Phát trí luận* và *Phát trí luận* là thân của Lục túc luận.

Lục túc luận, gồm:

1- *A-tỳ-đạt-ma Tập dị môn túc luận*[5]: Có hai mươi quyển, phân thành mười hai phẩm, do Tôn giả Xá-lợi-phất soạn, ngài Huyền Tráng dịch vào đời Đường, hiện có ở *Đại chánh* 26, ký hiệu số 1536.

Phẩm thứ nhất của luận này nói rõ mục đích Tôn giả Xá-lợi-phất soạn luận này là phòng ngừa sự tranh cãi trong Tăng đoàn về Pháp và Luật, sau khi Phật Niết-bàn.

Phẩm thứ hai đến phẩm mười một, chỉ rõ pháp môn từ một pháp đến mười pháp.

Phẩm cuối nói rõ về sự ấn chứng của Phật. Tác giả luận này, các học giả có sự tranh cãi, như ngài Xứng hữu và truyền thuyết của Tây

---

5 Skt. Abhidharma-saṃgīti-paryāya-pāda śāstra. Hán: 阿毘達磨集異門足論.

tạng cho rằng, tác phẩm này là của ngài Chấp đại tạng. Nhưng, theo *Đại chánh* là của Tôn giả Xá-lợi-phất.

2- *A-tỳ-đạt-ma Pháp uẩn túc luận*[6]: Mười hai quyển, phân thành hai mươi mốt phẩm, Tôn giả Đại mục-kiền-liên tạo, ngài Huyền Tráng dịch vào đời Đường, hiện có ở *Đại chánh* 26, ký hiệu số 1537.

Luận này, biên tập trước *Tập dị môn túc luận*. Luận này nói rõ về các Học xứ, Dự lưu, Tứ chứng tịnh hay Bốn bất hoại tín, Quả sa môn, Thông hành, Thánh chủng, Chính thắng, Thần túc, Niệm trú, Thánh đế, Tĩnh lự, Vô lượng, Vô sắc, Tu định, Giác chi, Tạp sự, Căn bản, Xứ, Uẩn, Đa giới, Duyên khởi.

Theo ngài Tĩnh mại, Luận này là "Then chốt của A-tỳ-đạt-ma, là nguồn lớn của Nhất thiết hữu bộ"[7] .

Tác giả Luận này cũng có nhiều tranh cãi. Ở *Câu-xá luận thích*, ngài Xứng hữu[8] cho là của Tôn giả Xá-lợi-phất và truyền thuyết Phật giáo Tây Tạng cũng đồng quan điểm này, nhưng ở *Đại chánh* cho là của Tôn giả Mục-kiền-liên.

3- *A-tỳ-đạt-ma Thức thân túc luận*[9]: Gồm mười sáu quyển, lập sáu chương, phân thành mười lăm phẩm, do Tôn giả Đề-bà-thiết-ma tạo, ngài Huyền Tráng dịch vào đời Đường, hiện có ở *Đại chánh* 26, số ký hiệu 1539.

---

6 Skt. Abhidharma-dharma-skandha-pāda-śāstra. Hán: 阿毘達磨法蘊足論.

7 *Pháp uẩn túc luận* giả, cái A-tỳ-đạt-ma chi quyền dư, nhất thiết hữu bộ chi hồng nguyên dã = 法蘊足論者， 蓋阿毘達磨之權輿, 一切有部之洪源也. (Tĩnh Mại, *Pháp uẩn túc luận* hậu tự, Tr 513c, *Đại chánh* 26). Ngài Tĩnh Mại, Cao tăng Trung Quốc, đời Đường, sống cuộc đời tĩnh lặng, nghiên cứu kinh điển sâu xa, là một trong mười một vị đại đức chứng nghĩa của dịch trường ngài Huyền Tráng. Ngài đã để lại các tác phẩm như: Cổ kim dịch kinh đồ kỷ, bốn quyển; Bát nhã tâm kinh sớ, một quyển; Phật địa kinh luận sở, sáu quyển; Thập luận kinh sớ, tám quyển. Năm sinh và mất của Ngài không có thông tin.

8 Xứng Hữu, *Câu-xá luận thích* (Phạn văn), *Phật quang đại từ điển* 1, tr 81, Thích Quảng Độ, Hội Văn Hóa Giáo Dục, Linh Sơn Đài Bắc Xuất Bản, năm 2000.

9 Skt. Abhidharma-vijñāna-kāya-pāda-śāstra. Hán: 阿毘達磨識身足論.

Luận này, nói rõ tâm thức và nhục thân tương ưng với nhau, nên cần phải tu tập đúng pháp.

Nội dung gồm: Quy lễ tán tụng, Tổng ốt đả nam tụng.

Chương một: Mục-kiền-liên uẩn. Chương hai: Bổ-đặc-già-la uẩn. Chương ba: Nhân duyên tụng. Chương bốn: Sở duyên duyên uẩn. Chương năm: Tạp uẩn. Chương sáu: Thành tựu uẩn.

Luận này có ba mục đích:

- Bác bỏ thuyết cho rằng: "Quá khứ vô thể, hiện tại hữu thể", của Mục-kiền-liên.

- Bác thuyết hữu ngã của các nhà chủ trương có Bổ-đặc-già-la[10].

- Những phẩm còn lại, nêu rõ giáo thuyết: "Ngã không pháp hữu"[11].

4- A-tỳ-đạt-ma Giới thân túc luận[12]: Gồm có ba quyển, do ngài Thế Hữu tạo, có hai chương, phân mười sáu phẩm, ngài Huyền Tráng dịch vào đời Đường, hiện có ở *Đại chánh* 26, số ký hiệu 1541.

---

10 Bổ-đặc-già-la. Skt. Pudgala. Hán: 補特伽羅. Dịch là nhân, chúng sinh, sổ thủ thú. Nghĩa là chủ thể người hay chúng sinh, đi lại nhiều lần ở trong sinh tử. Độc tử bộ, Kinh lượng bộ, Chính lượng bộ thừa nhận có bổ-đặc-già-la. Các bộ phái khác thì không chấp có bổ-đặc-già-la.

Pháp uẩn túc luận giải thích bổ-đặc-già-la, ở trong "Tứ song bát bối". (*Pháp uẩn túc luận 2, Đại chánh* 26). *Phát trí luận* giải thích bổ-đặc-già-la liên hệ đến mười hai chi duyên khởi ở trong ba đời quá khứ, hiện tại và vị lai. Và liên hệ đến chuyển sinh ở trong các thú. Và cho rằng, có năm loại bổ-đặc-già-la, gồm: Tùy tín hành, Tùy pháp hành, Tín thắng giải, Kiến chí, Thân chứng. (*Phát trí luận* 3, 932a, *Đại chánh* 26). Và *Phát trí luận* 4 lại nêu lên tám bổ-đặc-già-la, gồm: Hướng dự lưu, Quả dự lưu, Hướng nhất lai, Quả nhất lai, Hướng bất hoàn, Quả bất hoàn, Hướng A-la-hán, Quả A-la-hán. (*Phát trí luận* 4, tr 940a, *Đại chánh* 26).

11 Ngã không pháp hữu = 我空法有. Chủ trương của Thuyết nhất thiết hữu bộ: ngã không có thật, nhưng thực thể của pháp là thực có. (Phật quang đại từ điển 3, tr 3241, Thích Quảng Độ, Hội Văn Hóa Giáo Dục, Linh Sơn Đài Bắc Xuất bản, năm 2000.)

12 Skt. Abhidharma-dharma-dhātu-kāya-pāda-śāstra. Hán: 阿毘達磨界身蘊足論.

Luận này còn gọi là Thuyết nhất thiết hữu bộ Giới thân túc luận, nói rõ Bản sự phẩm và Phân biệt phẩm.

Bản sự phẩm là trình bày mười đại địa pháp, mười đại phiền não địa pháp, mười tiểu phiền não địa pháp, năm phiền não, năm kiến, năm xúc, năm căn, năm pháp, sáu thức thân, sáu thụ thân, sáu tưởng thân, sáu tư thân, sáu ái thân...

Phân biệt phẩm có mười sáu môn, khai triển thành 136 môn, gồm phân biệt tâm sở, năm thụ, sáu thức, vô tàm, vô quý, tương ưng, bất tương ưng, uẩn, xứ, giới, tâm sở tương ưng, bất tương ưng.

Tác giả luận này, theo ngài Xứng hữu và truyền thuyết Phật giáo Tây Tạng cho là của ngài Phú-lâu-na[13]. *Đại chánh* ghi tác giả là ngài Thế Hữu[14].

5- A-tỳ-đạt-ma Thi thiết túc luận[15]: Luận này còn gọi là Thi thiết luận, có bảy quyển, không có ghi tác giả, do Pháp Hộ và Duy Tịnh... dịch, Tống, hiện có ở *Đại chánh* 26, số ký hiệu 1538.

Theo Phật quang đại từ điển, A-tỳ-đạt-ma Thi thiết túc luận, do Đại Ca-diễn-na soạn, chưa được truyền dịch. Bản dịch của ngài Pháp Hộ và Duy Tịnh đời Lưu Tống là lược dịch từ A-tỳ-đạt-ma Thi Thiết túc luận của ngài Đại Ca-diễn-na.

Luận này, có bảy quyển, phân thành mười bốn phẩm. Phẩm một: Thế gian thi thiết môn, phần này bản Phạn bị thiếu.

Các phẩm còn lại bàn luận về "Nhân thi thiết". Nhân duyên của Chuyển luân Thánh vương thành tựu bảy bửu; nhân duyên Bồ tát từ trời Đâu suất giáng xuống nhập mẫu thai, trú mẫu thai; xuất thai; xuất gia; thành đạo; hóa độ chúng sinh; Niết-bàn...

6- A-tỳ-đạt-ma Phẩm loại túc luận[16]: Luận này còn gọi là Thuyết

---

13 Phú-lâu-na = Skt. Pūruṇa

14 Xứng Hữu, *Câu-xá luận* thích (Phạn văn), Phật quang đại từ điển 1, tr 81, Thích Quảng Độ, Hội Văn Hóa Giáo Dục, Linh Sơn Đài Bắc Xuất Bản, năm 2000.

15 Skt. Abhidharma-prajñāpti-pāda-sāstra. Hán: 阿毘達磨施設足論

16 Skt. Abhidharma-prakaraṇa-pāda-śāstra. Hán: 阿毘達磨品類足論

nhất thiết hữu bộ Phẩm loại túc luận. Do ngài Thế Hữu trước tác, gồm có mười tám quyển, phân thành tám phẩm, ngài Huyền Tráng dịch, đời Đường, hiện có ở *Đại chánh* 26, số ký hiệu 1542.

Nội dung, gồm: Biện ngũ sự phẩm, biện chư trí phẩm, biện chư xứ phẩm, biện thất sự phẩm, biện tùy miên phẩm, biện nhiếp đẳng phẩm, biện thiên vấn phẩm, biện quyết trạch phẩm.

Luận này còn có tên khác là Chúng sự phần A-tỳ-đàm luận, gồm có mười hai quyển, tám phẩm, do ngài Cầu-na-bạt-đà-la và Bồ-đề-da-xá đồng dịch, đời Lưu Tống, hiện có ở *Đại chánh* 26, số ký hiệu 1541.

Mười hai quyển, phân thành tám phẩm, gồm: Ngũ pháp, phân biệt trí, phân biệt chư nhân, phân biệt thất sự, phân biệt chư sử, phân biệt nhiếp, thiên vấn luận, trạch.

Sáu luận này, có ba bộ, trước tác thời Phật còn tại thế, như: A-tỳ-đạt-ma Tập Dị Môn túc luận, do Tôn giả Xá-lợi-phất soạn; A-tỳ-đạt-ma Pháp uẩn túc luận, do Tôn giả Mục kiền liên soạn; và A-tỳ-đạt-ma Thi thiết túc luận, do Tôn giả Đại Ca-na-diễn-na soạn. Ba bộ còn lại, các luận sư soạn, sau khi Phật Niết-bàn.

Sáu bộ luận này, trường phái Phật giáo Nhất thiết hữu bộ y cứ để thiết lập tông yếu.

Sáu bộ luận này được các Luận sư về sau cho rằng là sáu chân của *Phát trí luận*. Nghĩa là *Phát trí luận* là thân và sáu bộ luận này là chân, giúp cho thân thành tựu một cách vững chãi đối với học lý của Nhất thiết hữu bộ.

*** *Phát trí luận* với *Đại Tỳ-bà-sa luận*[17]**

Phát trí luận đối với *Đại tỳ-bà-sa luận* có sự liên hệ chặt chẽ với nhau.

Đại tỳ-bà-sa luận, gọi đủ là *A-tỳ-đạt-ma Đại tỳ-bà-sa*. Luận này do năm trăm vị A-la-hán, biên tập trải qua mười hai năm, với hai trăm quyển, dưới thời vua Ca-nị-sắc-ca, khoảng 100 đến 150 sau Tây lịch, tại Ca-thấp-di-la (Kasmira), nay là vùng Karhmir ở Pakistan.

---

17 Skt. Abhidharmamahāvibhāsā-śastra. Hán. 阿毘達磨大毘婆沙論.

Nội dung của *Đại Tỳ-bà-sa* là gom thâu các bản chú giải của các luận sư về *Phát trí luận*, biên tập thành một Thánh điển căn bản của Thuyết nhất thiết hữu bộ. Nên, luận này là giải thích về *Phát trí luận* một cách có hệ thống.

Đồng thời, luận này dựa vào quan điểm "Tam thế thực hữu, pháp thể hằng hữu", để phê phán đối với quan điểm của các trường phái Phật giáo, như Đại chúng bộ, Pháp tạng bộ, Hóa địa bộ, Ẩm quang bộ, Độc tử bộ, Phân biệt thuyết bộ và phê phán các quan điểm của Số luận, Thắng luận, Thuận thế luận và quan điểm của Kỳ na giáo...

Nên, *Đại tỳ-ba-sa* được xem như là bộ Từ điển bách khoa của Phật giáo Hữu bộ và là sách chú giải *Phát trí luận*.

Đại tỳ-bà-sa, do ngài Huyền Tráng dịch, vào đời Đường, hiện có ở *Đại chánh* 27, số ký hiệu 1545. *Luận Đại tỳ-bà-sa* này, còn có bản dịch của ngài Phù-đà-bạt-ma[18] và Đạo-thái[19] vào đời Bắc Lương với tên là

---

18 Skt. Buddhavarman. Phiên âm. Phù-đà-bạt-ma; Phật-đà-bạt-ma. Hán là Giác khải. Người Tây vực, đến Trung quốc vào thời Lưu-Tống. Ấu thời rất thông minh và có hạo khí. Xuất gia từ nhỏ, học làu thông Tam tạng, nhất là A-tỳ-đàm tỳ-bà-sa luận. Ngài thường trì tụng luận này và lấy luận này làm tông chỉ tu tập. Năm Nguyên gia, Ngài đến Bắc Lương. Bấy giờ, ngài Đạo Thái, tìm được mười vạn bài kệ bản tiếng Phạn của A-tỳ-đạt-ma tỳ-bà-sa luận ở vùng Thông Lãnh phụ cận và cầu thỉnh Ngài dịch sang Hán văn.

Năm Thừa Hòa thứ 5 (437-năm Nguyên Gia 14, đời Lưu Tống). Ngài đáp ứng lệnh của chúa Bắc Lương bấy giờ là Thư cừ-Mục kiền, đến chùa Nhàn dự ở trong cung, tại thành Lương Châu, dịch bộ *Đại Tỳ-bà-sa* này. Ngài Đạo Thái bút thụ, các Sa môn: Tuệ trung, Đạo lãng cùng với 300 vị Tăng, chuyên về nghĩa học, hiệu đính văn nghĩa. Đến năm Thừa Hòa thứ 7 (439), thì dịch xong bộ luận này, gồm 100 quyển. Không bao lâu nhà Ngụy nổi lên, diệt nhà Lương, bao nhiêu kinh sách đều bị đốt hết, bản luận này cũng bị thất lạc. Ngài trở về Tây vực ty nạn và không có thông tin gì về sự viên tịch của Ngài.

Về sau, Lương vương cho sao chép được 60 quyển, truyền đến Tống Triều, ngài Đạo Đĩnh làm bài tựa, bản này là Đại tỳ-bà-sa luận bản cũ. (Tuệ Kiểu 497-554-Lương cao tăng truyện 3, *Đại chánh* 50; Phí Trường Phòng, Tùy, Lịch Đại tam bảo Kỷ 9, 49).

19 Đạo-thái: Cao Tăng đời Đông Tấn cùng với ngài Phật-đà-bạt-ma dịch *Đại*

A-tỳ-đàm Tỳ-bà-sa luận, gồm sáu mươi quyển, hiện có ở *Đại chánh* 28, số ký hiệu 1546.

*** Tác giả *Phát trí luận***

Tôn giả Ca-đa-diễn-ni tử là tác giả *A-tỳ-đạt-ma Phát trí luận*. Tên tiếng Phạn của Ngài là Kātyāyaṇī-putra. Ngài Huyền Tráng, đời Đường, phiên âm là Ca-đa-diễn-ni tử. Các ngài Tăng-già-đề-bà và Trúc Phật niệm, đời Phù-tần, phiên âm là Ca-chiên-diên tử. Một số vị khác phiên âm là Ca-chiên-diên-ni tử hay Ca-đà-diễn-ni và dịch là Thế phát tộc hay Văn vẻ. Nghĩa là dòng dõi cắt tóc hay vẻ đẹp văn chương, vẻ đẹp văn nhã.

Ngài xuất hiện khoảng ba trăm năm sau Phật Niết-bàn, trong dòng dõi Bà-la-môn. Nhưng có những tư liệu cho rằng, Ngài ra đời khoảng chưa đầy năm trăm sau Phật Niết-bàn.

Theo Dị bộ Tôn luân luận thuật ký[20] cho rằng, Ngài xuất gia ở trong Thượng tọa bộ, nhưng theo Bà-tẩu-bàn-đậu pháp sư truyện[21], cho rằng, Ngài xuất gia ở trong Tát-bà-đa bộ[22].

Ngài là một vị Đại luận sư nổi tiếng của Phật giáo Hữu bộ, truyền bá tư tưởng Hữu bộ ở vùng Tây bắc Ấn Độ thời bấy giờ.

A-tỳ-đạt-ma Phát trí luận, do Ngài biên soạn để xiển dương giáo nghĩa Hữu Bộ và về sau năm trăm vị A-la-hán do vua Ca-nị-sắc-ca triệu tập, biên soạn Đại tỳ-bà-sa để chú giải *Phát trí luận* do Ngài trước tác vậy.

Tỳ-bà-sa luận. Năm sinh và mất không có thông tin.

20 Dị bộ tôn luân luận thuật ký, do ngài Khuy Cơ soạn, đời Đường, là sách chú thích *Dị bộ tôn luân luận*, nói rõ lịch sử phân chia của 20 bộ phái Phật giáo. Hiện có ở Tục tạng kinh 83.

21 *Bà-tẩu-bàn-đậu pháp sư truyện*, một quyển, do Chân-đế dịch, vào đời Trần thuộc Nam triều, truyện nói về ngài Vasubandhu, tức là ngài Thế-thân, hiện có ở *Đại chánh* 50.

22 Skt. Sarvāsti-vāda. Hán. 薩婆多部. Bộ phái Phật giáo Nhất thiết hữu bộ, truyền thừa Thập tụng luật.

*** Dịch giả *Phát trí luận***

Luận này có hai bản dịch, hiện nay còn bảo lưu ở *Đại chánh* 26.

Bản dịch của ngài Huyền Tráng, với tên: *A-tỳ-đạt-ma Phát trí luận.*

Bản của hai ngài Tăng-già-đề-bà và Trúc Phật niệm với tên gọi: *A-tỳ-đàm Bát kiền độ luận.*

Ngài Huyền Tráng, họ Trần, tên là Huy, sinh năm 602, vào đời Đường, ở Khu thị, Lạc châu, nay là huyện Yển sư, tỉnh Hà nam, Trung Quốc.

Lại có tư liệu cho rằng, Ngài sinh năm Khai hoàng thứ 20, tức năm 600, đời Tùy.

Ngài có người anh xuất gia hiệu là Trưởng Tiệp, ở chùa Tịnh Độ, Lạc Dương.

Ngài Huyền Tráng xuất gia từ bé, sau đó đã học thông các kinh điển Phật giáo và đi tham học với các bậc cao đức bấy giờ, học Nhiếp luận và A-tỳ-đàm với các ngài Đạo Cơ, Bảo Thiên; lại học *Phát trí luận* với Pháp sư Chấn.

Năm 622, đời Đường, Ngài thọ Cụ túc giới và học Luật, rồi lại học *Thành thực luận* với ngài Đạo Thâm, *Câu-xá luận* với ngài Đạo Nhạc, học Nhiếp Đại Thừa luận với các ngài Pháp Thường và Tăng Biện.

Sau khi nghe các cao đức giảng dạy Phật pháp, Ngài than rằng, các Ngài diễn giảng không thống lý với nhau, và nghiên cứu Thánh điển cũng có những điểm bất đồng, từ đó Ngài phát nguyện tìm đến Thiên Trúc để tìm cầu học hỏi và tìm các nguyên bản tiếng Phạn để đối chiếu, nhằm tận tường lý nghĩa trong lời Phật dạy.

Năm 629, nhằm năm Trinh quán thứ 3, có tư liệu cho rằng Trinh quán nguyên niên, Ngài khởi hành từ Trung Quốc vượt qua nhiều gian nan thử thách, mới đến được vùng bắc Thiên trúc, rồi tiến sâu vào đất Ấn và đến được Ma-kiệt-đà, dừng lại ở chùa Na-lan-đà, vào năm 631, bấy giờ Ngài vừa đúng 30 tuổi.

Tại chùa Na-lan-đà, Ngài tôn thờ đại sư Giới-hiền làm thầy và học tập các bộ luận từ ngài Giới-hiền như: *Du-già sư địa luận, Hiển dương thánh giáo luận, Tỳ-bà-sa luận, Câu-xá luận, Thuận chánh lý luận, Nhân minh luận, Thanh minh luận, Tập lượng luận, Trung luận, Bách luận,...*

Sau đó, Ngài đi khắp xứ Ấn Độ bấy giờ để cầu học với các bậc cao đức và tìm cầu các bản kinh văn tiếng Phạn, suốt mười hai năm.

Ngài lại trở về, chùa Na-lan-đà, được đại sư Giới-hiền giao cho dạy các môn, như: Nhiếp đại thừa luận và Duy thức quyết trạch.

Bấy giờ có ngài Sư-tử-quang thuộc trường phái Trung quán, giảng Trung luận và Bách luận của Long Thọ để phản bác học lý của ngài Huyến-tráng.

Lúc ấy, ngài Huyền Tráng liền làm 3.000 bài kệ, dung hội cả lý nghĩa của hai Tông Trung quán và Du già, lấy tên là "Hội Tông Luận", để bác luận thuyết của ngài Sư-tử-quang.

Ngoài ra, Ngài còn làm 1.600 bài tụng với tên "Phá Ác Kiến" để phản bác các luận điểm của các nhà sư Tiểu Thừa phá Đại thừa ở nước Ô-đồ[23].

Từ đó, danh tiếng của ngài Huyền Tráng vang lừng khắp Ấn Độ. Bấy giờ vua Giới Nhật[24] nghe danh của Ngài, liền đến xin yết kiến.

---

23 Ô-đồ: Skt. Oḍra, tên của một đất nước ngày xưa ở miền đông Ấn Độ, vùng đất tương đương với Orīssa ngày nay. Nước này vào thời ngài Huyền Tráng đến Ấn Độ là một nước rất cường thạnh, Phật giáo rất thanh hành ở đất nước này. Năm Trinh Nguyên 11 (795) vua nước Ô-đồ, tự tay chép bản kinh Hoa Nghiêm 40, bản tiếng Phạn dâng tăng vua Đường Cao Tông. (Đại Đường Tây Vực Ký 10).

24 Giới Nhật: Skt. Śiladitya, nguyên tên vua là Harsa-vardhana. Vua lên ngôi khoảng thế kỷ VII, Vua quy y Tam bảo, hết lòng hộ trì và hoằng dương Phật pháp, cho xây dựng hàng trăm ngôi chùa ở khắp thành thị, nông thôn của Ấn Độ bấy giờ. Vua thường dự trữ lương thực thuốc thang để cấp ban cho những người nghèo khổ, tật bệnh. Vua thường tổ chức lễ cúng dường cho các Sa môn khắp nước hai mươi mốt ngày và năm năm mở đại hội vô giá một lần. Vua đề cao văn hóa và học thuật. Vua sáng tác rất nhiều tác phẩm trong đó có ba Hỷ khúc nổi tiếng ảnh hưởng đậm đà chất liệu Phật giáo, ba tác phẩm ấy, gồm: Viên ngọc báu trang sức ở ngực (Ratnāvalī=Lạp tháp-nạp-ngõa-lợi); Dáng dấp

Năm 642, Ngài đã 41 tuổi, muốn trở về bản quốc, vua Giới Nhật liền tổ chức Đại pháp hội ở thành Khúc nữ, vua đề nghị ngài Huyền Tráng nhân dịp ấy, tuyên dương giáo nghĩa Đại thừa và tranh luận với các luận sư nổi tiếng của Phật giáo Tiểu thừa, cũng như các luận sư nổi tiếng của ngoại đạo với sự tham dự của mười tám quốc vương khắp cả năm xứ Thiên trúc, với hơn 7.000 Tăng sĩ, bao gồm cả Đại thừa, Tiểu thừa và các vị Giáo sĩ Bà-la-môn.

Trong Đại hội này, ngài Huyền Tráng được thỉnh mời làm Luận chủ, Ngài đề nghị lấy "Chân duy thức lượng" làm nội dung của cuộc tranh luận và treo nội dung tranh luận ở ngoài cửa hội trường, mười tám ngày đi qua, không có một ai dám đứng ra tranh luận. Nên, vua Giới Nhật và mười tám vị quốc vương rất tôn kính và xin quy y với Ngài.

Đại hội xong, Ngài quyết định trở về bản quốc, vua Giới Nhật cầu thỉnh Ngài tiếp tục ở lại và mở Đại hội Vô giá tại thành Bát-la-na đến bảy mươi lăm ngày, với sự tham dự của mười tám vị quốc vương, sau đó tiễn đưa Ngài về nước.

Năm 643, Trinh quán 17, Ngài chính thức từ biệt vua Giới Nhật và hồi hương. Cuộc hành trình tham học và hoằng pháp của Ngài từ khi đi đến khi về mất hết mười bảy năm.

Năm 645, Trinh quán 19, Ngài về đến Trường An, vua Đường, sai trăm quan văn võ, như Lương Quốc Công, Phòng Huyền Linh... tổ chức lễ đón rước Ngài một cách trân trọng. Kinh, tượng, xá lợi do Ngài mang về rất nhiều, trong đó 657 bộ kinh bằng tiếng Phạn.

Vua Đường Thái Tông và Dường Cao tông rất tôn sùng Ngài, thiết lễ cúng dường Ngài ở trong cung và ban tặng Ngài danh hiệu "Tam Tạng Pháp Sư".

Trong thời gian ấy, Ngài đã ở các chùa như: Hoằng Phúc, Đại Từ Ân, Ngọc Hoa và mở dịch trường dịch kinh điển, suốt mười chín năm. Ngài đã dịch 75 bộ kinh, gồm 1335 quyển kinh luận.

---

người đàn bà (Pryadarśikā=Thanh nhân phụ nhân); Niềm vui rồng chúa (Nāgānanda=Nạp-gia-nan-đà). Tác phẩm Pryadarśikā là một kiệt tác tiếng Phạn của vua. (Huyền Tráng, Đường Tây vực ký 5).

Các Kinh luận do Ngài dịch như: *Đại bát nhã* 600 quyển, *Đại Tỳ-bà-sa luận* 200 quyển, *Du-già sư địa luận* 100 quyển, *Câu-xá luận* 30 quyển, *A-tỳ-đạt-ma câu-xá luận bản tụng, A-tỳ-đạt-ma chánh lý luận, A-tỳ-đạt-ma tạng hiển tông luận, Ngũ sự Tỳ-bà-sa luận, Nhập A-tỳ-đạt-ma luận, A-tỳ-đạt-ma Thi thiết túc luận, A-tỳ-đạt-ma Tập dị môn túc luận, A-tỳ-đạt-ma Pháp uẩn túc luận, Phật địa kinh luận, A-tỳ-đạt-ma Thức thân túc luận, A-tỳ-đạt-ma Giới thân túc luận, A-tỳ-đạt-ma Phẩm loại túc luận, A-tỳ-đạt-ma Phát trí luận, Quảng bách luận bản, Đại thừa quảng bách luận thích luận, Đại thừa chưởng trân luận, Thành Duy thức luận, Duy thức tam thập luận tụng, Nhiếp Đại thừa luận bản, Nhiếp Đại thừa luận thích, Biện trung biên luận, Biện trung biên luận tụng, Hiển dương Thánh giáo luận, Đại thừa A-tỳ-đạt-ma tập luận, Đại thừa thành nghiệp luận, Vương pháp chánh lý luận, Quán sở duyên duyên luận...*

Ngoài dịch kinh luận, Ngài còn biên soạn *Đại Đường Tây Vực ký* 12 quyển, tường thuật hành trình mười bảy năm Tây du cầu pháp, trải qua 138 nước. Trong đó, gồm: lịch sử, địa lý, tôn giáo, văn hóa, phong thổ, sơn xuyên, sản vật, con người... của những nơi Ngài đã từng lưu trú và đi qua.

Bộ sách này là tài liệu rất quý cho các nhà nghiên cứu văn hóa, lịch sử, địa lý... và đóng góp rất lớn cho các nhà khảo cổ học hiện tại trên thế giới. Sách đã dịch ra rất nhiều thứ tiếng.

Ngày mồng 5 tháng 2 niên hiệu Lân đức nguyên niên, tức năm 664, Ngài an nhiên thị tịch, thọ 63 tuổi. Có tư liệu ghi ngài thọ 65 tuổi hoặc 69 tuổi.

Nghe Ngài tịch vua Đường Cao Tông đau buồn, bãi triều ba ngày và ban tặng Ngài với thụy hiệu là "Đại Biến Giác" và sắc lệnh xây tháp ở phía bắc Phiền xuyên để phụng thờ Ngài.

*** Tăng-già-đề-bà và Trúc Phật niệm**

Ngài Tăng già-đề-bà và Trúc Phật niệm dịch A-tỳ-đàm Bát kiền độ luận, vào đời Phù Tần. *A-tỳ-đàm Bát kiền độ luận* là phiên bản khác của *Phát trí luận*, dịch bản này dịch sớm hơn bản dịch của ngài Huyền Tráng, khoảng trên dưới ba trăm năm.

Ngài Tăng-già-đề-bà là phiên âm từ Saṃghadeva của tiếng Phạn. Hán dịch là Chúng-thiên.

Ngài người nước Kế Tân, Bắc Ấn, không rõ năm sinh. Ngài là bậc Cao tăng, kiêm đại học giả A-tỳ-đàm của Phật giáo Hữu bộ.

Ngài đến Trung quốc vào thời Đông Tấn. Trong những năm 365-384, đời Tiền Tần. Ngài đến Trường An, vào tháng tư năm Kiến Nguyên thứ 9, nhận lời thỉnh cầu của Tỷ-kheo Pháp Hòa[25], Ngài và Ngài Trúc Phật niệm dịch *A-tỳ-đàm Bát kiền độ luận*, ba mươi quyển.

Sau đó, Ngài và Tỷ-kheo Pháp Hòa đến Lạc dương, giảng dạy *kinh A-hàm, dịch A-tỳ-đàm tâm luận, Tỳ-bà-sa luận.* Ngài lại nhận lời của ngài Tuệ Viễn đến ở Lô sơn.

Năm Thái nguyên thứ 16, năm 391, dịch *A-tỳ-đàm tâm luận* bốn quyển; *Tam pháp độ luận* hai quyển, tại đài Bát Nhã ở Lô sơn.

Năm 397, tức Long An nguyên niên, Ngài đến Kiến nghiệp giảng dạy *A-tỳ-đàm luận* và dịch *Trung A-hàm*.

Theo *Xuất tam tạng ký* tập 2, liệt kê đối với kinh luận do Ngài dịch, gồm 6 bộ, 116 quyển. Không có thông tin về năm mất của Ngài.

*** Trúc Phật niệm**

Ngài Trúc Phật niệm và ngài Tăng-già-đề-bà cùng dịch *A-tỳ-đàm Bát kiền độ luận*, ba mươi quyển, là tên gọi khác của *Phát trí luận*, hiện có ở *Đại chánh* 26.

Ngài là Cao Tăng của Trung Quốc, vào đời Đông Tấn, người Lương Châu, nay là huyện Vũ Uy, tỉnh Cam Túc, xuất gia độ tuổi ấu thời.

---

[25] Pháp Hòa: Cao Tăng Trung quốc, sống vào đời Tiền Tần, người Huỳnh dương Hà Nam. Thuở nhỏ theo học với ngài Đạo An, thờ ngài Phật Đồ Trừng làm thầy. Thời chiến tranh, ngài lánh nạn ở đất Thục, sau đó đến Quan Trung trú ở chùa Dương Bình và dịch kinh điển ở Trường An do ngài Đạo An chủ trì. Sau đó đến Lạc Dương cùng với ngài Tăng-già-đề-bà dịch kinh, nhuận sắc văn dịch A-tỳ-đàm tâm luận, A-tỳ-đàm bà-sa luận, lại nhận lời thỉnh mời của Tấn vương là Diệu Tự đời Tiền Tần, ngài đến Boorphanr (Sơn Tây) gảng dạy kinh điển và mất vào năm 80 tuổi. (Tuệ Kiểu, Lương cao tăng truyện 1, *Đại chánh* 50).

Học thông kinh luận, vào khoảng năm 365-384, đã từng đóng vai trò truyền ngữ cho ngài Tăng-già-bạt-trừng khi dịch Bà-tu-mật-sở-tập luận và ngài Nan-đề dịch Vương tử pháp ích hoại mục nhân duyên kinh; Tăng nhất A-hàm kinh; Trung A-hàm kinh...

Theo *Lương cao tăng truyện* 1, năm Hoằng thủy, đời Diêu Tần (399-416), Ngài đã dịch các kinh, như: Bồ tát anh lạc, Thập trụ đoạn kết, Xuất diệu kinh, Bồ tát xử thai kinh, Trung ấm kinh.

Theo *Xuất tam tạng ký* tập 2, vào thời kỳ Phù Tần, Diêu Tần, Ngài còn dịch các kinh, như: Đại phương đẳng vô tướng, Bồ tát phổ xứ kinh, Thập tụng tỳ-kheo-ni giới sở xuất bản mạt, gồm 12 bộ, 74 quyển.

Một số kinh do Ngài dịch hiện còn ở *Đại chánh* và một số đã bị thất lạc. Thời bấy giờ, Ngài được tặng mỹ hiệu: "Dịch Kinh Tông Sư".

Ngài thị tịch ở Trường An, nhưng không có thông tin rõ ngày tháng và năm mất.

Chùa Phước Duyên, Huế, Mùa An Cư Pl. 2569 - Tl. 2025

Thích Thái Hòa

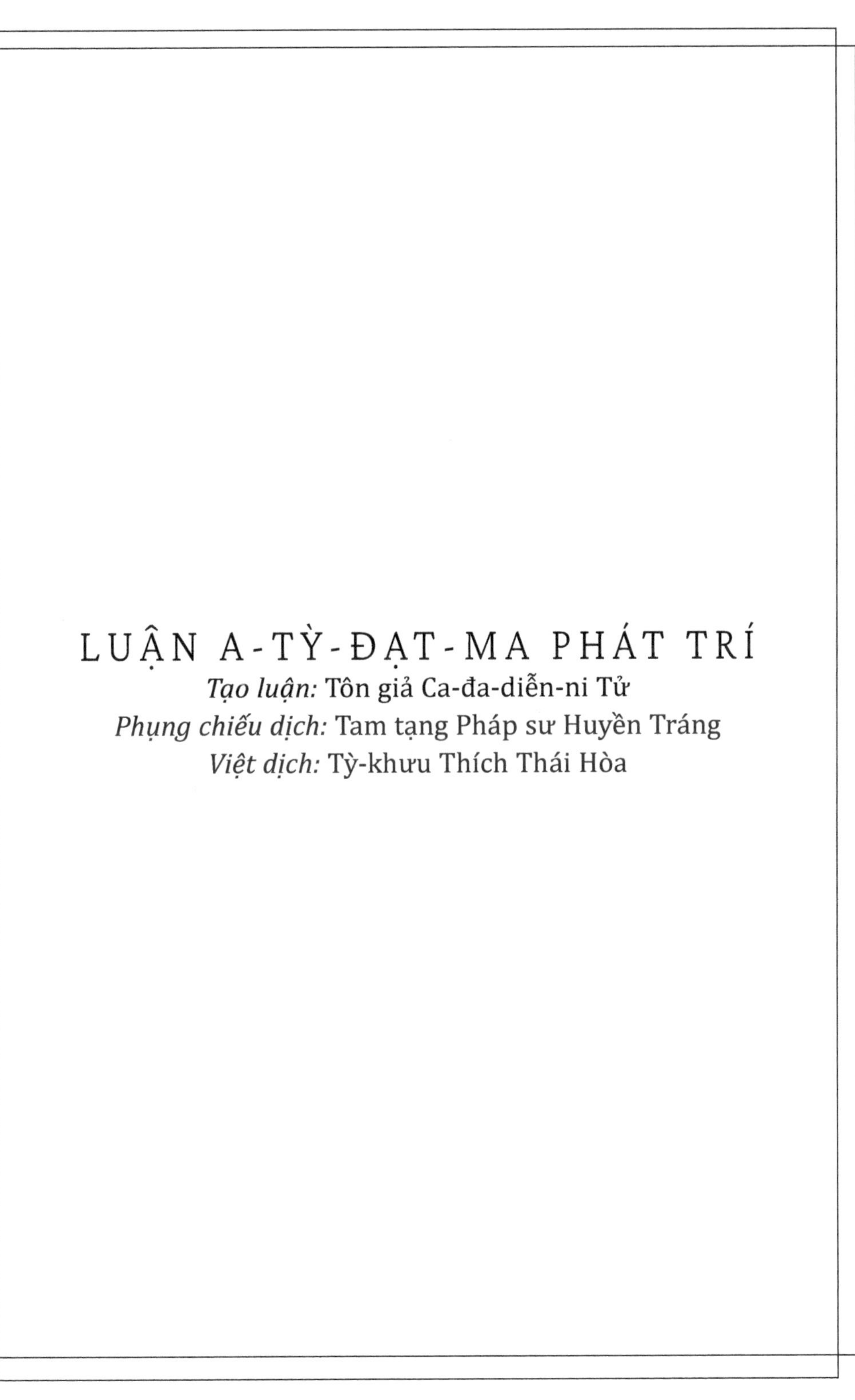

LUẬN A-TỲ-ĐẠT-MA PHÁT TRÍ

Tạo luận: Tôn giả Ca-đa-diễn-ni Tử

Phụng chiếu dịch: Tam tạng Pháp sư Huyền Tráng

Việt dịch: Tỳ-khưu Thích Thái Hòa

Quyển một
Chương một: Tạp Uẩn

PHẨM MỘT:

Luận Về Pháp Thế Đệ Nhất
Pháp thế Đệ nhất: bảy,
Đảnh: hai, Noãn: thân kiến,
Mười một: Kiến, nhiếp, đoạn,
Chương này, nguyện nói đủ.

Hỏi: Thế nào là pháp Thế đệ nhất

Đáp: Nếu pháp thuộc về tâm, tâm sở làm Đẳng vô gián duyên[26],

---

26 Đẳng vô gián duyên=等無间緣: Skt. Samamantara-pratyaya: Đẳng là đồng loại; vô gián là tương tục, không có gián đoạn duyên là điều kiện hướng đến hỗ trợ. Đẳng vô gián duyên chỉ liên hệ đến các pháp thuộc về tâm và tâm sở. Nghĩa là tâm niệm trước và tâm niệm sau đồng loại hỗ trợ với nhau, niệm trước diệt niệm sau sinh đồng loại tương tục không gián đoạn. (*Đại Tỳ-bà-sa* 107; *Câu-xá luận* 7; *Thành duy thức luận* 7; *Thuận chính luận* 19).

chứng nhập Chánh tánh ly sanh[27], gọi là pháp Thế đệ nhất[28].

---

27 Nhập chánh tánh ly sinh =入正性離生: Skt. Samyaktvaniyāmāvakrānti: Nhập chánh tánh ly sanh, còn gọi là Nhập chánh tánh quyết định. Hành giả sau khi tu tập đối với bốn thiện căn, gồm: Noãn-đảnh-nhẫn-thế đệ nhất, sau sát na đầu tiên của Đẳng vô gián duyên, hành giả từ địa vị phàm phu bước vào địa vị Thánh giả, gọi là Nhập chánh tánh ly sanh hay Chánh tánh quyết định. Chánh tánh là tính Niết bàn, thuộc về Thánh đạo thuần chính. Ly sinh là xả ly phiền não. Nghĩa là lý thể Niết bàn đã thể nhập được, có khả năng thoát ly đời sống của phiền não, nên gọi là Nhập chánh tánh ly sanh. (*Đại Tỳ-bà-sa* 3; *Câu-xá luận* 23).

28 Thế đệ nhất pháp, Skt. Tathāgradharmāh, Laukikāgra-dharma: Thế đệ nhất pháp là một trong bốn thiện căn, gồm:

- Noãn vị (Usma-gata), cũng còn gọi là noãn pháp. Giai vị này do tu tập hiện quán mười sáu hành tướng của Tứ Thánh đế, hơi nóng của thiền quán phát sinh, có khả năng đốt cháy phiền não, tiến đến tuệ vô lậu của Kiến-đạo và sinh khởi thiện căn hữu lậu, đồng thời quán chiếu Tứ Thánh đế đối với ba cõi thuộc Dục giới, Sắc giới, Vô sắc giới, khiến phát sinh tuệ hữu lậu.

- Đỉnh vị (Murdhāna), cũng còn gọi là Đỉnh pháp. Giai vị này là sinh khởi thiện căn cao nhất đối với các thiện căn, hành giả tiếp tục tu tập quán chiếu mười sáu hành tướng của Tứ Thánh đế. Đây là giai đoạn tu tập thiện căn còn có dao động.

- Nhẫn vị (Kṣānti), cũng còn gọi là nhẫn pháp. Giai đoạn tu tập mười sáu hành tướng của Tứ Thánh đế đã vững chãi và an định. Các hiểu biết sai lầm đối Tứ Thánh đế không còn dao động. nên gọi là giai đoạn "hoặc bất sinh".

- Thế đệ nhất pháp (Laukikāgra-dharma), còn gọi là Thế đệ nhất pháp vị. Giai đoạn tu tập, có khả năng phát sinh thiện căn tối thượng đối với các pháp hữu lậu của thế gian. Do quán chiếu một hành tướng trong bốn hành tướng của Khổ Thánh đế ở cõi Dục giới, ở sát na tiếp theo tiến vào kiến đạo và trở thành bậc Thánh, nên gọi là Nhập chánh tánh ly sinh.

Ở luận Phát trí giải thích Thế đệ nhất pháp như sau: "Đối với các pháp thế gian khác, thì Pháp thuộc về tâm, tâm sở như vậy, là tối thượng, là thù thắng, là trưởng tồn, là tôn quý, là trên hết, là thâm diệu. Nên, gọi là pháp Thế đệ nhất.

Lại nữa, Pháp thuộc về tâm và tâm sở như vậy, làm Đẳng vô gián duyên, buông bỏ bản tánh phàm phu, chứng đắc bản tánh Thánh giả; buông bỏ tà tánh, đạt được bản tánh chơn chánh; có thể chứng nhập

Có thuyết cho rằng: Nếu năm căn[29] làm Đẳng vô gián duyên, vào Chánh tánh ly sanh, gọi là pháp Thế đệ nhất. Ở trong nghĩa này, nếu pháp thuộc về tâm, tâm sở làm đẳng vô gián duyên, vào Chánh tánh ly sanh, gọi là pháp Thế đệ nhất.

Hỏi: Thế nào là pháp Thế đệ nhất?

Đáp: Đối với các pháp thế gian khác, thì Pháp thuộc về tâm, tâm sở như vậy, là tối thượng, là thù thắng, là trường tồn, là tôn quý, là trên hết, là thâm diệu. Nên, gọi là pháp Thế đệ nhất.

Lại nữa, Pháp thuộc về tâm và tâm sở như vậy, làm đẳng vô gián duyên, buông bỏ bản tánh phàm phu, chứng đắc bản tánh Thánh giả; buông bỏ tà tánh, đạt được bản tánh chơn chánh; có thể chứng nhập Chánh tánh ly sanh, nên gọi là pháp Thế đệ nhất.

Chánh tánh ly sanh, nên gọi là pháp Thế đệ nhất". (*Phát trí luận* 1, tr 918a, *Đại chánh* 26)

Nên, Thế đệ nhất pháp là pháp vị cao nhất đối với ba thiện căn trước và là điều kiện ắt có và đủ để chứng nhập Chánh tính ly sinh. Bấy giờ, hành giả đạt đến tính Niết bàn.

Và Thế đệ nhất pháp, các nhà Phật học Duy thức cho rằng: Đây là giai vị do tu tập vô gián định, xác nhận và quyết định chủ thể nhận thức và đối tượng nhận thức cả hai đều rỗng lặng, ấy là giai đoạn trí quán như thật. (*Câu-xá luận* 23, *Đại chánh* 29; *Đại Tỳ-bà-sa luận* 6, *Đại chánh* 27; *Du-già sư địa luận* 29, *Đại chánh* 30; *Thành duy thức luận* 29, *Đại chánh* 31; *Đại thừa A-tỳ-đạt-ma tạp tập luận* 13, *Đại chánh* 31).

29 Năm căn, gồm: Tín căn (Śraddhendriya): Tín Phật-Pháp-Tăng, tin vào pháp Tứ Thánh đế để tu tập.

Tấn căn (Vīryendriya): Nỗ lực tu tập đối Phật-Pháp-Tăng và Tứ Thánh đế.

Niệm căn (Smṛtīndriya): Luôn niệm Phật-Pháp-Tăng và chánh pháp.

Định căn (Samādhīndriya): Chú tâm vào một đối tượng duy nhất, không tán loạn.

Tuệ căn (Prajñendriya): Từ định khởi lên trí quán chiếu đối với các hành tướng Tứ Thánh đế để thấy như thật đối với Khổ-Tập-Diệt-Đạo.

Ở trong ba mươi bảy phẩm trợ đạo của Đạo Thánh đế, thì ngũ căn và ngũ lực cùng một bản thể. Năm lực là năm sức mạnh phát khởi từ năm căn. (*Tạp A-hàm kinh* 26, *Tăng nhất A-hàm* 23, *Đại chánh* 2; *Đại Tỳ-bà-sa* 96, *Đại chánh* 27).

Hỏi: Pháp Thế đệ nhất, nên cho rằng hệ thuộc về Dục giới, Sắc giới hay Vô sắc giới?

Đáp: Nên nói, hệ thuộc Sắc giới.

Hỏi: Vì sao pháp này không nói hệ thuộc Dục giới?

Đáp: Vì đạo dẫn không thuộc Dục giới; Vì có khả năng chế ngự các loại triền phược[30]; cắt đứt các loại che khuất, khiến các loại triền phược của Dục giới không thể khởi hiện trở lại; mà do đạo dẫn của Sắc giới, có khả năng chế ngự các chủng loại triền phược; cắt đứt các loại che khuất, khiến cho các loại triền phược thuộc Dục giới không thể khởi hiện trở lại.

Nếu sử dụng dẫn đạo Dục giới, có thể chế ngự các loại triền phược, đoạn trừ các loại che khuất, khiến cho các triền phược thuộc Dục giới không thể khởi hiện trở lại.

Như vậy, pháp Thế đệ nhất, nên nói hệ thuộc Dục giới, nhưng không phải là đạo dẫn của Dục giới; có khả năng chế ngự các loại triền phược, đoạn trừ các loại che khuất, khiến cho các triền phược của Dục giới không thể khởi hiện trở lại, mà do chính đạo dẫn Sắc giới có khả năng chế ngự các triền phược, cắt đứt các chủng loại che khuất, khiến cho các triền phược thuộc Dục giới không thể khởi hiện trở lại, nên pháp Thế đệ nhất, không nên bảo rằng hệ thuộc Dục giới.

Hỏi: Vì sao pháp này không nên nói là hệ thuộc Vô sắc giới?

Đáp: Chứng nhập Chánh tánh ly sanh, trước hết là hiện quán khổ của Dục giới đúng là khổ, sau đó cùng kết hợp cả hiện quán khổ thuộc

---

30 Triền phược: Skt. Paryavasthāna. Nghĩa là ràng buộc tâm, khiến trở ngại sự tu tập đối với các thiện pháp. Triền phược là chỉ cho phiền não, như: Dục phược, Hữu phược, Vô minh phược, Kiến phược buộc chặt chúng sinh ở trong ba cõi Dục giới, Sắc giới, Vô sắc giới. (*Câu-xá luận* 20, *Đại chánh* 26). Triền có mười loại gồm: Vô tàm, vô quý, tật, xan, hối, thụy miên, trạo cử, hôn trầm, phẫn và phú. Các nhà Phật học Kinh bộ cho rằng: Triền phược là những loại chủng tử phiền não ở giai đoạn tiềm ẩn, gọi là chủng tử tùy miên. Và ở giai đoạn biểu hiện gọi là chủng tử hiện hành hay là tùy phiền não. (*Đại Tỳ-bà-sa* 47, *Đại chánh* 27; *Phẩm loại túc luận* 1, *Đại chánh* 26).

về Sắc giới và Vô sắc giới làm cho Khổ thánh đạo khởi hiện. Nên, biện minh sự kiện đối với Dục giới trước, tiếp theo là cùng kết hợp biện minh sự kiện thuộc về Sắc giới và Vô sắc giới sau.

Nếu chứng nhập Chánh tánh ly sanh, trước hết là hiện quán khổ đúng là khổ thuộc về Sắc giới và Vô sắc giới, tiếp theo sau mới kết hợp hiện quán khổ thuộc về Dục giới và Sắc giới làm cho Khổ thánh đạo hiện khởi. Nên, biện minh sự kiện thuộc Vô sắc giới trước, tiếp theo là kết hợp những sự kiện thuộc về Dục giới, Sắc giới.

Như vậy, pháp Thế đệ nhất, nên nói hệ thuộc Vô sắc giới.

Mặc dù, chứng nhập Chánh tánh ly sanh, nhưng trước hết là hiện quán khổ đúng là khổ thuộc về Dục giới, tiếp theo là kết hợp hiện quán khổ thuộc Sắc giới, Vô sắc giới là cho khởi sinh Khổ thánh đế. Nên, biện minh sự kiện thuộc Dục giới trước, tiếp theo sau là kết hợp biện minh những sự kiện thuộc về Sắc giới và Vô sắc giới.

Do đó, pháp Thế đệ nhất không nên nói hệ thuộc Vô sắc giới.

Lại nữa, chứng nhập Định vô sắc, loại trừ các tưởng liên hệ sắc. Không loại trừ các tưởng liên hệ sắc, hoặc duyên vào pháp này có thể biết rõ Dục giới, khởi lên Khổ pháp trí nhẫn[31], cũng chính là duyên

---

[31] Khổ-pháp-trí-nhẫn: SKt. Duhkḥe-dharma-jñāna-kṣāntiḥ. Khổ pháp trí nhẫn, nhẫn là do tin vào pháp Tứ Thánh đế mà an nhẫn đối với khổ, để quán chiếu bốn hành tướng Vô thường-Khổ-Không-Vô ngã của Khổ Thánh đế, từ đó mà trí phát sinh. Trí ấy gọi là Khổ-pháp-trí-nhẫn.

Lại nữa, Khổ trí là trí do chứng kiến bốn hành tướng Vô thường-Khổ-Không-Vô ngã của Khổ Thánh đế, nên trí phát sinh. Trí ấy gọi là Khổ trí (Duhkḥa-jñāna).

Lại nữa, do "suy tư quán chiếu về bốn hành tướng Vô thường-Khổ-Không-Vô ngã đối với năm thủ uẩn, khiến trí vô lậu phát sinh, nên gọi là Khổ trí" (Phẩm loại túc luận 1, tr 694a, *Đại chánh* 26).

Lại nữa, "do duyên theo bốn hành tướng của Khổ Thánh đế hiện quán mà chuyển thành trí, trí ấy gọi là Khổ trí. Hành giả khi quán chiếu sử dụng Thế tục trí duyên vào Khổ Thánh đế vào ở giai vị kiến-đạo, qua sát-na thứ hai, thì trí cùng sinh khởi với Pháp trí, trí ấy gọi là Khổ trí. (*Đại Tỳ-bà-sa luận* 106, tr 548b, *Đại chánh* 27).

Nên, Khổ-pháp-trí-nhẫn là trí vô lậu khởi sinh từ Khổ trí nhẫn và

vào trí này khởi lên pháp Thế đệ nhất.

Hỏi: Pháp Thế đệ nhất nên bảo rằng, có tầm, có tứ, không tầm, chỉ có tứ hay cả không tầm, không tứ ư?

Đáp: Nên nói, hoặc có tầm, có tứ; hoặc không tầm, chỉ có tứ; hoặc không có tầm cả không có tứ.[32]

Hỏi: Vì sao có tầm, có tứ?

Pháp trí nhẫn vậy. Trí này do an nhẫn quán chiếu đối với bốn hành tướng của Khổ Thánh đế hệ thuộc Dục giới mà thành tựu.

32 Tầm-Tứ, Skt. Vitarka. Pāli: Vitakka. Hán dịch là Tầm hay Giác. Nghĩa là tìm cầu, suy tính. Tính thô động của tâm, gọi là Tầm. (*Câu-xá luận* 4, tr 21b, *Đại chánh* 29).

Lại nữa: "Tầm, nghĩa là tìm cầu, khiến cho tâm vội vã đối với ý và cảnh, tính của Tầm là chuyển vận thô động". (*Thành duy thức luận* 7, tr 35c, *Đại chánh* 31).

Tầm là tâm sở hiện khởi ở Dục giới và Sơ thiền. Từ định trung gian và Nhị thiền trở lên thì không còn có Tầm.

Tứ, Skt. Pāli: Vicāra. Nghĩa là quán sát, tư duy, theo dõi, dò xét đối tượng. Chức năng của Tứ là dò xét, thẩm thấu, chuyển động rất tinh tế để dò xét những điểm sâu xa của tâm. Nên, một số nhà Phật học dịch Vitarka là giác. Ngài Huyền Trang dịch là Tứ.

Tứ là tên gọi của một trong bảy mươi lăm pháp của *Câu-xá luận* và ở trong trăm pháp thuộc Duy thức luận.

Tứ, sinh khởi ở Dục giới, Sơ thiền và Trung gian định. Nhị thiền trở lên không có tâm sở Tứ. vì tâm sở này không sinh khởi đối với tất cả tâm và đối với tất cả thời, cũng như không khởi hiện đối với hết thảy xứ. Cả tầm và Tứ đều có tác dụng sinh khởi ngôn ngữ.

Lại nữa, các nhà Phật học của Thí dụ bộ, cho rằng: "Tính thô động gọi là Tầm; Tính tinh tế gọi là Tứ. Tính thô động của Tầm và tính tinh tế của Tứ đều có đối với tất cả chúng sinh từ cõi Dục giới đến cõi trời Hữu đảnh. Nên, Tầm và Tứ, có mặt khắp cả ba cõi. Tầm và Tứ thuộc về Tùy phiền não. (*Đại Tỳ-bà-sa luận*, 42, 52, 90, *Đại chánh* 27).

Lại nữa, các nhà Phật học Kinh bộ và Đại thừa cho rằng: "Tầm và Tứ đều là pháp giả lập, do dự vào phần thô và tế của tâm mà nêu tên". (*Pháp uẩn túc luận* 7, *Đại chánh* 26; *Thành thực luận* 6, *Đại chánh* 32; *Câu-xá luận* 4, *Đại chánh* 29; *Du-già sư địa luận* 5, 55, 58, *Đại chánh* 30).

Đáp: Nếu dựa vào tam-ma-địa[33] có tầm, có tứ, chứng nhập Chánh tánh ly sanh, thì ngay lúc ấy chứng được pháp Thế đệ nhất.

Hỏi: Thế nào không có tầm, chỉ có tứ?

Đáp: Nếu dựa vào không có tầm, tam-ma-địa chỉ có tứ, chứng nhập Chánh tánh ly sanh, thì ngay lúc ấy, chứng được pháp Thế đệ nhất.

Hỏi: Thế nào là không có tầm, không có tứ?

Đáp: Nếu dựa vào tam-ma-địa không có tầm, không có tứ, chứng nhập Chánh tánh ly sanh, thì ngay lúc ấy chứng được pháp Thế đệ nhất.

Nên nói, pháp Thế đệ nhất, hoặc là tương ưng với Lạc căn, hoặc tương ưng với Hỷ căn hay tương ứng với Xả căn?

Đáp: Nên nói, pháp Thế đệ nhất tương ứng với Lạc căn hoặc Hỷ căn và Xả căn.

Hỏi: Thế nào là tương ưng với Lạc căn?

Nếu dựa vào đệ tam Tịnh lự, chứng nhập Chánh tánh ly sanh, thì ngay lúc đó chứng đắc pháp Thế đệ nhất.

Hỏi: Thế nào là tương ưng với Hỷ căn?

Đáp: Nếu dựa vào đệ nhị Tịnh lự, chứng nhập Chánh tánh ly sanh, thì ngay lúc đó chứng đắc pháp Thế đệ nhất.

---

33 Tam-ma-địa: Skt. Pāli: Samādhi. Hán phiên âm: 三摩地, và dịch: Đẳng trì, Chánh định, Định ý, Điều trực tâm, Chính tâm hành xứ, nghĩa là tâm chuyên nhất vào một đối tượng.

Có hai quan điểm về Tam-ma-địa:

Thuyết nhất thiết hữu bộ, Tam-ma-địa là một trong mười Đại địa pháp. Tương ưng đối với tất cả pháp thuộc tâm và tâm sở, thông cả định và tán, gồm đủ cả ba tính thiện, ác, vô ký, nhưng không có thể riêng biệt.

Kinh lượng bộ, Tam-ma-địa là an trú tâm ở một cảnh mà chuyển biến liên tục. Hành giả an trú ở Tam-ma-địa, lặng lẽ quán chiếu, trí tuệ phát sinh sáng rỡ, chiếu soi, đoạn trừ phiền não, chứng nhập chân lý. (*Đại Tỳ-bà-sa* 14, *Đại chánh* 27; *Thành thực luận* 12, *Đại chánh* 32; *Thành duy thức luận* 5, *Đại chánh* 31).

Hỏi: Thế nào là tương ưng với Xả căn?

Đáp: Nếu dựa vào Sơ thiền và Nhị thiền, chứng nhập chánh tánh ly sanh, thì ngay lúc đó chứng đắc pháp Thế đệ nhất.

Hỏi: Thế nào là tương ứng với Xả căn?

Đáp: Nếu dựa vào Tứ thiền ở giai đoạn vị chí định, chứng nhập Chánh tánh ly sanh, thì ngay lúc đó, chứng đắc pháp Thế đệ nhất.

Hỏi: Pháp Thế đệ nhất, nên nói là một tâm hay nhiều tâm?

Đáp: Nên nói một tâm.

Hỏi: Vì sao pháp này không phải là đa tâm?

Đáp: Vì từ nơi pháp tâm và tâm sở này liên tục không còn khởi lên tâm thế gian nào khác mà chỉ khởi phát tâm xuất thế.

Hỏi: Nếu đương lúc ấy, tâm khác của thế gian khởi lên hoặc là hạ liệt, hoặc là bình thường hay là vượt trội?

Đáp: Nếu đương lúc ấy tâm ý hạ liệt, thì không thể chứng nhập Chánh tánh ly sanh.

Hỏi: Vì sao?

Đáp: Vì do đạo lộ suy thoái, nên không thể chứng nhập Chánh tánh ly sanh. Nếu tâm ý đang bình thường, thì cũng không thể chứng nhập Chánh tánh ly sanh.

Hỏi: Vì sao?

Đáp: Vì trước đó đã sử dụng đạo lộ theo loại này. Nếu đang ở trong giai đoạn vượt trội, thì trước đó không phải là pháp Thế đệ nhất, về sau mới là pháp Thế đệ nhất.

Hỏi: Pháp Thế đệ nhất nên nói là thoái chuyển hay không thoái chuyển?

Đáp: Nên nói là không thoái chuyển.

Hỏi: Vì sao pháp này quyết định không thoái chuyển?

Đáp: Vì pháp Thế đệ nhất là pháp thuận theo chân lý; pháp hướng tới chân lý, pháp sắp chứng nhập chân lý, ở khoảng giữa bên này, bên kia không cho phép tâm khởi lên những gì tương tợ, khiến cho tâm không thể chứng nhập Thánh đế hiện quán. Ví như tráng sĩ vượt qua sông, vượt qua hang, vượt qua núi, vượt qua bờ ở khoảng giữa ấy không thể quay trở lại, thân tráng sĩ kia quay về chỗ cũ, hoặc đi đến chỗ khác, chỗ khởi hành trước đó, thân hành tăng thượng chưa đến chỗ hướng tới, thì chắc chắn không dừng lại.

Pháp Thế đệ nhất cũng lại như thế, tùy thuận với chân lý, hướng tới chân lý, sắp sửa chứng nhập chân lý, ở khoảng giữa của bên này, bên kia không cho phép tâm khởi hiện những gì tương tợ, khiến không thể chứng nhập Thánh đế hiện quán.

Như châu Thiệm-bộ[34] có năm con sông lớn:

1. Căng-già[35].
2. Diêm-mẫu-na[36].
3. Tát-lặc-du[37].
4. A-thị-la-phiệt-để[38].

---

[34] Thiệm bộ châu: 閻浮州... Skt. Jambu-dvīpa. Pāli: Jambu-dīpa. Hán phiên âm là Diêm-phù-lợi, Thiệm-bổ-để, Diêm-phù-đề và dịch là Thiệm-bộ châu, Diêm-phù châu. Châu này ở phía Nam của núi Tu Di, phía Nam hẹp, phía Bắc rộng, có chu vi 7.000 do tuần. Khuôn mặt của con người ở cõi này giống địa hình ở cõi này. (Diêm phù đề châu phẩm, *Trường A-hàm* 18, Khởi thế nhân bản kinh, *Đại chánh* 1).

[35] Căng-già: Skt. Gaṅgā. Hán phiên âm Căng-già và dịch là Hằng hà. Nguồn của sông từ Hy-mã-lạp-sơn chảy theo hướng đông Nam, dài 2700 km. Cát của dòng sông này rất mịn. Sông Hằng là một trong những con sông thiêng của Ấn độ.

[36] Diêm-mâu-na: SKt. Yamunā. Hán phiên âm là Diêm-mâu-na và dịch ý là Phược-hà. Một chi nhánh của sông Hằng, dài khoảng 1.385 km. Nhiều kinh đô, nhiều triều đại xa xưa đã được thiết lập ở hai bên bờ sông này. Nó là sông Jumna ngày nay của Ấn Độ.

[37] Tát-lặc-du - 薩拉尤河 – Sarayu hay Sarju – là con sông tại Uttarakhand, Ấn Độ. Theo Bách Khoa Từ Điển Toàn Thư (www.en.wikipedia.org), thì Sarayu là con sông được nhắc đến trong cổ thư Rigveda. Theo cổ thư của Ấn Độ Valmiki Ramayana, thì nước Kosala (Kiều-tát-la) nằm dọc bờ Sông Sarayu, nên rất phồn thịnh và giàu có về thực phẩm.

[38] A-thị-la-phiệt-để: Hoặc A-thị-đa-phiệt-để. SKt. Ajitavatī. Pāli, Aciravatī. Hán dịch là Vô thắng. Dòng sông thuộc nước Câu-thi-na-yết-la, ở Trung Ấn. Tên dòng sông này có nhiều phiên âm khác nhau, như: A-thị-đa-bạt-để

5. Mạc-hê[39].

Năm con sông như thế đều chảy xuôi về biển lớn, hướng đến biển cả, sắp sửa hòa nhập với biển cả, ở trong khoảng giữa ấy, không có năng lực nào làm chuyển đổi dòng chảy quay lại chỗ cũ, hoặc chuyển sang hướng khác mà chắc chắn dòng chảy của năm con sông ấy hòa nhập với biển lớn.

Pháp Thế đệ nhất cũng lại như thế, tùy thuận với chân lý, hướng tới chân lý, sắp sửa chứng nhập chân lý, trong khoảng giữa bên này bên kia không cho phép tâm khởi hiện những gì tương tợ, khiến không thể chứng nhập Thánh đế hiện quán.

Lại nữa, pháp Thế đệ nhất cùng với khổ pháp trí nhẫn, tương tác với Đẳng vô gián duyênên, nên không có một pháp nào có thể quay lại nhanh chóng vượt qua tâm, để bấy giờ có thể làm chướng ngại, khiến không thể chứng nhập Thánh đế hiện quán.

Do đó, biết rằng, pháp Thế đệ nhất này chắc chắn không còn thoái chuyển.

Hỏi: Thế nào là Đảnh?

Đáp: Sanh niềm tin bé nhỏ ở nơi Phật Pháp Tăng, như đức Thế-tôn đã vì Ba-la-diễn-noa-ma-nạp-bà, mà phô diễn thi kệ:

Nếu nơi Phật Pháp Tăng
Khởi sanh tin bé nhỏ
Nên biết Nho đồng kia
Gọi đã đắc pháp Đảnh.

---

hà; A-nhĩ-đa-bạt-để hà; A-lị-la-bạt-để hà; A-di-la-bạt-để hà; A-di-la hà, gọi tắt là Bạt-để hà. Và có vị phiên âm là Thi-lại-noa-bạt-để hà và dịch "Kim hà= dòng sông có vàng".

Theo T. Watters cho rằng, nó là sông Candak ngày nay tại Ấn Độ, còn theo R. Bahādur, ấy là sông Little Rapti ngày nay. Đức Thế Tôn nhập Niết bàn bên Tây ngạn của con sông này. Nên con sông này trở thành nổi tiếng.

39 Mạc-hê: Skt. Pāli: Mahī. Hán, phiên âm là Mạc-hê, Mạc-hy, Ma-xí... Sông này là một trong năm chi nhánh của sông Hằng, chảy qua khu vực Bombay ở phía Tây Ấn và đổ vào Ấn Độ dương.

Hỏi: Thế nào là Đảnh rớt xuống?

Đáp: Như có một người gần gũi thiện sĩ, lắng nghe chánh pháp, tác ý như lý, tin pháp bồ-đề của Phật, tu tập diệu hành, do Tăng khéo diễn nói, vô thường ở nơi sắc; vô thường ở nơi thọ, tưởng, hành, thức, Khổ đế khéo hiển bày; Tập-Diệt-Đạo đế khéo hiển bày. Người ấy qua thời gian khác, không gần gũi bậc thiện sĩ, không lắng nghe chánh pháp, không tác ý như lý, đối với niềm tin thế tục nơi mình đã có được, bị thoái chuyển, ẩn chìm, phá hoại, thay đổi, mất đi, nên gọi là Đảnh rớt xuống.

Như đức Phật liền vì Ba-la-diễn-noa-ma-nạp-bà mà phô diễn thi kệ:

Nếu người nơi như vậy
Ba pháp mà thoái chuyển
Ta nói loại người kia
Nên biết gọi Đảnh đọa.

Hỏi: Thế nào là Noãn?

Đáp: Nếu ở trong chánh pháp và luật, có thiểu phần tín thọ, như đức Thế tôn đã vì hai Tỷ-khưu Mã sư và Tỉnh tú[40] mà dạy: "Hai người này ngu, xa rời chánh pháp và luật của ta, ví như đại địa cách xa hư không, hai người ngu này ở trong chánh pháp và luật của ta, không có thiểu phần Noãn pháp nào".

Hỏi: Hai mươi câu thân kiến thủ này có bao nhiêu ngã kiến và có bao nhiêu ngã sở kiến?

Đáp: Có năm ngã kiến. Nghĩa là Đẳng tùy quán: sắc là ngã, thọ, tưởng, hành, thức là ngã. Ngã sở kiến có mười lăm, gồm Đẳng tùy quán: Ngã có sắc, sắc là ngã sở, ngã ở trong sắc, ngã có thọ, tưởng, hành, thức; thọ, tưởng, hành, thức là ngã sở; ngã ở trong thọ, tưởng,

[40] Mã-sư và Tỉnh-tú: Hai vị ở trong lục quần Tỷ kheo. Mã-sư, tiếng Skt, Aśvaka. Hán, phiên âm A-thuyết-ca, dịch là Mã-sư hay Mã-túc, là một trong lục quần Tỷ kheo thời Phật. Tỉnh-tú hay Mãn túc?

Mã-sư và Mãn-túc là hai vị thượng thủ ở trong nhóm Lục quần Tỷ khưu (*Thiện kiến luật tỳ-bà-sa* 14).

hành, thức.

Hỏi: Nếu không phải là thường mà thấy là thường, thì ở trong năm kiến, nó thuộc về kiến nào? Do kiến nào mà được đoạn trừ?

Đáp: Thường kiến thuộc về biên chấp kiến, nhiếp vào trong kiến khổ mà được đoạn trừ.

Hỏi: Nếu thường mà thấy không phải là thường, thì ở trong năm kiến, nó thuộc về kiến nào? Do kiến nào mà được đoạn trừ?

Đáp: Nó thuộc về tà kiến, do kiến diệt mà được đoạn trừ.

Hỏi: Nếu khổ lạc kiến, thì ở trong năm kiến, nó thuộc về kiến nào? Do kiến nào mà được đoạn trừ?

Đáp: Do chấp thủ pháp hạ liệt cho là thù thắng, nên thuộc về kiến thủ, do kiến khổ mà được đoạn trừ.

Hỏi: Nếu lạc khổ kiến, thì đối với năm kiến, thuộc về kiến nào? Do kiến nào mà được đoạn trừ?

Đáp: Thuộc về tà kiến, do kiến diệt mà được đoạn trừ.

Hỏi: Nếu pháp bất tịnh mà thấy tịnh, thì ở trong năm kiến thuộc về kiến nào? Do kiến nào mà được đoạn trừ?

Đáp: Do chấp thủ pháp hạ liệt cho là thù thắng, nên thuộc về kiến thủ, do kiến khổ mà được đoạn trừ.

Hỏi: Nếu pháp tịnh mà thấy bất tịnh, thì ở trong năm kiến, thuộc về kiến nào? Do kiến nào mà được đoạn trừ?

Đáp: Thuộc về tà kiến. Tà kiến này có hai chủng loại: Nếu bảo rằng diệt là bất tịnh, thì thấy diệt là được đoạn trừ. Nếu bảo rằng đạo là bất tịnh, thì thấy đạo là được đoạn trừ.

Hỏi: Nếu như không có ngã mà thấy có ngã, thì ở trong năm kiến, thuộc về kiến nào? Do kiến nào mà được đoạn trừ?

Đáp: Thuộc về hữu thân kiến, do kiến khổ mà được đoạn trừ.

Hỏi: Nếu như không phải nhân mà cho là nhân, thì ở trong năm kiến thuộc về kiến nào? Do kiến nào mà được đoạn trừ?

Đáp: Không phải là nhân, nghĩa là nhân thuộc về giới cấm thủ, do kiến khổ mà được đoạn trừ.

Hỏi: Nếu là nhân mà cho rằng không phải nhân, thì ở trong năm kiến, thuộc về kiến nào? Do kiến nào mà được đoạn trừ?

Đáp: Thuộc về tà kiến, do kiến tập mà được đoạn trừ.

Hỏi: Nếu như có mà thấy là không, thì ở trong năm kiến thuộc về kiến nào? Do kiến nào mà được đoạn trừ?

Đáp: Thuộc về tà kiến. Kiến này có bốn chủng loại:

1-Nếu bảo rằng không có khổ, do thấy khổ mà được đoạn trừ.

2-Nếu bảo rằng không có tập, do thấy tập mà được đoạn trừ.

3-Nếu bảo rằng không có diệt, do thấy diệt mà được đoạn trừ.

4-Nếu bảo rằng không có đạo, do thấy đạo mà được đoạn trừ.

Hỏi: Nếu như không mà thấy có, thì ở trong năm kiến thuộc về kiến nào? Do kiến nào mà được đoạn trừ?

Đáp: Điều này không phải thuộc về kiến mà thuộc về tà trí.

PHẨM HAI: LUẬN VỀ TRÍ

Một trí, thức, nhân duyên
Hai tâm niệm, tế tự
Ba căn dụng, quá khứ
Nghi danh văn cú thân
Sáu nhân Phật quở trách
Tâm ngủ ngầm và đoạn
Nhân cảnh đoạn nghĩa thức
Chương này nguyện nói đủ.

Hỏi: Có trường hợp nào một trí mà biết hết thảy pháp không?

Đáp: Không có.

Hỏi: Nếu trí này nhận ra phi ngã ở nơi hết thảy pháp, thì còn có pháp nào trí này không biết?

Đáp: Trí này không biết tự tánh và trí này ở nơi các pháp cùng hiện hữu tương ưng.

Hỏi: Có trường hợp nào một thức mà liễu biệt hết thảy pháp không?

Đáp: Không có.

Hỏi: Nếu thức này nhận ra phi ngã nơi hết thảy pháp, thì còn có pháp nào, thức này không có liễu biệt không?

Đáp: Thức này không biện biệt rõ ràng tự tánh và thức này ở nơi các pháp cùng hiện hữu tương ưng.

Hỏi: Có trường hợp nào hai tâm lần lượt làm nhân cho nhau không?

Đáp: Không có. Vì sao? Vì không có một Bổ-đặc-già-la[41] nào không

---

41 Bổ-đặc-già-la: Skt. Pudgala. Hán phiên âm là Bổ-đặc-già-la, Phất-già-la, Phúc-già-la và dịch nhân, chúng sinh, Sổ thủ thú... Sổ thủ thú là nhiều

phải trước, không phải sau mà cùng sanh với hai tâm. Lại không phải tâm sau làm nhân cho tâm trước.

Hỏi: Có trường hợp nào hai tâm lần lượt làm duyên cho nhau không?

Đáp: Có. Ví như có trường hợp tâm khởi lên mà không có tâm vị lai, thì chính ngay ở nơi tâm khởi lên này của tư duy, khởi lên tâm thứ hai.

Ví như có trường hợp tâm khởi lên, có tâm vị lai, thì chính ngay ở nơi tâm khởi lên này của tư duy, khởi lên tâm thứ hai.

Ví như có trường hợp tâm khởi lên, không có tâm dẫn đạo vị lai là chính ngay ở nơi tâm khởi lên này của tư duy, khởi lên tâm thứ hai.

Ví như có trường hợp tâm khởi lên, có tâm dẫn đạo vị lai là chính ngay ở nơi tâm này của tư duy, khởi lên tâm thứ hai.

Ví như có trường hợp, hai người khác nhau biết tâm của nhau, thì tâm của hai người ấy lần lượt tương duyên với nhau.

Hỏi: Vì sao không có một Bổ-đặc-già-la không phải trước, không phải sau mà hai tâm cùng sanh?

Đáp: Vì không có Đẳng vô gián duyên thứ hai; vì tâm tương tục biến chuyển của mỗi một hữu tình, nên Bồ-đặc-già-la đã không thể có được.

Hỏi: Lại nữa, theo lý không có tâm trước hướng về tâm sau, do duyên gì có thể nhớ lại những việc làm trước kia?

Đáp: Do năng lực tập quán ở nơi pháp của loài hữu tình, có thể đạt được trí đồng phần như vậy, tùy thuộc theo công việc đã từng trải

---

lần đi lại ở trong sinh tử.

Trong các bộ phái Phật giáo, như: Kinh lượng bộ, Độc tử bộ, Chính lượng bộ công nhận có Bổ-đặc già-la là chủ thể tái sinh. Các bộ phái khác thì không công nhận có Bổ-đặc-già-la thực hữu. Ở *Pháp uẩn túc luận* 2, Bổ-đặc-già-la với nghĩa là con người. *Phát trí luận*, Bổ-đặc-già-la có năm loại, gồm Tùy tín hành, Tùy pháp hành, Tín thắng giải, Kiến chí và Thân chứng. (*Phát trí luận* 1, *Đại chánh* 26).

qua, nên có khả năng biết như vậy.

Ví như có trường hợp hai người in ấn, có thể biết rõ chữ in do mình và người khác chế tạo ra, mặc dù hai người kia không có qua lại với nhau để hỏi rằng: Ông đã chế tạo loại chữ này như thế nào? Cũng không hề trả lời gì với nhau rằng: Tôi đã chế tạo loại chữ này như vậy, nhưng hai người kia vì do sức mạnh của tập quán mà đạt được trí đồng phận như vậy, có khả năng tự biết chữ in do chính mình và khác chế tạo ra.

Chúng hữu tình cũng như vậy, do năng lực của tập quán, đạt được trí đồng phần như vậy, tùy thuộc theo công việc đã từng trải qua, nên có khả năng biết như vậy.

Lại nữa, ví như trường hợp có hai người khác biết tâm nhau, tâm biết của hai người hỗ trợ nhau, mặc dù hai người ấy không hề qua lại để hỏi nhau rằng: Làm sao ông biết tâm tôi? Cũng không qua lại để trả lời nhau rằng: Tôi biết tâm của ông như vậy. Nhưng hai người kia vì do sức mạnh tập quán mà đạt được trí đồng phần như vậy, nên tâm biết của hai người ấy hỗ tương nhau.

Chúng hữu tình cũng như vậy, do năng lực của tập quán, nên đạt được chúng đồng phần như vậy, tùy thuộc theo công việc đã từng trải qua, nên có khả năng biết như vậy.

Lại nữa, tất cả pháp thuộc tâm, tâm sở ở nơi pháp đã được duyên chắc chắn, thì an trú vào pháp đã duyên, lại sử dụng ý thọ nhận làm sức mạnh của tác nhân, cố gắng ghi nhớ liền không quên.

Hỏi: Do duyên gì hữu tình quên mà lại nhớ?

Đáp: Do chúng đồng phần của loài hữu tình, lúc chuyển biến tương tục ở nơi pháp có thể khởi sinh trí và kiến tương thuộc nhau. Lại nữa, do sử dụng ý tiếp nhận làm năng lực của tác nhân, với sự ghi nhớ mạnh mẽ liền không quên.

Hỏi: Do duyên gì, loài hữu tình nhớ mà lại quên?

Đáp: Do dị phần của loài hữu tình, khi chuyển biến tương tục ở nơi pháp không khởi sinh trí và kiến tương thuộc nhau. Lại nữa, do sử dụng ý tiếp nhận làm năng lực của tác nhân, với sự ghi nhớ lại yếu kém, liền quên mất.

Hỏi: Do duyên gì cúng tế, thì loài ngạ quỷ liền đến mà không phải loài khác đến?

Đáp: Loài ngạ quỷ đến là do phần hạn của ngã sinh ra vốn có được trú xứ và tác sự như vậy. Nên, có tế tự thì đến mà không phải loài khác.

Ví như các loài chim thiên nga, hồng nhạn, khổng tước, anh vũ, xá lợi, mạng mạng... mặc dù chúng có khả năng bay lượn giữa không gian tự tại như ý, nhưng thần lực, oai đức, không thể lớn hơn ở nơi con người. Tuy nhiên, do phần hạn của ngã sinh ra vốn có được trú xứ và tác sự như vậy, nên chúng có khả năng bay lượn giữa hư không. Loài ngạ quỷ cũng như vậy là do năng lực của pháp ngạ quỷ vốn như vậy, nghĩa là trú xứ nào có thờ cúng thì liền đến, còn các loài sinh thú khác thì không phải như vậy.

Lại nữa, ví như một loại Na-lặc-ca[42], có khả năng nhớ lại đời trước, cũng biết được tâm người khác; một loại bàng sanh; một loại ngạ quỷ, có khả năng nhớ lại đời trước, cũng biết tâm của người khác và khởi lên khói lửa, nổi mây, đổ mưa, tạo ra nóng lạnh... mặc dù chúng có khả năng tạo thành những tác sự như vậy, nhưng mà thần lực, oai đức không thể lớn hơn nơi con người. Tuy nhiên, các sinh thú ấy, do ngã phần của chúng, khi sinh ra vốn có được trú xứ và tác sự như vậy, nên chúng có khả năng tác sự như vậy. Sinh thú của loài quỷ cũng vậy, do năng lực ở nơi pháp vốn vậy, tế tự thì đến còn các sinh thú khác, thì không phải vậy.

Lại nữa, có người suốt đêm dài khởi lên những tham muốn như vậy, ái lạc như vậy: Tôi sẽ cưới vợ, cưới vợ cho con, cưới vợ cho cháu, khiến sinh con cháu tiếp nối không dứt. Sinh mạng của ta kết thúc, nếu ta sanh ra ở trong sinh thú loài quỷ, vì con cháu kia nhớ nghĩ đến ta, sẽ tế tự cho ta. Do người kia suốt đời có niềm vui thích ở nơi ước

---

42 Na-lặc-ca: Skt. Naraka. Hán, phiên âm là Na-lạc-ca, Nại-lặc-ca, na-la-kha... dịch là Khổ cụ, Khổ khí. Chỉ cho địa ngục. Lại nữa, Nara (Nại lặc) là người, Ka là ác. Naraka, người ác. Người tạo nhiều nghiệp ác rơi vào địa ngục, nên gọi là Nại-lac-ca. (*Câu-xá-luận quang ký* 8).

muốn này, nên khi tế tự liền hiện đến, chứ không phải những loài sinh thú khác.

Hỏi: Nên bảo rằng, thấy sắc bằng một mắt hay thấy sắc bằng hai mắt?

Đáp: Nên bảo rằng, thấy sắc bằng hai mắt. Vì sao? Vì nếu nhắm một mắt thức bất tịnh khởi lên, thì khi mở hai mắt thức thanh tịnh khởi lên. Giả như nhắm một mắt, thức khởi lên như vậy, khi mở hai mắt thức cũng khởi lên như vậy, thời không nên nói rằng: thấy sắc bằng hai mắt. Tuy nhiên, nhắm một mắt thức bất tịnh khởi lên, khi mở hai mắt thức thanh tịnh liền sanh khởi. Do đó, nên bảo rằng: thấy sắc bằng hai mắt. Như nhắm mắt, phủ kín mắt gây tổn hoại và phá hoại cũng là như thế.

Như mắt thấy sắc, tai nghe tiếng, mũi ngửi hương cũng là như vậy.

Hỏi: Các quá khứ, hết thảy quá khứ ấy không biểu hiện chăng?

Đáp: Nên thành lập bốn trường hợp để giải thích:

1- Có quá khứ mà không phải là không có sự hiển hiện:

Nghĩa là như Tôn giả Ô-đà-di[43] nói:

> *"Quá khứ hết thảy kiết*
> *Đến từ rừng, lìa rừng*
> *Vui lìa xa các dục*
> *Như vàng hiện đỉnh núi."*

2- Có sự không hiển hiện mà không phải là quá khứ:

Nghĩa là ví như có một người, hoặc sử dụng thần thông, hoặc sử dụng chú thuật, hoặc sử dụng vật thuốc, hoặc sử dụng những sinh xứ như thế mà có được trí, có chỗ để ẩn mất, khiến không hiển hiện.

3- Có quá khứ mà cũng không có sự hiển hiện:

---

43 Ô-đà-di: Skt. Udāyin. Trước khi xuất gia, Ô-đà-di được vua Tịnh Phạn chọn làm bạn học với Thái tử Tất-đạt-đa, và khuyên can việc xuất gia của Thái tử Tất-đạt-đa. Nhưng sau khi Thái tử xuất gia và thành đạo, thì Ô-đà-di xuất gia làm đệ tử và có khả năng giáo hóa quần chúng. (*Tăng nhất A-hàm* 3, tr 557a, *Đại chánh* 2).

Nghĩa là có bao nhiêu các hành đã khởi, đồng khởi, đã sanh, đồng sanh, đã chuyển khởi, đang chuyển khởi, đã huân tập, đã khởi hiện, đã thuộc quá khứ, đã tận diệt, đã biến đổi lâu xa, là quá khứ, thuộc về phần quá khứ, thâu nhiếp thuộc về quá khứ.

4- Có mà không phải là quá khứ mà cũng không phải là không hiển hiện:

Nghĩa là loại trừ các tướng loại đã nêu trong các trường hợp ở trên.

Hỏi: Hết thảy thời gian thuộc quá khứ ấy có tận cùng không?

Đáp: Nên thành lập bốn trường hợp để giải thích:

1- Có trường hợp quá khứ không cùng tận:

Nghĩa là như Cụ thọ Ô-đà-di-nói: "Tất cả kiết sử[44] thuộc về quá khứ cho đến nói rộng ra".

2- Có cùng tận, nhưng không thuộc quá khứ:

Như đức Phật dạy: "Các Thánh đệ tử này đã hết địa ngục, đã hết bàng sanh, đã hết ngạ quỷ, đã hết đi đến hầm hố nguy hiểm xấu ác".

3- Có quá khứ, mà cũng có cùng tận:

Nghĩa là tất cả hành uẩn đã khởi, thì đồng khởi, cho đến nói rộng ra.

4- Có mà không phải là quá khứ, nhưng cũng không phải là tận cùng:

Nghĩa là loại trừ các tướng loại đã nêu trong các trường hợp ở trên.

Lại nữa, nếu y cứ vào kiết sử đã đoạn trừ mà nói:

1- Có kiết sử thuộc về quá khứ, nhưng không phải là tận cùng:

---

44 Kiết sử: Còn gọi là kết sử. Kết là trói buộc, sử là sai khiến. Chỉ cho các loại phiền não trói buộc chúng sinh ở trong ba cõi và làm cho chúng sinh não loạn tâm trí ở trong sinh tử. Nên, gọi là kết sử.

Ở trong thế gian không có pháp nào chữa trị được bệnh phiền não, ngoại trừ pháp Phật. Như Đại trí độ luận nói: "Tất cả chúng sinh bị bệnh kết sử, khởi sinh phiền não từ vô thỉ kiếp đến nay, không có ai có thể chữa được bệnh này" (*Đại trí độ luận* 1, tr58c, *Đại chánh* 25).

Nghĩa là có kiết sử thuộc về quá khứ, nhưng do chưa có biết cùng khắp, nên chưa đoạn trừ, chưa diệt hết, chưa biến đổi.

2- Có kiết sử tận cùng, nhưng không phải là quá khứ:

Nghĩa là những kiết sử vị lai đã biết cùng khắp, nên đã đoạn, đã diệt hết, đã biến đổi.

3- Có kiết sử quá khứ, nhưng cũng có tận cùng:

Nghĩa là kiết sử quá khứ đã biết cùng khắp, đã đoạn trừ, đã diệt hết, đã biến đổi.

4- Có kiết sử, nhưng không phải là quá khứ, mà cũng không phải là tận cùng:

Nghĩa là do các loại kiết sử chưa đến, chưa đoạn trừ, chưa biết khắp, chưa diệt hết, chưa biến đổi và những kiết sử trong hiện tại.

Hỏi: Tất cả thời gian quá khứ ấy đều diệt hết cả chăng?

Đáp: Nên thành lập bốn trường hợp để giải thích:

1- Có quá khứ, nhưng không phải là diệt:

Nghĩa là như Cụ thọ Ô-đà-di nói rằng: "Tất cả kiết sử quá khứ cho đến nói rộng ra".

2- Có diệt, nhưng không phải là quá khứ:

Nghĩa là dựa vào con đường nhỏ, ngôi nhà nhỏ, vật chứa đựng nhỏ, mắt nhỏ hẹp của thế tục, nên nói con đường có diệt cho đến nói con mắt có diệt.

3- Có quá khứ, nhưng cũng có diệt:

Nghĩa là tất cả hành đã khởi, đồng khởi cho đến nói rộng ra.

4- Có, nhưng không phải là quá khứ, cũng không phải là diệt:

Nghĩa là loại trừ các tướng loại của các trường hợp nêu trên.

Lại nữa, nếu y cứ vào các kiết sử đã đoạn trừ mà nói:

1- Có những kiết sử, nhưng không phải là diệt:

Nghĩa là: có những kiết sử quá khứ, nhưng chưa đoạn trừ, chưa biết khắp, chưa diệt tận, chưa biến đổi.

2- Có những kiết sử đã diệt, nhưng không phải là quá khứ:

Nghĩa là: có những kiết sử chưa đến, nhưng đã đoạn trừ, đã biết khắp, đã diệt tận, đã biến đổi.

3- Có những kiết sử quá khứ mà cũng là diệt:

Nghĩa là: có những kiết sử đã đoạn trừ, đã biết khắp, đã diệt tận, đã biến đổi.

4- Có những kiết sử không phải quá khứ, nhưng cũng không phải là diệt:

Nghĩa là: có những kiết sử chưa đến, chưa đoạn trừ, chưa biết khắp, chưa diệt tận, chưa biến đổi và những kiết sử ở hiện tại.

Hỏi: Nếu sanh khởi nghi ngờ ở nơi Khổ đế, điều nghi ngờ này có phải là Khổ đế không hay điều này không phải là Khổ đế, nên bảo rằng, điều này là một tâm hay nhiều tâm?

Đáp: Nên nói là nhiều tâm.

Nghĩa là: bảo rằng điều nghi ngờ này là Khổ đế chăng? Đó là một tâm. Bảo rằng, điều nghi ngờ này không phải Khổ đế chăng? Đó là hai tâm. Đối với Tập đế, Diệt đế, Đạo đế, nếu tâm nghi sanh khởi, thì cũng nên hiểu như vậy.

Hỏi: Có trường hợp nào một tâm mà có nghi hoặc không có nghi?

Đáp: Không. Vì sao? Nghĩa là ở nơi Khổ đế, nếu hỏi rằng, đây là sự thật khổ ư? Hỏi như vậy là tâm này có nghi. Nếu bảo rằng, đây là sự thật của khổ. Nói như vậy là tâm này không có nghi. Nếu hỏi rằng, đây không phải là sự thật của khổ ư? Hỏi như vậy là tâm này có nghi. Nếu bảo rằng, đây không phải là sự thật của khổ. Nếu bảo như vậy là tâm này không có nghi. Đối với Tập đế, Diệt đế, Đạo đế, cũng nên biết như vậy.

Hỏi: Vì sao có nhiều danh thân?

Đáp: Nghĩa là do có nhiều danh hiệu, ngôn ngữ dị biệt, ngôn ngữ phát triển, do giả thi thiết của tưởng, đồng loại tưởng, nên gọi là nhiều danh thân.

Hỏi: Vì sao có nhiều cú thân?

Đáp: Trong các câu liên hợp với nhau có thể đầy đủ nghĩa hay chưa đầy đủ nghĩa, nên gọi nhiều cú thân. Như đức Thế Tôn dạy:

"Các điều ác đừng làm
Hãy phụng hành các thiện
Tự sạch tâm của mình
Là lời dạy chư Phật".

Bốn câu như vậy, nghĩa ở trong sự liên hợp của mỗi câu có thể đầy đủ hoặc chưa đầy đủ, đó gọi là nhiều cú thân.

Hỏi: Vì sao có nhiều văn thân?

Đáp: Nhóm của các chữ, gọi là nhiều văn thân. Như đức Thế Tôn dạy:

"Muốn làm tụng bản
Văn chính là chữ
Tụng dựa danh từ
Và người tạo tụng".

Như Phật-Thế Tôn quở hàng đệ tử là người si mê, điều này có nghĩa gì?

Đáp: Đó là lời quở trách. Nghĩa là đức Phật-Thế Tôn quở trách hàng đệ tử là người si mê. Ví như các vị Thân giáo sư và Quỹ phạm sư[45] hiện nay, nếu có những đệ tử y chỉ gần gũi, phát sinh những lầm lỗi, liền quở trách rằng, ngươi là ngu si, không sáng suốt, không tốt đẹp. Đức Thế Tôn cũng vậy, quở trách hàng đệ tử, gọi là người si mê.

Hỏi: Tại sao đức Thế Tôn lại quở trách đệ tử là người si mê?

Đáp: Ở nơi người kia, đức Thế Tôn đã trao truyền, đã răn dạy mà không thực hành đúng theo nghĩa lý, không tùy thuận, không

---

45 Thân giáo sư-Quỹ phạm sư: Vị thầy sống đầy đủ các luật nghi và làm mô phạm mẫu mực ở trong Phật giáo và vị thầy truyền dạy giới luật qua thân giáo và chính ngay ở trong đời sống của vị ấy.

tương tục.

Lại nữa, người đệ tử kia đối với Thánh giáo đã làm những việc ngu si, trống rỗng, không có kết quả, không có xuất ly, không có ý vị, không có lợi ích thù thắng, trái với lời dạy của Phật; đối với các học giới, không thể thọ trì học tập, nên Phật quở trách người đệ tử ấy là người ngu si.

Có sáu nhân[46]. Nghĩa là Tương ưng nhân cho đến Năng tác nhân.

Hỏi: Thế nào là Tương ưng nhân?

Đáp: Thọ và pháp tương ưng với thọ làm tương ưng nhân. Pháp tương ưng thọ cùng với thọ làm tương ưng nhân. Tưởng, tư, xúc, tác ý, dục, thắng giải, niệm, định, tuệ, cùng pháp tương ưng với tuệ làm tương ưng nhân; pháp tương ưng tuệ cùng với tuệ làm tương ưng nhân, đó gọi là Tương ưng nhân.

Hỏi: Thế nào là Câu hữu nhân?

Đáp: Tâm cùng các pháp thuộc về tâm sở làm Câu hữu nhân. Pháp tâm sở cùng với tâm là Câu hữu nhân. Tâm cùng với tùy tâm chuyển khởi thân nghiệp, ngữ nghiệp là câu hữu nhân. Tâm cùng tùy tâm chuyển khởi hành bất tương ưng là Câu hữu nhân. Tùy tâm mà chuyển khởi hành bất tương ưng cùng với tâm là câu hữu nhân.

Lại nữa, bốn đại chủng cùng sanh lần lượt là Câu hữu nhân. Đó gọi là Câu hữu nhân.

---

[46] Lục nhân, gồm có:

1- Năng tác nhân: Là nhân tố tác động khiến cho một pháp sinh khởi.

2- Câu hữu nhân: Nhân phát khởi cùng hiện hữu với các pháp thuộc về tâm và tâm sở, hoặc các đại chủng cùng nhau tương tác sinh khởi,...

3- Đồng loại nhân: Nhân phát khởi đồng chủng loại tương tợ tác động với nhau, trong mười một loại biến hành thuộc các pháp tâm sở.

4- Tương ưng nhân: Nhân sinh khởi tương ưng với các pháp thuộc tâm và tâm sở.

5- Biến hành nhân: Nhân có mặt khắp trong các pháp nhiễm ô.

6- Dị thục nhân: Nhân thiện ác có năng lực dẫn sinh quả báo khổ vui ở trong ba đời. (*Phát trí luận* 1, *Đại chánh* 26; *Câu-xá luận* 6, *Đại chánh* 29; *Đại Tỳ-bà-sa* 16-21, *Đại chánh* 27)

Hỏi: Thế nào là Đồng loại nhân?

Đáp: Căn lành đời trước cùng với căn lành nơi thế giới mình ở đời sau và cùng với pháp tương ưng là Đồng loại nhân. Căn lành quá khứ cùng với căn lành hiện tại, vị lai ở nơi thế giới mình ở và cùng với pháp tương ưng là Đồng loại nhân. Căn lành hiện tại cùng căn lành vị lai nơi thế giới mình ở và cùng với pháp tương ưng là Đồng loại nhân. Căn lành, không phải căn lành và vô ký cũng như vậy.

Sự khác biệt ở trong bất thiện là loại trừ cõi của mình ở ra, đó là Đồng loại nhân.

Hỏi: Thế nào là Biến hành nhân?

Đáp: Thấy sự thật của khổ là do đã đoạn trừ được các chủng tử ngủ ngầm vận hành cùng khắp từ đời trước, cùng với sự tu tập chứng kiến được sự thật nơi Tập, Diệt, Đạo, đoạn trừ được các chủng tử ngủ ngầm, cùng với pháp tương ưng ở đời sau, nơi cảnh giới của chính mình, nên gọi là Biến hành nhân.

Thấy sự thật của khổ là do đoạn trừ được các chủng tử ngủ ngầm vận hành cùng khắp từ quá khứ, cùng với sự tu tập, chứng kiến được sự thật nơi Tập, Diệt, Đạo, đoạn trừ được các chủng tử ngủ ngầm, cùng với pháp tương ưng, ở thời hiện tại, vị lai ở nơi cảnh giới của chính mình, nên gọi là Biến hành nhân.

Thấy sự thật của khổ do đoạn trừ được các chủng tử ngủ ngầm vận hành cùng khắp thời hiện tại, cùng với sự tu tập, chứng kiến được sự thật nơi Tập, Diệt, Đạo, đoạn trừ được các chủng tử ngủ ngầm cùng với pháp tương ưng trong thời gian vị lai ở nơi cảnh giới của chính mình, nên gọi là Biến hành nhân.

Trường hợp chứng kiến sự thật của Tập mà các chủng tử ngủ ngầm và các pháp tương ưng được đoạn trừ, cũng như trường hợp chứng kiến sự thật của Khổ vậy. Đó đều là Biến hành nhân.

Thế nào là Dị thục nhân?

Đáp: Các pháp thuộc về tâm, tâm sở tiếp thụ sắc của dị thục và các tâm hành không tương ưng với pháp thuộc tâm và tâm sở. Các pháp thuộc về tâm, tâm sở này cùng với những pháp thuộc về dị thục ấy là

Dị thục nhân.

Lại nữa, các nghiệp thuộc về thân và ngữ tiếp thụ sắc dị thục, các tâm hành không tương ưng đối với pháp thuộc về tâm, tâm sở, và nghiệp của thân, ngữ này, cùng với các pháp thuộc về dị thục ấy là Dị thục nhân.

Lại nữa, các tâm hành không tương ưng, tiếp thụ sắc dị thục, những pháp tâm, tâm sở, tâm hành không tương ưng, những tâm hành không tương ưng này, cùng với các pháp thuộc về dị thục kia là Dị thục nhân. Đó là Dị thục nhân.

Thế nào là Năng tác nhân?

Đáp: Nhãn căn và sắc trần làm duyên để nhãn thức sanh khởi. Nhãn thức này do pháp tương ưng kia đối với nhãn căn và sắc trần kia, những pháp kia đều cùng hiện hữu một lúc. Và hết thảy nhĩ căn, thanh trần, nhĩ thức; tỷ căn, hương trần, tỷ thức; thiệt căn, vị trần, thiệt thức; thân căn, xúc trần, thân thức; ý căn, pháp trần, ý thức; hữu biểu sắc, vô biểu sắc; có thấy, không có thấy; có đối ngại, không có đối ngại; hữu lậu, vô lậu, hữu vi, vô vi,... đều là năng tác nhân, ngoại trừ tự tánh nơi chính nó. Như các thức thuộc về nhãn, nhĩ, tỷ, thiệt, thân, ý cũng vậy, đều gọi là năng tác nhân.

Hỏi: Vì do tâm có các chủng tử ngủ ngầm[47], nên gọi là tâm có chủng

---

47 Chủng tử ngủ ngầm: Tùy miên. Skt. Anuśaya. Pāli: Anussaya. Phiền não ngủ ngầm. Nghĩa là những loại phiền não ở trong tâm rất tinh tế, khó nhận ra, khó biết được. Cùng tương ứng với cảnh, các pháp thuộc tâm sở mà tăng lên, nên gọi là tùy tăng, và vì nó là loại phiền não trói buộc con người ở trong sinh tử, nên gọi là tùy phược.

Có sáu tùy miên căn bản, gồm: Tham, sân, mạn, vô minh, kiến, nghi.

Từ sáu căn bản tùy miên này, các nhà Phật học phân ra có bảy tùy miên, mười tùy miên, cho đến chín mươi tám tùy miên.

Thuyết nhất thiết hữu bộ cho rằng: Các phiền não tương ưng với tâm là tùy miên.

Đại chúng bộ-Hóa địa bộ, cho rằng: Phiền não hiện hành gọi là triền, các pháp huân tập thành chủng tử, gọi là tùy miên, không tương ưng với tâm.

Kinh lượng bộ, cho rằng: Phiền não hoạt động ở tĩnh, gọi là triền,

tử ngủ ngầm, những chủng tử ngủ ngầm ấy, ở nơi tâm này có tùy tăng không?

Đáp: Hoặc tùy tăng, hoặc không tùy tăng. Thế nào là tùy tăng? Nghĩa là chủng tử ngủ ngầm và duyên ở nơi tâm này, cùng tương ưng với tâm này chưa đoạn.

Thế nào là không tùy tăng? Nghĩa là chủng tử ngủ ngầm kia, cùng với duyên và pháp tương ưng với tâm này đã đoạn.

Hỏi: Giả thiết rằng, chủng tử ngủ ngầm tùy tăng ở nơi tâm, tâm này chỉ do chủng tử ngủ ngầm kia, nên gọi là tâm có chủng tử ngủ ngầm ư?

Đáp: Hoặc do chủng tử ngủ ngầm kia, chứ không phải do pháp khác; hoặc do chủng tử ngủ ngầm kia, hoặc do những pháp khác.

Thế nào là do chủng tử ngủ ngầm kia, chứ không phải do pháp khác? Nghĩa là do tâm này chưa đoạn.

Thế nào là do chủng tử ngủ ngầm kia và do pháp khác? Nghĩa là trí quán sự thật về Khổ đã sinh, nhưng trí quán sự thật về Tập chưa sinh. Nếu tâm do thấy được sự thật của Khổ mà đoạn, thấy sự thật của Tập mà đoạn được các duyên thuộc chủng tử ngủ ngầm. Vì do chủng tử ngủ ngầm nơi các tâm, nên gọi là tâm có chủng tử ngủ ngầm.

Hỏi: Ở nơi tâm này, những chủng tử ngủ ngầm ấy có cần phải đoạn trừ không?

Đáp: Hoặc cần đoạn trừ, hoặc không cần đoạn trừ.

Thế nào là cần đoạn trừ? Nghĩa là do chủng tử ngủ ngầm ấy duyên ở nơi tâm này.

Thế nào là không cần đoạn trừ? Nghĩa là do các chủng tử ngủ ngầm

---

hoạt động ở trạng thái chủng tử tiềm ẩn gọi là tùy miên.

Các nhà Phật học Duy thức, cho rằng: Phiền não không phải là tùy miên, vì tùy miên thuộc về tập khí phiền não, chủng tử ngủ ngầm. Chủng tử ngầm theo con người và ngủ ngầm sâu ở trong thức A-lại-da. (*Phát trí luận* 3, *Đại chánh* 26; *Đại Tỳ-bà-sa* 50, *Đại chánh* 27; *Thành duy thức luận* 9, *Đại chánh* 31; *Du-già sư địa luận* 59-89, *Đại chánh* 30).

ấy cùng tương ưng với tâm này.

Hỏi: Cần phải đoạn nhân gì nơi các chủng tử ngủ ngầm ấy?

Đáp: Các duyên lệ thuộc nhân.

Hỏi: Có phải ông nói đoạn duyên lệ thuộc nhân của những chủng tử ngủ ngầm chăng?

Đáp: Đúng vậy.

Hỏi: Các chủng tử ngủ ngầm, nếu như vậy, khi chứng kiến sự thật của Diệt, Đạo mà được đoạn trừ, thì khi chủng tử ngủ ngầm ấy duyên nơi pháp hữu lậu, cần phải đoạn trừ nhân gì? Nếu bảo rằng pháp này đoạn là pháp kia đoạn, cả hai điều không hợp lý phải không?

Đáp: Chứng kiến sự thật của Diệt, sự thật của Đạo là đoạn trừ được các duyên chủng tử ngủ ngầm ở nơi pháp vô lậu. Vì do duyên của nhân đoạn trừ và do pháp thuộc về nhân duyên này đoạn trừ, nên các chủng tử ngủ ngầm kia cũng đoạn trừ.

Hỏi: Giả thiết rằng, các chủng tử ngủ ngầm nơi tâm cần phải đoạn trừ, thì tâm này, chỉ vì do những chủng tử ngủ ngầm ấy, nên gọi là tâm có những chủng tử ngủ ngầm chăng?

Đáp: Hoặc do chủng tử ngủ ngầm, chứ không phải do pháp nào khác; hoặc do những chủng tử ngủ ngầm và những pháp khác.

Thế nào là do những chủng tử ngủ ngầm, chứ không phải do pháp nào khác? Nghĩa là tâm không ô nhiễm là do tu tập mà được đoạn trừ.

Thế nào là do những chủng tử ngủ ngầm và những pháp khác? Nghĩa là do tâm ô nhiễm.

Hỏi: Đoạn trừ thức là nhân nơi cảnh nào? Do trí quán sự thật về Khổ đã sinh ra; trí quán sự thật về Tập chưa sinh ra. Nếu tâm do chứng kiến sự thật về Tập mà thức được đoạn trừ; chứng kiến sự thật về Khổ mà đoạn trừ được duyên sinh khởi thức, thì đó gọi là đoạn trừ thức từ nơi nhân cảnh.

Hỏi: Ở nơi các thức này có bao nhiêu chủng tử ngủ ngầm tùy tăng?

Đáp: Có mười chín.

Hỏi: Cùng một tâm phải không?

Đáp: Không phải vậy. Nghĩa là chưa xả ly sự ô nhiễm của dục, trí quán của pháp sự thật về Khổ đã sinh ra, nhưng trí quán của pháp sự thật về Tập chưa sinh ra, nếu tâm ở trong cõi Dục giới do duyên vào chứng kiến sự thật về Khổ mà được đoạn trừ; do duyên vào chứng kiến sự thật về Tập mà được đoạn trừ, đây gọi là đoạn trừ thức uẩn do cảnh của nhân.

Cõi Dục giới do chứng kiến sự thật về Tập mà đoạn trừ bảy loại chủng tử ngủ ngầm tùy tăng; đã xả ly những ô nhiễm thuộc về cõi Dục giới, nhưng chưa xả ly những ô nhiễm thuộc về cõi Sắc giới, trí quán loại suy sự thật về Khổ đã sinh ra, nhưng trí quán loại suy sự thật về Tập chưa sinh ra, nếu tâm ở cõi Sắc giới do duyên vào chứng kiến sự thật về Khổ mà thức uẩn được đoạn trừ; do duyên vào chứng kiến sự thật về Tập mà thức uẩn được đoạn từ, thì đây gọi là đoạn trừ thức uẩn thuộc về cảnh của nhân.

Cõi Sắc giới, do chứng kiến sự thật về Tập mà đoạn trừ được sáu loại chủng tử ngủ ngầm tùy tăng, đã xả ly sự nhiễm ô của cõi Sắc giới, trí quán loại suy về sự thật của Khổ đã sinh ra, trí quán loại suy sự thật về Tập chưa sinh ra, nếu tâm ở nơi cõi Vô sắc giới do duyên vào chứng kiến sự thật của Khổ mà thức uẩn được đoạn trừ; do duyên vào sự thật của Tập mà thức uẩn được đoạn trừ, thì đây gọi là đoạn trừ thức do duyên vào cảnh của nhân. Cõi Vô sắc giới do chứng kiến sự thật về Tập mà đoạn trừ được sáu loại chủng tử ngủ ngầm tùy tăng.

PHẨM BA: LUẬN VỀ BỔ-ĐẶC-GIÀ-LA

Duyên khởi, y duyên thở
Tâm y ái không còn
Tâm thoát dựa tưởng giới
Chương này, nguyện nói đủ.

Hỏi: Một bổ-đặc-già-la nơi mười hai chi duyên khởi ở trong đời này, có bao nhiêu chi thuộc quá khứ; có bao nhiêu chi thuộc vị lai; có bao nhiêu chi thuộc hiện tại?

Đáp: Hai chi thuộc quá khứ, đó là vô minh và hành; hai chi vị lai, đó là sinh, lão tử; Tám chi thuộc về hiện tại, đó là thức, danh sắc, lục nhập, xúc, thọ, ái, thủ, hữu.

Như đức Thế Tôn dạy: Vô minh duyên hành; thủ duyên hữu.

Thế nào là vô minh duyên hành? Thế nào là thủ duyên hữu?

Đáp: Vô minh duyên hành, chi này là nhằm nêu rõ nghiệp còn lại từ trong đời trước sinh ra, tạo tác tăng trưởng được quả dị thục và thọ nhận quả dị thục trong đời này.

Thủ duyên hữu, chi này nhằm nêu rõ nghiệp ở trong thời hiện tại sinh ra, tạo tác tăng trưởng sẽ được quả dị thục tiếp theo.

Hỏi: Vô minh duyên hành, thủ duyên hữu khác biệt nhau như thế nào?

Đáp: Vô minh duyên hành, nói rộng ra như trước. Nghiệp duyên này, như đức Thế Tôn đã dạy: "Vô minh là một chủng loại phiền não".

Thủ duyên hữu, nói rộng ra như trước, như đức Thế Tôn dạy: "Các thủ là hết thảy chủng loại phiền não". Đó gọi là khác biệt nhau.

Hỏi: Có trường hợp nào hành duyên minh mà không duyên vô minh ư?

Đáp: không.

Có trường hợp nào hành duyên vô minh mà cũng duyên minh ư?

Đáp: Có.

Hỏi: Có trường hợp nào hành không duyên vô minh mà cũng không duyên minh ư?

Đáp: Không. Vì sao như vậy? Vì không có loài hữu tình nào từ xa xưa đến nay, ở nơi Thánh đạo hủy báng rằng, không phải đạo. Trước kia đã hủy báng Thánh đạo rồi, hữu tình kia về sau, tạo nghiệp tăng trưởng, nghiệp cảm tạo thành vùng đất lớn; hoặc ở vào thời gian sau, tạo nghiệp tăng trưởng, nghiệp cảm tạo thành tiểu vương; hoặc ở thời gian sau, tạo nghiệp tăng trưởng, nghiệp cảm tạo thành đại vương; hoặc ở thời gian sau, tạo nghiệp tăng trưởng, nghiệp cảm tạo thành Chuyển luân vương.

Do nhân này, do duyên này, do Thánh đạo ấy lần lượt cảm thành vùng đất lớn, có thành quách, xóm làng, nhân, phi nhân, súc vật, thóc lúa, cỏ thuốc, cây cối, rừng rậm tăng trưởng tốt tươi.

Bốn duyên của tâm trước như thế, ở nơi tâm tiếp theo sau chỉ là duyên tăng thượng.

Hỏi: Lại nữa, nếu y cứ vào nhân duyên mà nói, thì có trường hợp nào, hành duyên vô minh mà không duyên minh không?

Đáp: Có. Đó là trường hợp vô minh dị thục và hành ô nhiễm.

Hỏi: Có trường hợp nào hành duyên với minh mà không duyên với vô minh không?

Đáp: Có. Nghĩa là hành duyên với minh vô lậu khác, ngoại trừ minh nguyên sơ.

Hỏi: Có trường hợp nào hành duyên với vô minh mà cũng duyên với minh ư?

Đáp: Không.

Hỏi: Có trường hợp nào hành không duyên với vô minh mà cũng không duyên với minh ư?

Đáp: Có. Nghĩa là các hành thuộc loại vô phú, vô ký khác và các hành thuộc thiện hữu lậu của minh nguyên sơ, ngoại trừ vô minh dị thục.

Hỏi: Đối với hành ở nơi hơi thở vào và hơi thở ra, nên bảo rằng, nó duyên vào thân hay duyên vào tâm mà chuyển vận?

Đáp: Nên nói rằng, hành cũng tựa vào thân mà cũng tựa vào tâm để chuyển vận, đúng như những gì thích ứng với nó.

Nếu hơi thở vào ra, chỉ tựa vào thân để chuyển vận mà không có tựa vào tâm để chuyển vận, thì đối với các định vị của Vô tưởng và Diệt tận ở nơi hơi thở vào và hơi thở ra, hành cũng phải chuyển vận.

Nếu hởi thở vào và hởi thở ra chỉ tựa ở nơi tâm để chuyển vận, mà không tựa vào nơi thân để chuyển vận, thì đối với các chủng loại hữu tình ở cõi Vô sắc giới, khi hơi thở vào và hơi thở ra, hành cũng phải chuyển vận.

Nếu hơi thở vào và hơi thở ra chỉ tựa vào thân và tâm để vận hành, không đúng như những điều kiện thích ứng với chính nó, thì các loại Yết-lạt-lam[48], Át-bộ-đàm[49], Bế-thi[50], Kiện-nam[51] ở trong trứng và ở

---

48 Yết-lạt-lam: Skt. Pāli: Kalala. Hán phiên âm: ca-la-la, yết-lạt-lam, Ca-ra-ra. Dịch: Phôi, thai, bào thai, ngưng hoạt, hòa hợp, tạp uế, mạ. Đây là chỉ cho giai đoạn tinh cha huyết mẹ hòa hợp ngưng kết là một trong năm giai đoạn ở trong thai. Ấy là trạng thái thai nhi trong bảy ngày đầu.

"Trong bảy ngày đầu thụ thai, thai như váng đóng trên bề mặt của cao sữa, từ từ đông lại như mỡ". (*Nhất thiết kinh âm nghĩa* 47, tr 622a, *Đại chánh* 54).

Giai đoạn này cũng gọi là "Y thát", Vì là nơi nương gá an nguy chung của sắc, tâm, tâm sở. Ấy là chỗ nương tựa đầu tiên của thức. (Du già sư địa luận 1, *Đại chánh* 30).

49 Át-bộ-đàm: Skt. Arbuda. Pāli: Abbuda. Hán phiên âm là Át-bộ-đàm, A-phú-đà, Át-phù-đà. Dịch: Pháo, thũng vật.

Át-bộ-đàm là một trong năm giai đoạn của bào thai. Ấy là giai đoạn của tuần thứ hai. Dáng thai nhi đông lại như nốt phỏng trên da, nên gọi là pháo, hay bọt nước (thủy bào). (*Tạp A-hàm* 49, *Đại chánh* 2; *Tăng nhất A-hàm* 30, *Đại chánh* 2; *Câu-xá luận* 9, *Đại chánh* 29).

50 Bế thi: Giai đoạn thứ ba ở trong thai.

51 Kiện-nam: Skt. Pāli: Ghana. Hán phiên âm là Già-ba-na, Kiên-nam. Dịch kiên, kiên hậu, ngưng hậu, ngạnh nhục. Vị thứ tư trong năm giai vị ở trong thai. Nghĩa là tuần thứ nhất đến tuần thứ tư, thai nhi hình thành một

trong thai mẹ, các căn chưa đủ, chưa thành thục và ở trong Tĩnh lự thứ tư, hơi thở vào và ra cũng phải chuyển vận.

Vì do hơi thở vào và hơi thở ra cũng tựa vào thân mà chuyển vận, cũng tựa vào tâm mà chuyển vận và đúng như những điều kiện thích ứng với chính nó. Nên, dưới từ địa ngục Vô gián, trên đến cõi trời Biến tịnh, các chủng loại hữu tình ở trong những cõi đó, các căn thành thục đầy đủ, hơi thở vào và hơi thở ra chuyển vận đều tựa vào cả thân và tâm.

Hỏi: Ví như tâm của các chủng loại hữu tình ở cõi Sắc giới tương tục, nên hành tựa vào thân mà chuyển vận, còn như tâm của các chủng loài hữu tình ở cõi Vô sắc giới tương tục, thì hành tựa vào đâu để chuyển vận ư?

Đáp: Hành tựa vào chúng đồng phần với mạng căn và các loại tương tợ khác như vậy.

Hỏi: Tâm không tương ưng với hành, không có khát ái, thì nên nói là do chứng kiến đạo được đoạn trừ hay do tu tập đạo mà được đoạn trừ ư?

Đáp: Nên nói rằng, do tu tập đạo mà được đoạn trừ. Nhưng có thuyết cho rằng: Hoặc đoạn trừ do chứng kiến đạo; hoặc đoạn trừ do tu tập đạo.

Hỏi: Thế nào do chứng kiến đạo là được đoạn trừ?

Đáp: Nghĩa là do chứng kiến được pháp đoạn trừ, nên tham ái không có khởi hiện.

Hỏi: Thế nào do tu tập Đạo là được đoạn trừ?

Đáp: Bảo rằng, vì ở trong nghĩa này, không còn có khát ái, nên nói do tu tập đoạn trừ, nên tham ái không có khởi hiện.

Hỏi: Như lời ông nói, không có tham ái là do tu tập mà được đoạn trừ, vậy các vị Thánh giả Dự lưu tham ái này chưa đoạn trừ chăng?

---

khối đông đặc.(*Tạp A-hàm*, 49, *Đại chánh* 2; *Tập dị môn túc luận* 9, *Đại chánh* 26).

Đáp: Đúng vậy.

Hỏi: Ý ông muốn nói gì? Các vị Thánh giả Dự lưu, vì do tâm khởi lên như thế này: Nếu sau khi tôi chết, thì tham ái không có hoại diệt đoạn trừ, há không có an lạc ư?

Đáp: Không phải như vậy.

Xin hãy lắng nghe tôi trình bày: Nếu không có tham ái là chỉ do tu tập mà được đoạn trừ, thì các Thánh giả Dự lưu khi chưa đoạn trừ tham ái này, thì nên nói rằng, các Thánh giả Dự lưu cần phải khởi tâm ý như thế này: Nếu sau khi tôi chết, tham ái không có đoạn hoại, há không có an lạc sao, nếu Thánh giả Dự lưu không khởi lên tâm ý như thế này: Nếu sau khi tôi chết, tham ái không có đoạn hoại, há không có an lạc sao, thì không nên nói rằng, chỉ do tu tập đoạn trừ, nên không có tham ái. Những vị Thánh giả Dự lưu, chưa đoạn trừ ái lạc này, nói như vậy là không hợp lý.

Hỏi: Quý vị cũng cho rằng: Ái dị thục ở nơi địa ngục, bàng sanh, ngạ quỷ, chỉ có do tu tập được đoạn trừ, vậy các Thánh giả Dự lưu, ái dị thục này chưa được đoạn trừ chăng?

Đáp: Đúng như vậy.

Hỏi: Ý ông muốn gì? Các Thánh giả Dự lưu, vì do khởi lên tâm ý như thế này: Tôi sẽ làm Long vương Ai-la-phiệt-noa, Long vương Thiện trú, Quỷ vương Diệm-ma, thống nhiếp các loài hữu tình ở nơi thế giới của ngạ quỷ chăng?

Đáp: Không phải vậy.

Xin hãy lắng nghe tôi trình bày: Nếu ái dị thục ở nơi thế giới địa ngục, bàng sanh, ngạ quỷ, chỉ do tu tập đoạn trừ, các bậc Thánh giả Dự lưu chưa đoạn ái này, thì nên nói rằng, do các bậc Thánh giả Dự lưu khởi lên tâm ý rằng: Tôi sẽ làm Long vương Ai-la-phiệt-noa, cho đến nói rộng ra.

Nếu Thánh giả Dự lưu không khởi lên tâm ý như vậy: Tôi sẽ làm Long vương Ai-la-phiệt-noa, cho đến nói rộng ra, thì không nên nói rằng, ái dị thục nơi địa ngục, bàng sanh, ngạ quỷ chỉ do tu tập đoạn trừ. Các Thánh giả Dự lưu chưa đoạn trừ ái dị thục này, nói như vậy là không hợp lý.

Quý vị cũng nói rằng: Vì bị ràng buộc bởi các ái triền, nên gây thiệt hại đời sống cha mẹ, các ái triền này chỉ do tu tập, nên được đoạn trừ.

Hỏi: Các Thánh giả Dự lưu, đối với các ái triền này chưa đoạn trừ được chăng?

Đáp: Đúng như vậy.

Hỏi: Ý ông muốn gì? Các Thánh giả Dự lưu, do khởi lên các ái triền như vậy, nên gây thiệt hại đời sống của cha mẹ chăng?

Đáp: Không phải vậy.

Xin hãy lắng nghe tôi nói: Nếu vì bị ràng buộc bởi các ái triền, gây thiệt hại đời sống cha mẹ, những ái triền này chỉ do tu tập mà đoạn trừ, các Thánh giả Dự lưu chưa đoạn trừ những ái triền này, thì nên nói rằng, các Thánh giả Dự lưu, vì do khởi lên các ái triền như vậy, nên gây thiệt hại đời sống cha mẹ. Nếu Thánh giả Dư lưu, vì do không khởi lên những ái triền, nên gây thiệt hại đời sống cha mẹ. Nếu những Thánh giả Dự lưu, do vì không khởi lên những ái triền như vậy, nên gây thiệt hại đời sống cha mẹ, vậy thì không nên bảo rằng, vì do bị ràng buộc bởi những ái triền, nên gây thiệt hại đời sống cha mẹ. Triền này là chỉ do tu tập mà được đoạn trừ, nên các Thánh giả Dự lưu chưa đoạn trừ được những ái triền này, nói như vậy đều là không hợp lý.

Quý vị cũng đã nói rằng: Do tu tập ở nơi pháp mà được đoạn trừ, nên tham không có. Nên, tham này chỉ do tu tập mà được đoạn trừ. Vậy, những Thánh giả Dự lưu chưa đoạn trừ được tham ái này chăng?

Đáp: Đúng như vậy.

Hỏi: Ý ông muốn gì? Các Thánh giả Dự lưu, vì do duyên ở nơi tham ái này mà khởi hiện ư?

Đáp: Không phải vậy.

Xin hãy lắng nghe tôi nói: Nếu do ở nơi pháp tu tập mà được đoạn trừ, nên tham không có. Nên, tham này chỉ do tu tập mà đoạn trừ.

Những Thánh giả Dự lưu chưa đoạn trừ những tham này, thì nên nói rằng, những Thánh giả Dự lưu do duyên tham này mà ái khởi hiện. Nếu những Thánh giả Dự lưu không do duyên tham này mà ái khởi hiện, thì không nói rằng, do tu tập ở nơi pháp mà đoạn trừ, nên tham không có, thì tham chỉ do tu tập mà được đoạn trừ. Các Thánh giả Dự lưu mà chưa đoạn trừ tham tâm này, nói như vậy là không hợp lý. Chủ trương kia cho là hợp lý, thì chủ trương này cũng đương nhiên như vậy.

Hỏi: Có pháp gì không có danh xưng?

Đáp: Ba cõi vô thường, như đức Thế Tôn dạy: "Tâm giải thoát khỏi tham sân si".

Hỏi: Như thế nào là tâm được giải thoát? Thế nào là tâm có tham sân si? Thế nào là tâm lìa tham sân si?

Đáp: Tâm được giải thoát là tâm xa lìa tham sân si.

Có thuyết cho rằng: Tâm tương ưng với tham sân si là tâm giải thoát.

Chủ trương kia không nên nói như vậy. Vì sao? Vì không phải tâm này tương tác, hòa hợp, tương ưng, tương ly cùng với tham sân si mà vì tham sân si chưa được đoạn trừ, nên tâm không giải thoát. Hễ đoạn trừ tham sân si, thì tâm liền giải thoát.

Đức Thế Tôn cũng đã dạy: "Này các tỷ-khưu, nên biết! Vầng mặt trăng, mặt trời này bị che khuất bởi năm sự khuất che, nên không sáng, không chiếu, không rộng, không tịnh. Năm sự khuất che ấy là gì? Chúng, gồm: Mây, khói, bụi, sương, bàn tay của thần A-tu-la.

Ví như vầng mặt trăng, vầng mặt trời không cùng xen tạp tương hợp, tương ưng, với năm sự khuất che, mà do những sự khuất che ấy chưa xa lìa. Nên, vầng mặt trăng, vầng mặt trời này không sáng rõ, không chiếu soi, không rộng lớn, không thanh trong. Nếu xa lìa năm sự khuất che kia, thì vầng mặt trăng, vầng mặt trời này sáng rõ, chiếu soi, rộng rãi, trong thanh".

Như vậy, tâm này không phải tương ưng, tương hợp, xen tạp cùng với tham sân si, mà do tham sân si chưa đoạn, nên tâm không giải thoát. Nếu đoạn trừ tham sân si, thì tâm liền giải thoát.

Hỏi: Tâm giải thoát là tâm nào? Tâm quá khứ chăng? Tâm vị lai chăng? Tâm hiện tại chăng?

Đáp: Khi tâm vô học vị lai sinh ra, giải thoát hết thảy chướng ngại.

Hỏi: Sự kiện là như thế nào?

Đáp: Như đạo lộ liên tục của Kim cang dụ định[52] sắp diệt, thì đạo lộ giải thoát của tận trí sắp sinh. Nếu chính lúc đạo lộ liên tục của Kim cang dụ định diệt, thì chính lúc đạo lộ giải thoát của tận trí sinh. Bấy giờ gọi là tâm vô học vị lai sinh ra, hết thảy chướng ngại đều giải thoát.

Hỏi: Tâm chưa giải thoát, nên gọi là giải thoát hay tâm đã giải thoát mới gọi là giải thoát?

Đáp: Tâm đã giải thoát, nên gọi là giải thoát. Nếu tâm đã giải thoát, thì không nên gọi là giải thoát. Nếu giải thoát, thì không nên nói đã giải thoát. Tâm đã giải thoát mà nói giải thoát là không đúng với chánh lý.

Nay, cần phải hỏi người kia rằng, như đức Thế Tôn dạy:

"Nếu ái đoạn không còn
Như hoa sen ở nước
Tỷ-khưu bỏ ái này
Như rắn già lột vỏ".

Hỏi: Ông chấp nhận chủ trương này là chủ trương đúng không?

Đáp: Đúng như vậy.

---

52 Kim cang dụ định: Skt. Vajropamā-samādhi. Kim cang dụ định là loại thiền định sắc bén như kim cang, có năng lực đoạn trừ tất cả phiền não. Tu tập định này có khả năng tiêu trừ các loại phiền não vi tế. Có khả năng chứng ngộ các Thánh quả ở trong Tam thừa.

Đoạn trừ các thứ bậc phiền não là Vô gián đạo dẫn đến giải thoát đạo. Các quả vị giải thoát cao nhất từ định này mà thành tựu. Vô gián đạo làm điều kiện để Kim cang dụ định sinh khởi, nên gọi là Kim cang vô gián đạo. (*Đại Tỳ bà sa* 28, *Đại chánh* 27; *Đại trí độ luận* 47, *Đại chánh* 25; *Câu-xá luận* 24, *Đại chánh* 29; *Thành duy thức luận* 10, *Đại chánh* 31).

Hỏi: Ý ông muốn gì? Vì đã xả ly, nên nói xả ly; hay chưa xả ly mà nói là xả ly?

Đáp: Đã xả ly, nên nói là xả ly.

Xin hãy lắng nghe tôi nói: Nếu đã xả ly, thì không nên nói xả ly; nếu xả ly thì không nên nói đã xả ly. Đã xả ly mà nói xả ly, là không đúng với chánh lý.

Đức Thế Tôn dạy:

"Đoạn mạn, định tự thiện
Tâm lành thoát tất cả
Tĩnh cư không buông lung
Vượt chết đến bờ kia".

Ông có chấp nhận chủ trương này là chủ trương đúng không?

Đáp: Đúng như vậy.

Hỏi: Ý ông muốn gì? Vì đã đến, nên nói đến; chưa đến nên nói chưa đến chăng?

Đáp: Đã đến, nên nói đến.

Xin ông hãy lắng nghe tôi nói: Nếu đã đến thì không nên nói đến; nếu đến, thì không nên nói đã đến; đã đến mà nói đến là không đúng với chánh lý. Chủ trương kia là hợp lý, thì chủ trương này đương nhiên cũng nên như vậy.

Như đức Thế Tôn dạy:

"Thú về rừng rú
Chim về hư không
Thánh về Niết-bàn
Pháp về phân biệt".

Như đức Thế Tôn dạy: "Này các tỷ-khưu nên biết! Do dựa nhàm chán, nên viễn ly ô nhiễm; do dựa viễn ly ô nhiễm mà giải thoát; do dựa vào giải thoát mà được Niết-bàn".

Hỏi: Thế nào là nhàm chán?

Đáp: Nhàm chán những gì trái nghịch đối với các hành vô học. Đó gọi là nhàm chán.

Hỏi: Thế nào là dựa vào nhàm chán mà xả ly ô nhiễm?

Đáp: Nếu nhàm chán tương ưng với thiện căn vô tham, đồng loại với thiện căn vô tham; tương ưng với thiện căn vô sân, đồng loại với thiện căn vô sân; tương ưng với thiện căn vô si, đồng loại với thiện căn vô si, đó gọi là do dựa vào nhàm chán mà viễn ly nhiễm ô.

Hỏi: Thế nào là dựa vào xả ly ô nhiễm mà được giải thoát?

Đáp: Nếu tâm tương ưng với xả ly ô nhiễm, đã giải thoát thì nay thắng giải và sẽ thắng giải, đó là dựa vào giải thoát xả ly ô nhiễm.

Hỏi: Thế nào là dựa vào giải thoát mà được Niết-bàn?

Đáp: Nếu vĩnh viễn đoạn trừ tham, vĩnh viễn đoạn trừ sân, vĩnh viễn đoạn trừ si, vĩnh viễn đoạn trừ tất cả phiền não, đó là dựa vào giải thoát mà được Niết-bàn.

Như đức Thế Tôn dạy: "Có ba cảnh giới, gồm: Cảnh giới đoạn trừ, cảnh giới xả ly và cảnh giới hoàn toàn tịch diệt".

Hỏi: Thế nào là cảnh giới đoạn trừ?

Đáp: Trừ bỏ các ràng buộc của ái, đoạn dứt các ràng buộc của ái còn lại. Đó gọi là cảnh giới đoạn trừ.

Hỏi: Thế nào là cảnh giới xả ly?

Đáp: Đoạn dứt những ràng buộc của ái. Đó gọi là cảnh giới xả ly.

Hỏi: Thế nào cảnh giới hoàn toàn tịch diệt?

Đáp: Đoạn trừ hết thảy pháp tùy thuận ràng buộc còn lại. Đó gọi là cảnh giới hoàn toàn tịch diệt.

Hỏi: Các cảnh giới đoạn trừ có phải là các cảnh giới xả ly không?

Đáp: Đúng như vậy.

Hỏi: Cảnh giới xả ly có phải là cảnh giới đoạn trừ biểu hiện không?

Đáp: Đúng như vậy.

Hỏi: Có phải các cảnh giới đoạn trừ là cảnh giới hoàn toàn tịch diệt không?

Đáp: Đúng như vậy.

Hỏi: Cảnh giới tịch diệt có phải là các cảnh giới đoạn trừ biểu hiện không?

Đáp: Đúng như vậy.

Hỏi: Cảnh giới tịch diệt có phải là cảnh giới xả ly biểu hiện không?

Đáp: Đúng như vậy.

Như đức Thế Tôn dạy: "Có ba tưởng, gồm: đoạn trừ tưởng, xả ly tưởng, tịch diệt tưởng".

Hỏi: Thế nào là đoạn trừ tưởng?

Đáp: Đoạn trừ ràng buộc của ái, đoạn trừ các giải thoát nơi tưởng ái còn lại. Nên, gọi là đoạn trừ tưởng.

Hỏi: Thế nào là xả ly tưởng?

Đáp: Đoạn trừ ràng buộc ở nơi ái và giải thoát ở nơi các tưởng. Nên, gọi là xả ly tưởng.

Hỏi: Thế nào tịch diệt tưởng?

Đáp: Giải thoát là do đoạn trừ các tưởng ở nơi các pháp tùy thuận ràng buộc còn lại. Nên, gọi là tịch diệt tưởng

Quyển hai
Chương một: Tạp uẩn

PHẨM BỐN: LUẬN VỀ ÁI KÍNH

Ái, dường, kính, lực, diệt
Niết-bàn, uẩn, cứu cánh
Thủ, biến tri, tam quy
Chương này nguyện nói đủ.

Hỏi: Thế nào là ái?

Đáp: Các ái, gồm: Ái, đồng loại ái; hỷ, đồng loại hỷ; lạc, đồng loại lạc, nên gọi là ái.

Hỏi: Thế nào là kính?

Đáp: Các kính, gồm: Hữu kính, hữu kính tính; hữu tự tại, hữu tự tại tính. Đối với người tự tại mà có sự sợ hãi và thay đổi, nên gọi là kính.

Hỏi: Thế nào là ái kính?

Đáp: Như có một người đối với Phật, Pháp, Tăng, các bậc Thân giáo sư, Quỹ phạm sư, tôn trọng những vị đồng phạm hạnh và tùy thuận một bậc có trí khác, sống với tâm vui vẻ, ái lạc, cung kính. Nếu ở nơi những xúc xứ như vậy mà có ái, có kính, gọi là ái kính.

Hỏi: Thế nào là cúng dường?

Đáp: Điều này có hai loại, gồm: Một là tài cúng dường; hai là pháp cúng dường.

Hỏi: Thế nào là cung kính?

Đáp: Các loại cung kính, gồm: Hữu cung kính, hữu cung kính tính;

hữu tự tại, hữu tự tại tính. Đối với bậc tự tại, có sự cung kính và có sự chuyển hóa, đó gọi là cung kính.

Hỏi: Thế nào là cúng dường cung kính?

Đáp: Như có một người đối với Phật, Pháp, Tăng, Thân giáo sư, Quỹ phạm sư, tôn trọng những vị đồng phạm hạnh và tùy thuận với một vị có trí khác mà sống với sự biểu hiện cung kính cúng dường, nếu nơi những xúc xứ như vậy mà có cúng dường và có cung kính, gọi là cung kính cúng dường.

Hỏi: Thế nào là thân lực?

Đáp: Những thân dõng mãnh, cường tráng, nhẹ nhàng, tháo vác, có khả năng làm xong xuôi mọi công việc, gọi là thân lực.

Hỏi: Thế nào là thân yếu đuối?

Đáp: Các thân không dõng kiện, không mạnh mẽ, không cường tráng, không kiện khương, không nhẹ nhàng, không tháo vác, không thể làm xong công việc, đó gọi là thân yếu đuối.

Hỏi: Thân mạnh, thân yếu có bao nhiêu xúc xứ thâu nhiếp? Thức, có bao nhiêu thức?

Đáp: Một xứ thâu nhiếp, đó là xúc xứ. Thức, có hai thức, đó là thân thức và ý thức.

Ví như hai lực sĩ khi giao đấu với nhau, cổ tay vừa giao tiếp, liền biết sự mạnh hay yếu của nhau.

Lại nữa, ví như người mạnh nắm giữ kẻ yếu, sức hơn hay thua, liền biết nhau cũng như vậy.

Hỏi: Thế nào là trạch diệt?

Đáp: Các diệt là xa lìa trói buộc.

Hỏi: Thế nào là phi trạch diệt?

Đáp: Các diệt không xa lìa trói buộc.

Hỏi: Thế nào là vô thường diệt?

Đáp: Các hành phân tán, hủy hoại, phá hư, ẩn mất, thoái lui, gọi là vô thường diệt.

Hỏi: Phi trạch diệt, vô thường diệt khác nhau thế nào?

Đáp: Phi trạch diệt là không do ở sức lựa chọn để giải thoát các loại ma sự, bệnh tật, tai họa, sầu não, hành pháp khổ hạnh của thế gian, không thể điều phục, đoạn trừ và vượt qua ở nơi các tham dục.

Vô thường diệt là các hành phân tán, phá hư, ẩn mất, thoái lui. Đó là sự khác nhau của hai loại phi trạch diệt và vô thường diệt.

Như Khế kinh nói, có hai thế giới Niết-bàn, đó là thế giới Niết-bàn hữu dư y và thế giới Niết-bàn vô dư y.

Hỏi: Thế nào là thế giới Niết-bàn hữu dư y?

Đáp: Như A-la-hán, các lậu hoặc đã vĩnh viễn đoạn trừ, nhưng do thọ mạng còn tồn tại, sắc uẩn do bốn đại chủng tạo thành còn tương tục chưa chấm dứt, dựa vào năm căn ở nơi thân, tâm thức tương tục chuyển hiện, nên gọi là hữu dư y. Nhưng các kiết sử vĩnh viễn đoạn tận, chứng đạt được là do tiếp xúc. Nên, gọi là thế giới Niết-bàn hữu dư y.

Hỏi: Thế nào là thế giới Niết-bàn vô dư y?

Đáp: Chính là những vị A-la-hán, các lậu hoặc vĩnh viễn đoạn trừ, thọ mạng đã tịch lặng, sự tương tục của sắc uẩn do các đại chủng hợp tạo đã chấm dứt, tâm không còn y cứ ở nơi năm căn của thân để chuyển khởi lại, nên gọi là vô dư y. Các kiết sử vĩnh viễn đoạn trừ, nên gọi là thế giới Niết-bàn vô dư y.

Hỏi: Niết-bàn, nên nói là pháp hữu học hay pháp vô học, phi hữu học hay phi vô học?

Đáp: Niết-bàn, nên nói là pháp phi học, phi vô học.

Có lý thuyết cho rằng: Niết-bàn là pháp hữu học, pháp vô học, pháp phi học, phi vô học.

Hỏi: Thế nào là học?

Đáp: Học, nghĩa là đoạn trừ được các kiết sử, chứng nghiệm được do tiếp xúc.

Hỏi: Thế nào là vô học?

Đáp: Vô học, nghĩa là đã đạt được sự đoạn trừ các kiết sử, chứng nghiệm được do xúc tiếp.

Hỏi: Thế nào là phi học, phi vô học?

Đáp: Nghĩa là đoạn trừ được các kiết sử thuộc hữu lậu, chứng nghiệm được do xúc tiếp.

Hỏi: Ở trong nghĩa này, Niết-bàn, chỉ nên nói là phi học phi vô học, nhưng theo ông nói, thì Niết-bàn là pháp có học, pháp có vô học; có phi học có phi vô học ư?

Đáp: Đúng như vậy.

Hỏi: Ý ông muốn gì? Do các đạo lộ thế tục ở trước, vĩnh viễn đoạn trừ được các dục thuộc về tham, sân, nhuế, đạt được phi học, phi vô học, ly hệ, người kia ở nơi Tứ đế chưa đạt được hiện quán, nên tu tập hiện quán, đã đạt được hiện quán rồi, chứng quả vị bất lai, chuyển hóa thành học chăng?

Đáp: Đúng như vậy.

Hỏi: Lại nữa, ý ông muốn gì?

Lại nữa, trước kia do sử dụng đạo lộ thế tục, vĩnh viễn đoạn trừ được tham, sân, si, chứng đắc phi học, phi vô học, ly hệ, về sau, khi chứng đắc quả vị Bất hoàn, xa lìa sự trói buộc ấy, nên chuyển hóa thành học.

Nếu xa lìa sự trói buộc ấy, nên chuyển hóa thành học và nếu chuyển hóa ấy ngay lúc này, thì sự chuyển hóa thành học ấy, trước kia là vì do thể của học thường trú, chưa chứng quả Bất hoàn, chưa chứng đắc hữu học, đã gọi là học rồi. Nên, không thích hợp với chánh lý.

Hỏi: Ý ông nghĩ gì?

A-la-hán hướng học đoạn trừ các kiết sử, chứng quả A-la-hán, quả hữu học đó chuyển hóa thành quả vô học chăng?

Đáp: Đúng vậy.

Lại nữa, ý ông nghĩ như thế nào? A-la-hán hướng, học đoạn trừ các kiết sử, khi chứng quả A-la-hán, chính lúc đoạn trừ kiết sử ấy, nên chuyển hóa thành quả vô học. Nếu đoạn trừ kiết sử ấy ngay lúc này, thành quả vô học, thì thể của quả vô học trước đó, vì đã thường trú, nên chưa chứng quả A-la-hán, thì không thể đắc quả vô học mà đã gọi là vô học thì không thích hợp với chánh lý.

Hỏi: Ý ông nghĩ thế nào? Khi các bậc Vô học A-la-hán đã đoạn trừ các kiết sử, quả A-la-hán có thoái chuyển từ quả vị vô học ấy thành quả hữu học chăng?

Đáp: Đúng như vậy.

Lại nữa, ý ông nghĩ gì? Các bậc Thánh giả Vô học A-la-hán đã đoạn trừ các kiết sử, khi thoái quả A-la-hán, chính ngay lúc đoạn trừ những kiết sử ấy, nên chuyển thành hữu học.

Nếu đoạn trừ những kiết sử ấy vào lúc này là thành bậc hữu học, thì thể của quả vị hữu học trước đó, vì đã thường trú, quả vị A-la-hán chưa thoái chuyển, thì chưa đắc quả hữu học mà đã gọi là bậc hữu học là không thích hợp với chân lý.

Lại nữa, Niết-bàn không phải trước đó là phi học, phi vô học, sau lại chuyển thành học; trước đó là học, sau lại chuyển thành vô học; trước đó là vô học, sau lại chuyển học.

Lại nữa, Niết-bàn không phải có học, có vô học, có phi học, phi vô học. Nếu như vậy, thì các pháp có hai phần, vì không quyết định, nên có tạp loạn. Vậy, không nên giả lập tánh tướng quyết định của các pháp.

Đức Phật cũng không hề dạy Niết-bàn có tính hữu học hay tính vô học. Vì Niết-bàn luôn luôn quyết định các pháp, không có tạp loạn, đối với phi học, phi vô học; Niết-bàn là tự tính thường trú, không xả ly tự tính, luôn luôn ở nơi tự tính, không có biến dịch. Do đó, Niết-bàn chỉ nên nói là phi học, phi vô học.

Như Khế kinh nói: A-la-hán thành tựu vô học giới uẩn, định uẩn, tuệ uẩn, giải thoát uẩn, giải thoát trí kiến uẩn.

Hỏi: Thế nào là giới uẩn vô học?

Đáp: Thân luật nghi vô học, ngữ luật nghi vô học, mạng thanh tịnh vô học.

Hỏi: Thế nào là định uẩn vô học?

Đáp: Ba loại định vô học, gồm: Không, Vô nguyện, Vô tướng.

Hỏi: Thế nào là tuệ uẩn vô học?

Đáp: Trí chánh kiến vô học.

Hỏi: Thế nào là giải thoát uẩn vô học?

Đáp: Tâm tương ưng với tác ý vô học, đã thắng giải, đang thắng giải, sẽ thắng giải.

Hỏi: Thế nào là giải thoát trí kiến uẩn vô học?

Đáp: Tận trí, vô sinh trí.

Hỏi: Tuệ uẩn vô học, với trí kiến giải thoát uẩn khác nhau như thế nào?

Đáp: Trí vô học Khổ, Tập, đó là tuệ uẩn vô học; Trí vô học Diệt, Đạo, đó là giải thoát trí kiến uẩn vô học. Lại nữa, Trí vô học Khổ, Tập, Diệt, đó là tuệ uẩn vô học. Trí vô học Đạo, đó là giải thoát trí kiến uẩn vô học. Lại nữa, trí vô học Khổ, Tập, Đạo, đó là tuệ uẩn vô học. Trí vô học Diệt, đó là giải thoát trí kiến uẩn vô học. Ấy là sự khác biệt.

Như đức Thế Tôn dạy: "Này Tỷ-khưu nên biết! Chỉ có một cứu cánh, không có sự cứu cánh nào khác".

Hỏi: Trong lời dạy này của đức Thế Tôn, pháp gì là cứu cánh?

Đáp: Đức Thế Tôn, hoặc có khi ở nơi đạo, Ngài nói âm thanh là cứu cánh; hoặc có khí ở nơi đoạn, Ngài nói âm thanh là cứu cánh.

Như đức Thế Tôn dạy:

"Một loại người thông, mạn
Không thể biết cứu cánh
Vì họ không chứng đạo
Không điều phục mà chết".

Ở nơi đoạn, nói âm thanh là cứu cánh, như đức Thế Tôn dạy:

"Người đã đến cứu cánh

Không còn sợ, nghi, hối
Vì nhổ sạch tên Hữu[53]
Họ ở thân sau cùng.
Đây là tối cứu cánh
Dấu tịch tịnh vô thượng
Dấu thanh tịnh bất tử
Vì các tướng chấm dứt".

Lại nữa, Khế kinh nói: Có một Phạm chí tên là Số-mục-liên, đến chỗ Phật, thưa hỏi Ngài rằng: "Tôn giả Kiều-đáp-ma là giáo thọ, đã giáo huấn, răn dạy các Tỷ-khưu... các vị Tỷ-khưu ấy đã tiếp nhận sự giáo huấn rồi, đều có thể chứng đắc cứu cánh Niết-bàn tối thượng chăng?"

Đức Thế Tôn dạy: "Sự kiện này không nhất định. Nhất loại thì có thể chứng; không phải loại thì không thể".

Như Khế kinh nói: Đức Phật dạy các Tỷ-khưu, "Có những vị ngoại đạo, tuy đồng thiết lập đoạn trừ tri chướng đối với các chấp thủ,

---

53 Hữu: Skt. Pāli: Bhava: Tồn tại, sinh tồn. Hữu là thể của quả dị thục, do chúng sinh chiêu cảm từ nghiệp nhân thiện ác, quả dị thục sinh ra khổ và vui. Nhân quả do hữu tạo thành tiếp nối nhau tồn tại không mất, nên gọi là hữu. (*Đại Tỳ-bà-sa* 60, *Đại chánh* 27).

Hữu là nghiệp có khả năng đưa đến quả báo vị lai, nên Hữu này là Hữu ở trong mười hai chi duyên khởi. (*Câu-xá luận* 9, *Đại chánh* 29; *Thành duy thức luận* 8, *Đại chánh* 31).

Ngoài ra, Hữu còn có nghĩa là Dục hữu, Hữu liên hệ đến sự tồn tại ở Dục giới; Sắc hữu, hữu liên hệ đến sự tồn tại ở Sắc giới; Vô sắc hữu, hữu liên hệ đến tồn tại ở Vô sắc giới.

Lại nữa, Hữu liên hệ đến bảy hữu, gồm: Địa ngục hữu, Ngạ quỷ hữu, Bàng sinh hữu, Thiên hữu, Nhân hữu, Nghiệp hữu, Trung hữu.

Lại nữa, Hữu còn có đến chín hữu, hai mươi lăm hữu, hai mươi chín hữu. (*Tập dị môn túc luận* 4, *Đại chánh* 26; *Đại Tỳ-bà-sa luận* 192, *Đại chánh* 27; *Câu-xá luận* 19, *Đại chánh* 29; *Thành duy thức luận* 2, 9, *Đại chánh* 31; *Đại trí độ luận* 3, *Đại chánh* 25).

nhưng họ không thể thiết lập đầy đủ. Nghĩa là họ chỉ thiết lập đoạn trừ các tri chướng đối với dục thủ, kiến thủ, giới cấm thủ, phi ngã ngữ thủ".

Hỏi: Ý nghĩa lời dạy này của đức Thế Tôn là gì?

Đáp: Có thuyết cho rằng: Đây là lời thuyết pháp tự nhiên của đức Thế Tôn. Nghĩa là Ngài dạy, những nhà ngoại đạo kia không nên tạo ra những giáo thuyết như vậy.

Vì sao? Vì đức Thế Tôn thuyết pháp hoặc phải có thiểu phần nhân duyên, chứ không phải hoàn toàn không có nhân duyên.

Lại nữa, có thuyết cho rằng: Lời dạy này của đức Thế Tôn, nhằm hiển thị rằng, những nhà ngoại đạo kia có đoạn trừ thiểu phần, nhưng họ không nên cho rằng như vậy. Vì sao? Vì ngã ngữ thủ[54], hạng phàm phu cũng có thể đoạn trừ thiểu phần.

Tuy nhiên, Phật-Thế Tôn, nói sự tinh yếu của chánh pháp, vì vô lượng đại chúng của thế giới người trời... khai thị không làm đảo lộn, khiến tùy theo chủng loại đều được hiểu rõ. Có những nhà ngoại đạo nghe trộm đức Phật dạy các danh từ về năm uẩn[55],

---

[54] Ngã ngữ thủ: Skt. Atmā-vādopādāna. Pāli: Atta-vādupādāna: Những phiền não duyên theo thân kiến thủ mà sinh khởi. Bám lấy các loại phiền não tham, mạn, vô minh, nghi hệ thuộc Sắc giới, Vô sắc giới mà sinh khởi. Ở trong các kiến chấp, ngã ngữ thủ thuộc về Thường kiến. (*Tập dị môn túc luận* 8, *Đại chánh* 26...).

[55] Năm uẩn: Skt. Pañca-skandha. Pāli: Pañca-skhandhā. Hán phiên âm là Tắc-kiện-đà và dịch: Ngũ ấm, Ngũ tụ, Ngũ chúng.

Năm uẩn, gồm: Sắc uẩn, Thọ uẩn, Tưởng uẩn, Hành uẩn, Thức uẩn. Năm uẩn gồm đủ cả ba tính thiện, ác, vô ký, thông cả hai pháp hữu lậu, vô lậu. "Pháp nào thuộc về hữu lậu, pháp ấy gọi là ngũ thủ uẩn". (*Đại Tỳ-bà-sa* 75, *Đại chánh* 27).

mười tám giới[56], mười hai xứ[57], năm triền cái[58], bốn niệm

[56] Mười tám giới: Skt. Aṣṭādaśa-dhātavaḥ. Cũng gọi là Thập bát tri. Giới hay dhātavah, có nghĩa là chủng loại hay chủng tộc. Mười tám chủng loại liên hệ đến thân thể con người, mỗi chủng loại đều có chức năng và tự tính khác nhau, vì vậy gọi là Thập bát giới. Chúng gồm: Sáu căn, mắt-tai-mũi-lưỡi-thân-ý; sáu trần, sắc-thanh-hương-vị-xúc-pháp; sáu thức, nhãn-thức-nhĩ thức-tỷ thức-thiệt thức-thân thức-ý thức. (*Đại Tỳ-bà-sa* 71, *Đại chánh* 27; *Câu-xá luận* 1, *Đại chánh* 29).

[57] Mười hai xứ: Cũng còn gọi là Thập nhị nhập. Xứ hay nhập. SKt là āyatana. Nghĩa là nuôi sống, hay sinh trưởng. Mười hai xứ hay Thập nhị xứ hoặc Thập nhị nhập, gồm sáu căn và sáu trần. Sáu căn là nơi nương tựa của các pháp thuộc về tâm và tâm sở, nên gọi là sáu nội xứ và sáu ngoại xứ là sắc-thanh-hương-vị-xúc-pháp. Sáu ngoại xứ là sáu đối tượng của nhận thức. Sáu ngoại xứ duyên vào sáu nội xứ mà xâm nhập nội tâm, nên gọi là xứ hoặc nhập. (*Tạp A-hàm kinh* 13, *Đại chánh* 2; *Đại Tỳ-bà-sa* 71, *Đại chánh* 27).

[58] Năm triền cái: Skt. Pañca-āvaraṇāni. āvaraṇa, nghĩa là che khuất tâm tính, che khuất những điều tốt đẹp nơi tâm. Hán dịch là cái. Pañca-āvaraṇāni là năm cái. Hán dịch là ngũ cái. Năm sự che khuất tâm tính, gồm:

1- Tham dục cái (Rāga-āvaraṇa): Tham lam đối với tài-sắc-danh-thực-thụy, khiến tâm tính tốt đẹp bị che khuất.

2- Sân nhuế cái (Pratigha-āvaraṇa): Đối với điều bất như ý khởi lên tâm sân giận, làm che mất tính tốt ở nơi tâm ý.

3- Hôn-miên cái (Styāna-āvaraṇa): Hôn trầm, buồn ngủ, khiến tâm nặng nề hôn ám, che khuất tâm tính tốt đẹp.

4- Trạo cử-ác tác cái (Auddhatya-kauṛtya-āvaraṇa): Cũng gọi là điệu-hý-cái, Trạo hối cái. Nghĩa là sự chao động của tâm, hoặc lo buồn, ân hận, khiến tâm tính tốt đẹp bị che khuất.

5- Nghi cái (Vicikitsā-āvaraṇa): Nghi ngờ đối với giáo pháp, khiến tâm tính do dự, không quyết định dứt khoát làm cho tâm tính bị che khuất.

Tham dục cái-sân nhuế cái, làm chướng ngại đối với giới uẩn. Hôn-miên cái, che khuất và chướng ngại đối với tuệ uẩn. Trạo cử và ác tác, làm chướng ngại và che khuất đối với định uẩn. Nghi cái che khuất khiến không chứng kiến và không tu tập để chứng được đối với lý Tứ Thánh đế. (*Tạp A-hàm kinh* 26, *Đại chánh* 2; *Đại Tỳ-bà-sa* 38, *Đại chánh* 27; *Câu-xá luận* 21, *Đại chánh* 29; *Đại trí độ luận* 17, *Đại chánh* 25).

trú[59], bảy giác chi[60]... hoặc họ trộm nghe đầy đủ hoặc trộm nghe không

---

[59] Bốn niệm trú: Skt. Catvāri-smṛty-upasthānāni. Pāli: Cattāro-paṭṭhānāni. Hán dịch là Tứ niệm trú, Tứ niệm xứ, Tứ ý chỉ, Tứ chỉ niệm. Niệm là quán chiếu, trú là dừng lại. Ấy là bốn phương pháp tập trung tâm ý an trú vào một trong bốn đối tượng, gồm Thân-Thọ-Tâm-Pháp. Do tâm an trú vào một trong bốn đối tượng này, khiến vọng tưởng đình chỉ, mọi niệm khởi lên nơi tâm ý dừng lại. Tuệ do quán niệm sinh khởi. Tuệ quán là quán niệm tuần tự đối với tự tướng và cộng tướng của Thân-Thọ-Tâm-Pháp. Tự tướng là tướng của từng đối tượng. Cộng tướng là tướng chung của các đối tượng. Ví dụ, tự tướng của thân là sắc uẩn; tự tướng của thọ là thọ uẩn; tự tướng của tâm là mong cầu, truy xét... tự tướng của pháp là tương tác nhân duyên sinh khởi, không có tự tính... Cộng tướng của Thân-Thọ-Tâm-Pháp đều là vô thường, đều nuốt chửng lẫn nhau, đều trống rỗng bên trong, và hoàn toàn không có thực thể, khiến cho hành giả xả ly mọi điên đảo vọng tưởng đối với Thân-Thọ-Tâm-Pháp.

Lại nữa, tu tập Tứ niệm trú tuần tự thể nhập Tứ Thánh đế. Tu tập Thân niệm trú đi vào được Khổ Thánh đế. Tu tập Thọ niệm trú đi vào được Tập Thánh đế. Tu tập Tâm niệm trú đi vào được Diệt Thánh đế. Tu tập Pháp niệm trú đi vào được Đạo Thánh đế. (Tam tụ kinh, *Trường A-hàm* 10, *Đại chánh* 1; *Tăng nhất A-hàm* 11, *Đại chánh* 2; *Đại trí độ luận* 19, *Đại chánh* 25; *Câu-xá luận* 23, *Đại chánh* 29; *Đại thừa A-tỳ-đạt-ma tạp tập luận* 10, *Đại chánh* 31).

[60] Bảy giác chi: Skt. Saptabodhi-aṅgāni. Hán dịch là Thất giác chi, Thất bồ đề phần, Thất đẳng giác chi, Thất biến giác chi, Thất giác phần, Thất giác ý, Thất giác chi pháp, Thất giác ý pháp. Giác hay bodhi là tuệ giác. Tu tập bảy yếu tố này đưa đến trí tuệ giác ngộ. Bảy yếu tố này, gồm:

1- Trạch pháp giác chi: Do có năng lực tuệ giác, nên lựa chọn được pháp thích ứng để hành trì, đi đúng với Thánh đạo tám chi, loại bỏ tám tà chi.

2- Niệm giác chi: Luôn luôn duy trì và quán tâm ở trong Định và Tuệ.

3- Tinh tấn giác chi: Nỗ lực thực hành đúng theo Trạch pháp giác chi, duy trì và quán tâm ở trong định và tuệ, cho đến khi đạt được Chánh kiến-chánh tư duy.

4- Hỷ giác chi: Tâm sinh khởi hỷ lạc, do Trạch pháp giác chi-Niệm giác chi-Tinh tấn giác chi đem lại.

5- Khinh an giác chi: Trạng thái tâm ý an lạc-nhẹ nhàng, do Trạch pháp giác chi, Niệm giác chi, Tấn giác chi, Hỷ giác chi đem lại.

6- Định giác chi: Tâm ý an trú vào một cảnh trong sáng, tỉnh giác nhất định.

đầy đủ.

Các nhà ngoại đạo này, nếu họ nghe được danh từ dục thủ[61], liền nói rằng, ta cũng thiết lập đoạn trừ tri chướng đối với dục thủ; hoặc nghe trộm được danh từ kiến thủ[62], liền nói rằng, ta cũng thiết lập đoạn trừ tri chướng đối kiến thủ; hoặc nghe trộm được danh từ giới cấm thủ[63], liền nói rằng, ta cũng thiết lập đoạn trừ tri chướng đối với giới cấm thủ.

Như các Tỷ-khưu tập hợp một chỗ, có các nhà ngoại đạo đến nói như thế này: "Như Kiều-đáp-ma, vì các đệ tử, tuyên thuyết tinh yếu của pháp, nghĩa là nói như thế này: 'Này các Tỷ-khưu, quý vị nên đoạn trừ năm triền cái. Năm triền cái như vậy, có thể làm cho tâm ô nhiễm, khiến cho sức mạnh của tuệ yếu kém, tổn hại bảy chi phần giác ngộ, chướng ngại Niết-bàn; nên an trú tâm một cách khéo léo ở nơi bốn niệm trú; nên siêng năng tu tập ở nơi bảy chi phần giác ngộ'. Chúng tôi cũng vì các đệ tử mà nói các pháp tinh yếu này, chỗ trình bày pháp tinh yếu của Kiều-đáp-ma với tôi có khác gì nhau, mà sao nay quý vị quy y một mình ông ấy?"

Tuy nhiên, những người ngoại đạo kia, còn không thể biết tên gọi và hành tướng của năm triền cái, huống nữa có khả năng liễu đạt, an trú ở nơi bốn niệm trú, tu tập bảy chi phần giác ngộ.

7- Xả giác chi: Tâm ý ở trọng điểm cân bằng, giữa định và tuệ không có thiên lệch. (*Tạp A-hàm* 26, *Đại chánh* 2; *Đại Tỳ-bà-sa luận* 26, *Đại chánh* 27).

61 Dục thủ: Skt. Kamopādāna. Kama là tham dục; Upādāna là thủ. Thủ có nghĩa là nắm giữ, thu nhận, lựa chọn. Dục thủ là một trong bốn loại phiền não, chúng sinh nắm lấy để tạo tác và tiếp nhận quả báo khổ đau trong ba cõi.

62 Kiến thủ: Skt. Dṛṣṭy-Upādāna. Pāli: Diṭṭhi- upādāna. Dṛṣṭi, Diṭṭhi, cái biết do thấy và nghe phân biệt tạo nên. Kiến thủ là bám lấy cái biết do phân biệt từ nghe và thấy tạo nên ấy, gọi là kiến thủ.

63 Giới cấm thủ: Skt. Śīlavratopādāna. Pāli: Sīla-bbata-upādāna. Śīlavrata hay Sīla-bbata, nghĩa là giới cấm. Giới cấm thủ là bám lấy những điều răn dạy không phù hợp với chánh đạo, không dẫn tới đời sống giải thoát chấm dứt sinh tử. (*Tập dị môn túc luận* 8, *Đại chánh* 26; *Đại thừa A-tỳ-đạt-ma tạp tập luận* 7, *Đại chánh* 31).

Dĩ nhiên, do họ nghe trộm lời Phật dạy, nên họ lập thuyết như vậy. Họ thiết lập giáo thuyết đoạn trừ các thủ, cũng nên biết như vậy.

Lại nữa, như nhà ngoại đạo Ma-kiệt-địa-ca không hiểu rõ tự thân là nơi tập khởi của các chủng loại bệnh tật, sát-na vô thường, bức hại, rỗng không, phi ngã, đi đến chỗ Phật vỗ bụng mà nói: "Thân này hôm nay của tôi, đã không có các bệnh, cho nên biết rằng, chính nó là cứu cánh Niết-bàn".

Nhà ngoại đạo kia, còn không biết hành tướng của tên gọi vô bệnh, huống nữa là có khả năng liễu đạt cứu cánh Niết-bàn.

Nhưng, vì nghe trộm lời Phật, nên tạo ra lập thuyết như vậy. Thiết lập đoạn trừ chấp thủ, cũng nên biết như vậy.

Hỏi: Ngoại đạo do duyên cớ nào, chỉ thiết lập đoạn trừ tri chướng ba thủ, chứ không có ngã ngữ thủ?

Đáp: Nhà ngoại đạo kia ở trong đêm dài tăm tối chấp thủ có ngã và hữu tình, thọ mạng, sanh ra, khả năng nuôi dưỡng, bổ-đặc-già-la là chân thật. Nhà ngoại đạo kia đã chấp thủ những thứ ấy là có thật.

Hỏi: Chúng tôi thà khẳng định rằng, thiết lập đoạn trừ ngã ngữ thủ, nói đồng với thiết lập đoạn trừ tri chướng các chấp thủ, điều ấy nghĩa như thế nào?

Đáp: Là Phật-Thế Tôn, tùy thuận ngôn thuyết của ngoại đạo, như đức Thế Tôn dạy: "Các nhà ngoại đạo kia, thiết lập đoạn hoại nơi các hữu tình là có thật".

Tuy nhiên, y cứ vào nghĩa lý thù thắng, thì hữu tình không thật có, chỉ thuận theo lập thuyết của họ mà nói như vậy. Điều này cũng như vậy, nên không có lỗi.

Như Khế kinh nói: Có hai loại biến trí, đó là trí biến tri và đoạn biến tri.

Hỏi: Thế nào là trí biến tri?

Đáp: Các chứng kiến của trí quán hiện tiền tĩnh giác minh bạch, đó gọi là trí biến tri.

Hỏi: Thế nào là đoạn biến tri?

Đáp: Các tham dục, sân dục, si dục vĩnh viễn đoạn trừ; hết thảy phiền não đều vĩnh viễn dứt sạch. Đó gọi là đoạn biến tri.

Đức Thế Tôn, hoặc có khi nơi trí kiến mà tuyên thuyết âm thanh biến tri; hoặc có khi ở nơi vĩnh đoạn phiền não mà tuyên thuyết âm thanh biến tri.

Ở nơi trí kiến tuyên thuyết âm thanh biến tri, như bài kệ nói:

"Nho đồng hiền tĩnh lặng
Có thể lợi thế gian
Trí có thể biến tri
Các khổ tham ái sinh.
Có trí nói, nên làm
Không làm, không nên nói
Bậc trí, nên biến tri
Hữu ngôn, không tác giả".

Ở nơi phiền não vĩnh viễn đoạn trừ, tuyên thuyết âm thanh biến tri, như Khế kinh nói:

"Đức Phật bảo, này các Tỷ-khưu! Như lai sẽ vì quý vị nói rõ các pháp thuộc về biến tri, tự tính biến tri, pháp năng biến tri, pháp sở biến tri. Nghĩa ngũ thủ uẩn là tự tính biến tri; tham vĩnh viễn đoạn trừ; sân si vĩnh viễn đoạn trừ; hết thảy phiền não vĩnh viễn đoạn trừ là năng biến tri. Nghĩa là các bậc A-la-hán, các lậu hoặc đã vĩnh viễn đoạn tận, không có chấp Như lai sau khi chết còn hay không còn, pháp không nên thọ ký..."

Hỏi: Thế nào là quy y chư Phật?

Đáp: Nếu pháp thật có là do tưởng hiện hữu, do tưởng đồng loại, mà thiết lập ngôn thuyết, gọi là Phật-đà. Quy y Phật là quy y pháp hữu học, vô học thành tựu bồ-đề nơi đức Phật.

Thế nào là quy y chư Pháp?

Đáp: Nếu pháp thật có là do tưởng hiện hữu, do tưởng đồng loại, mà thiết lập ngôn thuyết, gọi là đạt-ma, quy y như vậy là quy y Niết-bàn, tận diệt xả ly ở nơi ái, gọi là quy y Pháp.

Hỏi: Thế nào là quy y chư Tăng?

Đáp: Nếu pháp thật có là do tưởng hiện hữu, do tưởng đồng loại, mà thiết lập ngôn thuyết, gọi là Tăng-già. Quy y Tăng-già là quy y pháp hữu học, vô học tạo thành Tăng-già, gọi là quy y Tăng.

PHẨM NĂM: LUẬN VỀ VÔ TÀM

Tâm hai căn trắng đen
Trạo, hối, hôn, miên, mộng
Cái, vô minh, bất cộng
Chương này nguyện nói đủ.

Hỏi: Thế nào là tâm không hổ ngươi?

Đáp: Những chủng loại không có hổ ngươi, không có chỗ hổ ngươi, không có hổ ngươi với người khác, không có xấu hổ, không có chỗ xấu hổ, không có xấu hổ với người khác, không có kính trọng, không có tính cách kính trọng, không có tự tại, không có tính cách tự tại. Đối với người tự tại không có biến thái sợ hãi, đó gọi là không có hổ ngươi.

Hỏi: Thế nào là không thẹn thùng?

Đáp: Những chủng loại không có thẹn thùng, không có chỗ thẹn thùng, không có thẹn thùng với người khác, không có xấu xa, không có chỗ xấu xa, không có xấu xa với người khác, đối với các tội lỗi không có sợ, không có hãi, không nhìn thấy sợ hãi, đó gọi là không có thẹn thùng.

Hỏi: Có sự khác biệt nào giữa không có hổ ngươi và không có thẹn thùng Không?

Đáp: Đối với người tự tại, không có tâm biến thái sợ hãi, đó gọi là không hổ ngươi. Ở trong các tội lỗi không cảm thấy sợ hãi, đó là không thẹn thùng. Chúng khác nhau là như vậy.

Hỏi: Thế nào là hổ ngươi?

Đáp: Những chủng loại có hổ ngươi, có chỗ hổ ngươi, có hổ ngươi với người khác, có sỉ nhục, có chỗ sỉ nhục, có sỉ nhục với người khác, có kính trọng, có tính cách kính trọng, có tự tại, có tính cách tự tại. Đối với người tự tại có biến thái sợ hãi, đó gọi là hổ ngươi.

Hỏi: Thế nào là thẹn thùng?

Đáp; Những chủng loại có thẹn thùng, có chỗ thẹn thùng, có thẹn thùng với người khác, có sỉ nhục, có chỗ sỉ nhục, có sỉ nhục với người khác. Ở trong các tội lỗi có sợ, có hãi, cảm thấy sợ hãi một cách sâu xa, đó gọi là thẹn thùng.

Hỏi: Có sự khác biệt nào giữa hổ người và thẹn thùng không?

Đáp: Đối với người tự tại có biến thái sợ hãi, đó gọi là hổ ngươi. Ở trong các tội lỗi cảm thấy sợ hãi một cách sâu xa, đó gọi là thẹn thùng. Chúng khác nhau là như vậy.

Hỏi: Thế nào là các căn bất thiện tăng thượng?

Đáp: Các căn bất thiện có thể cắt đứt thiện căn và khi xả ly sự ô nhiễm nơi các dục, thì trước hết là xả bỏ các căn bất thiện.

Hỏi: Thế nào là cùng hiện hành vi tế đối với các căn bất thiện?

Đáp: Khi xả ly sự ô nhiễm nơi các dục, thì các căn bất thiện là chỗ xả ly sau cùng. Vì do chúng xả ly sau cùng, nên gọi là xả ly ô nhiễm nơi các dục.

Hỏi: Thế nào là các thiện căn tăng thượng ở nơi Dục giới?

Đáp: Khi bồ-tát chứng nhập Chánh tánh ly sanh, đạt được trí thế tục biên cương hiện quán thuộc Dục giới. Và khi Như lai đạt được tận trí là đạt được các thiện căn vô tham, vô sân, vô si, đối với Dục giới.

Hỏi: Thế nào là cùng hiện hành vi tế đối với các thiện căn?

Đáp: Khi thiện căn bị cắt đứt là chỗ xả bỏ sau cùng. Vì do sự xả bỏ sau cùng ấy, nên gọi là sự cắt đứt các thiện căn.

Hỏi: Các tâm quá khứ, các tâm ấy có hư hoại, biến đổi không?

Đáp: Các tâm quá khứ, các tâm ấy đều có hư hoại, biến đổi. Có những tâm hành hư hoại, biến đổi, nhưng những tâm hành ấy không thuộc về quá khứ. Nghĩa là những tâm hành tương ưng với tham, sân thuộc về vị lai và hiện tại.

Như đức Thế Tôn dạy: "Này các thầy Tỷ-khưu! Nếu các thầy bị những kẻ giặc thù oán đối, cưa xẻ thân thể các thầy ra từng đoạn, các thầy trong hoàn cảnh ấy, tâm không có hoại diệt, biến đổi, cần phải phòng hộ lời nói, không để phát ra những lời nói hung ác. Nếu tâm biến đổi và phát ra những lời nói hung ác, thì ở nơi tự thân của sự mong cầu sẽ gặp nhiều chướng ngại".

Lại nữa, đức Thế Tôn dạy: "Này các thầy Tỷ-khưu! Ở trong những cảnh giới của dục vi diệu, tâm không nên khởi phát biến hoại".

Hỏi: Các tâm hành vướng mắc, ô nhiễm, các tâm hành ấy có biến hoại chăng?

Đáp: Các tâm hành vướng mắc, ô nhiễm, các tâm hành ấy đều biến hoại. Có những tâm hành biến hoại, nhưng những tâm hành không phải là ô nhiễm. Nghĩa là các tâm hành ấy không tương ưng với tham quá khứ và tâm tương ưng với sân vị lai, hiện tại.

Như đức Thế Tôn dạy: "Này các thầy Tỷ-khưu! Giả sử bị giặc oán, nói rộng ra, cho đến những điều tự thân mong cầu sẽ gặp nhiều chướng ngại".

Hỏi: Thế nào là trạo cử?

Đáp: Các tâm hành không tĩnh lặng, không dừng lại, khinh suất, dao động, vội vã, tính nóng nảy, manh động ở nơi các tâm hành. Đó gọi là trạo cử.

Hỏi: Thế nào là ố tác?

Đáp: Các tâm hành nóng nảy, bốc đồng, áo não, biến đổi xấu ác, tính của tâm tìm kiếm, ân hận, đó gọi là ố tác.

Hỏi: Các tâm hành trạo cử và ố tác ấy tương ưng như thế nào?

Đáp: Nên chia ra bốn trường hợp:

1. Trường hợp tâm hành có trạo cử, nhưng không tương ưng với ố tác. Nghĩa là tính có dao động vội vã, nhưng không phải là tâm ố tác.

2. Trường hợp tâm hành có ố tác, nhưng không tương ưng với trạo cử. Nghĩa là tính có truy tìm, hối trách, nhưng tâm không có ô nhiễm.

3. Trường hợp tâm hành có trạo cử, nhưng cũng có tương ưng với ố tác. Nghĩa là tính có truy tìm, hối trách, có tâm ô nhiễm.

4. Trường hợp tâm hành không có trạo cử, nhưng cũng không có tương ưng với ố tác. Nghĩa là ngoại trừ các hành tướng ở trước.

Hỏi: Thế nào là hôn trầm?

Đáp: Tính của các thân hành nặng nề. Tính nặng nề nơi tâm, thân không điều hòa nhu nhuyến, tâm không điều hòa, nhu nhuyến; thân chậm chạp, lúng túng; tâm chậm chạp, lúng túng; thân phiền muộn, tâm phiền muộn, tính nặng nề hôn ám nơi tâm, đó là hôn trầm.

Hỏi: Thế nào là thụy miên?

Đáp: Các tâm hành chuyển vận tinh tế nơi ngủ nghỉ, tâm tính mê muội sơ suất, đó gọi là thụy miên.

Hỏi: Các tâm hành hôn trầm ấy có tương ưng với tâm thụy miên không?

Đáp: Nên chia ra có bốn trường hợp:

1. Trường hợp có hôn trầm, nhưng không có tương ưng với tâm thụy miên. Nghĩa là có tính hôn trầm, nhưng không có thụy miên.

2. Trường hợp có thụy miên, nhưng không tương ưng với hôn trầm. Nghĩa là tính có thụy miên, nhưng tâm không ô nhiễm.

3. Tâm hành có hôn trầm, cũng có tương ưng với thụy miên. Nghĩa là tính có hôn trầm, tâm có nhiễm ô.

4. Trường hợp tâm không hôn trầm, cũng không tương ưng với thụy miên. Nghĩa là ngoại trừ các hành tướng thụy miên ở trước.

Hỏi: Thụy miên, nên nói là thiện, bất thiện hay vô ký?

Đáp: Thụy miên, nên nói hoặc là thiện, hoặc là bất thiện, hoặc là vô ký.

Hỏi: Thế nào thụy miên là thiện?

Đáp: Nghĩa là do ngủ say, những tâm hành vi tế chuyển đổi mà thành ra thiện. Tính của tâm là lược giản mờ mịt.

Hỏi: Thế nào thụy miên là bất thiện?

Đáp: Nghĩa là do ngủ say, những tâm hành vi tế chuyển đổi mà thành ra bất thiện. Tính của tâm lược giản mờ mịt.

Hỏi: Thế nào thụy miên là vô ký?

Đáp: Nghĩa là do ngủ say, những tâm hành vi tế chuyển đổi mà thành ra vô ký. Tính của tâm là lược giản mờ mịt.

Hỏi: Trong mộng, nên nói là có phước tăng trưởng hay không có phước tăng trưởng, hoặc không phải có phước hay không phải không có phước tăng trưởng?

Đáp: Trong mộng, nên nói là có phước tăng trưởng hay không có phước tăng trưởng, hoặc không phải có phước hay không phải không có phước tăng trưởng.

Phước đức có tăng trưởng, ví như có người bố thí, làm phước, thọ trì trai giới, hoặc những việc làm khác, thuận theo từ một tâm hành phước đức chuyển vận tương tục ở trong giấc mộng.

Phước đức không có tăng trưởng, ví như có người sát hại sanh mạng, trộm cắp, dâm dục, tà hạnh, cố ý nói dối, uống các loại rượu, hoặc những việc làm khác, thuận theo từ một tâm hành không phải phước đức chuyển vận tương tục ở trong giấc mộng.

Phước đức không có tăng trưởng, không phải không có tăng trưởng, ví như có người phước đức không có tăng trưởng, không phải không có tăng trưởng, chuyển vận tương tục ở trong giấc mộng.

Hỏi: Pháp ở trong giấc mộng tên gọi là gì?

Đáp: Lúc ngủ nghỉ, các pháp thuộc về tâm và tâm sở, chuyển vận theo pháp đã được duyên. Người ấy khi tỉnh dậy, theo nơi ký ức của mình, có thể kể lại cho người khác, trong giấc mộng của mình, tôi đã thấy những sự kiện như vậy, như vậy, đó gọi là giấc mộng.

Như trong Khế kinh dạy: "Có năm triền cái".

Hỏi: Năm triền cái thâu nhiếp các triền cái, hay các triền cái thâu nhiếp năm triền cái?

Đáp: Các triền cái thâu nhiếp năm triền cái, không phải năm triền cái thâu nhiếp các triền cái.

Hỏi: Vì sao năm triền cái, không thâu nhiếp hết các triền cái?

Đáp: Nghĩa là triền cái thuộc về vô minh, như đức Thế Tôn dạy:

"Bị che bởi vô minh
Bị trói bởi ái kết
Trí, ngu đều cảm được
Như vậy, thân có thức".

Hỏi: Các triền cái kia che phải không?

Đáp: Nên thiết lập ra có bốn trường hợp:

1. Trường hợp có triền cái, nhưng không phải che khuất. Nghĩa là năm triền cái thuộc về quá khứ, vị lai.

2. Trường hợp có che khuất, nhưng không phải là triền cái. Trừ ra năm triền cái, còn các loại phiền não khác, biểu hiện ngay ở trước mặt.

3. Trường hợp có năm triền cái mà cũng có che khuất. Nghĩa là năm triền cái tùy thuộc vào ở nơi một pháp đang biểu hiện trước mắt.

4. Trường hợp không phải triền cái, không phải che khuất. Nghĩa là ngoại trừ những hành tướng đã nêu ra trong các trường hợp ở trước.

Hỏi: Các chủng tử ngủ ngầm thuộc vô minh liên hệ đến Dục giới, hết thảy chúng đều là bất thiện ư?

Đáp: Các bất thiện chủng tử ngủ ngầm thuộc vô minh đều liên hệ đến Dục giới.

Lại có những trường hợp, chủng tử ngủ ngầm hệ thuộc vô minh mà không phải là bất thiện. Như là những loại chủng tử ngủ ngầm hệ thuộc vô minh tương ưng với thân kiến, biên kiến, chấp kiến liên hệ đến Dục giới.

Hỏi: Các chủng tử ngủ ngầm thuộc vô minh liên hệ đến Sắc giới, Vô sắc giới, hết thảy chúng đều là vô ký ư?

Đáp: Các loại chủng tử ngủ ngầm hệ thuộc vô minh, liên hệ đến Sắc giới, Vô sắc giới đều là vô ký.

Lại có những trường hợp, chủng tử ngủ ngầm hệ thuộc vô minh-vô ký mà không phải hệ thuộc Sắc giới, Vô sắc giới. Nghĩa là các loại chấp kiến tương ưng với vô minh, như thân kiến, biên kiến, kiến thủ, liên hệ đến Dục giới.

Hỏi: Các chủng tử ngủ ngầm hệ thuộc vô minh do chứng kiến Khổ, Tập mà được đoạn trừ đều là biến hành phải không?

Đáp: Các loại chủng tử ngủ ngầm thuộc vô minh là biến hành, đều do chứng kiến Khổ, Tập mà được đoạn trừ.

Có trường hợp các loại chủng tử ngủ ngầm hệ thuộc vô minh, do chứng kiến Khổ, Tập mà được đoạn trừ, nhưng không phải là biến hành. Nghĩa là pháp do chứng kiến Khổ, Tập mà được đoạn trừ, chứ không phải là biến hành.

Hỏi: Các kiến chấp thuộc vô minh tương ưng với các chủng tử ngủ ngầm, do chứng kiến Diệt, Đạo mà các chủng tử ngủ ngầm hệ thuộc được đoạn trừ, thì các chủng tử ấy không phải là biến hành ư?

Đáp: Các loại chủng tử ngủ ngầm thuộc vô minh, do chứng kiến các pháp Diệt, Đạo mà được đoạn trừ, chúng đều không phải là biến hành.

Có trường hợp chủng tử ngủ ngầm thuộc vô minh, không phải là biến hành, cũng không phải là do chứng kiến các pháp Diệt, Đạo mà được đoạn. Nghĩa là những chủng tử ngủ ngầm tương ưng với vô minh, do chứng kiến các pháp Diệt, Đạo mà được đoạn trừ không phải là biến hành.

Hỏi: Thế nào là chủng tử ngủ ngầm thuộc vô minh không cùng cộng tác?

Đáp: Nghĩa là các loại vô minh đối với Khổ không hiểu rõ, đối với Tập, Diệt, Đạo không hiểu rõ.

Hỏi: Thế nào là các triền cái và các loại trạo cử không cùng cộng tác?

Đáp: Không có triền cái và trạo cử không cùng cộng tác.

PHẨM SÁU: LUẬN VỀ TƯỚNG

Hai, ba tướng, đồng, khác
Lão tử, vô thường nhanh
Ba tướng một sát-na
Chương này nguyện nói đủ.

Hỏi: Sanh, trú, lão, vô thường, ở nơi sắc pháp, nên nói chúng thuộc về sắc hay không thuộc về sắc?

Đáp: Nên nói là pháp không thuộc về sắc.

Hỏi: Pháp thuộc về vô thường, sanh, trú, lão không phải là sắc, nên gọi chúng là thuộc về không phải là sắc hay là sắc?

Đáp: Nên gọi chúng không thuộc về sắc.

Hỏi: Pháp vô thường, sanh, trú, lão là có thấy, thì nên nói chúng là pháp có thấy hay nói không có thấy?

Đáp: Nên nói là pháp không có thấy.

Hỏi: Pháp vô thường, sanh, trú, lão là không thấy, thì nên nói là pháp không thấy hay nói là pháp có thấy?

Đáp: Nên nói là pháp không có thấy.

Hỏi: Pháp vô thường, sanh, trú, lão là pháp có đối ngại, thì nên nói chúng là pháp đối ngại hay không đối ngại?

Đáp: Nên nói là pháp không có đối ngại.

Hỏi: Pháp vô thường, sanh, trú, lão là pháp không đối ngại, thì nên nói là pháp không đối ngại hay có đối ngại?

Đáp: Nên nói là không có đối ngại.

Hỏi: Pháp vô thường, sanh, trú, lão hữu lậu, thì nên nói là pháp hữu lậu hay nói là vô lậu?

Đáp: Nên nói là pháp hữu lậu.

Hỏi: Pháp hữu vi vô thường, sanh, trú, lão, thì nên nói chúng là hữu vi hay vô vi?

Đáp: Nên nói là hữu vi.

Hỏi: Pháp vô thường, sanh, trú, lão là vô vi, thì nên nói chúng là hữu vi hay vô vi?

Đáp: Nên nói là vô vi, ấy là pháp không có vô thường, không có sanh-trú-lão.

Hỏi: Pháp vô thường, sanh, trú, lão quá khứ, nên nói chúng là quá khứ, vị lai hay hiện tại?

Đáp: Nên nói là quá khứ.

Hỏi: Pháp vô thường, sanh, trú, lão vị lai, nên nói chúng là vị lai, quá khứ hay hiện tại?

Đáp: Nên nói là vị lai.

Hỏi: Pháp vô thường, sanh, trú, lão hiện tại, nên nói chúng là hiện tại, quá khứ hay vị lai?

Đáp: Nên nói là hiện tại.

Hỏi: Các pháp thiện vô thường, sanh, trú, lão, nên nói là thiện, bất thiện hay vô ký?

Đáp: Nên nói là thiện.

Hỏi: Các pháp bất thiện vô thường, sanh, trú, lão, nên nói là bất thiện, thiện hay vô ký?

Đáp: Nên nói là bất thiện.

Hỏi: Các pháp vô ký, vô thường, sanh, trú, lão, nên nói là vô ký, thiện hay bất thiện?

Đáp: Nên nói là vô ký.

Hỏi: Các pháp vô thường, sanh, trú, lão, hệ thuộc Dục giới, nên nói chúng hệ thuộc Dục giới, Sắc giới hay Vô sắc giới?

Đáp: Nên nói hệ thuộc Dục giới.

Hỏi: Các pháp vô thường, sanh, trú, lão, hệ thuộc Sắc giới, nên nói chúng hệ thuộc Sắc giới, Dục giới hay hệ thuộc Vô sắc giới?

Đáp: Nên nói hệ thuộc Sắc giới.

Hỏi: Các pháp vô thường, sanh, trú, lão, hệ thuộc Vô sắc giới, nên nói chúng hệ thuộc Vô sắc giới, Dục giới hay Sắc giới?

Đáp: Nên nói hệ thuộc Vô sắc giới.

Hỏi: Pháp học vô thường, sanh, trú, lão, nên nói là pháp học, vô học, phi học, phi vô học?

Đáp: Nên nói là pháp học.

Hỏi: Pháp vô học vô thường, sanh, trú, lão, nên nói là pháp vô học, học, phi học, phi vô học?

Đáp: Nên nói là pháp vô học.

Hỏi: Pháp phi học, phi vô học vô thường, sanh, trú, lão, nên nói là pháp phi học, phi vô học, học, hay vô học?

Đáp: Nên nói là pháp phi học, phi vô học.

Hỏi: Do chứng kiến được đoạn trừ pháp vô thường, sanh, trú, lão, nên nói là pháp do chứng kiến được đoạn trừ, hay do tu tập mà được đoạn trừ hay không được đoạn trừ?

Đáp: Nên nói do chứng kiến mà được đoạn trừ.

Hỏi: Do tu tập mà đoạn trừ được pháp vô thường, sanh, trú, lão, nên nói là do tu tập mà được đoạn trừ, hay do chứng kiến mà được đoạn trừ, hay không được đoạn trừ?

Đáp: Nên nói do tu tập mà được đoạn trừ.

Hỏi: Do không đoạn trừ được pháp vô thường, sanh, trú, lão, nên nói không đoạn trừ được, hay do chứng kiến mà đoạn trừ được?

Đáp: Nên nói là không đoạn trừ.

Hỏi: Thế nào là già?

Đáp: Do biến tướng trái lại với quả dị thục, từ các hành hướng tới, nên gọi là già.

Hỏi: Thế nào là chết?

Đáp: Các chủng loại hữu tình, từ nơi chúng đồng phần của các chủng loại hữu tình ấy, chuyển đổi, biến hoại, ẩn chìm, xả bỏ thọ mạng, mạng căn tàn lụi, các uẩn diệt bỏ, thân thể tiêu tán, nên gọi là chết.

Hỏi: Thế nào là vô thường?

Đáp: Các hành tán hoại, phá hư, ẩn chìm, thoái mất, nên gọi là vô thường.

Hỏi: Chết và vô thường khác nhau như thế nào?

Đáp: Mọi chủng loại chết đều là vô thường. Nhưng có những cái vô thường mà không phải là chết. Ngoài trừ chết ra, những cái khác, gọi là các hành ẩn diệt.

Hỏi: Năng lực của nghiệp là mạnh hay năng lực của vô thường là mạnh?

Đáp: Năng lực của nghiệp là mạnh, chứ không phải là năng lực của vô thường.

Có thuyết cho rằng: "Năng lực của vô thường mạnh, chứ không phải là năng lực của nghiệp. Vì sao? Vì nghiệp cũng là vô thường".

Ở trong nghĩa này, năng lực của nghiệp là mạnh, chứ không phải là năng lực của vô thường. Vì sao? Vì nghiệp có thể hủy diệt các hành trong ba đời, còn vô thường vì chỉ có hủy diệt các hành ở trong hiện tại.

Như đức Thế Tôn dạy: "Có ba tướng hữu vi của các pháp hữu vi, các pháp hữu vi khởi hiện cũng có thể biết rõ tồn tại, biến đổi và diệt tận ngay trong một sát-na".

Hỏi: Thế nào là khởi hiện?

Đáp: Sanh.

Hỏi: Thế nào là tận?

Đáp: Vô thường.

Hỏi: Thế nào tồn tại và biến đổi?

Đáp: Già.

PHẨM BẢY: LUẬN VỀ NGHĨA VÔ

Vô, nghĩa, niệm, vô tướng
Biết pháp luân, lậu sạch
Đa dục, nuôi dưỡng, đủ
Chương này nguyện nói đủ.

Như đức Thế Tôn dạy:

"Tu các khổ hạnh khác
Nên biết đều vô nghĩa
Kia không thâu an lợi
Như thuyền chèo trên đất".

Hỏi: Vì sao đức Thế Tôn nói như vậy: Tu tập các pháp khổ hạnh khác đều vô nghĩa?

Đáp: Các pháp khổ hạnh ấy hướng tới cái chết, gần với cái chết và đưa đến cái chết, vì các khổ hạnh như vậy không thể nào vượt thoát cái chết.

Lại nữa, đức Thế Tôn dạy: "Ngồi với tư thế Kiết-già, thân đoan nghiêm, nguyện chơn chính, niệm an trú ngay trước mặt".

Hỏi: Thế nào gọi là an trú đối với niệm trước mặt? Người tu tập khi quán chiếu các tâm hành, buộc niệm ở giữa hai chân mày; hoặc quán chiếu tử thi ứ xanh; hoặc quán chiếu sình trướng; hoặc quán chiếu máu mủ nát rữa; hoặc quán chiếu hư hoại, nứt rã; hoặc quán chiếu màu đỏ khác lạ; hoặc quán chiếu bị muông thú ăn thịt; hoặc quán chiếu phân rã; hoặc quán chiếu xương trắng; hoặc quán chiếu những khớp xương còn lại. Những phương pháp quán chiếu này, gọi là niệm an trú trước mặt.

Lại nữa, như đức Thế Tôn dạy: "Tôn giả đại Mục-kiền-liên, Phạm thiên Để-sa không nói đến an trú vô tướng thứ sáu chăng?"

Hỏi: Thế nào gọi là an trú vô tướng thứ sáu?

Đáp: Tùy tín hành, tùy pháp hành, gọi là an trú vô tướng thứ sáu. Vì sao? Vì hai pháp này là vô tướng, nên không thể an lập, không thể biểu hiện tại chỗ này hay tại chỗ kia, hoặc nhẫn pháp trí đối với khổ, hoặc pháp trí đối vơi khổ. Nói rộng ra cho đến nhẫn loại trí đối với đạo, nên vô tướng không thể an lập, không thể biểu hiện ở nơi này, ở nơi kia, gọi là an trú vô tướng thứ sáu.

Như Khế kinh dạy: Phật chuyển pháp luân, chúng Tỷ-khưu năm anh em Kiều-trần-như... thấy pháp, các Địa thần, Dược-xoa cất tiếng nói bày tỏ cùng khắp rằng: Đức Thế Tôn, nay ở vườn của Tiên nhân Bà-la-nê-tư, chuyển vận pháp luân đầy đủ mười hai hành tướng.

Hỏi: Các Địa thần ấy có chánh-trí-kiến, biết Phật chuyển pháp luân và biết các Tỷ-khưu chứng kiến được pháp không?

Đáp: Không.

Hỏi: Vậy, Địa thần kia làm sao biết?

Đáp: Vì do tin Thế Tôn. Nghĩa là đức Phật khởi tâm theo thế tục: "Ta chuyển pháp luân, Tỷ-khưu chứng kiến pháp". Do đó, vị Địa thần kia biết được; hoặc nghe được từ nơi Đại đức Thiên-tiên; hoặc nghe được từ nơi các Tôn giả Kiều-trần-na...kia, khởi lên tâm thế tục, rằng: "Đức Phật chuyển pháp luân, chúng ta chứng kiến pháp". Do đó, vị Địa thần kia biết; hoặc những vị ấy nói lại với những vị khác, nên vị Địa thần đã nghe được.

Lại nữa, Khế kinh dạy: "Có các Tỷ-khưu chứng đắc A-la-hán, các lậu hoặc dứt sạch, chư thiên cõi trời Ba-mươi-ba[64], vân tập ở trong Thiện pháp đường, nói lời xưng tán ở chỗ ấy, có Tôn giả ấy hoặc đệ tử của vị ấy, cạo bỏ râu tóc, mặc áo ca-sa, chánh tín xuất gia, siêng

---

64 Trời ba mươi ba: Skt. Trāyastriṃśat-deva. Hán dịch là Tam-thập-tam thiên, Đao-lợi thiên. Cõi trời này trên đỉnh núi Tu-di, thuộc tầng trời thứ hai trong sáu tầng trời thuộc Dục giới. Bốn phía núi Tu di mỗi phía có tám tầng trời, gom bốn phía thành ba mươi hai tầng trời, cộng với tầng trời trung ương thành ba mươi ba tầng trời. Vì vậy, Hán dịch Trāyastriṃśat-deva là Tam-thập tam thiên.

tu Thánh đạo, các lậu hoặc đã hết, chứng đắc vô lậu, tâm và tuệ giải thoát, ở trong hiện pháp, tự mình có thể thông đạt, an trú chứng đắc đầy đủ.

Lại nữa, tự mình liễu tri: Tái sinh nơi tôi đã hết, phạm hạnh đã lập thành, điều đáng làm đã làm xong, không còn thọ nhận thân đời sau"[65].

Hỏi: Chư thiên kia có chánh-trí-kiến, biết các Tỳ-khưu đắc A-la-hán, các lậu đã dứt sạch chăng?

Đáp: Không.

Hỏi: Vậy, chư thiên kia làm sao biết?

Đáp: Vì do tin Thế Tôn. Nghĩa là đức Phật khởi lên tâm thuận với thế tục rằng: "Các Tỳ-khưu này, đắc A-la-hán, các lậu hoặc đã hoàn toàn diệt tận". Do đó, chư thiên kia biết được; hoặc nghe từ Đại đức Thiên-tiên; hoặc nghe từ các Tôn giả kia, khởi lên tâm thế tục, rằng: "Các lậu hoặc ta đã đoạn tận, chứng đắc A-la-hán". Do đó, chư thiên kia biết; hoặc những vị ấy nói với những vị khác, khiến chư thiên nghe được.

Như Khế kinh dạy: "Ở nước Ma-yết-đà, các quan thần phụ tá, hoặc là hóa pháp điều phục, hoặc là pháp tùy, pháp hành".

Hỏi: Những vị kia, vì sao gọi là hóa pháp điều phục? Những vị kia, vì sao gọi là pháp tùy, pháp hành?

Đáp: Nếu vị nào ở trong chư thiên mà chứng kiến pháp, gọi là hóa pháp điều phục; nếu vị nào ở trong cõi người mà chứng kiến pháp, gọi là pháp tùy, pháp hành.

Lại nữa, nếu vị nào không thọ trì giới mà chứng kiến pháp, gọi là hóa pháp điều phục; nếu vị nào thọ trì giới mà chứng kiến pháp, gọi là pháp tùy, pháp hành.

Hỏi: Thế nào là nhiều tham dục?

---

65 Tái sinh nơi tôi đã hết, phạm hạnh đã lập thành, điều đáng làm đã làm xong, không còn thọ nhận thân đời sau. Hán: Ngã sinh dĩ tận, Phạm hạnh dĩ lập, Sở tác dĩ biện, Bất thọ hậu hữu.

Đáp: Mọi tham muốn, đã tham muốn, đang tham muốn, gọi là nhiều tham dục.

Hỏi: Thế nào là vui không đủ?

Đáp: Các điều không vui, không đồng vui, không khắp vui, không dừng vui, không đang vui, đó gọi là vui không biết đủ.

Hỏi: Nhiều ưa muốn và vui không biết đủ khác nhau thế nào?

Đáp: Đối với những điều có thể tham ái chưa đạt được như: sắc, thanh, hương, vị, xúc, y phục, ẩm thực, sàng tòa, thuốc men và những nhu cầu cung cấp cho cuộc sống, cùng với các phương tiện để mong cầu, tìm kiếm, đòi hỏi, suy nghĩ, ưa thích, đó gọi là nhiều ưa muốn.

Đối với những gì khả ái đã đạt được, như: sắc, thanh, hương, vị, xúc, y phục, ẩm thực, sàng tòa, thuốc men và những nhu cầu cung cấp cho cuộc sống, lại còn hy vọng thêm, ưa muốn thêm, tìm cầu thêm, đó gọi là không vui ở nơi đủ. Sự khác nhau là như thế.

Hỏi: Thế nào là ít tham muốn?

Đáp: Đối với các dục không tham muốn, đã có thì không tham, đang có thì không tham, đó gọi là ít tham muốn.

Hỏi: Thế nào là biết đủ ở nơi vui?

Đáp: Đối với những niềm vui, như: vui đồng đẳng, vui phổ biến, vui đã xong, vui đang có. Đó gọi là biết đủ nơi vui.

Hỏi: Ít ưa muốn và biết đủ nơi vui, khác nhau thế nào?

Đáp: Đối với những gì khả ái chưa đạt được, như: sắc, thanh, hương, vị, xúc, y phục, ẩm thực, sàng tòa, thuốc men và những nhu cầu cung cấp cho cuộc sống, đối với những thứ này không hy vọng, không mong cầu, không tìm kiếm, không đòi hỏi, không phương tiện ái mộ suy nghĩ, đó gọi là ít ưa muốn.

Đối với những gì khả ái đã đạt được, như: sắc, thanh, hương, vị, xúc, y phục, ẩm thực, sàng tòa, thuốc men và những nhu cầu khác cung cấp cho cuộc sống, đối với những thứ này, lại không còn hy vọng thêm, không ưa muốn thêm, không tìm cầu thêm, đó gọi là vui ở nơi đủ. Sự khác nhau là như thế.

Hỏi: Thế nào là khó thỏa mãn?

Đáp: Những người quan trọng ăn, nặng nề ăn, ăn nhiều, ăn lắm, ăn to, lắm ăn, thiểu phần không thể cứu giúp, đó gọi là khó thỏa mãn.

Hỏi: Thế nào là khó nuôi?

Đáp: Những người thích ăn uống, rất thích ăn uống, thích nhai nuốt, rất thích nhai nuốt, thích nếm mút, rất thích nếm mút, lựa chọn mà ăn, lựa chọn mà uống, không phải là có thể hướng đến tế độ. Đó gọi là khó nuôi dưỡng.

Hỏi: Khó thỏa mãn và khó nuôi dưỡng khác nhau như thế nào?

Đáp: Như trước đã nói. Đó là sự khác nhau.

Hỏi: Thế nào là dễ thỏa mãn?

Đáp: Những người không quan trọng đến ăn, không quan trọng đến uống, không ăn nhiều, không uống nhiều, không ăn lắm, không uống lắm, thuận tiện chút ít có thể cứu giúp, đó gọi là dễ thỏa mãn.

Hỏi: Thế nào là dễ nuôi dưỡng?

Đáp: Những người không tham ăn uống, không tham ăn uống lắm, không đắm chìm trong ăn uống, không đắm chìm trong ăn uống lắm, không thích nhai nuốt, không thích nếm mút, ăn không có chọn lựa, uống không có chọn lựa là có thể thuận tiện đi tới cứu tế. Đó gọi là dễ nuôi dưỡng.

Hỏi: Dễ thỏa mãn và dễ nuôi dưỡng có gì khác nhau?

Đáp: Chính như trước đã nói. Đó là sự khác nhau.

PHẨM TÁM: LUẬN VỀ TƯ[66]

Tư, tầm, trạo, đẳng, biệt
Ngu, tri, kiêu, mạn, hại
Đa, hành, căn, tính, tà
Chương này, nguyện nói đủ.

Hỏi: Thế nào là tư?

Đáp: Đối với các điều thuộc về tư, như: Suy nghĩ bằng, suy nghĩ hơn, suy nghĩ về tính cách, suy nghĩ về chủng loại, ý nghiệp liên hệ đến tâm hành, đó gọi là tư.

Hỏi: Thế nào là lự?

---

66 Tư: Skt. Catanā, Cetanā, Cint. Tư là tư duy, thẩm xét, tác động phát khởi của tâm và tâm sở. Ở *Câu-xá luận*, Tư là một trong mười đại địa pháp. Ở trong Duy thức, Tư là một trong năm biến hành. Tư là năng lực tác động vào tâm và tâm sở khiến tâm và tâm sở khởi lên tạo tác. Nên, Tư là nguyên động lực của ba nghiệp.

Tư có hai loại, gồm: Tư duy tư là tư duy trước đối với các việc nên làm. Tác sự tư là suy nghĩ về việc làm và làm đối với việc ấy. Nên, hai loại tư này, gọi là Tư nghiệp, nếu thân ngữ đã phát động rồi, gọi là Tư dĩ nghiệp. Tư nghiệp đồng với ý nghiệp; Tư dĩ nghiệp đồng với thân ngữ. Thể của Tư nghiệp là suy nghĩ của tâm. Tư dĩ nghiệp lấy sắc thanh làm thể. Kinh lượng bộ và Đại thừa duy thức cho rằng: "Thể của Tư là suy nghĩ".

Các nhà Phật học Duy thức cho rằng, Tư có ba loại, gồm:

- Thẩm lự tư: là thẩm lự và tra xét đối với các tác nhân là tà nhân hay chính nhân.
- Quyết định tư: Sau khi thẩm xét là quyết định hành động.
- Phát động tư: Sau khi đã quyết định, thì thân và ngữ nghiệp phát động để hành động. (*Câu-xá luận* 13, *Đại chánh* 29; *Thành duy thức luận* 1, *Đại chánh* 31).

Đáp: Các lự như: Tính toán bằng, tính toán hơn, so sánh, dự trù, quan sát, đó gọi là lự.

Hỏi: Tư và lự khác nhau thế nào?

Đáp: Tư là nghiệp, lự là tuệ. Đó gọi là khác nhau.

Hỏi: Thế nào là tầm?

Đáp: Những tâm hành tìm cầu, biện biệt biểu thị rõ ràng, suy tính, đo lường, vẽ ra cấu thành, tính và chủng thuộc về phân biệt, nên gọi là tầm.

Hỏi: Thế nào là tứ?

Đáp: Những tâm hành bám sát, dò xét, đi theo, chuyển vận theo, lưu chuyển theo, lệ thuộc theo, đó gọi là tứ.

Hỏi: Tầm và tứ khác nhau thế nào?

Đáp: Tính thô phù nơi tâm gọi là tầm; tính tinh tế nơi tâm, gọi là tứ. Đó là sự khác biệt giữa tầm và tứ.

Hỏi: Thế nào là trạo cử?

Đáp: Các tâm hành không rỗng lặng, không dừng lại, trạo cử xao động, tính xao động nơi tâm, đó gọi là trạo cứ.

Hỏi: Thế nào là loạn tâm?

Đáp: Các tâm hành tán loạn, trôi chảy bềnh bồng không dừng lại, tính là không có nhất cảnh, đó gọi là loạn tâm.

Hỏi: Trạo cử và loạn tâm có gì khác biệt nhau?

Đáp: Tướng tâm hành không rỗng lặng, gọi là trạo cử; tướng tâm hành không nhất cảnh, gọi là loạn tâm. Đó gọi là khác biệt nhau.

Hỏi: Thế nào là vô minh?

Đáp: Vô trí đối với ba cõi.

Hỏi: Thế nào là không chánh tri?

Đáp: Tuệ bị dẫn dắt bởi phi lý.

Hỏi: Có phải ông nói không chánh tri là do tuệ bị dẫn dắt theo phi lý phải không?

Đáp: Đúng là như vậy.

Hỏi: Ý ông nghĩ như thế nào? Đối với những người có chánh tri mà nói dối, người ấy vì do thất niệm, không hiểu biết đúng, nên nói dối chăng?

Đáp: Đúng là như vậy.

Hỏi: Lại nữa, ý ông nghĩ như thế nào? Vì do không có chánh tri mà nói dối chăng?

Đáp: Không phải là như thế.

Hãy lắng nghe tôi nói: Nếu bảo rằng không có chánh tri, tuệ bị dắt dẫn bởi phi lý, thì đối với những người có hiểu biết đúng đắn mà nói dối, vì do những người ấy đều là thất niệm không chánh tri mà nói dối, thì nên nói rằng, không có chánh tri nên nói dối.

Nếu không nói người không có chánh tri nên nói dối, thì không nên nói không có chánh tri là tuệ bị dẫn dắt bởi phi lý.

Những người có chánh tri mà nói dối, những người ấy đều do thất niệm, không chánh tri, nên nói dối.

Nói như vậy, đều không hợp lý. Nên cật vấn lại những điều ấy.

Hỏi: Các chủng loại vô minh đều không tương ưng với chánh tri chăng?

Đáp: Đúng là như vậy.

Hỏi: Ý ông nghĩ như thế nào? Những người có chánh tri mà nói dối đều là thú hướng vô minh, bị vô minh ràng buộc, vì do thất niệm, không có chánh tri, nên nói dối ư?

Đáp: Đúng là như vậy.

Hỏi: Lại nữa, ý ông nghĩ thế nào? Không có chánh tri, nên nói dối chăng?

Đáp: Không phải như vậy.

Hãy lắng nghe tôi nói: Nếu bảo rằng, hết thảy vô minh đều không tương ưng với chánh tri, thì những người có chánh tri mà nói dối, đều hướng tới vô minh, bị vô minh ràng buộc, vì do thất niệm, không chánh tri, nên nói dối, thì nên nói rằng, do không có chánh tri mà nói dối.

Nếu không nói người không có chánh tri mà nói dối, thì không nên nói rằng, tất cả vô minh đều không tương ưng với chánh tri. Những người có chánh tri mà nói dối đều là thú hướng vô minh, bị vô minh ràng buộc, do vì thất niệm, không chánh tri, nên nói dối. Nói như vậy, cũng không hợp lý.

Hỏi: Thế nào kiêu?

Đáp: Những kiêu hãnh, say mê, rất say mê, sầu muộn, rất sầu muộn, tâm phóng túng kiêu ngạo, tâm tự chấp thủ, đó gọi là kiêu.

Hỏi: Thế nào là mạn?

Đáp: Các mạn, như: ngạo mạn, đã ngạo mạn, đang ngạo mạn, tâm cống cao, ỷ thị, tâm tự chấp thủ, đó gọi là mạn.

Hỏi: Kiêu và mạn khác biệt nhau thế nào?

Đáp: Nếu không có những phương pháp nào khác, chỉ chấp chặt vào pháp nhiễm ô của mình, hành tướng phóng dật, cao ngạo nơi tâm, gọi là kiêu. Ở nơi những phương pháp khác, hành tướng cống cao, ỷ thị, gọi là mạn. Đó gọi là khác biệt nhau.

Hỏi: Nếu khởi tâm tăng thượng mạn, ta thấy Khổ là khổ; hoặc thấy Tập là tập, những mạn này duyên là gì?

Đáp: Ví như có một hạng người thân cận bậc Thiện sĩ, lắng nghe chánh pháp, tác ý đúng như lý, do nhân duyên này, đạt được thuận nhẫn với chân lý, hiện quán biên cương đối với Khổ, hiểu rõ là Khổ, vui với Khổ nhẫn.

Hiện quán biên cương đối với Tập, hiểu rõ là Tập, vui với Tập nhẫn. Người ấy vì do nhẫn này, nên khởi lên tâm ý giữ gìn; hoặc do trung gian không tác ý, nên thấy rõ chủng tử nghi không hiện hành. Giả như nghi hiện hành mà không giác sát, liền tác ý nghĩ rằng, ta chứng kiến Khổ là Khổ; hoặc đối với Tập, chứng kiến là Tập, do duyên này khởi lên mạn, mạn đã có, mạn đang có, tâm cống cao, ỷ thị, tâm tự chấp thủ, gọi là tặng thượng mạn. Các mạn này chính là duyên của Khổ, hoặc chính là duyên của Tập.

Hỏi: Nếu khởi lên Tăng thượng mạn, ta chứng kiến Diệt là Diệt; hoặc là ta chứng kiến Đạo là Đạo, các Tăng thượng mạn này duyên ở chỗ nào?

Đáp: Ví như có một hạng người, thân cận bậc thiện sĩ, lắng nghe chánh pháp, tác ý đúng như lý, do nhân duyên này, đạt được chân lý thuận với pháp nhẫn. Quán chiếu hiện tiền biên cương ở nơi Diệt, vui ở nơi Diệt, hiểu rõ đó là Diệt. Quán chiếu hiện tiền biên cương ở nơi Đạo, vui ở nơi Đạo, hiểu rõ đó là Đạo.

Người kia vì do pháp thuận nhẫn này, nên tác ý giữ gìn; hoặc vì do trung gian không khởi lên tác ý, nên các loại kiến và nghi không hiện hành.

Giả sử kiến và nghi có hiện hành, nhưng không tỉnh giác, niệm liền khởi lên: Ta ở nơi Diệt, chứng kiến là Diệt, hoặc ta ở nơi Đạo, chứng kiến là Đạo, do đó khởi lên Tăng thượng mạn, đã Tăng thượng mạn, đang Tăng thượng mạn, tâm ỷ thị, cống cao, tâm tự chấp thủ, đó gọi là Tăng thượng mạn.

Tăng thượng mạn này, chính là do duyên ở nơi pháp thuộc về tâm và tâm sở kia.

Hỏi: Nếu như một người tâm Tăng thượng mạn khởi lên: "Sự sanh của ta đã chấm dứt". Tâm kiêu mạn này do duyên gì?

Đáp: Ví như có một hạng người khởi lên ý niệm rằng: "Đây là Đạo; đây là pháp hành, ta dựa vào Đạo này, dựa vào pháp hành này, đối với Khổ đã biết khắp, đối với Tập đã vĩnh viễn đoạn trừ, Đối với Diệt đã chứng đạt, Đối với Đạo đã tu thành, sự tái sinh ta đã chấm dứt". Do duyên này mà tâm Tăng thượng mạn khởi lên, đã khởi lên, đang khởi lên, tâm cao ngạo, ỷ thị, tâm tự chấp thủ, gọi là Tăng thượng mạn. Mạn này, do duyên ở nơi sanh.

Hỏi: Nếu tâm Tăng thượng mạn khởi sanh: "Phạm hạnh ta đã lập thành". Tâm Tăng thượng mạn này, do duyên gì?

Đáp: Ví như có một hạng người, khởi lên ý niệm rằng: "Đây là Đạo, đây là pháp hành, ta y cứ vào Đạo này, ta y cứ vào pháp hành này, đối với Khổ đã biết khắp, đối với Tập đã vĩnh viễn đoạn trừ, đối với Diệt đã chứng đạt, đối với Đạo đã tu thành, phạm hạnh của ta đã lập thành". Do đó, Tăng thượng mạn khởi lên, đã khởi lên, đang khởi lên, tâm cao ngạo, ỷ thị, tâm tự chấp thủ, gọi là Tăng thượng mạn. Mạn này, chính là do duyên vào pháp tâm, tâm sở ấy.

Hỏi: Nếu tâm Tăng thượng mạn khởi sanh: "Điều đáng làm, ta đã làm xong". Tâm Tăng thượng mạn này do duyên gì?

Đáp: Ví như có một hạng người, khởi lên ý niệm rằng: "Đây là Đạo, đây là pháp hành, ta y cứ vào Đạo này, ta y cứ vào pháp hành này, đối với Khổ đã biết khắp, đối với Tập đã vĩnh viễn đoạn trừ, đối với Diệt đã chứng đạt, đối với Đạo đã tu thành, đối với các chủng tử ngủ ngầm ta đã đoạn trừ, các loại phiền não đã triệt hại, các kiết sử đã rời bỏ, các lậu hoặc đã đoạn tận, điều đáng làm đã làm xong". Vì vậy, Tăng thượng mạn khởi lên, đã khởi lên, đang khởi lên, tâm cao ngạo, ỷ thị, tâm tự chấp thủ, gọi là Tăng thượng mạn. Mạn này, do duyên vào pháp tâm, tâm sở ấy.

Hỏi: Nếu tâm Tăng thượng mạn khởi sanh: "Ta không còn thọ nhận thân đời sau ở trong các hữu". Tâm Tăng thượng mạn này do duyên gì?

Đáp: Ví như có một hạng người, khởi lên ý niệm rằng: "Đây là Đạo, đây là pháp hành, ta y cứ vào Đạo này, ta y cứ vào pháp hành này, đối với Khổ đã biết khắp, đối với Tập đã vĩnh viễn đoạn trừ, đối với Diệt đã chứng đạt, đối với Đạo đã tu thành, sự tái sinh của ta đã chấm dứt, phạm hạnh đã lập thành, điều đáng làm đã làm xong, không còn nhận thân đời sau trong các hữu". Vì vậy, Tăng thượng mạn khởi lên, đã khởi lên, đang khởi lên, tâm cao ngạo, ỷ thị, tâm tự chấp thủ, gọi là Tăng thượng mạn. Mạn này, chính là do duyên các hữu.

Hỏi: Tại sao tự cho là thua kém mà kiêu mạn khởi lên?

Đáp: Ví như có một hạng người thấy người khác hơn hẳn mình về chủng tánh, dòng dõi, tài lộc, địa vị, tài năng, nhà cửa, ruộng, vườn... liền nghĩ rằng: Người ấy chỉ hơn ta thiểu phần thôi; ta thua kém người ấy thiểu phần thôi. Nhưng, sự thật người ấy thua người kia nhiều gấp bội trăm ngàn phần, nên mạn khởi lên, đã khởi lên, đang khởi lên, tâm cao ngạo, ỷ thị, tâm tự chấp thủ. Nên, gọi là thua kém mà khởi lên kiêu mạn.

Như Khế kinh dạy: "Nếu khởi lên tâm tìm cầu đối với tham dục, tìm cầu đối với sân hận, tìm cầu đối với não hại, hoặc là hại mình, hoặc là hại người, hoặc là hại cả hai".

Hỏi: Thế nào là tự hại do tìm cầu tham dục?

Đáp: Ví như có một hạng người do khởi tâm tham dục, nên bị trói buộc, thân tâm đều lao nhọc, thân tâm đều nung đốt, thân tâm đều nóng bức, thân tâm đều cháy bỏng. Lại nữa, do các duyên này, nên thọ nhận các quả báo dị thục không khả ái, không an lạc, không hoan hỷ, không vui vẻ trong đêm dài sinh tử. Như vậy, gọi là do tham dục tự hại.

Hỏi: Thế nào là hại người do tìm cầu tham dục?

Đáp: Ví như có một hạng người do khởi tâm tham dục, nên bị trói buộc, nhìn thấy vợ của người khác, chồng của người khác, thấy rồi tâm sanh ra giận dữ, oán hận, sầu não. Như vậy, gọi là do tham dục hại người.

Hỏi: Thế nào là hại cả hai do tìm cầu tham dục?

Đáp: Ví như có một hạng người do khởi tâm tham dục, nên bị trói buộc, chiếm đoạt làm ô nhục vợ người, chồng người kia biết được, liền bắt vợ của ông ta, cũng như người đàn ông ấy, trói, đánh đập, đoạn mạng sống của cả hai người, hoặc đoạn lấy của báu. Như vậy, gọi là do tham dục hại cả hai.

Hỏi: Thế nào là tự hại do tìm cầu sân hận?

Đáp: Ví như có một hạng người do khởi tâm sân hận, nên bị trói buộc, thân tâm đều lao nhọc, thân tâm đều nung đốt, thân tâm đều nóng bức, thân tâm đều cháy bỏng. Lại nữa, do các duyên này, nên thọ nhận các quả báo dị thục không khả ái, không an lạc, không hoan hỷ, không vui vẻ trong đêm dài sinh tử. Như vậy, gọi là do sân hận tự hại.

Hỏi: Thế nào là hại người do tìm cầu sân hận?

Đáp: Ví như có một hạng người do khởi tâm sân hận, nên bị trói buộc, đoạn hại thân mạng người khác. Như vậy, gọi là do sân hận hại người.

Hỏi: Thế nào là hại cả hai do tìm cầu sân hận?

Đáp: Ví như có một hạng người do khởi tâm sân hận, nên bị trói buộc, đoạn hại thân mạng người khác, cũng bị người khác đoạn hại thân mạng của họ. Như vậy, gọi là sân hận hại cả hai.

Hỏi: Thế nào là tự não hại do tìm cầu não hại?

Đáp: Ví như có một hạng người do khởi lên tâm não hại, nên bị trói buộc, thân tâm đều lao nhọc, thân tâm đều nung đốt, thân tâm đều nóng bức, thân tâm đều cháy bỏng. Lại nữa, do các duyên này, nên thọ nhận các quả báo dị thục không khả ái, không an lạc, không hoan hỷ, không vui vẻ trong đêm dài sinh tử. Như vậy, gọi là do não hại tự hại.

Hỏi: Thế nào là não hại người khác do tầm cầu não hại?

Đáp: Ví như có một hạng người do khởi lên tâm não hại, nên bị trói buộc, đánh đập, buộc trói người khác. Như vậy, gọi là não hại người khác.

Hỏi: Thế nào là não hại cả hai do tìm cầu não hại?

Đáp: Ví như có một hạng người do khởi lên tâm não hại, nên bị trói buộc, bắt trói đánh đập người khác, cũng lại bị người khác bắt trói, đánh đập lại. Như vậy, gọi là não hại cả hai.

Hỏi: Trí nhiều hay cảnh nhiều?

Đáp: Cảnh nhiều, chứ không phải là trí. Vì sao? Vì trí cũng là cảnh.

Hỏi: Trí nhiều hay thức nhiều?

Đáp: Thức nhiều, chứ không là trí. Vì sao? Vì các trí đều tương ưng với thức, chứ không phải các thức đều tương ưng với trí; vì thức tương ưng với nhẫn, chứ không tương ưng với trí.

Hỏi: Các hành thuộc hữu lậu nhiều hay các hành thuộc về vô lậu nhiều?

Đáp: Các hành hữu lậu nhiều, chứ không phải các hành vô lậu. Vì sao? Vì các hành hữu lậu thâu nhiếp cả mười xứ và thiểu phần ở nơi hai xứ; các hành vô lậu chỉ thâu nhiếp thiểu phần ở nơi hai xứ.

Hỏi: Thế nào là các hành viên mãn?

Đáp: Vô học gồm luật nghi thuộc về thân và luật nghi thuộc về ngữ, mạng thanh tịnh.

Hỏi: Thế nào là phòng hộ viên mãn?

Đáp: Luật nghi thuộc các căn vô học.

Hỏi: Thế nào là tính phàm phu?

Đáp: Nếu ở nơi các Thánh pháp của bậc Thánh, như: Thánh noãn, Thánh kiến, Thánh nhẫn, Thánh dục, Thánh tuệ, đối với những Thánh pháp này không đạt được, đã không đạt được, sẽ không đạt được, đó gọi là tính phàm phu.

Hỏi: Tính phàm này, nên bảo là thiện, ác, hay vô ký?

Đáp: Nên bảo là vô ký.

Hỏi: Vì tính phàm phu không phải là thiện?

Đáp: Thiện pháp, hoặc vì do gia hành, nên đạt được, hoặc vì do các duyên khác, nên đạt được, không có thiết lập gia hành để mong cầu làm phàm phu.

Lại nữa, khi các thiện căn bị chặt đứt, thì các thiện pháp đều xả, nên tính của các thiện pháp đạt được không thể thành tựu. Nếu tính phàm phu là thiện tính, người ấy khi chặt đứt căn lành, thì họ sẽ không phải là phàm phu.

Hỏi: Vì sao tính phàm phu không phải là bất thiện?

Đáp: Vì khi xả bỏ tâm nhiễm ô đối với tham dục, các pháp bất thiện đều xả bỏ, thì tính đạt được pháp bất thiện chẳng thành tựu. Nếu tính phàm phu là bất thiện, thì khi các hạng phàm phu tâm xả bỏ mọi ô nhiễm đối với tham dục, họ không nên gọi là phàm phu.

Hỏi: Tính phàm phu này, nên bảo là hệ thuộc Dục giới, Sắc giới hay Vô sắc giới?

Đáp: Nên bảo, hoặc là hệ thuộc Dục giới, hoặc là hệ thuộc Sắc giới, hoặc hệ thuộc Vô sắc giới.

Hỏi: Vì sao tính phàm phu không chỉ hệ thuộc Dục giới?

Đáp: Khi một người chết ở Dục giới sanh Vô sắc giới, pháp thuộc về Dục giới đều xả, tính ở nơi pháp thuộc Dục giới đạt được không thành tựu. Nếu tính phàm phu, chỉ hệ thuộc Dục giới, thì khi các hạng phàm phu hệ thuộc Dục giới, chết sanh Vô sắc giới, thì nên không phải là phàm phu.

Hỏi: Vì sao tính phàm phu không phải chỉ hệ thuộc Sắc giới?

Đáp: Khi từ Sắc giới chết sanh Vô sắc giới, các pháp thuộc Sắc giới đều xả bỏ, tính của pháp đạt được nơi Sắc giới không thành tựu. Nếu tính phàm phu chỉ hệ thuộc Sắc giới, các hạng phàm phu từ Sắc giới chết sanh Vô sắc giới, thì không nên nói là phàm phu.

Hỏi: Vì sao tính phàm phu không phải chỉ hệ thuộc Vô sắc giới?

Đáp: Chứng nhập Chánh tánh ly sanh trước hết là hiện quán đối với Khổ thuộc Dục giới, tiếp theo sau là kết hợp hiện quán các khổ thuộc Sắc giới và Vô sắc giới. Thánh đạo khởi hiện trước tiên là biện biệt xong đối với các khổ sự thuộc Dục giới, tiếp theo sau là kết hợp biện biệt xong ở nơi các khổ sự đối với Sắc giới và Vô sắc giới. Vì vậy, tính phàm phu không phải chỉ hệ thuộc Vô sắc giới.

Hỏi: Tính phàm phu này, nên nói là do kiến đạo được đoạn trừ hay do tu đạo được đoạn trừ?

Đáp: Nên nói do tu tập đạo được đoạn trừ.

Hỏi: Vì sao tính phàm phu không do kiến đạo được đoạn trừ?

Đáp: Vì pháp do kiến đạo được đoạn trừ là không ô nhiễm, nhưng các tính phàm phu đều là ô nhiễm.

Lại nữa, chính là lúc pháp Thế đệ nhất diệt, thì chính là pháp Khổ nhẫn trí sanh. Bấy giờ xả bỏ tính phàm phu ở trong ba cõi, đạt được tính không thành tựu ấy, không phải là vào lúc kiến đạo đoạn trừ, mà vì do pháp, nên có xả bỏ.

Hỏi: Tính của phàm phu gọi là pháp gì?

Đáp: Tâm bất tương ưng hành, đối với ba cõi không có nhiễm ô.

Hỏi: Các pháp tương ưng với tà kiến, những pháp ấy tương ưng với tà tư duy chăng?

Đáp: Nên nêu lên bốn trường hợp để giải thích:

1- Có trường hợp pháp tương ưng với tà kiến, nhưng không phải là tà tư duy. Nghĩa là tương ưng với tà kiến là tà tư duy, và những tà tư duy khác, không tương ưng với pháp tương ưng với tà kiến.

2- Có trường hợp pháp tương ưng với tà tư duy, nhưng không phải tà kiến. Nghĩa là tà kiến tương ưng với tà tư duy, những pháp tà kiến còn lại không tương ưng với pháp tương ưng với tà tư duy.

3- Có trường hợp pháp tương ưng với tà kiến, cũng là tà tư duy. Nghĩa là trừ tương ưng với tà kiến, tà tư duy và trừ ra tà kiến tương ưng với tà tư duy. Còn lại các pháp tương ưng với tà tư duy và tà kiến.

4- Có trường hợp pháp không tương ưng với tà kiến, mà cũng không phải là tà tư duy. Nghĩa là tà kiến không tương ưng với tà tư duy; tà tư duy không tương ưng với tà kiến, và còn lại các pháp thuộc về tâm, tâm sở, sắc, vô vi, tâm bất tương ưng hành.

Hỏi: Các pháp tương ưng với tà kiến, những pháp ấy có tương ưng với tà tinh tấn không?

Đáp: Nên nêu lên bốn trường hợp để giải thích:

1- Có trường hợp pháp tương ưng với tà kiến, nhưng không phải là tà tinh tấn. Nghĩa là tương ưng với tà kiến là tà tinh tấn.

2- Có trường hợp pháp tương ưng với tà tinh tấn, nhưng không phải là tà kiến. Nghĩa là tà kiến và các tà kiến khác không tương ưng với pháp tương ưng của tà tinh tấn.

3- Có trường hợp pháp tương ưng với tà kiến cũng là tà tinh tấn. Nghĩa là ngoại trừ ra tương ưng với tà kiến là tà tinh tấn, các pháp tà kiến tương ưng còn lại.

4- Có trường hợp pháp không phải tương ưng với tà kiến, cũng không phải là tà tinh tấn. Nghĩa là không tương ưng với tà kiến là tà tinh tấn và các pháp thuộc tâm, tâm sở, sắc, vô vi, tâm bất tương ưng hành còn lại.

Như sử dụng tà kiến đối với tà tinh tấn, sử dụng tà kiến đối với tà niệm, tà định cũng như thế.

Như sử dụng tà kiến đối với tà tinh tấn, tà niệm, tà định, sử dụng tà tư duy, đối với tà tinh tấn, tà niệm, tà định cũng như vậy.

Hỏi: Các pháp tương ưng với tà tinh tấn, các pháp ấy tương ưng với tà niệm chăng?

Đáp: Nên nêu lên bốn trường hợp để giải thích:

1- Có trường hợp pháp tương ưng với tà tinh tấn, nhưng không phải là tà niệm, gọi là tà niệm.

2- Có trường hợp pháp tương ưng với tà niệm, nhưng không tương ưng với tà tinh tấn, gọi tà tinh tấn.

3- Có trường hợp pháp tương ưng với tà tinh tấn mà cũng là tà niệm, gọi là tà tinh tấn tương ưng với tà niệm.

4- Có trường hợp pháp không tương ưng với tà tinh tấn, cũng không phải là tà niệm. Nghĩa là các pháp thuộc về tâm, tâm sở, sắc, vô vi, tâm bất tương ưng hành.

Như sử dụng tà tinh tấn đối với tà niệm, sử dụng tà tinh tấn đối với tà định cũng như vậy.

Như sử dụng tà tinh tấn đối với tà tà niệm, tà định, sử dụng tà niệm đối với tà định cũng như thế.

Quyển ba

Chương hai: Kiết Uẩn

PHẨM MỘT: LUẬN VỀ PHÁP BẤT THIỆN

Ba kiết, tính dị thục
Đoạn kiến, thuộc căn, hữu
Ở chỗ đủ duyên thành
Chương này, nguyện nói đủ.

Có ba loại kiết sử, gồm: Kiết sử hữu thân kiến, kiết sử giới cấm thủ, kiết sử nghi.

Ba căn bất thiện, gồm: Tham là căn bất thiện, sân là căn bất thiện, si là căn bất thiện.

Ba lậu hoặc, gồm: Dục lậu, hữu lậu, vô minh lậu.

Bốn bộc lưu, gồm: Dục bộc lưu, hữu bộc lưu, kiến bộc lưu, vô minh bộc lưu.

Bốn ách, gồm: Dục ách, hữu ách, kiến ách, vô minh ách.

Bốn thủ, gồm: Dục thủ, kiến thú, giới cấm thủ, ngã ngữ thủ.

Bốn thân triền, gồm: Tham dục thân triền, sân nhuế thân triền, giới cấm thủ thân triền, thử thật chấp thân triền.

Năm cái, gồm: Tham dục cái, sân nhuế cái, hôn trầm thụy miên cái, trạo cử ác tác cái, nghi cái.

Năm kiết, gồm: Tham kiết, sân kiết, mạn kiết, tật kiết, xan kiết.

Năm kiết thuận hạ phần[67], gồm: Tham dục thuận hạ phần kiết, sân nhuế thuận hạ phần kiết, hữu thân kiến thuận hạ phần kiết, giới cấm thủ thuận hạ phần kiết, nghi thuận hạ phần kiết.

Năm thuận thượng phần kiết[68], gồm: Sắc tham thuận thượng phần kiết, Vô sắc tham thuận thượng phần kiết, trạo cử thuận thượng phần kiết, mạn thuận thượng phần kiết, vô minh thuận thượng phần kiết.

Năm kiến, gồm: Hữu thân kiến, biên chấp kiến, tà kiến, kiến thủ, giới cấm thủ.

Sáu ái thân, gồm: Ái thân sinh ra do mắt tiếp xúc, ái thân sinh ra do tai, mũi, lưỡi, thân, ý tiếp xúc.

Bảy tùy miên, gồm: Tùy miên với tham dục, tùy miên với sân nhuế, tùy miên với hữu tham, tùy miên với mạn, tùy miên với vô minh, tùy miên với kiến, tùy miên với nghi.

Chín kiết, gồm: Kiết đối với ái, kiết đối với sân, kiết đối với mạn, kiết đối với vô minh, kiết đối với kiến, kiết đối với thủ, kiết đối với nghi, kiết đối với tật đố, kiết đối với xan lẫn.

Tùy miên có chín mươi tám loại, gồm: Dục giới có ba mươi sáu loại tùy miên, Sắc giới, Vô sắc giới, mỗi giới hệ có ba mươi mốt tùy miên.

Hỏi: Ba kiết sử cho đến chín mươi tám loại tùy miên, có bao nhiêu loại bất thiện, có bao nhiêu loại vô ký?

Đáp: Ở trong ba kiết sử, một thuộc vô ký; hai thuộc nên phân biệt, gồm: Kiết sử thuộc về giới cấm thủ và nghi, hoặc là bất thiện, hoặc là

---

67 Năm thuận hạ phần kiết sử: Skt. Pañca-āvarahāgīya-saṃyojamāni. Hán dịch là Ngũ thuận hạ phần kiết sử, ngũ hạ phần kiết sử. Gọi tắt, ngũ hạ kết. Ấy là năm phần kiết sử thuộc về Dục giới, gồm: Dục tham-Sân nhuế-Hữu thân kiến-Giới cấm thủ-Si. (*Tạp A-hàm kinh* 32, *Đại chánh* 2; *Câu-xá luận* 21, *Đại chánh* 29...)

68 Năm thuận thượng phần kiết sử: Skt. Pañca-ūrdhvabhagīya-saṃyojanāni. Năm kiết sử hệ thuộc Sắc giới, Vô sắc giới, gồm: Sắc tham, Vô sắc tham, Điệu cử, Mạn, Vô minh. Năm kiết sử này do tu tập Đạo Thánh đế mà đoạn trừ. (Chúng tập hội kinh, *Trường A-hàm* 8, *Đại chánh* 1; *Câu-xá luận* 21, *Đại chánh* 29; *Phát trí luận* 3, *Đại chánh* 26).

vô ký. Chúng ở Dục giới là bất thiện; chúng ở Sắc giới, Vô sắc giới là vô ký.

Ba căn bất thiện, chỉ là bất thiện.

Trong ba lậu, một thuộc vô ký, hai thuộc nên phân biệt, gồm: Dục lậu, hoặc là bất thiện, hoặc là vô ký, vô tàm, vô quý, và những loại tương ưng với chúng là bất thiện, những loại còn lại là bất thiện. Vô minh lậu, hoặc là bất thiện, hoặc là vô ký, tương ưng với vô tàm, vô quý là bất thiện. Những chủng loại còn lại là vô ký.

Trong bốn bộc lưu[69], có một vô ký, ba nên phân biệt, gồm: Dục bộc lưu, hoặc là bất thiện, hoặc là vô ký, vô tàm, vô quý và những tương ưng với chúng là bất thiện. Những phần còn lại là vô ký.

Kiến bộc lưu, hoặc bất thiện, hoặc vô ký. Ba kiến hệ thuộc Dục giới là bất thiện. Hai kiến hệ thuộc Dục giới, năm kiến thuộc Sắc giới, Vô sắc giới là vô ký.

Vô minh bộc lưu, hoặc là bất thiện, hoặc là vô ký, tương ưng với vô

---

[69] Bốn bộc lưu: Skt. Catvāsa-oghāḥ. Tứ bộc lưu, Tứ bạo lưu, Tứ đại hà, Tứ bộc hà, dịch tắt là Tứ hà. Nghĩa là bốn dòng sông chảy xiết, nước chảy như cuồng loạn. Bạo lưu hay Bộc lưu, tiếng Phạn là ogha, ấy là dòng chảy cuồng loạn. Nên, ogha ở đây là chỉ cho dòng chảy phiền não, thác loạn trong tâm của chúng sinh, cuốn mất hết thiện pháp, bào mòn hết thảy thiện nghiệp của chúng sinh. Bộc lưu có bốn loại, gồm:

1- Dục bộc lưu (Kāma-ogha): Chỉ cho năm dục lạc mà năm căn, gồm: Mắt-tai-mũi-lưỡi-thân tương ưng với năm trần cảnh, gồm: Sắc-thanh-hương-vị-xúc tương tác tạo thành dòng chảy thác loạn của tâm thức.

2- Hữu bộc lưu (Bhava-ogha): Chỉ cho Tham-mạn-si của chúng sinh hệ thuộc Sắc giới-Vô sắc giới.

3- Kiến bộc lưu (Dṛṣṭy-ogha): Những kiến chấp sai lầm, cực đoan, hệ thuộc tà kiến, bao gồm các kiến chấp, như: Đoạn kiến, thường kiến, không phải thường kiến, không phải đoạn kiến, vừa thường kiến, vừa đoạn kiến...

4- Vô minh bộc lưu (Avidyā-ogha): Dòng chảy bạo loạn này là do các loại phiền não tương ưng với si sinh khởi.

Ba cõi Dục giới, Sắc giới, Vô sắc giới, mỗi cõi đều có năm loại vô minh bộc lưu. Ba cõi có mười lăm dòng chảy vô minh bộc lưu. (*Tạp A-hàm kinh* 18, *Đại chánh* 2; *Tập dị môn túc luận* 8, *Đại chánh* 26...)

tàm, vô quý là bất thiện. Những chủng loại còn lại là vô ký. Như bốn bộc lưu, bốn ách cũng như vậy.

Trong bốn thủ, có một vô ký, có ba nên phân biệt, gồm: Dục thủ, hoặc là bất thiện, hoặc là vô ký, vô tàm, vô quý và những chủng loại tương ưng với chúng là bất thiện. Những chủng loại còn lại là vô ký.

Kiến thủ, hoặc là bất thiện, hoặc là vô ký. Hai kiến thuộc Dục giới là bất thiện. Hai kiến thuộc Dục giới, bốn kiến thuộc Sắc giới, Vô sắc giới là vô ký.

Giới cấm thủ, hoặc là bất thiện, hoặc là vô ký. Nó thuộc Dục giới là bất thiện. Nó thuộc Sắc giới, Vô sắc giới là vô ký.

Trong hệ thuộc tứ thân, có hai bất thiện, có hai nên phân biệt, gồm: Giới cấm thủ, hệ thử thật chấp thân. Dục giới là bất thiện. Sắc giới, Vô sắc giới là vô ký.

Năm cái chỉ là bất thiện.

Ở trong năm kiết sử, có ba bất thiện, có hai nên phân biệt, gồm: Tham kiết sử, mạn kiết sử, hoặc là bất thiện, hoặc là vô ký. Dục giới là bất thiện. Sắc giới, Vô sắc giới là vô ký.

Trong năm thuận hạ phần kiết sử, có hai bất thiện, có một vô ký, có hai nên phân biệt, gồm: Giới cấm thủ, nghi kiết sử, hoặc là bất thiện, hoặc là vô ký. Dục giới là bất thiện. Sắc giới, Vô sắc giới là vô ký.

Năm thuận thượng phần kiết sử chỉ là vô ký.

Trong năm kiến có hai vô ký, có ba nên phân biệt, gồm: Tà kiến, kiến thủ, giới cấm thủ, hoặc là bất thiện, hoặc là vô ký. Dục giới là bất thiện. Sắc giới, Vô sắc giới là vô ký.

Trong sáu ái thân, có hai bất thiện, có bốn nên phân biệt, gồm: Ái thân do mắt, tai, thân tiếp xúc sinh ra, hoặc là thiện, hoặc là vô ký. Dục giới là bất thiện. Ở cõi Phạm thế của Sắc giới là vô ký. Ái thân do ý tiếp xúc sinh ra, hoặc là bất thiện, hoặc là vô ký. Dục giới là bất thiện. Sắc giới, Vô sắc giới là vô ký.

Trong bảy tùy miên, có hai bất thiện, có một vô ký, có bốn nên phân biệt, gồm: Mạn tùy miên, nghi tùy miên, hoặc bất thiện, hoặc vô ký. Dục giới là bất thiện. Sắc giới, Vô sắc giới là vô ký. Vô minh tùy miên, hoặc là bất thiện, hoặc là vô ký. Tương ưng với vô tàm, vô quý là bất thiện. Những loại còn lại là vô ký. Kiến tùy miên, hoặc bất thiện, hoặc vô ký. Ba kiến thuộc Dục giới là bất thiện. Hai kiến thuộc Dục giới, năm kiến thuộc Sắc giới, Vô sắc giới là vô ký.

Trong chín kiết sử, có ba bất thiện, có sáu nên phân biệt, gồm: Ái kiết sử, mạn kiết sử, thủ kiết sử, nghi kiết sử, hoặc bất thiện, hoặc vô ký. Dục giới là bất thiện. Sắc giới, Vô sắc giới là vô ký.

Vô minh kiết sử, hoặc là bất thiện, hoặc là vô ký. Tương ưng với vô tàm, vô quý là bất thiện. Nhưng loại còn lại là vô ký.

Kiến kiết sử, hoặc là bất thiện, hoặc là vô ký. Một kiến thuộc Dục giới là bất thiện. Hai kiến thuộc Dục giới, ba kiến thuộc Sắc giới, Vô sắc giới là vô ký.

Trong chín mươi tám tùy miên, có ba mươi ba loại là bất thiện, có sáu mươi tư loại vô ký, có một loại nên phân biệt, gồm: Vô minh tùy miên do chứng kiến Khổ ở Dục giới, nên được được đoạn trừ, hoặc là bất thiện, hoặc là vô ký. Những tùy miên tương ưng với vô tàm, vô quý là bất thiện. Những tùy miên còn lại là vô ký.

Hỏi: Ba kiết sử cho đến chín mươi tám tùy miên có bao nhiêu loại là dị thục, có bao nhiêu loại là không phải dị thục?

Đáp: Các chủng loại bất thiện, có dị thục; các chủng loại vô ký không có dị thục.

Hỏi: Ba kiết sử cho đến chín mươi tám loại tùy miên, có bao nhiêu loại do chứng kiến đạo được đoạn trừ, có bao nhiêu loại do tu đạo mà được đoạn trừ?

Đáp: Trong ba kiết sử, có thân kiến kiết sử, chứng kiến hành là trước hết. Có hai trường hợp: Hoặc do chứng kiến đạo mà đoạn trừ; hoặc do tu tập đạo mà đoạn trừ.

Nếu hữu thân kiến, hệ thuộc Phi tưởng phi phi tưởng xứ, thì tùy tín hành, tùy pháp hành, do hiện quán Khổ nhẫn biên xứ mà đoạn trừ, đó gọi là do chứng kiến đạo mà đoạn trừ.

Ngoài ra, nếu phàm phu là do tu tập đạo mà được đoạn trừ. Đệ tử của đức Thế Tôn đoạn trừ là do chứng kiến đạo mà đoạn trừ. Ví như hữu thân kiết sử, ở trong năm thuận hạ phần kiết sử; trong năm kiến thuộc hữu thân kiết sử, thì các loại hữu thân kiến, biên kiến, chấp kiến, cũng như vậy.

Giới cấm thủ và nghi kiết sử, chứng kiến hành là trước hết, có hai trường hợp: Hoặc do chứng kiến đạo mà đoạn trừ; hoặc do tu tập đạo mà đoạn trừ.

Nếu giới cấm thủ và nghi, hệ thuộc Phi tưởng phi phi tưởng xứ, thì tùy tín hành, tùy pháp hành, hiện quán biên xứ đối với các nhẫn mà đoạn trừ, nên gọi là do chứng kiến đạo mà được đoạn trừ.

Ngoài ra, nếu hàng phàm phu do tu tập đạo mà được đoạn trừ. Đệ tử của đức Thế Tôn đoạn trừ là do chứng kiến đạo. Như giới cấm thủ kiết sử, nghi kiết sử ở trong bốn bộc lưu và ở trong bốn ách, gồm: kiến bộc lưu, kiến ách. Trong tứ thủ, gồm: Kiến thủ, giới cấm thủ. Hệ buộc trong tứ thân, gồm: Giới cấm thủ, hệ buộc chấp cho thân này là thật có. Trong năm thuận hạ phần kiết sử, gồm: Giới cấm thủ và nghi kiết sử. Trong ngũ kiến, gồm: Tà kiến, kiến thủ, giới cấm thủ. Trong bảy tùy miên, gồm: Kiến tùy miên, nghi tùy miên. Hai loại: Kiến thủ kiết sử, nghi kiết sử, ở trong chín kiết sử cũng như vậy.

Tham là căn bất thiện, đối với tu tập đạo, thì hành là dẫn đầu. Có hai trường hợp: Hoặc do tu tập đạo mà được đoạn trừ; hoặc do kiến đạo mà được đoạn trừ. Nếu tham là căn bản của bất thiện, thì đối với hàng hữu học, do chứng kiến dấu tích đoạn trừ của các trí. Vậy, do tu tập đạo mà đoạn trừ. Ngoài ra, nếu đối với hàng phàm phu mà đoạn trừ là do tu tập đạo, nên đoạn trừ. Đệ tử của đức Thế Tôn, đoạn trừ là do chứng kiến đạo, nên đoạn trừ. Như tham là căn bản bất thiện, sân si là những căn bản bất thiện, thì ở trong ba lậu hoặc là dục lậu; ở trong bốn bộc lưu là dục bộc lưu, dục ách; ở trong bốn thủ là dục thủ; ở trong hệ thuộc bốn thân là hệ thân thuộc về tham dục, sân nhuế; ở trong năm cái, ngoại trừ ố tác cái, nghi cái, còn lại là các cái ở trong năm cái; ở trong năm kiết sử là sân kiết sử; ở trong năm thuận hạ phần kiết sử là tham dục kiết sử, sân nhuế kiết sử; ở trong bảy tùy miên là dục tham tùy miên, sân nhuế tùy miên; ở trong chín kiết sử là nhuế kiết sử cũng như vậy.

Đối với hữu lậu, vô minh lậu, kiến là hành dẫn đầu, có ba trường hợp: Hoặc do chứng kiến đạo mà đoạn trừ; hoặc do tu tập đạo mà đoạn trừ; hoặc do chứng kiến đạo và tu tập đạo mà đoạn trừ.

Nếu hữu lậu, vô minh lậu hệ thuộc Phi tưởng phi phi tưởng xứ, thì tùy tín hành, tùy pháp hành đoạn trừ là do hiện quán biên xứ của các nhẫn, đó gọi là do chứng kiến đạo mà đoạn trừ.

Ngoài ra, nếu các hàng phàm phu đoạn trừ là do tu tập đạo mà đoạn. Đệ tử của đức Thế Tôn, đoạn trừ là do chứng kiến đạo mà đoạn. Như hữu lậu, vô minh, ở trong bốn bộc lưu ách là hữu vô minh bộc lưu ách; ở trong tứ thủ là ngã ngữ thủ; ở trong năm kiết sử là tham kiết sử, mạn kiết sử; ở trong sáu ái thân là ái thân sinh khởi do ý tiếp xúc; ở trong bảy tùy miên là hữu tham tùy miên, mạn tùy miên, vô minh tùy miên; ở trong chín kiết sử, ái kiết sử, mạn kiết sử, vô minh kiết sử cũng là như vậy.

Ố tác cái do tu tập đạo mà đoạn trừ. Như ố tác cái ở trong năm kiết sử là tật kiết sử, xan kiết sử. Năm thuận thượng phần kiết sử, trong sáu ái thân là năm ái thân ở trước; ở trong chín kiết sử, thì tật kiết sử, xan kiết sử cũng như vậy.

Đối với nghi cái, nếu hạng phàm phu do tu tập đạo mà đoạn trừ. Đệ tử của đức Thế Tôn, đoạn trừ là do chứng kiến được đạo, nên đoạn; ở trong chín mươi tám tùy miên, trong đó hai mươi tám tùy miên do chứng kiến đạo mà đoạn trừ; mười tùy miên do tu tập đạo mà đoạn trừ. Ngoài ra, nếu hàng phàm phu đoạn trừ là do tu tập đạo mà đoạn. Đệ tử của đức Thế Tôn đoạn trừ là do chứng kiến đạo mà đoạn.

Ba kiết sử cho đến chín mươi tám tùy miên, có bao nhiêu loại do chứng kiến Khổ mà đoạn trừ, cho đến có bao nhiêu loại do tu tập đạo mà đoạn trừ?

Đáp: Hữu thân kiến kiết sử do chứng kiến Khổ mà đoạn trừ. Như thân kiến kiết sử, ở trong năm thuận hạ phần kiết sử là hữu thân kiến kiết sử; ở trong năm kiến kiết sử; ở trong năm kiến là hữu thân kiến, biên kiến, chấp kiến cũng như vậy.

Giới cấm thủ kiết sử có hai loại, gồm: Hoặc do chứng kiến Khổ mà đoạn trừ; hoặc do chứng kiến Đạo mà được đoạn trừ. Như giới cấm thủ kiết sử, ở trong bốn thủ là giới cấm thủ; ở trong bốn hệ thuộc thân là hệ thuộc thân giới cấm thủ; ở trong năm thuận hạ phần kiết sử là giới cấm thủ kiết sử; ở trong năm kiến là giới cấm thủ cũng như vậy.

Nghi kiết sử có bốn chủng loại, hoặc do chứng kiến Khổ đoạn trừ; cho đến hoặc chứng kiến Đạo đoạn trừ. Như nghi kiết sử ở trong bốn lưu ách là kiến bộc lưu ách; ở trong bốn thủ là kiến thủ; ở trong bốn hệ thuộc thân là hệ thuộc chấp thân này là thật có; ở trong năm cái là nghi cái; ở trong năm thuận hạ phần kiết sử là nghi kiết sử; ở trong năm kiến là tà kiến thủ; ở trong bảy tùy miên là kiến tùy miên và nghi tùy miên; ở trong chín kiết sử là kiến thủ và nghi kiết sử cũng là như vậy.

Đối với ba căn bản bất thiện, có năm chủng loại, hoặc do chứng kiến Khổ đoạn trừ cho đến hoặc do tu tập Đạo đoạn trừ. Như ba căn bản bất thiện, ở trong ba lậu hoặc, bốn bộc lưu ách, ngoại trừ kiến bộc lưu ách, còn lại là các bộc lưu ách; ở trong bốn thủ là dục thủ, ngã ngữ thủ; ở trong bốn hệ thuộc thân là các hệ thuộc thân tham dục và sân nhuế; ở trong năm cái, ngoại trừ ố tác và nghi, còn lại là các cái khác; ở trong năm kiết là tham kiết, sân nhuế kiết, mạn kiết; ở trong năm thuận hạ phần kiết sử là tham dục kiết sử, sân nhuế kiết sử; ở trong sáu ái thân là ái thân do ý tiếp xúc sinh ra; trong bảy tùy miên là ngoại trừ kiến tùy miên, nghi tùy miên; ở trong chín kiết sử là ái kiết sử, nhuế kiết sử, mạn kiết sử, vô minh kiết cũng như vậy.

Đối với ố tác cái, do tu tập Đạo mà đoạn. Như ố tác cái ở trong năm kiết sử là tật kiết sử, xan kiết sử; năm thuận thượng phần kiết sử ở trong sáu ái thân là năm ái thân kiết sử ở trước; ở trong chín kiết sử là tật kiết, xan kiết sử cũng như vậy. Ở trong chín mươi tám tùy miên, có hai mươi tám tùy miên do chứng kiến Khổ mà đoạn trừ; mười chín tùy miên do chứng kiến Tập mà đoạn trừ; mười chín tùy miên do chứng kiến Diệt mà đoạn từ; hai mươi hai tùy miên, do chứng kiến Đạo mà đoạn trừ; mười tùy miên do tu tập Đạo mà đoạn trừ.

Ba kiết sử cho đến chín mươi tám tùy miên có bao nhiêu là kiến, có bao nhiêu không phải là kiến?

Đáp: Ở trong ba kiết sử có hai kiến, một là không kiến; đối với ba căn bản bất thiện là không phải kiến; ở trong ba lậu hoặc, một là không phải kiến, hai là nên phân biệt, nghĩa là trong lậu hoặc thuộc Dục giới, hoặc là kiến, hoặc không phải là kiến; năm kiến thuộc Dục giới là kiến, nhưng phần còn lại là không phải kiến; lậu hoặc ở trong các hữu, hoặc là không phải kiến, năm kiến thuộc Sắc giới, Vô sắc giới là kiến, nhưng phần còn lại là không phải kiến; ở trong bốn bộc lưu ách, một là kiến, ba không phải là kiến; bốn thủ, ở trong bốn hệ thuộc thân đều có hai kiến và hai không phải là kiến; năm cái, năm kiết sử đều không phải là kiến; ở trong năm thuận hạ phần kiết sử có hai kiến, có ba không phải là kiến; năm thuận thượng phần kiết sử không phải là kiến; năm kiến là kiến; sáu thân ái không phải là kiến; ở trong bảy tùy miên có một kiến, còn sáu không phải là kiến; ở trong chín kiết sử, có hai kiến, có bảy không phải là kiến; ở trong chín mươi tám tùy miên, có ba mươi sáu loại là kiến, có sáu mươi hai loại không phải là kiến.

Hỏi: Ba kiết sử cho đến chín mươi tám loại tùy miên, có bao nhiêu tầm, có bao nhiêu tứ, có bao nhiêu loại không có tầm chỉ có tứ, có bao nhiêu loại không có tầm, không có tứ?

Đáp: Ba kiết sử hệ thuộc ba loại. Ba căn bất thiện và dục lậu là có tầm, có tứ, có hữu lậu, vô minh lậu. Ngoại trừ dục bộc lưu ách thủ, còn lại các bộc lưu ách thủ hệ thuộc ba loại. Dục bộc lưu ách và dục thủ là có tầm, có tứ; Ba thủ còn lại và ba hệ thuộc thân có tầm, có tứ; hai hệ thuộc thân còn lại là hệ thuộc ba loại. Năm cái và ba kiết sử là có tầm, có tứ. Hai kiết sử còn lại và ba thuận hạ phần kiết sử, hệ thuộc ba loại. Hai hạ phần kiết sử còn lại có tầm, có tứ. Ở trong năm thuận thượng phần kiết sử, tham ở Vô sắc giới, không có tầm, không có tứ. Bốn thượng phần kiết sử còn lại và năm kiến sử hệ thuộc ba loại. Năm thân ái ở trước và các tùy miên tham, sân thuộc Dục giới có tầm, có tứ.

Ái thân thứ sáu, năm tùy miên còn lại gồm đủ ba loại. Ở trong chín kiết sử thì sân kiết sử, tật kiết sử, xan kiết sử có tầm, có tứ. Sáu kiết sử còn lại hệ thuộc ba loại. Ở trong chín mươi tám tùy miên, ba mươi sáu tùy miên thuộc Dục giới có tầm, có tứ. Ba mươi mốt tùy miên thuộc Sắc giới hệ thuộc ba loại. Ba mươi mốt tùy miên thuộc Vô sắc giới không có tầm, không có tứ.

Hỏi: Ba kiết sử cho đến chín mươi tám tùy miên, có bao nhiêu loại tương ưng với lạc căn, có bao nhiêu loại tương ưng với các căn khổ, hỷ, ưu, xả?

Đáp: Ở trong ba kiết sử, có hữu thân kiến, giới cấm thủ tương ưng với ba căn, ngoại trừ hai căn khổ và ưu. Nghi kiết sử tương ưng với bốn căn, ngoại trừ khổ căn. Trong ba bất thiện căn, tham căn bất thiện là tương ưng với ba căn, ngoại trừ hai căn khổ và ưu. Sân căn bất tương ưng với ba căn, ngoại trừ hai căn lạc và hỷ. Si căn bất thiện và các lậu hoặc thuộc Dục giới, các lậu hoặc lệ thuộc vô minh tương ưng với năm căn; hữu lậu tương ưng với ba căn, ngoại trừ hai căn khổ và ưu. Trong bốn bộc lưu ách, thì vô minh bộc lưu ách thuộc Dục giới tương ưng với năm căn; hữu bộc lưu ách tương ưng với ba căn, ngoại trừ hai căn khổ và ưu. Kiến bộc lưu ách, tương ưng với bốn căn, ngoại trừ khổ căn. Trong bốn thủ, thì dục thủ tương ưng với năm căn; kiến thủ tương ưng với bốn căn, ngoại trừ khổ căn. Giới cấm thủ, ngã ngữ thủ tương ưng với ba căn, ngoại trừ hai căn khổ và ưu. Thân hệ thuộc sân nhuế, tương ưng với ba căn, ngoại trừ hai căn lạc và hỷ. Ba thân hệ thuộc còn lại và tham dục cái, tương ưng với ba căn, ngoại trừ hai căn khổ và ưu. Sân nhuế cái tương ưng với ba căn, ngoại trừ hai căn lạc và hỷ. Hôn trầm cái, trạo cử cái, tương ưng với năm căn. Thụy miên cái, tương ưng với ba căn, ngoại trừ hai căn lạc và khổ. Ố tác nghi cái, tương ưng với hai căn, gồm: ưu căn và xả căn. Trong năm kiết sử, thì tham kiết sử, mạn kiết sử tương ưng với ba căn, ngoại trừ hai căn khổ và ưu. Sân kiết sử tương ưng với ba căn, ngoại trừ hai căn lạc và hỷ. Tật kiết sử, tương ưng với hai căn, gồm: ưu căn và xả căn. Xan kiết sử tương ưng với hai căn, gồm: hai căn hỷ và xả. Trong năm hạ phần kiết sử, sân kiết sử tương ưng với ba căn, ngoại trừ hai căn hỷ và lạc. Nghi kiết sử, tương ưng với bốn căn, ngoại trừ khổ căn. Ba kiết sử còn lại tương ưng với ba căn, ngoại trừ hai căn khổ và ưu. Trong năm thượng phần kiết sử, Tham kiết sử thuộc Vô sắc giới, tương ưng với một căn, gồm: xả căn. Bốn kiết sử còn lại và bốn kiến, tương ưng với ba căn, ngoại trừ hai căn khổ và ưu. Tà kiến, tương ưng với bốn căn, ngoại trừ khổ căn. Trong sáu ái thân, năm ái thân trước, tương ưng với hai căn, gồm: lạc căn và xả căn. Ái thân thứ sáu và tham tùy miên, mạn tùy miên thuộc Dục giới và Hữu sắc giới, tương ưng với ba căn, ngoại trừ hai căn khổ và ưu. Sân nhuế tùy miên, tương ưng với ba căn, ngoại trừ hai căn hỷ và lạc. Kiến tùy miên, nghi tùy miên tương ưng với bốn căn, ngoại trừ khổ căn. Vô minh tùy miên, tương ưng với năm căn. Trong chín kiết sử, ái kiết sử, mạn kiết sử, thủ kiết sử tương ưng với ba căn, ngoại trừ hai căn khổ và ưu. Nhuế kiết sử, tương ưng với ba căn, ngoại trừ hai căn hỷ và lạc. Vô minh kiết sử, tương ưng với năm căn. Kiến kiết sử, nghi kiết sử, tương ưng với bốn căn, ngoại trừ khổ căn. Tật kiết sử tương ưng với hai căn, gồm: ưu căn và xả căn. Xan kiết sử, tương ưng với hai căn, gồm: hỷ và xả. Trong chín mươi tám tùy miên, bốn kiến kiết sử và bốn mạn kiết sử thuộc Dục giới và tham kiết sử do chứng kiến Đạo mà đoạn trừ tương ưng vơi hai căn, gồm: hỷ và xả. Nghi và sân kiết sử, do chứng kiến Đạo mà đoạn trừ tương ưng với hai căn, gồm: ưu và xả. Tà kiến và vô minh do chứng kiến Đạo mà đoạn trừ, tương ưng với ba căn, ngoại trừ hai căn khổ và lạc. Tham kiết sử do tu tập Đạo mà đoạn trừ, tương ưng với ba căn, ngoại trừ hai căn khổ và ưu. Sân kiết sử, tương ưng với ba căn, ngoại trừ hai căn lạc và hỷ. Vô minh tương ưng với năm căn. Ba mươi mốt tùy miên thuộc Sắc giới, tương ưng với ba căn, ngoại trừ hai căn khổ và ưu. Ba mươi mốt tùy miên thuộc Vô sắc giới, tương ưng với một xả căn.

Hỏi: Ba kiết sử cho đến chín mươi tám tùy miên, có bao nhiêu loại hệ thuộc Dục giới, có bao nhiêu loại hệ thuộc Sắc giới, có bao nhiêu loại hệ thuộc Vô sắc giới?

Đáp: Ba kiết sử hệ thuộc ba loại. Ba căn bất thiện và dục lậu hệ thuộc Dục giới. Hữu lậu hệ thuộc hai loại, hoặc hệ thuộc Sắc giới; hoặc hệ thuộc Vô sắc giới. Vô minh lậu, hệ thuộc ba loại. Dục bộc lưu ách và dục thủ hệ thuộc Dục giới. Hữu bộc lưu ách và ngã ngữ thủ hệ thuộc hai loại, hoặc là hệ thuộc Sắc giới; hoặc hệ thuộc Vô sắc giới. Bộc lưu ách còn lại và hai thủ còn lai hệ thuộc ba loại.

Trong hệ thuộc bốn thân, tham dục, sân nhuế và năm cái hệ thuộc Dục giới. Hai hệ thuộc còn lại hệ thuộc ba loại. Tham kiết sử, mạn kiết sử ở trong năm kiết sử và ba thuận hạ phần kiết sử, hệ thuộc ba loại.

Ba kiết sử còn lại và tham dục, sân nhuế ở thuận hạ phần kiết sử, hệ thuộc Dục giới. Trong năm thuận thượng phần kiết sử, tham ở nơi Sắc giới, hệ thuộc Sắc giới. Tham ở nơi Vô sắc giới, hệ thuộc Vô sắc giới. Ba kiết sử còn lại, hệ thuộc hai loại, hoặc hệ thuộc Sắc giới, hoặc hệ thuộc Vô sắc giới. Năm kiến và ái thân thứ sáu, hệ thuộc ba loại. Ái thân được sinh ra do tiếp xúc của mắt, tai, thân hệ thuộc hai loại, hoặc hệ thuộc Dục giới, hoặc hệ thuộc Sắc giới. Ái thân được sinh ra do tiếp xúc của mũi và lưỡi, hệ thuộc Dục giới. Tham đối với Dục giới và sân nhuế ở trong bảy tùy miên, hệ thuộc Dục giới. Tham ở nơi các Hữu, hệ thuộc hai loại, hoặc hệ thuộc Sắc giới, hoặc hệ thuộc Vô sắc giới. Các tùy miên còn lại hệ thuộc ba loại.

Các loại kiết sử sân nhuế, tật đố, xan lẫn ở trong chín kiết sử hệ thuộc Dục giới. Các kiết sử còn lai hệ thuộc ba loại.

Trong chín mươi tám tùy miên, ba mươi sáu loại tùy miên, hệ thuộc Dục giới; ba mươi mốt tùy miên hệ thuộc Sắc giới; ba mươi mốt tùy miên hệ thuộc Vô sắc giới.

Hỏi: Các loại kiết sử rơi vào trong Dục giới, thì các loại kiết sử ấy, ở tại Dục giới chăng?

Đáp: Nên nêu lên bốn trường hợp để luận giải.

1- Có trường hợp những kiết sử rơi vào Dục giới, nhưng những kiết sử ấy không ở tại Dục giới. Nghĩa là các triền sử bị trói buộc, ẩn mất nơi Sắc giới, thân trung hữu thuộc Dục giới khởi lên và sống với ác ma ở cõi trời Phạm Thế, vì do bị trói buộc bởi triền sử, nên trách chống Như lai.

2- Có trường hợp kiết sử ở tại Dục giới, nhưng những kiết sử ấy không rơi vào ở trong Dục giới. Nghĩa là các triền sử bị trói buộc, ẩn mất nơi Dục giới, khởi lên thân trung hữu thuộc Sắc giới và sống ở Dục giới, nhưng kiết sử thuộc Sắc giới, Vô sắc giới biểu hiện trước mắt.

3- Có trường hợp kiết sử rơi vào Dục giới, những kiết sử ấy cũng ở tại Dục giới. Nghĩa là các triền sử bị trói buộc ở nơi Dục giới ẩn mất, sinh hữu nơi trung hữu tại Dục giới khởi sinh và sống ở Dục giới, kiết sử thuộc Dục giới biểu hiện trước mắt.

4- Có trường hợp không rơi vào Dục giới, các kiết sử kia, cũng không ở tại Dục giới. Nghĩa là các triền sử bị trói buộc, ẩn mất ở Sắc giới, sinh hữu nơi trung hữu ở Sắc giới khởi sinh, nơi Sắc giới ẩn mất sinh Vô sắc giới. Vô sắc giới ẩn mất sinh ở Vô sắc giới; Vô sắc giới ẩn mất sinh ở Sắc giới và sống ở Sắc giới, kiết sử Vô sắc giới biểu hiện trước mắt.

Hỏi: Các kiết sử rơi vào Sắc giới, các kiết sử ấy ở tại Sắc giới chăng?

Đáp: Nên nêu ra bốn trường hợp để luận giải:

1- Có trường hợp kiết sử rơi vào Sắc giới, nhưng các kiết sử ấy không ở tại Sắc giới. Nghĩa là các triền sử bị trói buộc, ẩn mất ở Dục giới, trung hữu ở trong Sắc giới khởi hiện và sống ở Dục giới, kiết sử của Sắc giới biểu hiện trước mắt.

2- Có trường hợp kiết sử ở tại Sắc giới, nhưng các kiết sử ấy không rơi vào Sắc giới. Nghĩa là các triền sử bị trói buộc, ẩn mất nơi Sắc giới, thân trung hữu Dục giới khởi sinh, và vì bị các triền sử buộc trói nơi cõi trời Phạm Thế, sống với ác ma, nên trách chống Như lai và trú ở Sắc giới, các kiết sử Vô sắc giới biểu hiện trước mắt.

3- Có trường hợp kiết sử rơi vào Sắc giới, các kiết sử ấy cũng ở tại Sắc giới. Nghĩa là các triền sử bị trói buộc, ẩn mất ở nơi Sắc giới, sinh hữu nơi trung hữu ở Sắc giới khởi sinh và trú ở Sắc giới, các kiết sử Sắc giới biểu hiện trước mắt.

4- Có trường hợp không rơi vào Sắc giới, cũng không ở tại Sắc giới. Nghĩa là các triền sử bị trói buộc, ẩn mất ở nơi Dục giới, sinh hữu ở nơi trung hữu Dục giới khởi sinh. Dục giới ẩn mất, sinh Vô sắc giới; Vô sắc giới ẩn mất, sinh Vô sắc giới; Vô sắc giới ẩn mất, sinh ở Dục giới và sống ở Dục giới. Các kiết sử Dục giới, Vô sắc giới biểu hiện trước mắt.

Hỏi: Các kiết sử rơi vào Vô sắc giới, vậy các kiết sử ấy thuộc vào Vô sắc giới chăng?

Đáp: Các kiết sử ở Vô sắc giới, các kiết sử ấy rơi vào Vô sắc giới. Có trường hợp các kiết sử rơi vào Vô sắc giới, nhưng các kiết sử ấy không ở tại Vô sắc giới. Nghĩa là sống ở Dục giới, Sắc giới, nhưng kiết sử Vô sắc giới biểu hiện trước mắt.

Hỏi: Các kiết sử không rơi vào Dục giới, vậy các kiết sử ấy không ở tại Dục giới chăng?

Đáp: Nên nêu ra bốn trường hợp để luận giải: Nên biết ngược lại ở trên.

Hỏi: Các kiết sử không rơi vào Vô sắc giới, vậy các kiết sử ấy không phải ở tại Vô sắc giới chăng?

Đáp: Đúng như vậy.

Có trường hợp các kiết sử không ở tại Vô sắc giới, vậy các kiết sử ấy không rơi vào Vô sắc giới. Nghĩa là sống ở Dục giới, Sắc giới, các kiết sử Vô sắc giới biểu hiện trước mặt.

Hỏi: Đệ tử của đức Thế Tôn đầy đủ các kiến, các sắc uẩn chưa đoạn, vậy có bị các sắc uẩn ấy trói buộc không?

Đáp: Đúng như vậy.

Hỏi: Giả sử hệ thuộc sắc uẩn, vậy sắc uẩn ấy chưa có đoạn trừ chăng?

Đáp: Đúng như vậy.

Hỏi: Các uẩn thuộc về thọ, tưởng, hành, thức chưa có đoạn trừ, vậy các uẩn thọ tưởng, hành, thức ấy bị buộc trói chăng?

Đáp: Đúng như vậy. Có thọ, tưởng, hành, thức bị trói, nhưng các thọ, tưởng, hành, thức kia không phải chưa đoạn trừ, gọi là các học gia, hoặc là nhất lai; hoặc là nhất gian. Do tu tập Đạo mà đoạn trừ các kiết sử thuộc phẩm trung và phẩm thượng thuộc Dục giới. Do đã đoạn trừ, nên biến tri. Các thọ tưởng, hành, thức tương ưng ấy, bị trói buộc ở kiết sử nơi phẩm hạ.

Hỏi: Đệ tử của đức Thế Tôn đầy đủ các kiến, các sắc uẩn đã đoạn, vậy sắc uẩn ấy có xả ly hệ phược chăng?

Đáp: Đúng như vậy.

Hỏi: Giả thiết sắc uẩn xả ly hệ phược, vậy sắc uẩn ấy đã đoạn trừ chăng?

Đáp: Đúng như vậy.

Hỏi: Các uẩn thọ, tưởng, hành, thức đã đoạn trừ, vậy các thọ, tưởng, hành, thức ấy có xả ly hệ phược chăng?

Đáp: Các thọ, tưởng, hành, thức xả ly hệ phược, các thọ, tưởng, hành, thức ấy đã đoạn trừ. Có trường hợp thọ tưởng, hành, thức đã đoạn trừ, nhưng không xả ly hệ phược. Nghĩa là các học gia, hoặc là nhất lai, hoặc là nhất gian, do tu tập Đạo đoạn trừ các kiết sử phẩm trung, phẩm thượng nơi Dục giới. Do đã đoạn, nên biến tri. Các thọ, tưởng, hành, thức tương ưng ấy, bị trói buộc nơi kiết sử ở phẩm hạ.

Hỏi: Có năm Bổ-đặc-già-la, gồm: Tùy tín hành[70], tùy pháp hành[71], tín thắng giải[72], kiến chí[73], thân chứng[74]. Năm Bổ-đặc-già-này ở nơi ba

---

70 Tùy tín hành: Skt. Śraddhānusārin. Hán dịch là Tùy tín hành, gọi tắt là Tín hành. Bậc Thánh giả Thanh văn ở vào giai vị chứng kiến Đạo, do nghe và ghi nhớ giáo pháp của Phật, từ bậc Thiện sĩ giảng dạy, khiến niềm tin sinh khởi đối với Phật pháp và thực hành theo niềm tin ấy, mà đoạn trừ được thân kiến thủ, giới cấm thủ và nghi, nên gọi là Tùy tín hành.

71 Tùy pháp hành: Skt. Dharmānusārin. Hán dịch là Tùy pháp hành, có nghĩa là người có khả năng thực hành pháp để tiến tới Thánh đạo giải thoát qua sự thính pháp, tư duy pháp, thực hành pháp, đạt đến địa vị kiến đạo. (*Tạp A-hàm kinh* 33, *Đại chánh* 2; Phúc điền kinh - *Trung A-hàm* 30, *Đại chánh* 1; *Câu-xá luận* 23, *Đại chánh* 29).

72 Tín thắng giải: Skt. Adhimukti. Pāli: Adhimutti. Hán dịch là Tín giải hay Tín thắng giải. Nghĩa là hành giả tu tập do dựa vào niềm tin mà đạt đến thắng giải. Thắng giải là sự hiểu rõ pháp qua niềm tin và an trú vững chãi ở trong pháp, do sự tu tập đối với Đạo đem lại. Nên gọi là Tín thắng giải. (*Đại Tỳ-bà-sa luận* 54, *Đại chánh* 27; Du già sư địa luận 26, *Đại chánh* 30).

73 Kiến chí: Skt. Dṛṣṭi-prāpta. Hán dịch là Kiến chí, Kiến đáo, Kiến đắc. Dṛṣṭi, thấy; prāpta, đạt đến, đạt được. Kiến chí nghĩa là đạt đến trí tuệ vô lậu và nhờ trí tuệ này mà đạt đến chân lý. Những người tu tập với căn tính lanh lợi, ở giai vị tu tập đạo, thấy được lý và qua lý mà hành sự, đạt đến kết quả tu tập. (*Đại Tỳ-bà-sa* 54, *Đại chánh* 27; *Câu-xá luận* 23, 25, *Đại chánh* 29; *Du-già sư địa luận* 26, *Đại chánh* 30).

74 Thân chứng: Skt. Kāya-sakṣin. Pāli: Kāya-sakkhin. Thân chứng A-na-hàm, Thân chứng Bất hoàn. Nương vào pháp Diệt tận định mà chứng quả Bất hoàn, nghĩa là không còn trở lại Dục giới. Chỉ ở Ngũ bất hoàn thiên

kiết sử cho đến chín mươi tám tùy miên, có bao nhiêu thành tựu, có bao nhiêu không thành tựu?

Đáp: Tùy tín hành, ở nơi ba kiết sử, đối với Khổ loại trí[75] chưa sinh hay đã sinh đều thành tựu; Khổ loại trí đã sinh có hai thành tựu, có một không thành tựu.

Đối với ba căn bất thiện: Tùy tín hành chưa xả ly ô nhiễm đối với Dục giới, đều thành tựu; Tùy tín hành đã xả ly ô nhiễm đối với Dục giới, đều không thành tựu.

Đối với ba lậu hoặc: Tùy tín hành chưa xả ly ô nhiễm đối với Dục giới đều thành tựu; Tùy tín hành đã xả ly ô nhiễm đối với Dục giới có hai thành tựu, có một không thành tựu.

Đối với bốn bộc lưu ách thủ: Tùy tín hành chưa xả ly ô nhiễm đối với Dục giới đều thành tựu; Tùy tín hành đã xả ly ô nhiễm đối với Dục giới, có ba thành tựu, có một không thành tựu.

Đối với Tứ thân hệ: Tùy tín hành chưa xả ly ô nhiễm đối với Dục giới, đều thành tựu; Tùy tín hành đã xả ly ô nhiễm đối với Dục giới, có hai thành tựu, có hai không thành tựu.

---

thuộc Sắc giới, tiếp tục đoạn trừ các thượng phần kiết sử, tự thân chứng được quả giải thoát sinh tử.

Đại Tỳ-bà-sa luận giải thích: "Đức Thế Tôn an lập Thân tác chứng gọi là Tưởng thọ diệt giải thoát. Vì là vô tâm, nên chỉ ở thân mà không phải tâm, do sức mạnh của thân sinh khởi, chứ không phải do tâm lực sinh khởi, cho nên đức Thế Tôn gọi là Thân chứng. (*Đại Tỳ-bà-sa luận* 152, tr 776b, *Đại chánh* 27).

Thân chứng, theo giải thích của Thuyết nhất thiết hữu bộ: Diệt tận định là định vô tâm. Nếu ở trong thân đạt được Diệt tận định, thì tự thân đạt được niềm vui tịch lặng, nên gọi là Thân chứng.

Thân chứng giải thích theo Kinh lượng bộ: Khi xuất định, thân duyên theo sự tĩnh lặng của Diệt tận định và sự tĩnh lặng này tương tợ pháp Niết bàn và do đạt được trí hiện tiền, khiến chứng đắc sự tĩnh lặng thuộc về thân, nên gọi là Thân chứng. (*Câu-xá luận* 24, 25, *Đại chánh* 29; *Đại thừa A-tỳ-đạt-ma tạp tập luận* 13, *Đại chánh* 31).

75 Khổ loại trí: duḥkhenvayajñāna. Do hành giả tu tập quán chiếu Khổ đế ở Sắc giới, Vô sắc giới, khiến trí vô lậu phát sinh. Trí ấy gọi là Khổ loại trí.

Đối với năm triền cái: Tùy tín hành chưa xả ly ô nhiễm đối với Dục giới, Đạo pháp trí chưa sinh hay đã sinh đều thành tựu; Đạo pháp trí đã sinh có bốn thành tựu, có một không thành tựu; đã xả ly ô nhiễm đối với Dục giới, đều không thành tựu.

Đối với năm kiết sử: Tùy tín hành chưa xả ly ô nhiễm đối với Dục giới đều thành tựu; Tùy tín hành, có hai thành tựu, có ba không thành tựu.

Đối với năm thuận hại phần kiết sử: Tùy tín hành chưa xả ly ô nhiễm đối với Dục giới, Khổ loại trí chưa sinh hay đã sinh đều thành tựu; Khổ loại trí đã sinh có bốn thành tựu, có một không thành tựu; đã xả ly ô nhiễm đối với Dục giới, Khổ loại trí chưa sinh hay đã sinh, có ba loại thành tựu, có hai loại không thành tựu; Khổ loại trí đã sinh có hai loại thành tựu, có ba loại không thành tựu.

Đối với ngũ thuận thượng phần kiết sử: Tùy tín hành chưa xả ly ô nhiễm đối với Sắc giới, đều thành tựu; Tùy tín hành đã xả ly ô nhiễm đối với Sắc giới, có bốn loại thành tựu, có một loại không thành tựu.

Đối với năm kiến: Khổ loại trí chưa sinh hay đã sinh đều thành tựu; Khổ loại trí đã sinh có ba loại thành tựu, có hai loại không thành tựu.

Đối với sáu ái thân: Tùy tín hành chưa xả ly ô nhiễm đối với Dục giới đều thành tựu; Tùy tín hành đã xả ly ô nhiễm của Dục giới, chưa xả ly ô nhiễm đối với cõi trời Phạm Thế Sắc giới, có bốn loại thành tựu, có hai loại không thành tựu; Tùy tín hành đã xả ly ô nhiễm đối với cõi trời Phạm Thế Sắc giới, có một loại thành tựu, có bốn loại không thành tựu.

Đối với bảy tùy miên: Tùy tín hành chưa xả ly ô nhiễm đối với Dục giới, đều thành tựu; Tùy tín hành đã xả ly ô nhiễm đối với Dục giới có năm loại thành tựu, có hai loại không thành tựu.

Đối với chín kiết sử: Tùy tín hành chưa xả ly ô nhiễm đối với Dục giới đều thành tựu; Tùy tín hành đã xả ly ô nhiễm đối với Dục giới, có sáu thành tựu, có ba không thành tựu.

Đối với chín mươi tám tùy miên: Tùy tín hành chưa xả ly ô nhiễm đối với Dục giới, Khổ pháp trí chưa sinh hay đã sinh đều thành tựu;

Khổ pháp trí đã sinh, Khổ loại trí chưa sinh hay đã sinh, do chứng kiến Khổ ở nơi Dục giới mà được đoạn trừ, đều không thành tựu; còn lại đều thành tựu; Khổ loại trí đã sinh, Tập pháp trí chưa sinh hay đã sinh, do chứng kiến Khổ ở trong tam giới mà được đoạn trừ, đều không thành tựu, còn lại đều thành tựu; Tập pháp trí đã sinh, Tập loại trí chưa sinh hay đã sinh, do chứng kiến Khổ ở trong tam giới mà được đoạn trừ và do chứng kiến Tập ở trong Dục giới mà được đoạn trừ, đều không thành tựu, còn lại đều thành tựu; Tập loại trí đã sinh, Diệt pháp trí chưa sinh hay đã sinh, do chứng kiến Khổ Tập đối với tam giới mà được đoạn trừ, đều không thành tựu, còn lại đều thành tựu; Diệt pháp trí đã sinh, Diệt loại trí chưa sinh hay đã sinh, do chứng kiến Khổ Tập đối với tam giới mà được đoạn trừ và do chứng kiến Diệt ở Dục giới mà được đoạn trừ, đều không thành tựu, còn lại đều thành tựu; Diệt loại trí đã sinh, Đạo pháp trí chưa sinh hay đã sinh, do chứng kiến Khổ Tập Diệt đối với tam giới mà được đoạn trừ, đều không thành tựu, còn lại đều thành tựu; Đạo pháp trí đã sinh, do chứng kiến Khổ Tập Diệt ở trong tam giới mà được đoạn trừ và do chứng kiến Đạo ở trong Dục giới mà được đoạn trừ, đều không thành tựu, còn lại đều thành tựu. Tùy tín hành đã xả ly ô nhiễm đối với Dục giới, chưa xả ly ô nhiễm đối với Sắc giới, Khổ loại trí chưa sinh hay đã sinh, hết thảy đối với Dục giới không thành tựu, còn lại đều thành tựu. Khổ loại trí đã sinh, Tập loại trí chưa sinh hay đã sinh, đối với tất cả Dục giới và Sắc giới, Vô sắc giới, do chứng kiến Khổ mà được đoạn trừ, đều không thành tựu, còn lại đều thành tựu. Tập loại trí đã sinh, Diệt loại trí chưa sinh hay đã sinh, tất cả đối với Dục giới và Sắc giới, Vô sắc giới, do chứng kiến Khổ Tập mà được đoạn trừ, đều không thành tựu, còn lại đều thành tựu. Diệt loại trí đã sinh, tất cả đối với Dục giới, Sắc giới, Vô sắc giới, do chứng kiến Khổ Tập Diệt mà được đoạn trừ, đều không thành tựu, còn lại đều thành tựu. Tùy tín hành đã xả ly ô nhiễm đối với Sắc giới, Khổ loại trí chưa sinh hay đã sinh, đối với tất cả Dục giới, Sắc giới đều không thành tựu, còn lại đều thành tựu; Diệt loại trí đã sinh, Tập loại trí chưa sinh hay đã sinh, tất cả đối với Dục giới, Sắc giới và Vô sắc giới, do chứng kiến Khổ mà được đoạn trừ, đều không thành tựu, còn lại đều thành tựu. Tập loại trí đã sinh, Diệt loại trí chưa sinh hay đã sinh, tất cả đối với Dục giới,

Sắc giới và Vô sắc giới, do chứng kiến Khổ Tập mà được đoạn trừ, đều không thành tựu, còn lại đều thành tựu. Diệt loại trí đã sinh, tất cả đối với Dục giới, Sắc giới và Vô sắc giới, do chứng kiến Khổ Tập Diệt mà được đoạn trừ, đều không thành tựu, còn lại đều thành tựu. Đúng như Tùy tín hành, với Tùy pháp hành cũng là như vậy.

Tín thắng giải đối với ba kiết sử đều không thành tựu.

Đối với ba bất thiện căn: Tín thắng giải chưa xả ly ô nhiễm đối với Dục giới, đều thành tựu. Tín thắng giải đã xả ly ô nhiễm đối với Dục giới đều không thành tựu.

Đối với ba lậu hoặc: Tín thắng giải chưa xả ly ô nhiễm đối với Dục giới, đều thành tựu. Tín thắng giải đã xả ly ô nhiễm đối với Dục giới đều có hai thành tựu, có một không thành tựu.

Đối với bốn bộc lưu ách: Tín thắng giải chưa xả ly ô nhiễm đối với Dục giới, có ba thành tựu, có một không thành tựu. Tín thắng giải đã xả ly ô nhiễm đối với Dục giới đều có hai thành tựu, có hai không thành tựu.

Đối với tứ thủ: Tín thắng giải chưa xả ly ô nhiễm đối với Dục giới, có hai thành tựu, có hai không thành tựu. Tín thắng giải đã xả ly ô nhiễm đối với Dục giới, có một thành tựu, có ba không thành tựu.

Đối với tứ thân hệ: Tín thắng giải chưa xả ly ô nhiễm đối với Dục giới, có hai thành tựu, có hai không thành tựu. Tín thắng giải đã xả ly ô nhiễm đối với Dục giới, đều không thành tựu.

Đối với năm triền cái: Tín thắng giải chưa xả ly ô nhiễm đối với Dục giới, có bốn thành tựu, có một không thành tựu. Tín thắng giải đã xả ly ô nhiễm đối với Dục giới, đều không thành tựu.

Đối với năm kiết: Tín thắng giải, chưa xả ly ô nhiễm đối với Dục giới, đều thành tựu. Tín thắng giải đã xả ly ô nhiễm đối với Dục giới, có hai thành tựu, có ba không thành tựu.

Đối với năm thuận hạ phần kiết sử: Tín thắng giải chưa xả ly ô nhiễm đối với Dục giới, có hai thành tựu, có ba không thành tựu. Tín thắng giải đã xả ly ô nhiễm đối với Dục giới, đều không thành tựu.

Đối với năm thuận thượng phần kiết sử: Tín thắng giải chưa xả ly ô nhiễm đối với Sắc giới, đều thành tựu. Tín thắng giải đã xả ly ô nhiễm đối với Sắc giới, đều có bốn thành tựu, có một không thành tựu.

Đối với năm kiến: Tín thắng giải đều không thành tựu.

Đối với sáu ái thân: Tín thắng giải chưa xả ly ô nhiễm đối với Dục giới, đều thành tựu. Tín thắng giải đã xả ly ô nhiễm đối với Dục giới, chưa xả ly ô nhiễm đối với cõi trời Phạm Thế ở Sắc giới, có bốn thành tựu, có hai không thành tựu. Tín thắng giải đã xả ly ô nhiễm đối với cõi trời Phạm Thế ở Sắc giới, có một thành tựu, có năm không thành tựu.

Đối với bảy tùy miên: Tín thắng giải chưa xả ly ô nhiễm đối với Dục giới, có năm thành tựu, có hai không thành tựu. Tín thắng giải đã xả ly ô nhiễm đối với Dục giới, có ba thành tựu, có bốn không thành tựu.

Đối với chín kiết sử: Tín thắng giải chưa xả ly ô nhiễm đối với Dục giới, có sáu thành tựu, có ba không thành tựu. Tín thắng giải đã xả ly ô nhiễm đối với Dục giới, có ba thành tựu, có sáu không thành tựu.

Đối với chín mươi tám tùy miên: Tín thắng giải chưa xả ly ô nhiễm đối với Dục giới, có mười thành tựu, có tám mươi tám không thành tựu. Tín thắng giải đã xả ly ô nhiễm đối với Dục giới, chưa xả ly ô nhiễm đối với Sắc giới, có loại sáu thành tựu, có chín mươi hai loại không thành tựu. Tín thắng giải đã xả ly ô nhiễm đối với Sắc giới, có ba loại thành tựu, có chín mươi lăm loại không thành tựu.

Đúng như Tín thắng giải, thì đối với kiến chí cũng là như vậy.

Thân chứng đối với ba kiết sử và ba bất căn, đều không thành tựu.

Đối với ba lậu hoặc: Thân chứng có hai thành tựu, có một không thành tựu.

Đối với bốn bộc lưu ách: Thân chứng có hai thành tựu, có hai không thành tựu.

Đối với tứ thủ: Thân chứng, có một thành tựu, có ba không thành tựu.

Đối với tứ thân và năm triền cái: Thân chứng đều không có thành tựu.

Đối với năm kiết sử: Thân chứng có hai thành tựu, có ba không thành tựu.

Đối với năm thuận hạ phần kiết sử: Thân chứng đều không thành tựu.

Đối với năm thuận thượng phần kiết sử: Thân chứng có bốn thành tựu, có một không thành tựu.

Đối với năm kiến: Thân chứng đều không có thành tựu.

Đối với sáu thân ái: Thân chứng có một thành tựu, có năm không thành tựu.

Đối với bảy tùy miên: thân chứng có ba thành tựu, có bốn không thành tựu.

Đối với chín kiết sử: Thân chứng có ba thành tựu, có sáu không thành tựu.

Đối với chín mươi tám tùy miên: Thân chứng có ba thành tựu, có chín mươi lăm không thành tựu.

Hỏi: Hữu thân kiến cùng với hữu thân kiến có bao nhiêu duyên? Hữu thân kiến cùng với giới cấm thủ, cho đến vô minh tùy miên hệ thuộc Vô sắc giới, do tu tập mà được đoạn trừ là bao nhiêu? Cho đến vô minh tùy miên hệ thuộc Vô sắc giới, do tu tập mà đoạn trừ, cùng với vô minh tùy miên, hệ thuộc Vô sắc giới do tu tập mà được đoạn trừ là bao nhiêu duyên? Vô minh tùy miên hệ thuộc Vô sắc giới do tu tập mà đoạn trừ, cùng với hữu thân kiến, cho đến mạn tùy miên, hệ thuộc Vô sắc giới do tu tập mà đoạn trừ là bao nhiêu duyên?

Đáp: Hữu thân kiến cùng với hữu thân kiến, hoặc là bốn, ba, hai, một duyên.

Hỏi: Thế nào là bốn duyên?

Đáp: Như hữu thân kiến vô gián khởi lên hữu thân kiến chính là tư duy thuộc về đời trước kia cùng với đời sau là bốn duyên.

Hỏi: Thế nào là ba duyên?

Đáp: Như hữu thân kiến vô gián khởi lên hữu thân kiến không có tư duy đời trước kia, cùng với đời sau là ba duyên, ngoại trừ Sở duyên

duyên; hoặc có hữu thân kiến vô gián, khởi lên từ nơi tâm khác, sau khởi lên hữu thân kiến, chính là do tư duy đời trước ấy, cùng với đời sau là ba duyên, ngoại trừ Đẳng vô gián duyên.

Hỏi: Thế nào là hai duyên?

Đáp: Như hữu thân kiến vô gián khởi ở tâm khác, sau khởi hữu thân kiến, không tư duy đời trước đó cùng với đời sau là hai duyên, gọi là Nhân tăng thượng.

Hỏi: Thế nào là một duyên?

Đáp: Hữu thân kiến đời sau cùng với hữu thân kiến đời trước, nếu tác thành Sở duyên là Sở duyên tăng thượng, không tác thành Sở duyên, thì chỉ một Tăng thượng duyên.

Hữu thân kiến vị lai cùng với hữu thân kiến hiện tại, quá khứ, nếu tác thành Sở duyên làm Sở duyên tăng thượng, không tác thành Sở duyên, chỉ một Tăng thượng duyên.

Hữu thân kiến vị lai, hiện tại cùng với hữu thân kiến quá khứ, nếu tác thành Sở duyên làm Sở duyên tăng thượng, không tác thành Sở duyên, chỉ là một tăng thượng duyên.

Hữu thân kiến thuộc Dục giới cùng với hữu thân kiến Sắc giới, Vô sắc giới là một Tăng thượng duyên.

Hữu thân kiến Sắc giới, Vô sắc giới cùng với hữu thân kiến Dục giới, nếu tác thành đẳng vô gián duyên là đẳng vô gián duyên tăng thượng, không tác thành đẳng vô gián duyên, chỉ là một Tăng thượng duyên.

Hữu thân kiến Vô sắc giới cùng với hữu thân kiến Sắc giới, nếu tác thành Đẳng vô gián duyên là đẳng vô gián duyên tăng thượng, không tác thành đẳng vô gián duyên là một Tăng thượng duyên.

Như hữu thân kiến cùng với hữu thân kiến, nên biết: hữu thân kiến cùng với tất cả không phải biến hành khác; tất cả không phải biến hành khác, cùng với tất cả không phải biến hành, cũng là như vậy.

Hữu thân kiến cùng với giới cấm thủ, hoặc là bốn, ba, hai, một duyên.

Hỏi: Thế nào là bốn duyên?

Đáp: Như hữu thân kiến vô gián khởi lên giới cấm thủ, chính là tư duy đời trước ấy cùng với đời sau là bốn duyên.

Hỏi: Thế nào là ba duyên?

Đáp: Như hữu thân kiến vô gián khởi lên giới cấm thủ, không cùng tư duy với đời trước ấy cùng với đời sau là ba duyên, ngoại trừ Sở duyên. Hoặc hữu thân kiến vô gián khởi lên tâm khác, giới cấm thủ khởi lên sau, chính tư duy đời trước ấy, cùng với đời sau là ba duyên, ngoại trừ đẳng vô gián.

Hỏi: Thế nào là hai duyên?

Đáp: Như hữu thân kiến vô gián khởi lên tâm khác, giới cấm thủ khởi theo sau, không cùng tư duy với đời trước ấy, cùng với đời sau làm hai duyên, gọi là tăng thượng nhân.

Hỏi: Thế nào là một duyên?

Đáp: Hữu thân kiến đời sau cùng với giới cấm thủ đời trước, nếu tác thành sở duyên là sở duyên tăng thượng, không tác thành sở duyên là một tăng thượng duyên.

Hữu thân kiến vị lai cùng với giới cấm thủ quá khứ, hiện tai, nếu tác thành sở duyên là sở duyên tăng thượng, không tác thành sở duyên là một tăng thượng duyên.

Hữu thân kiến vị lai, hiện tại cùng với giới cấm thủ quá khứ, nếu tác thành sở duyên là sở duyên tăng thượng, không tác thành sở duyên là một tăng thượng duyên.

Hữu thân kiến Dục giới cùng với giới cấm thủ Sắc giới, Vô sắc giới là một tăng thượng duyên.

Hữu thân kiến Sắc giới, Vô sắc giới cùng với giới cấm thủ Dục giới, nếu tác thành sở duyên, không cùng với đẳng vô gián là sở duyên tăng thượng; nếu tác thành đẳng vô gián, không cùng với sở duyên là đẳng vô gián sở duyên tăng thượng; nếu tác thành đẳng vô gián và sở duyên là đẳng vô gián sở duyên tăng thượng; không tác thành đẳng vô gián và sở duyên là một tăng thượng duyên.

Hữu thân kiến Sắc giới cùng với giới cấm thủ Vô sắc giới là một tăng thượng duyên.

Hữu thân kiến Vô sắc giới cùng với giới cấm thủ Sắc giới, nếu tác thành sở duyên, không cùng với đẳng vô gián duyên là sở duyên tăng thượng; nếu tác thành đẳng vô gián không cùng với sở duyên là đẳng vô gián tăng thượng; nếu tác thành đẳng vô gián và sở duyên là đẳng vô gián sở duyên tăng thượng; không tác thành đẳng vô gián và sở duyên là một tăng thượng duyên.

Như hữu thân kiến cùng với giới cấm thủ, nên biết rằng: hữu thân kiến cùng với tất cả biến hành khác; tất cả biến hành cùng với tất cả biến hành, cùng với tất cả không phải biến hành khác cùng với tất cả biến hành, cũng là như vậy.

PHẨM HAI: LUẬN VỀ NHẤT HÀNH

Phần một:

Một hành trải qua sáu
Bảy lớn, nhỏ thuộc hữu
Dựa thuộc Đạo biết khắp
Chương này, nguyện nói đủ.

Có chín trói buộc, gồm: Ái trói buộc cho đến xan trói buộc.

Hỏi: Nếu ở nơi các hành sự trói buộc hệ lụy này, có ái trói buộc, thì giận dữ cũng có trói buộc không?

Đáp: Nếu ở nơi những hành sự trói buộc này, có giận dữ trói buộc, ắt có ái trói buộc; hoặc có ái trói buộc mà không có giận dữ trói buộc. Nghĩa là đối với các pháp thuộc về Sắc giới, Vô sắc giới có những ái trói buộc, chưa đoạn trừ.

Hỏi: Nếu ở nơi những hành sự này, có ái trói buộc, cũng có kiêu mạn trói buộc chăng?

Đáp: Đúng như vậy.

Hỏi: Giả sử có kiêu mạn trói buộc, lại có ái trói buộc chăng?

Đáp: Đúng như vậy.

Hỏi: Nếu ở trong hành sự này, có ái trói buộc mà cũng có vô minh trói buộc chăng?

Đáp: Nếu ở trong hành sự này, có ái trói buộc, ắt có vô minh trói buộc; hoặc có vô minh trói buộc, không có ái trói buộc, gọi là Khổ trí đã sinh, Tập trí chưa sinh, ở nơi pháp do chứng kiến Khổ mà đoạn trừ; có những vô minh trói buộc do chứng kiến Tập mà đoạn trừ mà chưa đoạn.

Hỏi: Nếu ở trong những hành sự này, có ái trói buộc mà cũng có kiến trói buộc chăng?

Đáp: Nên nêu lên bốn trường để luận giải:

1- Trường hợp hoặc có ái trói buộc, không có kiến trói buộc. Nghĩa là Tập trí đã sinh, Diệt trí chưa sinh, ở nơi pháp không tương ưng do chứng kiến Diệt, Đạo mà kiến trói buộc được đoạn trừ và ở nơi pháp do tu tập Đạo mà đoạn trừ.

Có ái chưa đoạn trừ, Diệt trí đã sinh, Đạo trí chưa sinh, ở nơi pháp không tương ưng, do chứng kiến Đạo mà đoạn trừ và ở nơi pháp do tu tập Đạo mà được đoạn trừ.

Có ái trói buộc chưa sinh, đệ tử của đức Thế Tôn có đủ các kiến, ở nơi pháp do tu tập Đạo mà đoạn trừ, nhưng cũng có những ái trói buộc chưa đoạn.

2- Hoặc có những kiến trói buộc, không có ái trói buộc. Nghĩa là Khổ trí đã sinh, Tập trí chưa sinh ở nơi pháp do chứng kiến Khổ mà được đoạn trừ, do có chứng kiến Tập đoạn trừ được những kiến trói buộc chưa đoạn.

3- Hoặc ái, kiến cả hai đều trói buộc. Nghĩa là trói buộc đủ ở nơi pháp do chứng kiến Đạo và tu tập Đạo mà đoạn trừ, có hai sự trói buộc. Khổ trí đã sinh, Tập trí chưa sinh, ở nơi pháp do tu tập chứng kiến Tập, Diệt, Đạo mà đoạn trừ, có hai sự trói buộc. Tập trí đã sinh, Diệt trí chưa sinh ở nơi pháp tương ưng do chứng kiến Diệt, Đạo mà đoạn trừ kiến trói buộc, có hai sự trói buộc. Diệt trí đã sinh, Đạo trí chưa sinh, ở nơi pháp tương ưng, do chứng kiến Đạo mà đoạn trừ kiến trói buộc, có hai sự trói buộc.

4- Hoặc đủ cả hai ái và kiến không trói buộc. Nghĩa là Tập trí đã sinh, Diệt trí chưa sinh, ở nơi pháp do chứng kiến Khổ, Tập mà đoạn trừ, không có hai sự trói buộc. Diệt trí đã sinh, Đạo trí chưa sinh, ở nơi pháp do chứng kiến Khổ, Tập mà đoạn trừ, không có hai sự trói buộc. Đệ tử của đức Thế Tôn đầy đủ các kiến, do chứng kiến ở nơi pháp mà được đoạn trừ, không có hai sự trói buộc.

Đã xả ly ô nhiễm ở nơi Dục giới, thì ở nơi pháp Dục giới không có hai sự trói buộc. Đã xả ly ô nhiễm nơi Sắc giới, thì ở nơi pháp

Dục giới, Sắc giới không có hai sự trói buộc. Đã xả ly ô nhiễm Vô sắc giới, thì ở nơi pháp ba cõi không có hai sự trói buộc. Như trường hợp đối với kiến trói buộc và trường hợp đối với nghi trói buộc, cũng là như vậy.

Hỏi: Nếu ở nơi những hành sự này, có ái trói buộc cũng có thủ trói buộc chăng?

Đáp: Nên nêu lên bốn trường hợp để luận giải:

1- Trường hợp hoặc có ái trói buộc, không có thủ trói buộc. Nghĩa là Tập trí đã sinh, Diệt trí chưa sinh, ở nơi pháp do tu tập Đạo mà đoan trừ. Có trường hợp ái trói buộc chưa đoạn trừ mà Diệt trí đã sinh, Đạo trí chưa sinh, do ở nơi pháp tu tập Đạo mà được đoạn trừ. Có trường hợp ái trói buộc chưa đoạn trừ, đệ tử của đức Thế Tôn do đầy đủ các kiến, ở nơi pháp do tu tập Đạo mà được đoạn trừ, có ái trói buộc chưa đoạn.

2- Trường hợp hoặc có thủ trói buộc, không có ái trói buộc. Nghĩa là Khổ trí đã sinh, Tập trí chưa sinh, ở nơi pháp do chứng kiến Khổ mà đoạn trừ; có chứng kiến Tập, nên đoạn trừ được thủ trói buộc chưa đoạn.

3- Trường hợp hoặc có đủ cả hai sự trói buộc của ái và thủ. Nghĩa là trói buộc đủ ở nơi pháp do chứng kiến Đạo, tu tập Đạo mà được đoạn trừ, có hai sự trói buộc. Khổ trí đã sinh, Tập trí chưa sinh ở nơi pháp do chứng kiến Tập, Diệt, Đạo mà được đoạn trừ, có hai sự trói buộc. Tập trí đã sinh, Diệt trí chưa sinh, ở nơi pháp do chứng kiến Diệt, Đạo mà đoạn trừ, có hai sự trói buộc. Diệt trí đã sinh, Đạo trí chưa sinh, ở nơi pháp do chứng kiến Đạo mà được đoạn trừ, có hai sự trói buộc.

4- Trường hợp có đủ ái và thủ không trói buộc. Nghĩa là Tập trí đã sinh, Diệt trí chưa sinh, ở nơi pháp do chứng kiến Khổ, Tập mà được đoạn trừ, không có hai sự trói buộc. Diệt trí đã sinh, Đạo trí chưa sinh ở nơi pháp do chứng kiến Khổ, Tập, Diệt mà đoạn trừ, không có hai sự trói buộc. Đệ tử của đức Thế Tôn do đầy đủ các kiến, ở nơi pháp do chứng kiến mà đoạn trừ, không có hai sự trói buộc. Đã xả ly ô nhiễm Dục giới, thì ở nơi pháp Dục giới, không có hai sự trói buộc. Đã xả ly ô nhiễm Sắc giới, thì đối với pháp ở nơi Dục giới, Sắc giới, không có hai sự trói buộc. Đã xả ly ô nhiễm Vô sắc giới, thì đối với pháp trong ba cõi, không có hai sự trói buộc.

Hỏi: Nếu ở nơi những hành sự này có ái trói buộc, vậy cũng có tật đố trói buộc không?

Đáp: Nếu ở trong những hành sự này, có tật đố trói buộc, thì ắt hẳn có ái trói buộc; hoặc có ái trói buộc mà không có tật đố trói buộc. Nghĩa là ở nơi pháp Dục giới, do chứng kiến mà được đoạn trừ và pháp ở nơi Sắc giới, Vô sắc giới, có ái trói buộc chưa đoạn trừ. Như trường hợp đối với tật đố trói buộc và đối với trường hợp xan lẫn trói buộc cũng như vậy. Như trường hợp ái trói buộc tương tác đối với một hành sau đó cũng là như vậy; trường hợp kiêu mạn trói buộc tương tác đối với một hành sau đó cũng là như vậy.

Hỏi: Nếu nơi những hành sự này, có giận dữ trói buộc, cũng có kiêu mạn trói buộc chăng?

Đáp: Nếu ở nơi những hành sự này có giận dữ trói buộc, thì ắt hẳn có kiêu mạn trói buộc. Hoặc có kiêu mạn trói buộc, không có giận dữ trói buộc. Nghĩa là ở nơi pháp Sắc giới, Vô sắc giới, có kiêu mạn trói buộc chưa đoạn trừ.

Hỏi: Nếu ở nơi những hành sự này, có giận dữ trói buộc, cũng có vô minh trói buộc chăng?

Đáp: Nếu ở trong hành sự này, có giận dữ trói buộc, ắt có vô minh trói buộc; hoặc có vô minh trói buộc, không có giận dữ trói buộc. Nghĩa là chưa xả ly ô nhiễm Dục giới, Khổ trí đã sinh, Tập trí chưa sinh, pháp ở nơi Dục giới, do chứng kiến Khổ mà được đoạn trừ, do có chứng kiến Tập mà đoạn trừ được vô minh trói buộc chưa đoạn. Ở nơi pháp Sắc giới, Vô sắc giới, vẫn có vô minh trói buộc chưa đoạn trừ.

Hỏi: Nếu đối với những hành sự này, có giận dữ trói buộc, cũng có kiến trói buộc chăng?

Đáp: Nên nêu lên bốn trường hợp để luận giải:

1- Trường hợp hoặc có giận dữ trói buộc, không có kiến trói buộc. Nghĩa là chưa xả ly ô nhiễm Dục giới, Tập trí đã sinh, Diệt trí chưa sinh.

Ở nơi pháp Dục giới không tương ưng, do chứng kiến Diệt, Đạo mà đoạn trừ được kiến trói buộc và pháp ở nơi Dục giới, do tu tập Đạo mà đoạn trừ, vẫn có giận dữ trói buộc chưa được đoạn trừ.

Diệt trí đã sinh, Đạo trí chưa sinh, ở nơi pháp không tương ưng đối với Dục giới, do chứng kiến Đạo mà đoạn trừ được kiến trói buộc và pháp ở nơi Dục giới, do tu tập Đạo mà đoạn trừ, vẫn có giận dữ trói buộc chưa đoạn trừ. Đệ tử của đức Thế Tôn các kiến đầy đủ, chưa xả ly ô nhiễm Dục giới, ở nơi pháp Dục giới, do tu tập Đạo mà đoạn trừ, vẫn có giận dữ trói buộc chưa đoạn.

2- Trường hợp hoặc có kiến trói buộc, không có giận dữ trói buộc. Nghĩa là chưa xả ly ô nhiễm Dục giới, Khổ trí đã sinh, Tập trí chưa sinh, pháp ở nơi Dục giới, do chứng kiến Khổ mà đoạn trừ; có trường hợp chứng kiến Tập mà đoạn trừ được kiến trói buộc chưa đoạn. Đối với pháp Sắc giới, Vô sắc giới, có kiến trói buộc chưa đoạn.

3- Trường hợp hoặc có cả hai cùng trói buộc. Nghĩa là trói buộc đủ: Ở nơi pháp Dục giới do chứng kiến Đạo và tu tập Đạo mà đoạn trừ, có hai loại trói buộc. Chưa xả ly ô nhiễm Dục giới, Khổ trí đã sinh, Tập trí chưa sinh, ở nơi pháp Dục giới, do tu tập chứng kiến Tập, Diệt, Đạo mà đoạn, có hai trói buộc. Tập trí đã sinh, Diệt trí chưa sinh, ở nơi pháp không tương ưng với Dục giới, do chứng kiến Diệt, Đạo mà đoạn trừ được kiến trói buộc, vẫn có hai trói buộc.

Diệt trí đã sinh, Đạo trí chưa sinh, ở nơi pháp tương ưng Dục giới, do chứng kiến Đạo mà đoạn trừ kiến trói buộc, vẫn có hai trói buộc.

4- Trường hợp hoặc có cả hai cùng không trói buộc. Nghĩa là Tập trí đã sinh, Diệt trí chưa sinh, ở nơi pháp, do chứng kiến Khổ, Tập mà đoạn trừ và ở nơi pháp không tương ưng Sắc giới, Vô sắc giới, do chứng kiến Diệt, Đạo mà đoạn trừ kiến trói buộc, cùng với pháp ở nơi Sắc giới, Vô sắc giới, do tu tập mà đoạn trừ, không có giận dữ và kiến trói buộc.

Diệt trí đã sinh, Đạo trí chưa sinh, ở nơi pháp, do chứng kiến Khổ, Tập, Diệt mà đoạn trừ và pháp không tương ưng ở nơi Sắc giới, Vô sắc giới, do chứng kiến Đạo mà đoạn trừ được kiến trói buộc, cùng với pháp ở nơi Sắc giới, Vô sắc giới do tu tập Đạo mà đoạn trừ, không có giận dữ và kiến trói buộc.

Đệ tử của đức Thế Tôn thấy đầy đủ, chưa xả ly ô nhiễm Dục giới, ở nơi pháp, do chứng kiến Đạo mà đoạn trừ và ở nơi pháp Sắc giới, Vô sắc giới, do tu tập Đạo mà đoạn trừ, không có giận dữ và kiến trói buộc. Đã xả ly pháp ô nhiễm nơi Dục giới, thì đối với pháp Dục giới không có giận dữ và kiến trói buộc. Đã xả ly ô nhiễm Sắc giới, thì ở nơi pháp Dục giới, Sắc giới, không có giận dữ và kiến trói buộc. Đã xả ly ô nhiễm Vô sắc giới, thì đối với pháp ở trong ba cõi không có giận dữ và kiến trói buộc. Như đối với kiến trói buộc cũng như vậy, đối với nghi trói buộc cũng như vậy.

Hỏi: Ở nơi hành sự này, có giận dữ trói buộc mà cũng có thủ trói buộc chăng?

Đáp: Nên nêu lên bốn trường hợp để luận giải:

1- Trường hợp hoặc có giận dữ trói buộc, không có thủ trói buộc. Nghĩa là chưa xả ly ô nhiễm Dục giới, Tập trí đã sinh, Diệt trí chưa sinh, ở nơi pháp Dục giới, do tu tập Đạo mà đoạn trừ, vẫn còn có giận dữ trói buộc chưa đoạn.

Diệt trí đã sinh, Đạo trí chưa sinh, đối với pháp ở nơi Dục giới do tu tập Đạo mà đoạn trừ, vẫn còn có giận dữ trói buộc chưa đoạn.

Đệ tử của đức Thế Tôn đủ các kiến, chưa xả ly ô nhiễm Dục giới, đối với pháp ở nơi Dục giới, do tu tập Đạo mà đoạn trừ, vẫn còn có giận dữ trói buộc chưa đoạn.

2- Trường hợp hoặc có thủ trói buộc, không có giận dữ trói buộc. Nghĩa là chưa xả ly ô nhiễm Dục giới, Khổ trí đã sinh, Tập trí chưa sinh, ở nơi pháp Dục giới, do chứng kiến Khổ mà được đoạn trừ, do có chứng kiến Tập mà đoạn trừ được thủ trói buộc chưa đoạn.

Ở nơi pháp Sắc giới, Vô sắc giới, có thủ trói buộc chưa đoạn trừ.

3- Trường hợp hoặc cùng có cả hai, gồm: giận dữ và thủ trói buộc. Nghĩa là đầy đủ cả hai sự trói buộc. Ở nơi pháp Dục giới, do chứng kiến Đạo, tu tập Đạo mà được đoạn trừ, vẫn có hai trói buộc. Chưa xả ly ô nhiễm Dục giới, Khổ trí đã sinh, Tập trí chưa sinh, ở nơi pháp Dục giới, do tu tập chứng kiến Tập, Diệt, Đạo mà được đoạn trừ, vẫn còn có hai trói buộc.

Tập trí đã sinh, Diệt trí chưa sinh, ở nơi pháp Dục giới, do chứng kiến Diệt, Đạo mà được đoạn trừ, vẫn còn có hai trói buộc.

Diệt trí đã sinh, Đạo trí chưa sinh, pháp ở nơi Dục giới, do chứng kiến Đạo mà được đoạn trừ, vẫn còn có hai trói buộc.

4- Trường hợp hoặc có cả hai trói buộc. Nghĩa là chưa xả ly ô nhiễm Dục giới, Tập trí đã sinh, Diệt trí chưa sinh, ở nơi pháp, do chứng kiến Khổ, Tập mà được đoạn trừ và ở nơi pháp Sắc giới, Vô sắc giới do tu tập Đạo mà được đoạn trừ, không có hai trói buộc.

Diệt trí đã sinh, Đạo trí chưa sinh, ở nơi pháp, do chứng kiến Khổ, Tập, Diệt mà được đoạn trừ và ở nơi pháp Sắc giới, Vô sắc giới, do tu tập Đạo mà được đoạn trừ, không còn có hai trói buộc.

Đệ tử của đức Thế Tôn kiến đầy đủ, chưa xả ly ô nhiễm Dục giới, ở nơi pháp do chứng kiến Đạo mà được đoạn trừ và ở nơi pháp Sắc giới, Vô sắc giới, do tu tập Đạo mà được đoạn trừ, không còn có hai trói buộc.

Đã xả ly ô nhiễm Sắc giới, đối với pháp ở nơi Dục giới, không còn có hai trói buộc.

Đã xả ly pháp ô nhiễm Vô sắc giới, đối với pháp ở trong ba cõi, không còn có hai trói buộc.

Hỏi: Nếu ở nơi hành sự này, có giận dữ trói buộc, cũng có ganh tị trói buộc chăng?

Đáp: Nếu ở nơi hành sự này, có ganh tị trói buộc, ắt hẳn có giận dữ trói buộc. Hoặc có giận dữ trói buộc, không có ganh tị trói buộc. Nghĩa là đối với pháp ở nơi Dục giới, do chứng kiến Đạo mà được đoạn trừ, vẫn có giận dữ trói buộc chưa đoạn. Như đối với ganh tị trói buộc và đối với xan lẫn cũng là như vậy.

Quyển bốn

Chương hai: Kiết Uẩn

PHẨM HAI: LUẬN VỀ NHẤT HÀNH

Phần hai:

Hỏi: Nếu ở nơi hành sự này có vô minh trói buộc, cũng có kiến trói buộc chăng?

Đáp: Nếu ở nơi hành sự này có kiến trói buộc, ắt hẳn có vô minh trói buộc. Hoặc có vô minh trói buộc, không có kiến trói buộc. Nghĩa là Tập trí[76] đã sinh, Diệt trí[77] chưa sinh, ở nơi pháp không tương ưng, do chứng kiến Diệt, Đạo mà được đoạn trừ kiến trói buộc và ở nơi pháp do tu tập Đạo mà được đoạn trừ, vẫn còn có vô minh trói buộc chưa đoạn trừ.

Diệt trí đã sinh, Đạo trí[78] chưa sinh, ở nơi pháp không tương ưng, do chứng kiến Đạo mà đoạn trừ được kiến trói buộc và ở nơi pháp do

---

76 Tập trí: Skt. Samudaya-jñāna. Tập trí là trí do quán chiếu bốn hành tướng của Tập Thánh đế, gồm: Nhân-Tập-Sinh-Duyên, khiến trí vô lậu phát sinh, trí ấy gọi là Tập trí. (*A-tỳ-đạt-ma phẩm loại túc luận* 1, 694a, *Đại chánh* 26).

77 Diệt trí: Skt. Nirodha-jñāna. Diệt trí là trí do quán chiếu bốn hành tướng Diệt-Tịnh-Diệu-Ly của Diệt Thánh đế, đoạn trừ các mê hoặc, khiến trí vô lậu phát sinh. Trí ấy gọi là Diệt trí. (*Câu-xá luận* 26, *Đại chánh* 29).

78 Đạo trí: Skt. Mārga-jñāna. Đạo trí là trí do quán chiếu bốn hành tướng Đạo-Như-Hành-Xuất của Đạo Thánh đế, đoạn trừ mọi mê hoặc, khiến trí vô lậu phát sinh. Trí ấy gọi là Đạo trí. (*Câu-xá luận* 26, *Đại chánh* 29; *Đại Tỳ-bà-sa* 106, *Đại chánh* 27).

tu tập Đạo mà được đoạn trừ, vẫn còn có vô minh trói buộc.

Đệ tử của đức Thế Tôn với kiến đầy đủ, ở nơi pháp do tu tập mà được đoạn trừ, vẫn có vô minh trói buộc chưa đoạn.

Như đối với kiến trói buộc, đối với nghi trói buộc cũng là như vậy.

Hỏi: Nếu ở nơi hành sự này có vô minh trói buộc, cũng có thủ trói buộc chăng?

Đáp: Nếu ở nơi hành sự này có thủ trói buộc, ắt hẳn có vô minh trói buộc. Hoặc có vô minh trói buộc, không có thủ trói buộc. Nghĩa là Tập trí đã sinh, Diệt trí chưa sinh, ở nơi pháp do tu tập Đạo mà được đoạn trừ, vẫn còn có vô minh trói buộc chưa đoạn trừ.

Diệt trí đã sinh, Đạo trí chưa sinh, ở nơi pháp do tu tập Đạo mà đoạn trừ, vẫn còn có vô minh trói buộc chưa đoạn.

Đệ tử của đức Thế Tôn với kiến đầy đủ, ở nơi pháp do tu tập mà được đoạn trừ, vẫn còn có vô minh trói buộc chưa đoạn.

Hỏi: Nếu ở nơi hành sự này có vô minh trói buộc, cũng có ganh tị trói buộc chăng?

Đáp: Nếu ở nơi hành sự này có ganh tị trói buộc, ắt hẳn có vô minh trói buộc. Hoặc có vô minh trói buộc, không có ganh tị trói buộc. Nghĩa là đối với pháp ở nơi Dục giới, do chứng kiến Đạo mà được đoạn trừ và đối với pháp ở nơi Sắc giới, Vô sắc giới, vẫn có vô minh trói buộc chưa đoạn trừ. Như đối với ganh tị trói buộc, xan lẫn trói buộc cũng là như vậy.

Hỏi: Nếu ở nơi hành sự này có kiến trói buộc, cũng có thủ trói buộc chăng?

Đáp: Nếu ở nơi hành sự này có kiến trói buộc, ắt hẳn cũng có thủ trói buộc. Hoặc có thủ trói buộc, không có kiến trói buộc. Nghĩa là Tập trí đã sinh, Diệt trí chưa sinh, ở nơi pháp không tương ưng, do chứng kiến Diệt, Đạo mà đoạn trừ được kiến trói buộc, vẫn còn có thủ trói buộc chưa đoạn trừ.

Diệt trí đã sinh, Đạo trí chưa sinh, ở nơi pháp không tương ưng, do chứng kiến Đạo mà đoạn trừ được kiến trói buộc, vẫn còn có thủ chưa đoạn trừ.

Hỏi: Nếu ở nơi hành sự này có kiến trói buộc, cũng có nghi trói buộc chăng?

Đáp: Nên nêu lên bốn trường hợp để luận giải:

1-Trường hợp hoặc có kiến trói buộc, không có nghi trói buộc: Nghĩa là Tập trí đã sinh, Diệt trí chưa sinh, ở nơi pháp tương ưng, do chứng kiến Diệt, Đạo mà đoạn trừ được kiến trói buộc, vẫn còn có kiến trói buộc chưa đoạn trừ.

Diệt trí đã sinh, Đạo trí chưa sinh, ở nơi pháp tương ưng, do chứng kiến Đạo mà đoạn trừ được kiến trói buộc, vẫn còn có kiến trói buộc chưa đoạn.

2- Trường hợp hoặc có nghi trói buộc, không có kiến trói buộc: Nghĩa là Tập trí đã sinh, Diệt trí chưa sinh, ở nơi pháp tương ưng, do chứng kiến Diệt, Đạo mà đoạn trừ được nghi trói buộc, vẫn còn có nghi trói buộc chưa đoạn.

Diệt trí đã sinh, Đạo trí chưa sinh, ở nơi pháp tương ưng, do chứng kiến Đạo mà đoạn trừ được nghi trói buộc, vẫn còn có nghi trói buộc chưa đoạn.

3- Trường hợp hoặc có cả hai cùng trói buộc: Nghĩa là đầy đủ trói buộc. Ở nơi pháp do chứng kiến Đạo và tu tập Đạo mà được đoạn trừ, vẫn còn có hai kiến trói buộc.

Khổ trí[79] đã sinh, Tập trí chưa sinh, ở nơi pháp do chứng kiến Đạo và tu tập Đạo mà được đoạn trừ, vẫn còn có hai trói buộc.

Khổ trí đã sinh, Tập trí chưa sinh, nơi pháp do chứng kiến Đạo, tu tập Đạo mà được đoạn trừ, vẫn còn có hai trói buộc.

---

79 Khổ trí: Skt. Duḥkha-jñāna. Khổ trí là trí do quán chiếu bốn hành tướng Vô thường-Khổ-Không-Vô ngã của Khổ Thánh đế, ở nơi năm thủ uẩn mà đoạn trừ mọi mê hoặc, khiến trí vô lậu phát sinh. Trí ấy gọi là Khổ trí. (Phẩm loại túc luận 1, 694a, *Đại chánh* 26).

Lại có Luận giải thích: "Duyên theo bốn hành tướng Vô thường-Khổ-Không-Vô ngã của Khổ Thánh đế mà chuyển hóa, nên gọi là Khổ trí. (*Đại Tỳ-bà-sa* 106, tr 548b, *Đại chánh* 27).

Khổ trí đã sinh, Tập trí chưa sinh, nơi pháp do tu tập chứng kiến Khổ, Tập, Diệt, Đạo, mà được đoạn trừ, vẫn còn có hai trói buộc.

4-Trường hợp hoặc cả hai đều cùng không trói buộc. Nghĩa là Tập trí đã sinh, Diệt trí chưa sinh, ở nơi pháp do chứng kiến Khổ, Tập mà đoạn trừ và ở nơi pháp không tương ưng do chứng kiến Diệt, Đạo mà đoạn trừ được kiến trói buộc và nghi trói buộc, cùng ở nơi pháp do tu tập Đạo mà được đoạn trừ, không còn có hai trói buộc.

Diệt trí đã sinh, Đạo trí chưa sinh, ở nơi pháp do chứng kiến Khổ, Tập, Diệt, mà đoạn trừ và ở nơi pháp không tương ưng do chứng kiến Đạo mà đoạn trừ được hai trói buộc kiến và nghi, cùng với pháp, do tu tập Đạo mà đoạn trừ, không còn hai trói buộc.

Đệ tử của đức Thế Tôn với kiến đầy đủ, ở nơi pháp do chứng kiến Đạo, Tu tập Đạo mà được đoạn trừ, không còn có hai trói buộc.

Đã xả ly ô nhiễm Dục giới, đối với pháp ở nơi Dục giới không còn có hai trói buộc. Đã xả ly ô nhiễm Sắc giới, ở nơi pháp Dục giới, Sắc giới không còn có hai trói buộc. Đã xả ly ô nhiễm Vô sắc giới, đối với pháp trong ba cõi không còn có hai trói buộc.

Hỏi: Nếu ở trong hành sự này có kiến trói buộc, cũng có ganh tị trói buộc chăng?

Đáp: Nên nêu lên bốn trường hợp để luận giải:

1- Trường hợp hoặc có kiến trói buộc, không có ganh tị trói buộc. Nghĩa là ở nơi pháp Dục giới, do chứng kiến Đạo mà đoạn trừ và ở nơi pháp Sắc giới, Vô sắc giới, vẫn còn có kiến trói buộc chưa đoạn trừ.

2- Trường hợp hoặc có ganh tị trói buộc, không có kiến trói buộc. Nghĩa là chưa xả ly ô nhiễm Dục giới, Tập trí đã sinh, Diệt trí chưa sinh, pháp ở nơi Dục giới, do tu tập Đạo mà đoạn trừ, vẫn còn có ganh tị chưa đoạn.

Diệt trí đã sinh, Đạo trí chưa sinh, pháp ở nơi Dục giới, do tu tập Đạo mà được đoạn trừ, vẫn còn có ganh tị trói buộc chưa đoạn.

Đệ tử của đức Thế Tôn với kiến đầy đủ, chưa xả ly ô nhiễm Dục giới, pháp ở nơi Dục giới, do tu tập Đạo mà đoạn trừ, vẫn còn có ganh tị trói buộc chưa đoạn.

3- Trường hợp hoặc có cả hai cùng trói buộc. Nghĩa là đầy đủ trói buộc, pháp ở nơi Dục giới, do tu tập Đạo mà đoạn trừ, vẫn còn có hai trói buộc.

Chưa xả ly ô nhiễm Dục giới, Khổ trí đã sinh, Tập trí chưa sinh, pháp ở nơi Dục giới, do tu tập Đạo mà đoạn trừ, vẫn còn có hai trói buộc.

4- Trường hợp hoặc có cả hai hai không cùng trói buộc. Nghĩa là chưa xả ly ô nhiễm Dục giới, Tập trí đã sinh, Diệt trí chưa sinh, ở nơi pháp, do chứng kiến Khổ, Tập mà được đoạn trừ, và ở nơi pháp không tương ưng, do chứng kiến Diệt, Đạo mà đoạn trừ được kiến trói buộc, cùng ở nơi pháp Sắc giới, Vô sắc giới, do tu tập Đạo mà đoạn trừ, không còn có hai trói buộc.

Diệt trí đã sinh, Đạo trí chưa sinh, ở nơi pháp, do chứng kiến Khổ, Tập, Diệt, mà được đoạn trừ và ở nơi pháp không tương ưng, do chứng kiến Đạo mà đoạn trừ được kiến trói buộc, cùng ở nơi pháp Sắc giới, Vô sắc giới, do tu tập Đạo mà đoạn trừ, không còn có hai trói buộc.

Đệ tử của đức Thế Tôn với kiến đầy đủ, chưa xả ly ô nhiễm Dục giới, ở nơi pháp do chứng kiến Đạo mà được đoạn trừ và pháp ở nơi Sắc giới, Vô sắc giới, do tu tập Đạo mà được đoạn trừ, không còn có hai trói buộc.

Đã xả ly ô nhiễm Dục giới, pháp ở nơi Dục giới, không còn có hai trói buộc. Đã xả ly ô nhiễm Sắc giới, ở nơi pháp Dục giới, Sắc giới, không còn có hai trói buộc. Đã xả ly ô nhiễm Vô sắc giới, pháp ở trong ba cõi, không còn có hai trói buộc.

Như đối với ganh tị, đối với xan lẫn cũng là như vậy. Như kiến trói buộc đối với một hành tác động tiếp sau, nghi trói buộc đối với một hành tác động tiếp theo sau cũng là như vậy.

Hỏi: Nếu ở nơi hành sự này, có thủ trói buộc, cũng có nghi trói buộc chăng?

Đáp: Nếu ở nơi hành sự này, có nghi trói buộc, ắt hẳn có thủ trói buộc. Hoặc có thủ trói buộc, không có nghi trói buộc. Nghĩa là Tập trí đã sinh, Diệt trí chưa sinh, ở nơi pháp không tương ưng với nghi trói buộc, do chứng kiến Diệt-Đạo mà đoạn trừ, vẫn còn có thủ trói buộc chưa đoạn.

Diệt trí đã sinh, Đạo trí chưa sinh, ở nơi pháp không tương ưng với nghi trói buộc, do chứng kiến Đạo mà đoạn trừ, vẫn còn có thủ chưa đoạn.

Hỏi: Nếu ở trong hành sự này có thủ trói buộc, cũng có ganh tị trói buộc chăng?

Đáp: Nêu nêu lên bốn trường hợp để luận giải:

1- Trường hợp hoặc có thủ trói buộc, không có ganh tị trói buộc: Nghĩa là pháp ở nơi Dục giới, do chứng kiến Đạo mà được đoạn trừ và pháp ở nơi Sắc giới, Vô sắc giới, vẫn còn có thủ trói buộc chưa đoạn trừ.

2- Trường hợp hoặc có ganh tị trói buộc, không có thủ trói buộc: Nghĩa là chưa xả ly ô nhiễm Dục giới, Tập trí đã sinh, Diệt trí chưa sinh, pháp ở nơi Dục giới, do tu tập Đạo mà đoạn trừ, vẫn còn có ganh tị trói buộc chưa đoạn.

Đệ tử của đức Thế Tôn với kiến đầy đủ, chưa xả ly ô nhiễm Dục giới, pháp ở nơi Dục giới, do tu tập Đạo mà được đoạn trừ, vẫn còn có ganh tị trói buộc chưa đoạn.

3- Trường hợp hoặc có cả hai cùng trói buộc: Nghĩa là trói buộc đầy đủ, pháp ở nơi Dục giới, do tu tập mà được đoạn trừ, vẫn còn có hai trói buộc.

Chưa xả ly ô nhiễm Dục giới, Khổ trí đã sinh, Tập trí chưa sinh, pháp ở nơi Dục giới, do tu tập Đạo mà được đoạn trừ, vẫn còn có hai trói buộc.

4- Trường hợp hoặc có cả hai không cùng trói buộc: Nghĩa là chưa xả ly ô nhiễm Dục giới, Tập trí đã sinh, Diệt trí chưa sinh, ở nơi pháp do chứng kiến Khổ, Tập mà được đoạn trừ và pháp ở nơi Sắc giới, Vô sắc giới, do tu tập Đạo mà được đoạn trừ, không còn có hai trói buộc. Diệt trí đã sinh, Đạo trí chưa sinh, ở nơi pháp do chứng kiến Khổ, Tập, Diệt mà được đoạn trừ và pháp ở nơi Sắc giới, Vô sắc giới do tu tập mà được đoạn trừ, không còn có hai trói buộc.

Đệ tử của đức Thế Tôn với kiến đầy đủ, chưa xả ly ô nhiễm Dục giới, ở nơi pháp do chứng kiến Đạo mà được đoạn trừ và pháp ở nơi Sắc giới, Vô sắc giới, do tu tập mà được đoạn trừ, không còn có hai trói buộc.

Đã xả ly ô nhiễm Dục giới, pháp ở nơi Dục giới, không còn có hai trói buộc. Đã xả ly ô nhiễm Sắc giới, pháp ở nơi Sắc giới, không còn có hai trói buôc. Đã xả ly Vô sắc giới, pháp ở trong ba cõi, không còn có hai trói buộc. Như đối với ganh tị trói buộc, đối với xan lẫn trói buộc cũng là như vậy.

Hỏi: Nếu ở nơi hành sự này có ganh tị trói buộc, cũng có xan lẫn trói buộc chăng?

Đáp: Đúng như vậy.

Hỏi: Giả sử rằng, xan lẫn trói buộc, lại có ganh tị chăng?

Đáp: Đúng là như vậy.

Hỏi: Nếu ở nơi hành sự này, có ái trói buộc quá khứ, cũng có ái trói buộc vị lai chăng?

Đáp: Đúng như vậy.

Hỏi: Giả sử rằng, có ái trói buộc vị lai, lại có ái trói buộc quá khứ chăng?

Đáp: Nếu ái có trói buộc đời trước chưa đoạn trừ, thì trói buộc; nếu có ái trói buộc đời trước chưa sinh, giả sử sinh đã đoạn, thì không còn có trói buộc.

Hỏi: Nếu nơi hành sự này có ái trói buộc quá khứ, cũng có ái trói buộc hiện tại chăng?

Đáp: Nếu có ái trói buộc biểu hiện trước mắt.

Hỏi: Giả sử rằng, có ái trói buộc hiện tại, lại cũng có ái trói buộc quá khứ chăng?

Đáp: Nếu ái trói buộc đời trước chưa đoạn, thì trói buộc. Nếu có ái trói buộc đời trước chưa sinh, giả sử sinh đã đoạn trừ, thì không có trói buộc.

Hỏi: Nếu nơi hành sự này ái trói buộc có vị lai, cũng có ái trói buộc hiện tại chăng?

Đáp: Nếu ái trói buộc còn biểu hiện trước mắt.

Hỏi: Giả sử rằng, có ái trói buộc hiện tại, lại cũng có ái trói buộc vị lai chăng?

Đáp: Đúng là như vậy.

Hỏi: Nếu ở nơi hành sự này có ái trói buộc quá khứ, cũng là ái trói buộc hiện tại, vị lai chăng?

Đáp: Vị lai ắt có trói buộc. Hiện tại, nếu ái trói buộc còn hiểu hiện trước mắt.

Hỏi: Giả sử, ái trói buộc có vị lai, hiện tại, lại có ái trói buộc quá khứ chăng?

Đáp: Nếu ái trói buộc đời trước sinh, chưa đoạn trừ, liền trói buộc. Nếu trước chưa sinh, giả sử rằng, sinh đã đoạn, liền không trói buộc.

Hỏi: Nếu ở nơi hành sự này, có ái trói buộc vị lai, cũng có ái trói buộc quá khứ, hiện tại chăng?

Đáp: Hoặc có ái trói buộc vị lai, không có ái trói buộc quá khứ, hiện tại. Nghĩa là ở trong hành sự này, ái trói buộc chưa đoạn mà trước đó chưa sinh.

Giả sử rằng, ái trói buộc sinh đã đoạn, không còn biểu hiện trước mắt. Hoặc có ái trói buộc vị lai và ái trói buộc quá khứ, không có ái trói buộc hiện tại. Nghĩa là nơi hành sự này, có ái trói buộc từ đời trước chưa đoạn trừ, không có biểu hiện trước mắt.

Hoặc có ái trói buộc vị lai và hiện tại, không có ái trói buộc quá khứ. Nghĩa là trong hành sự này, có ái trói buộc biểu hiện trước mắt mà đời trước chưa sinh. Giả sử rằng, sinh đã đoạn. Hoặc có ái trói buộc ở vị lai và quá khứ, hiện tại. Nghĩa là nơi hành sự này có ái trói buộc đời trước chưa đoạn, cũng biểu hiện trước mắt.

Hỏi: Giả sử rằng, có ái trói buộc quá khứ, hiện tại, lại có ái trói buộc vị lai chăng?

Đáp: Đúng là như vậy.

Hỏi: Nếu ở nơi hành sự nào, có ái trói buộc hiện tại, cũng có ái trói buộc quá khứ, vị lai chăng?

Đáp: Vị lai chắc chắn có trói buộc. Quá khứ, nếu ái trói buộc đời trước chưa đoạn, thì có trói buộc; nếu ái trói buộc đời trước chưa sinh, giả sử rằng, sinh rồi, đã đoạn, thì không có trói buộc.

Hỏi: Giả sử có ái quá khứ, vị lai, lại có hiện tại chăng?

Đáp: Nếu ái trói buộc có biểu hiện trước mắt. Như ái trói buộc trải qua sáu thứ, nên biết: Giận dữ trói buộc, kiêu mạn trói buộc, ganh tị trói buộc, xan lẫn trói buộc, phi biến hành trói buộc, vô minh trói buộc, trải qua sáu thứ cũng là như vậy.

Hỏi: Nếu ở nơi hành sự này, có kiến trói buộc quá khứ, cũng có kiến trói buộc vị lai chăng?

Đáp: Đúng là như vậy.

Hỏi: Giả sử có kiến trói buộc vị lai, lại cũng có kiến trói buộc quá khứ chăng?

Đáp: Đúng là như vậy.

Hỏi: Nếu ở nơi hành sự này, có kiến trói buộc quá khứ, cũng có kiến trói buộc hiện tại chăng?

Đáp: Nếu có biểu hiện trước mắt.

Hỏi: Giả sử, nếu có kiến trói buộc hiện tại, lại cũng có kiến trói buộc quá khứ chăng?

Đáp: Đúng là như vậy.

Hỏi: Nếu ở nơi hành sự này, có kiến trói buộc vị lai, cũng có kiến trói buộc hiện tại chăng?

Đáp: Nếu biểu hiện trước mặt.

Hỏi: Giả sử có kiến trói buộc hiện tại, lại cũng có kiến trói buộc vị lai chăng?

Đáp: Đúng là như vậy.

Hỏi: Nếu ở nơi hành sự này có kiến trói buộc quá khứ, cũng có kiến trói buộc vị lai, hiện tại chăng?

Đáp: Vị lai chắc chắn có trói buộc, hiện tại nếu biểu hiện trước mắt.

Hỏi: Giả sử có kiến trói buộc vị lai, hiện tại, lại cũng có kiến trói buộc quá khứ chăng?

Đáp: Đúng là như vậy.

Hỏi: Nếu ở nơi hành sự này có kiến trói buộc vị lai, cũng có kiến trói buộc quá khứ, hiện tại chăng?

Đáp: Quá khứ chắc chắn có trói buộc, hiện tại nếu có biểu hiện trước mắt.

Hỏi: Giả sử có kiến quá khứ, hiện tại, lại có vị lai chăng?

Đáp: Đúng là như vậy.

Hỏi: Nếu ở trong hành sự này có kiến trói buộc hiện tại, cũng có kiến trói buộc quá khứ, vị lai chăng?

Đáp: Đúng là như vậy.

Hỏi: Giả sử có kiến trói buộc quá khứ, vị lai, lại cũng có kiến trói buộc hiện tại chăng?

Đáp: Nếu có biểu hiện trước mắt. Như kiến trói buộc trải qua sáu thứ, nên biết: Thủ trói buộc, nghi trói buộc, biến hành trói buộc, vô minh trói buộc, trải qua sáu thứ, cũng đúng là như vậy.

Hỏi: Nếu ở nơi hành sự này, quá khứ có trói buộc, quá khứ cũng có giận dữ trói buộc chăng?

Đáp: Nếu đời trước đã sinh chưa đoạn trừ, thì trói buộc. Nếu đời trước chưa sinh, giả sử sinh rồi đã đoạn, thì không có trói buộc.

Hỏi: Giả sử quá khứ có giận dữ trói buộc, lại quá khứ có ái trói buộc chăng?

Đáp: Nếu trước đó đã sinh chưa đoạn, thì có trói buộc. Nếu trước đó chưa sinh, giả sử sinh rồi đã đoạn, thì không có trói buộc.

Hỏi: Nếu ở trong hành sự này, quá khứ có ái trói buộc, vị lai cũng có giận dữ trói buộc chăng?

Đáp: Nếu chưa đoạn trừ.

Hỏi: Giả sử vị lai có giận dữ trói buộc, lại quá khứ có ái trói buộc chăng?

Đáp: Nếu đời trước đã sinh chưa đoạn, thì có trói buộc. Nếu đời trước chưa sinh, giả sử sinh rồi đã đoạn trừ, thì không có trói buộc.

Hỏi: Nếu ở trong hành sự này, quá khứ có ái trói buộc, hiện tại cũng có giận dữ trói buộc chăng?

Đáp: Nếu có biểu hiện trước mắt.

Hỏi: Giả sử hiện tại có giận dữ trói buộc, lại quá khứ có ái trói buộc chăng?

Đáp: Nếu đời trước đã sinh chưa đoạn trừ, thì có trói buộc. Nếu đời trước chưa sinh, giả sử sinh rồi đã đoạn, thì không có trói buộc.

Hỏi: Nếu ở trong hành sự này, quá khứ có ái trói buộc, quá khứ, hiện tại cũng có giận dữ trói buộc chăng?

Đáp: Hoặc quá khứ có ái trói buộc, quá khứ, hiện tại không có giận dữ trói buộc. Nghĩa là ở trong hành sự này, đời trước có ái trói buộc đã sinh chưa đoạn, không có giận dữ trói buộc đời trước đã sinh, giả sử sinh rồi đã đoạn, không còn có biểu hiện trước mắt.

Hoặc quá khứ có ái trói buộc và quá khứ có giận dữ trói buộc, hiện tại không có trói buộc. Nghĩa là ở nơi hành sự này, có ái trói buộc, có giận dữ trói buộc, đời trước đã sinh chưa đoạn, không còn có giận dữ trói buộc biểu hiện trước mắt.

Hoặc quá khứ có ái trói buộc và hiện tại có giận dữ trói buộc, chứ quá khứ không có trói buộc. Nghĩa là ở trong hành sự này, đời trước có ái trói buộc đã sinh chưa đoạn, có giận dữ trói buộc biểu hiện trước mắt, mà trước đó chưa sinh, giả sử sinh rồi đã đoạn.

Hoặc quá khứ có ái trói buộc và quá khứ, hiện tại có giận dữ trói buộc. Nghĩa là ở nơi hành sự này, có ái trói buộc, có giận dữ trói buộc, đời trước đã sinh chưa đoạn và có giận dữ trói buộc biểu hiện trước mắt.

Hỏi: Giả sử quá khứ, hiện tại có giận dữ trói buộc, lại quá khứ có ái trói buộc chăng?

Đáp: Nếu trước đó đã sinh chưa đoạn, thì có trói buộc. Nếu trước đó chưa sinh, giả sử sinh rồi đã đoạn, thì không có trói buộc.

Hỏi: Nếu ở nơi hành sự này, quá khứ có ái trói buộc, vị lai, hiện tại cũng có giận dữ trói buộc chăng?

Đáp: Hoặc quá khứ có ái trói buộc, vị lai, hiện tại không có giận dữ trói buộc. Nghĩa là pháp ở nơi Sắc giới, Vô sắc giới, có ái trói buộc, trước đã sinh, chưa đoạn.

Hoặc quá khứ có ái đã trói buộc và vị lai có giận dữ trói buộc, hiện tại không có trói buộc. Nghĩa là ở nơi hành sự này, có ái trói buộc đời trước đã sinh chưa đoạn và có giận dữ trói buộc chưa đoạn trừ, không có biểu hiện ngay trước mắt.

Hoặc quá khứ có ái trói buộc, vị lai, hiện tại cũng có giận dữ trói buộc. Nghĩa là ở nơi hành sự này, có ái trói buộc đời trước đã sinh chưa đoạn và có giận dữ trói buộc biểu hiện trước mắt.

Hỏi: Giả sử vị lai, hiện tại có giận dữ trói buộc, lại nữa quá khứ cũng có ái trói buộc chăng?

Đáp: Nếu trước đó đã sinh chưa đoạn, thì có trói buộc. Nếu trước đó chưa sinh, giả sử sinh rồi đã đoạn, thì không có trói buộc.

Hỏi: Nếu ở nơi hành sự này, quá khứ có ái trói buộc, quá khứ, vị lai cũng có ái trói buộc chăng?

Đáp: Hoặc quá khứ có ái trói buộc, quá khứ, vị lai không có giận dữ trói buộc. Nghĩa là pháp ở nơi Sắc giới, Vô sắc giới, có trói buộc là do đời trước đã sinh chưa đoạn. Hoặc quá khứ có ái trói buộc và vị lai có giận dữ trói buộc, quá khứ không có trói buộc. Nghĩa là ở trong hành sự này, có ái trói buộc là do đời trước đã sinh chưa đoạn, và có giận dữ trói buộc chưa đoạn mà không có giận dữ trói buộc trước đó đã sinh, giả sử sinh rồi đã đoạn.

Hoặc quá khứ có ái trói buộc, quá khứ, vị lai cũng có giận dữ trói buộc. Nghĩa là ở nơi hành sự này, có ái trói buộc, có giận dữ trói buộc, do trước đó đã sinh chưa đoạn trừ.

Hỏi: Giả sử quá khứ, vị lai có giận dữ trói buộc, lại quá khứ có ái trói buộc chăng?

Đáp: Nếu trước đó đã sinh chưa đoạn, thì có trói buộc. Nếu trước đó chưa sinh, giả sử sinh rồi đã đoạn, thì không có trói buộc.

Hỏi: Nếu ở nơi hành sự này, quá khứ có ái trói buộc, quá khứ, vị lai, hiện tại cũng có giận dữ trói buộc chăng?

Đáp: Hoặc quá khứ có ái trói buộc, quá khứ, vị lai, hiện tại không có giận dữ trói buộc, nghĩa là pháp ở nơi Sắc giới, Vô sắc giới, đời trước có ái trói buộc đã sinh chưa đoạn.

Hoặc quá khứ có ái trói buộc và vị lai, có giận dữ trói buộc, quá khứ, hiện tại không có trói buộc. Nghĩa là ở nơi hành sự này, có ái trói buộc trước đó đã sinh chưa đoạn và có giận dữ trói buộc chưa đoạn mà trước đó chưa sinh, hay giả sử sinh rồi đã đoạn, không còn có biểu hiện trước mắt.

Hoặc quá khứ có ái trói buộc, và vị lai, hiện tại có giận dữ trói buộc, quá khứ không có trói buộc. Nghĩa là nơi hành sự này, có ái trói buộc, do trước đó đã sinh chưa đoạn và có giận dữ trói buộc biểu hiện trước mắt mà trước đó chưa sinh, giả sử sinh rồi đã đoạn.

Hoặc quá khứ có ái trói buộc và quá khứ, vị lai, cũng có giận dữ trói buộc, hiện tại không có trói buộc. Nghĩa là ở nơi hành sự này, có ái trói buộc, có giận dữ trói buộc, trước đó đã sinh chưa đoạn, nhưng không có giận dữ trói buộc biểu hiện trước mắt.

Hoặc quá khứ có ái trói buộc, quá khứ, vị lai, hiện tại cũng có giận dữ trói buộc. Nghĩa là nơi hành sự này, có ái trói buộc, có giận dữ trói buộc, trước đó đã sinh chưa đoạn và có giận dữ trói buộc biểu hiện trước mắt.

Hỏi: Giả sử quá khứ, vị lai, hiện tại có giận dữ trói buộc, lại quá khứ có ái trói buộc chăng?

Đáp: Nếu trước đó đã sinh chưa đoạn, thì có trói buộc. Nếu trước đó chưa sinh, giả sử sinh rồi đã đoạn, thì không có trói buộc. Như đối với giận dữ trói buộc, ganh tị trói buộc, xan lẫn trói buộc, cũng là như vậy.

Sự sai biệt: Pháp ở nơi Dục giới, do chứng kiến Đạo mà được đoạn trừ. Và pháp ở nơi Sắc giới, Vô sắc giới, có ái trói buộc, trước đó đã sinh chưa đoạn. Quá khứ, hiện tại, vị lai không có ganh tị trói buộc, không có xan lẫn trói buộc.

Hỏi: Nếu ở nơi hành sự này, quá khứ có ái trói buộc, quá khứ cũng có kiêu mạn trói buộc chăng?

Đáp: Nếu trước đó đã sinh chưa đoạn, thì có trói buộc. Nếu trước đó chưa sinh, giả sử sinh rồi đã đoạn, thì không có trói buộc.

Hỏi: Giả sử quá khứ có kiêu mạn trói buộc, lại quá khứ có ái trói buộc chăng?

Đáp: Nếu trước đó đã sinh chưa đoạn, thì có trói buộc. Nếu trước đó chưa sinh, giả sử sinh rồi đã đoạn, thì không có trói buộc.

Hỏi: Nếu ở nơi hành sự này, quá khứ có ái trói buộc, vị lai cũng có kiêu mạn trói buộc chăng?

Đáp: Đúng là như vậy.

Hỏi: Giả sử vị lai có kiêu mạn trói buộc, lại quá khứ có ái trói buộc chăng?

Đáp: Nếu trước đó đã sinh chưa đoạn, thì có trói buộc. Nếu trước đó chưa sinh, giả sử sinh rồi đã đoạn, thì không có trói buộc.

Hỏi: Nếu ở nơi hành sự này, quá khứ có ái trói buộc, hiện tại cũng có kiêu mạn trói buộc chăng?

Đáp: Nếu có biểu hiện trước mắt.

Hỏi: Giả sử, hiện tại có kiêu mạn trói buộc, quá khứ lại có ái trói buộc chăng?

Đáp: Nếu trước đó đã sinh chưa đoạn, thì trói buộc, nếu trước đó chưa sinh, giả sử sinh rồi đã đoạn, thì không có trói buộc.

Hỏi: Nếu ở trong hành sự này, quá khứ có ái trói buộc, quá khứ, hiện tại cũng có kiêu mạn trói buộc chăng?

Đáp: Hoặc quá khứ có ái trói buộc, quá khứ, hiện tại không có kiêu mạn trói buộc. Nghĩa là ở trong hành sự này, có ái trói buộc, trước đó sinh rồi chưa đoạn, không có kiêu mạn trói buộc trước đó đã sinh. Giả sử sinh rồi đã đoạn không có biểu hiện trước mắt.

Hoặc quá khứ có ái trói buộc và quá khứ có kiêu mạn trói buộc, hiện tại không có trói buộc. Nghĩa là nơi hành sự này, có ái trói buộc, có kiêu mạn trói buộc do trước đó đã sinh chưa đoạn, không có kiêu mạn biểu hiện trước mặt.

Hoặc quá khứ có ái trói buộc và hiện tại có kiêu mạn trói buộc, quá khứ không có trói buộc. Nghĩa là ở nơi hành sự này, có ái trói buộc trước đó đã sinh chưa đoạn và có kiêu mạn biểu hiện trước mắt, nhưng trước đó chưa sinh, giả sử sinh rồi đã đoạn.

Hoặc quá khứ có ái trói buộc, quá khứ, hiện tại cũng có kiêu mạn trói buộc. Nghĩa là ở nơi hành sự này, có ái trói buộc, có kiêu mạn trói buộc trước đó đã sinh chưa đoạn và kiêu mạn biểu hiện trước mắt.

Hỏi: Giả sử quá khứ, hiện tại có kiêu mạn trói buộc, quá khứ lại có ái trói buộc chăng?

Đáp: Nếu trước đó đã sinh chưa đoạn, thì có trói buộc. Nếu trước đó chưa sinh, giả sử sinh rồi đã đoạn, thì không có trói buộc.

Hỏi: Nếu ở nơi hành sự này, quá khứ có ái trói buộc, vị lai, hiện tại cũng có kiêu mạn trói buộc chăng?

Đáp: Vị lai ắt có trói buộc. Hiện tại, nếu biểu hiện trước mắt.

Hỏi: Giả sử vị lai, hiện tại, có kiêu mạn trói buộc, quá khứ lại có ái trói buộc chăng?

Đáp: Nếu trước đó đã sinh chưa đoạn, thì có trói buộc. Nếu trước đó chưa sinh, giả sử sinh rồi đã đoạn, thì không có trói buộc.

Hỏi: Nếu ở nơi hành sự này, quá khứ có ái trói buộc, quá khứ, vị lai cũng có kiêu mạn trói buộc chăng?

Đáp: Vị lai chắc chắn có trói buộc. Quá khứ, nếu trước đó đã sinh chưa đoạn, thì có trói buộc. Nếu trước đó chưa sinh, giả sử sinh rồi đã đoạn, thì không có trói buộc.

Hỏi: Giả sử quá khứ, vị lai có kiêu mạn trói buộc, quá khứ lại có ái trói buộc chăng?

Đáp: Nếu trước đó đã sinh chưa đoạn, thì có trói buộc. Nếu trước đó chưa sinh, giả sử sinh rồi đã đoạn, thì không có trói buộc.

Hỏi: Nếu ở nơi hành sự này, quá khứ có ái trói buộc, quá khứ, vị lai, hiện tại cũng có kiêu mạn trói buộc chăng?

Đáp: Hoặc quá khứ có ái trói buộc và vị lai có kiêu mạn trói buộc, quá khứ, hiện tại, không có trói buộc. Nghĩa là ở nơi hành sự này, có ái trói buộc trước đó đã sinh chưa đoạn, không có kiêu mạn trói buộc trước đó đã sinh ra. Giả sử sinh ra đã đoạn, không còn có biểu hiện trước mắt.

Hoặc quá khứ có ái trói buộc và quá khứ, vị lai có kiêu mạn trói buộc, hiện tại không có trói buộc. Nghĩa là ở nơi hành sự này, có ái trói buộc, có kiêu mạn trói buộc, trước đó đã sinh chưa đoạn, không có kiêu mạn biểu hiện trước mắt.

Hoặc quá khứ có ái trói buộc và vị lai, hiện tại có kiêu mạn trói buộc, quá khứ không có trói buộc. Nghĩa là ở nơi hành sự này, có ái trói buộc trước đó đã sinh chưa đoạn và có kiêu mạn trói buộc biểu hiện trước mắt mà không phải sinh ra trước đó. Giả sử sinh rồi đã đoạn.

Hoặc quá khứ có ái trói buộc, quá khứ, vị lai, hiện tại cũng có kiêu mạn trói buộc. Nghĩa là ở nơi hành sự này, có ái trói buộc, có kiêu mạn trói buộc trước đó đã sinh chưa đoạn và có kiêu mạn biểu hiện trước mắt.

Hỏi: Giả sử quá khứ, vị lai, hiện tại có kiêu mạn trói buộc, quá khứ lại có ái trói buộc chăng?

Đáp: Nếu trước đó đã sinh chưa đoạn, thì có trói buộc. Nếu trước đó chưa sinh, giả sử sinh rồi đã đoạn, thì không có trói buộc.

Hỏi: Nếu ở nơi hành sự này, quá khứ có ái trói buộc, quá khứ cũng có vô minh trói buộc chăng?

Đáp: Đúng là như vậy.

Hỏi: Giả sử quá khứ có vô minh trói buộc, quá khứ lại cũng có ái trói buộc chăng?

Đáp: Nếu trước đó đã sinh chưa đoạn, thì có trói buộc. Nếu trước đó chưa sinh, giả sử sinh rồi đã đoạn, thì không có trói buộc.

Hỏi: Nếu ở nơi hành sự này, quá khứ có ái trói buộc, vị lai cũng có vô minh trói buộc chăng?

Đáp: Đúng là như vậy.

Hỏi: Giả sử vị lai có vô minh trói buộc, quá khứ cũng lại có ái trói buộc chăng?

Đáp: Nếu trước đó đã sinh chưa đoạn, thì có trói buộc. Nếu trước đó chưa sinh, giả sử sinh rồi đã đoạn, thì không có trói buộc.

Hỏi: Nếu ở nơi hành sự này, quá khứ có ái trói buộc, hiện tại cũng có vô minh trói buộc chăng?

Đáp: Nếu biểu hiện trước mắt.

Hỏi: Giả sử hiện tại có vô minh trói buộc, quá khứ lại cũng có ái trói buộc chăng?

Đáp: Nếu trước đó đã sinh chưa đoạn, thì có trói buộc. Nếu trước đó chưa sinh, giả sử sinh rồi đã đoạn, thì không có trói buộc.

Hỏi: Nếu ở nơi hành sự này, quá khứ có ái trói buộc, thì quá khứ, hiện tại cũng có vô minh trói buộc chăng?

Đáp: Quá khứ ắt trói buộc. Hiện tại, nếu có biểu hiện trước mắt.

Hỏi: Giả sử quá khứ, hiện tại có vô minh trói buộc, quá khứ lại cũng có ái trói buộc chăng?

Đáp: Nếu trước đó đã sinh chưa đoạn, thì có trói buộc. Nếu trước đó chưa sinh, giả sử sinh rồi đã đoạn, thì không có trói buộc.

Hỏi: Nếu ở trong hành sự này, quá khứ có ái trói buộc, vị lai, hiện tại cũng có vô minh trói buộc chăng?

Đáp: Vị lai ắt có trói buộc. Hiện tại, nếu biểu hiện trước mắt.

Hỏi: Giả sử vị lai, hiện tại có vô minh trói buộc, quá khứ lại cũng có ái trói buộc chăng?

Đáp: Nếu trước đó đã sinh chưa đoạn, thì có trói buộc. Nếu trước đó chưa sinh, giả sử sinh rồi đã đoạn, thì không có trói buộc.

Hỏi: Nếu ở nơi hành sự này, quá khứ có ái trói buộc, quá khứ, vị lai cũng có vô minh trói buộc chăng?

Đáp: Đúng là như vậy.

Hỏi: Giả sử quá khứ, vị lai có vô minh trói buộc, quá khứ lại cũng có ái trói buộc chăng?

Đáp: Nếu trước đó đã sinh chưa đoạn, thì có trói buộc. Nếu trước đó chưa sinh, giả sử sinh rồi đã đoạn, thì không có trói buộc.

Hỏi: Nếu ở trong hành sự này, quá khứ có ái trói buộc, quá khứ, vị lai, hiện tại có vô minh trói buộc chăng?

Đáp: Quá khứ, vị lai ắt có trói buộc. Hiện tại, nếu có biểu hiện trước mắt.

Hỏi: Giả sử quá khứ, vị lai, hiện tại có vô minh trói buộc, quá khứ lại cũng có ái trói buộc chăng?

Đáp: Nếu trước đó đã sinh chưa đoạn, thì có trói buộc. Nếu trước đó chưa sinh, giả sử sinh rồi đã đoạn, thì không có trói buộc.

Hỏi: Nếu ở nơi hành sự này, quá khứ có ái trói buộc, quá khứ cũng có kiến trói buộc chăng?

Đáp: Nếu chưa đoạn.

Hỏi: Giả sử quá khứ có kiến trói buộc, quá khứ lại cũng có ái trói buộc chăng?

Đáp: Nếu trước đó đã sinh chưa đoạn, thì có trói buộc. Nếu trước đó chưa sinh, giả sử sinh rồi đã đoạn, thì không có trói buộc.

Hỏi: Nếu ở nơi hành sự này, quá khứ có ái trói buộc, vị lai cũng có kiến trói buộc chăng?

Đáp: Nếu chưa đoạn.

Hỏi: Giả sử vị lai có kiến trói buộc, quá khứ lại có có ái trói buộc chăng?

Đáp: Nếu trước đó đã sinh chưa đoạn, thì có trói buộc. Nếu trước đó chưa sinh, giả sử sinh rồi đã đoạn, thì không có trói buộc.

Hỏi: Nếu ở nơi hành sự này, quá khứ có ái trói buộc, hiện tại cũng có kiến trói buộc chăng?

Đáp: Nếu có biểu hiện trước mắt.

Hỏi: Giả sử hiện tại có kiến trói buộc, quá khứ lại cũng có ái trói buộc chăng?

Đáp: Nếu trước đó đã sinh chưa đoạn, thì có trói buộc. Nếu trước đó chưa sinh, giả sử sinh rồi đã đoạn, thì không có trói buộc.

Hỏi: Nếu ở nơi hành sự này, quá khứ có ái trói buộc, thì quá khứ, hiện tại cũng có kiến trói buộc chăng?

Đáp: Hoặc quá khứ có ái trói buộc, quá khứ, hiện tại, không có kiến trói buộc. Nghĩa là nơi hành sự này, có ái trói buộc trước đó đã sinh chưa đoạn mà kiến trói buộc đã đoạn.

Hoặc quá khứ có ái trói buộc và quá khứ có kiến trói buộc, hiện tại không có trói buộc. Nghĩa là ở nơi hành sự này, có ái trói buộc trước đó đã sinh chưa đoạn và có kiến trói buộc chưa đoạn mà không có biểu hiện trước mắt.

Hoặc quá khứ có ái trói buộc, quá khứ, hiện tại cũng có kiến trói buộc. Nghĩa là ở nơi hành sự này, có ái trói buộc, trước đó đã sinh chưa đoạn, cũng có kiến trói buộc biểu hiện trước mắt.

Hỏi: Giả sử quá khứ, hiện tại có kiến trói buộc, quá khứ lại cũng có ái trói buộc chăng?

Đáp: Nếu trước đó đã sinh chưa đoạn, thì có trói buộc. Giả sử sinh rồi đã đoạn, thì không có trói buộc.

Hỏi: Nếu ở nơi hành sự này, quá khứ có ái trói buộc, vị lai, hiện tại cũng có kiến trói buộc chăng?

Đáp: Hoặc quá khứ có ái trói buộc, vị lai, hiện tại không có kiến trói buộc. Nghĩa là ở nơi hành sự này, có ái trói buộc trước đó sinh chưa đoạn mà kiến trói buộc đã đoạn.

Hoặc quá khứ có ái trói buộc, và vị lai, có kiến trói buộc, hiện tại không có trói buộc. Nghĩa là ở nơi hành sự này, có ái trói buộc trước đó đã sinh chưa đoạn và có kiến trói buộc chưa đoạn, nhưng không biểu hiện trước mắt.

Hoặc quá khứ có ái trói buộc, vị lai hiện tại cũng có kiến trói buộc. Nghĩa là ở nơi hành sự này, có ái trói buộc đời trước chưa đoạn và có kiến trói buộc chưa đoạn, nhưng không có biểu hiện trước mắt.

Hoặc quá khứ có ái trói buộc, vị lai, hiện tại cũng có kiến trói buộc. Nghĩa là ở nơi hành sự này, có ái trói buộc trước đó chưa đoạn và có kiến trói buộc biểu hiện trước mắt.

Hỏi: Giả sử vị lai, hiện tại có kiến trói buộc, lại quá khứ có ái trói buộc chăng?

Đáp: Nếu trước đó đã sinh chưa đoạn, thì có trói buộc. Nếu trước đó chưa sinh, giả sử sinh rồi đã đoạn, thì không có trói buộc.

Hỏi: Nếu ở nơi hành sự này, quá khứ có ái trói buộc, quá khứ, vị lai cũng có kiến trói buộc chăng?

Đáp: Nếu chưa đoạn.

Hỏi: Giả sử quá khứ, vị lai có kiến trói buộc, quá khứ cũng có ái trói buộc chăng?

Đáp: Nếu trước đó đã sinh chưa đoạn, thì có trói buộc. Nếu trước đó chưa sinh, giả sử sinh rồi đã đoạn, thì không có trói buộc.

Hỏi: Nếu ở nơi những hành sự này, quá khứ có ái trói buộc, quá khứ, vị lai, hiện tại cũng có kiến trói buộc chăng?

Đáp: Hoặc quá khứ có ái trói buộc, quá khứ, vị lai, hiện tại không có kiến trói buộc. Nghĩa là ở nơi hành sự này, có ái trói buộc trước đó đã sinh chưa đoạn, nhưng mà kiến trói buộc đã đoạn.

Hoặc quá khứ có ái trói buộc và quá khứ, vị lai có kiến trói buộc, hiện tại không có trói buộc. Nghĩa là nơi hành sự này, có ái trói buộc trước đó đã sinh chưa đoạn và có kiến trói buộc chưa đoạn, nhưng mà không biểu hiện trước mắt.

Hoặc quá khứ có ái trói buộc, quá khứ, vị lai, hiện tại cũng có kiến trói buộc. Nghĩa là ở nơi hành sự này, có ái trói buộc trước đó đã sinh chưa đoạn, cũng có kiến trói buộc biểu hiện trước mắt.

Hỏi: Giả sử quá khứ, vị lai, hiện tại có kiến trói buộc, quá khứ lại có ái trói buộc chăng?

Đáp: Nếu trước đó đã sinh chưa đoạn, thì có trói buộc. Nếu trước đó chưa sinh, giả sử sinh rồi đã đoạn, thì không có trói buộc.

Như đối với kiến trói buộc, đối với thủ trói buộc, đối với nghi trói buộc, cũng là như vậy.

Như đối với ái trói buộc tạo thành có bảy pháp nhỏ tiếp theo, cho đến ganh tị trói buộc, xan lẫn trói buộc, tùy theo những pháp thích hợp. Tạo thành có bảy pháp cũng là như vậy. Như pháp nhỏ có bảy, pháp lớn có bảy, cũng là như vậy.

Sự sai biệt: Sử dụng hai đối với một, cho đến sử dụng tám đối với một. Như quá khứ sử dụng ái trói buộc... có bảy pháp làm đầu, cho đến quá khứ, vị lai, hiện tại ái trói buộc... làm đầu. Mỗi pháp cũng đều có bảy. Như vậy, nên biết có bảy pháp thuộc về bảy trường hợp.

Hỏi: Ba kiết sử cho đến chín mươi tám tùy miên, ở trong chín mươi tám tùy miên, mỗi một pháp, thâu nhiếp bao nhiêu tùy miên?

Đáp: Tất cả nên phân biệt. Nghĩa là trong ba kiết sử, hữu thân kiến sử thâu nhiếp ba tùy miên; giới cấm thủ kiết sử thâu nhiếp sáu tùy miên; nghi kiết sử thâu nhiếp mười hai tùy miên; ở trong ba bất thiện căn: tham bất thiện căn, sân bất thiện căn, mỗi pháp thâu nhiếp năm tùy miên; si bất thiện căn thâu nhiếp bốn và một phần nhỏ tùy miên.

Trong ba pháp vô lậu: Dục lậu thâu nhiếp ba mươi mốt tùy miên; Hữu lậu thâu nhiếp năm mươi hai tùy miên; Vô minh lậu thâu nhiếp mười lăm tùy miên.

Trong bốn bộc lưu: Dục bộc lưu thâu nhiếp mười chín tùy miên; Hữu bộc lưu thâu nhiếp hai mươi tám tùy miên; Kiến bộc lưu thâu nhiếp ba mươi sáu tùy miên; Vô minh bộc lưu thâu nhiếp mười lăm tùy miên. Như bốn bộc lưu, bốn ách cũng là như vậy.

Trong bốn thủ: Dục thủ thâu nhiếp hai mươi bốn tùy miên; Kiến thủ thâu nhiếp ba mươi tùy miên; Giới cấm thủ thâu nhiếp sáu tùy miên; Ngã ngữ thủ thâu nhiếp ba mươi tám tùy miên.

Trong bốn thân hệ: Tham dục sân nhuế thân hệ mỗi pháp thâu nhiếp năm tùy miên; Giới cấm thủ thân hệ thâu nhiếp sáu tùy miên; Thử thật chấp thân hệ thâu nhiếp mười hai tùy miên.

Ở trong năm triền cái: Tham dục sân nhuế cái mỗi pháp thâu nhiếp năm tùy miên; Nghi cái thâu nhiếp bốn tùy miên; Các triền cái còn lại không có thâu nhiếp tùy miên.

Trong năm kiết sử: Tham kiết sử, Mạn kiết sử mỗi kiết sử thâu nhiếp mười lăm tùy miên; Sân kiết sử thâu nhiếp năm tùy miên; Ganh tị kiết sử, Xan lẫn kiết sử không có thâu nhiếp tùy miên.

Trong năm thuận hạ phần kiết sử: Tham kiết sử ở Dục giới, Sân nhuế kiết sử, mỗi kiết sử thâu nhiếp năm tùy miên; Hữu thân kiết sử thâu nhiếp ba tùy miên; Giới cấm thủ kiết sử thâu nhiếp sáu tùy miên; Nghi kiết sử thâu nhiếp mười hai tùy miên.

Trong năm thuận thượng phần kiết sử: Tham kiết sử thuộc Sắc giới thâu nhiếp một thiểu phần tùy miên; Tham kiết sử Vô sắc giới thâu nhiếp một thiểu phần tùy miên; Trạo cử kiết sử không thâu nhiếp tùy miên; Mạn kiết sử thâu nhiếp hai thiểu phần; Vô minh kiết sử thâu nhiếp hai thiểu phần.

Trong năm kiến: Hữu thân kiến, Biên chấp kiến, mỗi kiến thâu nhiếp ba tùy miên; Tà kiến, Kiến thủ mỗi kiến thâu nhiếp mười hai; Giới cấm thủ thâu nhiếp sáu tùy miên.

Trong sáu ái thân: Nhãn, nhĩ, tỷ, thân duyên xúc, ái thân sinh khởi, mỗi ái thân thâu nhiếp hai thiểu phần tùy miên; Tỷ, thiệt do duyên xúc ái thân sinh khởi, mỗi ái thân thâu nhiếp một thiểu phần tùy miên; Ý do duyên xúc ái thân sinh khởi thâu nhiếp mười ba và hai thiểu phần tùy miên.

Trong bảy tùy miên: Tham tùy miên thuộc Dục giới, Sân nhuế, mỗi tùy miên thâu nhiếp năm tùy miên; Hữu tham tùy miên thâu nhiếp mười tùy miên; Mạn tùy miên, Vô minh tùy miên mỗi pháp thâu nhiếp mười lăm tùy miên; Kiến tùy miên thâu nhiếp ba mươi sáu tùy miên;

Nghi tùy miên thâu nhiếp mười hai tùy miên.

Trong chín kiết sử: Ái kiết sử, Mạn kiết sử, Vô minh kiết sử, mỗi kiết sử thâu nhiếp mười lăm tùy miên; Sân nhuế kiết sử thâu nhiếp năm tùy miên; Kiến kiết sử, Thủ kiết sử, mỗi kiết sử thâu nhiếp mười tám tùy miên; Nghi kiết sử thâu nhiếp mười hai tùy miên; Tật kiết sử và Xan kiết sử không có thâu nhiếp tùy miên.

Trong chín mươi tám tùy miên: Hữu thân kiến thuộc Dục giới thâu nhiếp hữu thân kiến thuộc Dục giới, cho đến Vô sắc giới tu tập Đạo đoạn trừ vô minh thâu nhiếp Vô sắc giới, tu tập Đạo đoạn trừ vô minh.

Hỏi: Ba kiết sử cho đến chín mươi tám tùy miên là trước thâu nhiếp sau hay sau thâu nhiếp trước?

Đáp: Ba kiết sử và ba căn bất thiện hỗ trợ nhau mà không thâu nhiếp nhau. Ba kiết sử, ba lậu hoặc; ba kiết sử, hai lậu hoặc có thiểu phần hỗ tương thâu nhiếp nhau. Còn lại là không thâu nhiếp lẫn nhau.

Ba kiết sử, bốn bộc lưu: Ba kiết sử, ba bộc lưu, có thiểu phần hỗ trợ tương nhiếp lẫn nhau. Còn lại không tương nhiếp lẫn nhau. Như đối với bốn bộc lưu, bốn ách cũng là như vậy.

Ba kiết sử, bốn thủ: Ba kiết sử thâu nhiếp một thủ; thiểu phần của ba thủ hỗ trợ thâu nhiếp lẫn nhau. Còn lại không hỗ trợ thâu nhiếp lẫn nhau.

Ba kiết sử, bốn hệ thân: Một kiết sử, một hệ thân hỗ trợ thâu nhiếp lẫn nhau. Còn lại không tương nhiếp lẫn nhau.

Ba kiết sử, năm triền cái: Hỗ trợ không thâu nhiếp lẫn nhau.

Ba kiết sử, năm thuận hạ phần kiết sử: Ba kiết sử, ba thuận hạ phần kiết sử hỗ trợ tương nhiếp lẫn nhau. Còn lại không tương nhiếp lẫn nhau.

Ba kiết sử, năm thượng phần kiết sử: Hỗ trợ mà tương nhiếp lẫn nhau.

Ba kiết sử, năm kiến: Hai kiết sử, hai kiến hỗ trợ tương nhiếp lẫn nhau. Còn lại không tương nhiếp lẫn nhau.

Ba kiết sử, sáu ái thân: Hỗ trợ không tương nhiếp lẫn nhau.

Ba kiết sử, bảy tùy miên: Ba kiết sử, một tùy miên, một thiểu phần hỗ trợ tương nhiếp lẫn nhau. Còn lại không tương nhiếp lẫn nhau.

Ba kiết sử, chín kiết sử: Ba kiết sử, một tùy miên, một thiểu phần, hai thiểu phần, hỗ trợ tương nhiếp lẫn nhau. Còn lại không tương nhiếp lẫn nhau.

Ba kiết sử, chín mươi tám tùy miên: Ba kiết sử, hai mươi mốt tùy miên, hỗ trợ tương nhiếp lẫn nhau. Còn lại không tương nhiếp lẫn nhau.

Như vậy, cho đến chín kiết sử, chín mươi tám tùy miên; bảy kiết sử cho đến chín mươi tám tùy miên, hỗ trợ tương nhiếp lẫn nhau. Còn lại không tương nhiếp lẫn nhau.

Hỏi: Ba kiết sử cho đến chín mươi tám tùy miên, có bao nhiêu loại khiến tương tục ở Dục hữu, có bao nhiêu loại khiến tương tục ở Sắc hữu, có bao nhiêu loại khiến tương tục ở Vô sắc hữu?

Đáp: Tất cả cần phải phân biệt rõ. Nghĩa là ba kiết sử khiến cho hữu ở trong ba cõi tương tục.

Ba căn bất thiện và các lậu hoặc thuộc Dục giới khiến cho Hữu ở trong Dục giới tương tục; các lậu hoặc thuộc về Hữu, khiến cho Hữu ở trong Sắc giới, Vô sắc giới tương tục.

Các lậu hoặc thuộc về vô minh, khiến cho Hữu ở trong ba cõi tương tục.

Trong bốn bộc lưu ách: Dục bộc lưu ách, khiến cho Hữu ở trong Dục giới tương tục; Hữu bộc lưu ách, khiến cho Hữu thuộc Sắc giới, Vô sắc giới tương tục.

Trong bốn thủ: Dục thủ, khiến cho Hữu ở Dục giới tương tục; Kiến thủ, Giới cấm thủ, khiến cho Hữu ở trong ba cõi tương tục; Ngã ngữ thủ, khiến cho Hữu ở Sắc giới, Vô sắc giới tương tục.

Trong bốn thân ái: Hai thân ái đầu tiên khiến cho Hữu ở trong Dục giới tương tục. Hai thân ái tiếp theo sau khiến cho Hữu ở trong ba cõi tương tục.

Năm triền cái khiến cho Hữu thuộc Dục giới tương tục.

Trong năm kiết sử: Tham kiết sử, mạn kiết sử khiến cho Hữu ở trong ba cõi tương tục; ba kiết sử còn lại khiến cho Hữu ở trong Dục giới tương tục.

Trong năm thuận hạ phần kiết sử: Hai kiết sử đầu khiến cho Hữu ở trong Dục giới tương tục; ba kiết sử sau khiến cho Hữu ở trong ba cõi tương tục.

Trong năm thuận thượng phần kiết sử: Tham thuộc về Sắc giới khiến cho Hữu ở Sắc giới tương tục; tham thuộc về Vô sắc giới khiến cho Hữu thuộc Vô sắc giới tương tục; ba kiết sử còn lại khiến cho Hữu thuộc Sắc giới, Vô sắc giới tương tục.

Năm kiến khiến cho Hữu ở trong ba cõi tương tục.

Trong sáu ái thân: Ái thân do nhãn, nhĩ, thân tiếp xúc mà sinh khởi khiến cho Hữu thuộc Dục giới, Sắc giới tương tục; ái thân do tỷ, thiệt tiếp xúc mà sinh khởi khiến Hữu thuộc Dục giới tương tục; ái thân do ý tiếp xúc mà sinh khởi khiến cho Hữu ở trong ba cõi tương tục.

Trong bảy tùy miên: Tham, sân, nhuế ở trong Dục giới khiến cho Hữu ở trong Dục giới tương tục; tham thuộc về Hữu khiến cho Hữu thuộc Sắc giới, Vô sắc giới tương tục; bốn tùy miên còn lại khiến cho Hữu ở trong ba cõi tương tục.

Trong chín kiết sử: Tật kiết sử, nhuế kiết sử, xan kiết sử khiến cho Hữu ở trong Dục giới tương tục; sáu kiết sử còn lại khiến cho Hữu ở trong ba cõi tương tục.

Trong chín mươi tám tùy miên: Dục giới có ba mươi sáu tùy miên khiến cho Hữu ở trong Dục giới tương tục. Sắc giới có ba mươi mốt tùy miên khiến cho Hữu ở trong Sắc giới tương tục. Vô sắc giới có ba mươi mốt tùy miên khiến cho Hữu ở trong Vô sắc giới tương tục.

Hỏi: Ba kiết sử cho đến chín mươi tám tùy miên nương vào định nào mà tận diệt?

Đáp: Ba kiết sử, hoặc nương vào bốn thiền định mà diệt tận, hoặc nương vào vị chí định[80] mà diệt tận.

---

80 Vị chí định: Skt. Anāgamya-samādhi. Vị chí định còn gọi là vị đáo định hay vị

Ba căn bất thiện và các lậu hoặc thuộc Dục giới nương vào vị chí định mà diệt tận.

Các lậu hoặc thuộc về hữu và vô minh, hoặc nương vào bảy định mà diệt tận, hoặc nương vào vị chí định mà diệt tận.

Trong bốn bộc lưu ách: Bộc lưu ách thuộc Dục giới nương vào vị chí định mà tận diệt; vô minh bộc lưu ách thuộc Sắc hữu, hoặc nương vào bảy thiền định, hoặc nương vào vị chí định mà tận diệt; kiến bộc lưu ách, hoặc nương vào tứ thiền định, hoặc nương vào vị chí định mà tận diệt.

Trong bốn thủ: Thủ thuộc Dục giới nương vào vị chí định mà diệt tận; kiến thủ, giới cấm thủ, hoặc nương vào tứ thiền định, hoặc nương vào vị chí định mà diệt tận; ngã ngữ thủ, hoặc nương vào bảy định, hoặc nương vào vị chí định mà diệt tận.

Trong bốn thân hệ: Hai thân hệ đầu nương vào vị chí định mà diệt tận; hai thân hệ sau, hoặc nương vào bốn thiền định, hoặc nương vào vị chí định mà diệt tận.

Năm triền cái nương vào vị chí định mà diệt tận.

Trong năm kiết sử: Tham kiết sử, Mạn kiết sử, hoặc nương vào bảy thiền định mà diệt tận, hoặc nương vào vị chí định mà diệt tận; ba kiết sử còn lại nương vào vị chí định mà diệt tận.

Trong năm thuận hạ phần kiết sử: Hai kiết sử đầu nương vào vị chí định mà diệt tận; ba kiết sử sau hoặc nương vào bốn thiền định mà diệt tận, hoặc nương vào vị chí định mà diệt tận.

Trong năm thuận thượng phần kiết sử: Tham thuộc về Sắc giới, hoặc nương vào tứ thiền định mà diệt tận, hoặc nương vào vị chí định mà diệt tận; bốn kiết sử còn lại, hoặc nương vào bảy thiền định mà diệt tận, hoặc nương vào vị chí định mà diệt tận.

Năm kiến, hoặc nương vào tứ thiền định mà diệt tận, hoặc nương vào vị chí định mà diệt tận.

đáo địa. Nghĩa là tu tập thiền định, nhưng chưa vào được căn bản định của Sơ thiền. Thiền định ở giai đoạn này, gọi là vị chí định.

Trong sáu thân ái: Ái thân do tỷ, thiệt tiếp xúc mà sinh khởi, nương vào vị chí định mà diệt tận; thân ái do nhãn, nhĩ, thân tiếp mà sinh khởi, hoặc nương vào Sơ thiền mà diệt tận, hoặc nương vào vị chí định mà diệt tận; ái thân do ý tiếp xúc mà sinh khởi, hoặc nương vào bảy thiền định mà diệt tận, hoặc nương vào vị chí định mà diệt tận.

Trong bảy tùy miên: Tham, sân nhuế, thuộc Dục giới, nương vào vị chí định mà diệt tận; tham tùy miên, mạn tùy miên, vô minh tùy miên thuộc về hữu lậu, hoặc nương vào bảy thiền định mà diệt tận, hoặc nương vào vị chí định mà diệt tận; kiến tùy miên, nghi tùy miên nương vào tứ thiền định mà diệt tận, hoặc nương vào vị chí định mà diệt tận.

Trong chín kiết sử: Ái kiết sử, mạn kiết sử, vô minh kiết sử, hoặc nương vào bảy thiền định mà diệt tận, hoặc nương vào vị chí định mà diệt tận; nhuế kiết sử, tật kiết sử, xan kiết sử, nương vào vị chí định mà diệt tận; kiến kiết sử, thủ kiết sử, nghi kiết sử, hoặc nương vào bốn thiền định mà diệt tận, hoặc nương vào vị chí định mà diệt tận.

Trong chín mươi tám tùy miên: Dục giới có ba mươi sáu tùy miên nương vào vị chí định mà diệt tận; Sắc giới có ba mươi mốt tùy miên và Vô sắc giới do chứng kiến Đạo mà được đoạn trừ, hoặc nương vào bốn thiền định mà diệt tận, hoặc nương vào vị chí đinh mà diệt tận; do tu tập Đạo mà các tùy miên Vô sắc giới được đoạn trừ, hoặc nương vào bảy thiền định mà diệt tận, hoặc nương vào vị chí định mà diệt tận.

Hỏi: Các kiết sử thuộc quá khứ, các kiết sử ấy đã có trói buộc chăng?

Đáp: Các kiết sử quá khứ, các kiết sử ấy đã có trói buộc. Trường hợp có kiết sử đã trói buộc, nhưng kiết sử ấy không phải là quá khứ. Nghĩa là kiết sử vị lai, hiện tại đã trói buộc.

Hỏi: Các kiết sử vị lai sẽ trói buộc như thế nào?

Đáp: Nên nêu lên bốn trường để luận giải:

1- Trường hợp vị lai có kiết sử mà kiết sử sẽ không có trói buộc. Nghĩa là kiết sử vị lai đã đoạn trừ, đã biến tri, đã diệt tận, đã loại bỏ, nhất định sẽ không có còn thoái lui.

2- Trường hợp có kiết sử sẽ trói buộc mà kiết sử ấy không có ở vị lai. Nghĩa là kiết sử quá khứ đã đoạn, đã biến tri, đã diệt tận, đã loại trừ, nhất định sẽ không có còn thoái lui.

3- Trường hợp có kiết sử vị lai, kiết sử ấy cũng sẽ có trói buộc. Nghĩa là kiết sử vị lai đã đoạn, đã biến tri, đã diệt tận, đã loại trừ, nhưng nhất định còn có thoái lui.

4- Trường hợp có kiết sử không phải là ở vị lai, kiết sử ấy sẽ không có trói buộc. Nghĩa là kiết sử quá khứ đã đoạn, đã biến tri, đã diệt tận, đã loại bỏ, nhất định sẽ không có còn thoái lui, cùng với kiết sử hiện tại.

Hỏi: Các kiết sử hiện tại, các kiết sử ấy đang trói buộc chăng?

Đáp: Các kiết sử hiện tại, các kiết sử ấy hiện nay đang trói buộc. Trường hợp có kiết sử hiện nay đang trói buộc, kiết sử ấy không phải là hiện tại. Nghĩa là kiết sử ấy hiện nay đang trói buộc là kiết sử của quá khứ và vị lai.

Hỏi: Đối với người sử dụng Đạo đế này đoạn trừ các kiết sử thuộc Dục giới, khi Đạo đế này thoái mất, người ấy có thể bị kiết sử ở Dục giới trói buộc trở lại chăng?

Đáp: Người ấy có thể bị kiết sử Dục giới trói buộc trở lại.

Hỏi: Đối với những người sử dụng Đạo đế này đoạn trừ các kiết sử thuộc Sắc giới, Vô sắc giới, khi Đạo đế này thoái mất, có thể bị kiết sử Sắc giới, Vô sắc giới trói buộc trở lại chăng?

Đáp: Có thể bị các kiết sử ấy trói buộc trở lại.

Có chín trường hợp biến tri, gồm:

Biến tri thứ nhất: Nghĩa là do chứng kiến Khổ, Tập ở nơi Dục giới mà các kiết sử được đoạn tận.

Biến tri thứ hai: Nghĩa là do chứng kiến Khổ đế, Tập đế ở nơi Sắc giới, Vô sắc giới mà các kiết sử được đoạn tận.

Biến tri thứ ba: Nghĩa là do chứng kiến Diệt đế ở nơi Dục giới mà các kiết sử được đoạn tận.

Biến tri thứ tư: Nghĩa là do chứng kiến Diệt đế ở nơi Sắc giới, Vô sắc giới mà kiết sử được đoạn tận.

Biến tri thứ năm: Nghĩa là do chứng kiến Đạo đế ở nơi Dục giới mà các kiết sử được đoạn tận.

Biến tri thứ sáu: Nghĩa là do chứng Đạo đế ở nơi Sắc giới, Vô sắc giới mà các kiết sử được đoạn tận.

Biến tri thứ bảy: Nghĩa là do năm thuận hạ phần kiết sử đoạn tận.

Biến tri thứ tám: Nghĩa là do ái kiết sử đối với Sắc giới đoạn tận.

Biến tri thứ chín: Nghĩa là do tất cả kiết sử đoạn tận.

Hỏi: Chín biến tri này là thâu nhiếp hết thảy biến tri, hay là hết thảy biến tri thâu nhiếp chín biến tri này?

Đáp: Tất cả biến tri thâu nhiếp chín biến tri, chứ không có chín biến tri thâu nhiếp tất cả.

Hỏi: Những gì không thuộc thâu nhiếp?

Đáp: Nghĩa là Khổ trí đã sinh, Tập trí chưa sinh, do chứng kiến Khổ đế ở trong ba cõi mà các kiết sử được đoạn tận.

Đệ tử của đức Thế Tôn với các kiến đầy đủ, chưa xả ly ô nhiễm Dục giới, do tu tập Đạo đế ở nơi Dục giới mà các kiết sử được đoạn tận, nên không thuộc vào thâu nhiếp của chín biến tri; đã xả ly ô nhiễm của Dục giới, chưa xả ly ô nhiễm thuộc Sắc giới, Vô sắc giới, do tu tập Đạo đế mà các kiết sử được đoạn trừ, nên không thuộc vào thâu nhiếp của chín biến tri; đã xả ly ô nhiễm Sắc giới, chưa xả ly ô nhiễm Vô sắc giới, ở Vô sắc giới do tu tập Đạo đế mà các kiết sử được đoạn trừ, nên không thuộc vào thâu nhiếp của chín biến tri.

Có tám Bổ-đặc-già-la, gồm:

1- Dự lưu hướng.
2- Dự lưu quả.
3- Nhất lai hướng.
4- Nhất lai quả.
5- Bất lai hướng.
6- Bất lai quả.

7- A-la-hán hướng.

8- A-la-hán quả.

Đó là tám Bổ-đặc-già-la.

Hỏi: Ở nơi chín biến tri[81], có bao nhiêu loại biến tri thành tựu, có bao nhiêu loại biến tri không thành tựu?

Đáp: Dự lưu hướng, hoặc không thành tựu, hoặc thành tựu một, hai, ba, bốn, năm biến tri. Nghĩa là Khổ pháp trí nhẫn[82] cho đến vị trí

---

81 Chín biến tri: Biến tri, Skt. Parijñā. Ấy là trí biết khắp mọi cảnh của Tứ Thánh đế, nhằm tu tập đoạn trừ các lậu hoặc ở trong ba cõi. Ấy là chín loại trí có khả năng dứt trừ các loại phiền não trong ba cõi Dục giới-Sắc giới-Vô sắc giới, do chứng kiến và do tu tập Tứ Thánh đế đem lại. Biến tri trạch diệt làm thể lấy trí làm nhân địa tu tập mà đạt đến chỗ biến tri đối với Tứ Thánh đế ở trong ba cõi, nên biến tri là quả.

Chín biến tri gồm:

1- Dục giới kiến Khổ-Tập, đoạn kết tận biến tri: Nghĩa là biến tri, do chứng kiến Khổ đế-Tập đế ở Dục giới, khiến các kiết sử đoạn tận.

2- Thượng nhị giới kiến Khổ-Tập, đoạn kết tận biến tri: Nghĩa là biến tri do chứng kiến Khổ đế-Tập đế ở Sắc giới-Vô sắc giới, khiến các kiết sử đoạn tận.

3- Dục giới kiến Diệt, đoạn kiết tận biến tri: Nghĩa là biến tri, do chứng kiến Diệt đế ở Dục giới, khiến các kiết sử đoạn tận.

4- Thượng nhị giới kiến Diệt, đoạn kiết tận biến tri: Nghĩa là biến tri, do chứng kiến Diệt đế ở Sắc giới-Vô sắc giới, khiến các kiết sử đoạn tận.

5- Dục giới kiến Đạo, đoạn kiết tận biến tri: Nghĩa là biến tri, do chúng kiến Diệt đế ở Dục giới, khiến các kiết sử đoạn tận.

6- Thượng nhị giới kiến Đạo, đoạn kiết tận biến tri: Nghĩa là biến tri, do chứng kiến Đạo đế ở Sắc giới-Vô sắc giới, khiến các kiết sử đoạn tận.

7- Ngũ thuận hạ phần kiết tận biến tri: Nghĩa là biến tri, do tu tập đoạn trừ hết các kiết sử thuộc Dục giới.

8- Sắc ái kiết tận biến tri: Nghĩa là biến tri, do tu tập đoạn trừ hết các ái nhiễm đối với Sắc giới.

9- Nhất thiết kiết vĩnh tận biến tri: Nghĩa là biến tri, do tu tập đoạn trừ vĩnh viễn đối với các ái nhiễm thuộc Vô sắc giới. (*Phẩm loại túc luận* 6, *Đại chánh* 26; *Phát trí luận* 4, *Đại chánh* 26; *Câu-xá luận* 21, *Đại chánh* 29; *Đại Tỳ-bà-sa luận* 34, 186, *Đại chánh* 27; *Du-già sư địa luận* 57, *Đại chánh* 30).

82 Khổ pháp trí nhẫn: Skt. Duḥkha-dharma-jñāna-kṣāntiḥ. Ấy là trí vô lậu phát

Tập pháp trí nhẫn[83] là không thành tựu; vị trí Tập pháp trí[84], Tập loại trí nhẫn[85]thì thành tựu một biến tri. Vị trí Tập loại trí[86], Diệt pháp trí nhẫn[87], thành tựu hai biến tri. Vị trí Diệt pháp trí[88], Diệt loại trí

sinh từ vô gián đạo, trước khi chứng được Khổ-pháp-trí. Nhẫn là do tin mà kham nhẫn thực hành đối với pháp, khiến cho nghi tâm sở bị loại trừ. Trí vô lậu sinh khởi từ vô gián đạo này là tác nhân, làm cho Khổ-pháp-trí sinh khởi, nên gọi là Khổ-pháp-trí-nhẫn.

83 Tập pháp trí nhẫn: Skt. Samudaya-dharma-jñāna-kṣāntiḥ. Ấy là trí vô lậu, do kham nhẫn quán chiếu đối với Tập Thánh đế hệ thuộc Dục giới, đoạn trừ các kiến hoặc hệ thuộc Dục giới, nên trí vô lậu phát sinh. Trí ấy gọi là Tập pháp trí nhẫn.

84 Tập pháp trí: Skt. Samudaya-dharma-jñāna. Trí vô lậu phát sinh do quán chiếu bốn hành tướng: Nhân-Tập-Sinh-Duyên của Tập Thánh đế hệ thuộc Dục giới, khiến đoạn trừ các kiến hoặc, chứng được lý của Tập Thánh đế ở Dục giới. (*Câu-xá luận* 23, *Đại chánh* 29).

85 Tập loại trí nhẫn: Skt. Samudaya'nvaya-jñāna-kṣāntiḥ. Ấy là trí vô lậu phát sinh, do kham nhẫn quán chiếu đối với bốn hành tướng: Nhân-Tập-Sinh-Duyên của Tập Thánh đế hệ thuộc Sắc giới, Vô sắc giới, từ đó trí vô lậu sinh ra. Trí này gọi là Tập loại trí nhẫn.

86 Tập loại trí: Skt. Samudaya'nvaya-jñāna. Ấy là trí vô lậu, do quán chiếu bốn hành tướng: Nhân-Tập-Sinh-Duyên của Tập Thánh đế hệ thuộc Sắc giới và Vô sắc giới mà trí vô lậu này phát sinh, nên gọi là Tập loại trí.

87 Diệt pháp trí nhẫn: Skt. Nirodha-dharma- jñāna-kṣāntiḥ. Ấy là trí vô lậu, do kham nhẫn quán chiếu đối với bốn hành tướng: Diệt-Tịnh-Diệu-Ly của Diệt Thánh đế hệ thuộc Dục giới khiến trí vô gián đạo phát sinh, các lậu hoặc đoạn trừ. Trí này gọi là Diệt pháp trí nhẫn.

88 Diệt pháp trí: Skt. Nirodha-dharma- jñāna. Ấy là trí vô lậu, do quán chiếu bốn hành tướng: Diệt-Tịnh-Diệu-Ly của Diệt Thánh đế ở Dục giới, trí giải thoát đạo phát sinh, thấy rõ lý như thật của Diệt Thánh đế. Trí này gọi là Diệt pháp trí.

nhẫn[89], thành tựu ba biến tri. Vị trí Diệt loại trí[90], Đạo pháp trí nhẫn[91], thành tựu bốn biến tri. Vị trí Đạo pháp trí[92], Đạo loại trí nhẫn[93], thành tựu năm biến tri. Dự lưu quả, thành tựu sáu biến tri. Nhất lai hướng, nếu xả ly ô nhiễm Dục giới tăng lên, chứng nhập Chánh tánh ly sinh, thì như Dự lưu hướng. Nếu từ Nhất lai quả hướng đến Bất hoàn quả, thì thành tựu sáu biến tri. Bất hoàn quả thành tựu một biến tri. Nghĩa là do năm hạ phần kiết sử đã diệt tận. A-la-hán hướng thành tựu một biến tri, hoặc thành tựu hai biến tri. Nghĩa là chưa xả ly ô nhiễm của Sắc giới, thì thành tựu một biến tri, đã xả ly ô nhiễm của Sắc giới, thì thành tựu hai biến tri. A-la-hán quả thành tựu một biến tri. Nghĩa là hết thảy kiết sử đoạn tận.

---

89 Diệt loại trí nhẫn: Skt. Nirodha'nvaya-jñāna-kṣāntiḥ. Ấy là trí vô lậu phát sinh, do kham nhẫn quán chiếu đối với các hành tướng: Diệt-Tịnh-Diệu-Ly của Diệt Thánh đế hệ thuộc Sắc giới-Vô sắc giới khiến trí giải thoát đạo sinh khởi, thấy rõ lý như thật của Diệt Thánh đế. Trí này gọi là Diệt loại trí nhẫn.

90 Diệt loại trí: Skt. Nirodha'nvaya-jñāna. Ấy là trí vô lậu, do quán chiếu bốn hành tướng: Diệt-Tịnh-Diệu-Ly của Diệt Thánh đế hệ thuộc Sắc giới-Vô sắc giới khiến trí giải thoát đạo phát sinh, thấy rõ lý như thật nơi Diệt Thánh đế. Trí này gọi là Diệt loại trí.

91 Đạo pháp trí nhẫn: Skt. Mārga-dharma-jñāna-kṣāntiḥ. Ấy là trí vô lậu, do kham nhẫn quán chiếu đối với bốn hành tướng: Đạo-Như-Hành-Xuất của Đạo Thánh đế thuộc Dục giới khiến trí vô lậu phát sinh. Trí này gọi là Đạo pháp trí nhẫn.

92 Đạo pháp trí: Skt. Mārga-dharma-jñāna. Ấy là trí vô lậu, do quán chiếu bốn hành tướng: Đạo-Như-Hành-Xuất của Đạo Thánh đế ở Dục giới, đoạn trừ các kiến hoặc, khiến trí vô lậu phát khởi. Trí này gọi là Đạo pháp trí. (*Câu-xá* 23, *Đại chánh* 29).

93 Đạo loại trí nhẫn: Skt. Mārga'nvaya-jñāna-kṣāntiḥ. Ấy là trí vô lậu, do kham nhẫn quán chiếu đối với bốn hành tướng: Đạo-Như-Hành-Xuất của Đạo Thánh đế thuộc Sắc giới-Vô sắc giới, đoạn trừ các lậu hoặc thuộc Sắc giới-Vô sắc giới khiến giải thoát đạo phát sinh, thấy rõ lý như thật của Đạo Thánh đế. Trí này gọi Đạo loại trí nhẫn.

Quyển năm
Chương hai: Kiết Uẩn

PHẨM BA: LUẬN VỀ HỮU TÌNH[94]

Buộc nhanh, chậm, xả buộc
Quả nhiếp bảy, thành ba
Sống, chết không sáu loài
Chương này, nguyện nói đủ.

Ba cõi, mỗi cõi đều có hai bộ loại kiết sử. Nghĩa là do chứng kiến Đạo và tu tập Đạo mà được đoạn trừ.

Hỏi: Ở nơi Dục giới do chứng kiến Đạo, tu tập Đạo mà đoạn trừ được hai bộ loại kiết sử, lại có trường hợp nào có thể bị trói buộc tức thì không?

Đáp: Có. Nghĩa là phàm phu đã xả ly ô nhiễm nơi Dục giới, thoái chuyển ngay từ khi xả ly ô nhiễm ở nơi Dục giới; và ở nơi Sắc giới, Vô sắc giới chìm xuống, khi sinh ở nơi Dục giới.

Hỏi: Lại có trường hợp nào xả ly sự trói buộc nhanh chóng không?

Đáp: Có. Nghĩa là do khi hàng phàm phu xả ly ô nhiễm ở nơi Dục giới.

---

94 Hữu tình: Skt. Sattva. Pāli: Satta. Hán phiên âm là Tát-đỏa, Tát-đa-bà, Tát đỏa phạ và dịch là Hữu tình, Chúng sinh, Hữu thức. Nghĩa là loài sống có tình thức. Nên, dịch là Hữu tình. Chúng sinh là bao gồm các loài có tình thức và không có tình thức. Nên, nghĩa chúng sinh là bao gồm cả hữu tình và vô tình.

Hỏi: Lại có trường hợp nào từ từ mà có thể bị trói buộc không?

Đáp: Không có.

Hỏi: Lại có trường hợp nào từ từ mà xả ly trói buộc không?

Đáp: Có. Nghĩa là đệ tử của đức Thế Tôn, trước đó xả ly các kiết sử ấy là do chứng kiến Đạo mà được đoạn trừ, sau đó xả ly các kiết sử là do tu tập Đạo mà được đoạn trừ.

Hỏi: Ở nơi Sắc giới, hai bộ loại kiết sử, do chứng kiến Đạo, tu tập Đạo mà được đoạn trừ, có trường nào có thể buộc trói nhanh chóng không?

Đáp: Có. Nghĩa là hàng phàm phu đã xả ly ô nhiễm ở nơi Sắc giới, thoái chuyển ngay từ khi xả ly ô nhiễm Sắc giới, và ở Vô sắc giới chìm xuống, sinh ra ở trong Sắc giới, Dục giới.

Hỏi: Có trường hợp nào có thể xả ly trói buộc nhanh chóng không?

Đáp: Có. Nghĩa là hàng phàm phu khi xả ly ô nhiễm nơi Sắc giới.

Hỏi: Có trường hợp nào từ từ có thể bị trói buộc không?

Đáp: Không có.

Hỏi: Có trường hợp nào từ từ có thể xả ly trói buộc không?

Đáp: Có. Nghĩa là đệ tử của đức Thế Tôn, trước đã xả ly các kiết sử ấy, do chứng kiến Đạo mà được đoạn trừ, tiếp theo xả ly các kiết sử ấy là do tu tập Đạo mà được đoạn trừ.

Hỏi: Ở nơi Vô sắc giới, do chứng kiến Đạo, tu tập Đạo mà đoạn trừ hai bộ loại kiết sử, có trường hợp nào có thể bị trói buộc nhanh chóng không?

Đáp: Không có.

Hỏi: Có trường hợp nào xả ly trói buộc nhanh chóng không?

Đáp: Không có.

Hỏi: Có trường hợp nào xả ly trói buộc từ từ không?

Đáp: Có. Nghĩa là đệ tử của đức Thế Tôn, trước đã xả ly các kiết sử ấy, do chứng kiến Đạo mà đoạn trừ, tiếp theo xả ly các kiết sử ấy là do tu tập Đạo mà được đoạn trừ.

Hỏi: Ở nơi Dục giới, do chứng kiến Đạo, các kiết sử được đoạn tận là thuộc về quả nào?

Đáp: Bốn quả Sa-môn[95], hoặc không thuộc về quả xứ nào.

Hỏi: Ở nơi Dục giới, do tu tập Đạo mà đoạn trừ các kiết sử thuộc về quả nào?

Đáp: Quả bất hoàn, quả A-la-hán, hoặc không thuộc về quả xứ nào.

Hỏi: Ở Sắc giới, do chứng kiến Đạo mà các kiết sử được đoạn tận thuộc về quả nào?

Đáp: Bốn quả Sa-môn, hoặc không thuộc về quả xứ nào.

Hỏi: Đối với Sắc giới, do tu tập Đạo mà kiết sử được đoạn tận là thuộc về quả nào?

Đáp: Quả A-la-hán, hoặc không thuộc về quả xứ nào.

Hỏi: Đối với Vô sắc giới, do chứng kiến Đạo mà các kiết sử được đoạn tận thuộc về quả nào?

Đáp: Bốn quả Sa-môn.

Hỏi: Đối với Vô sắc giới, do tu tập Đạo mà các kiết sử được đoạn tận thuộc về quả nào?

---

95 Bốn quả Sa-môn: Bốn quả Sa-môn gồm: Dự lưu - Nhất lai - Bất lai - A-la-hán.

Dự lưu là quả vị tu tập dự vào dòng dõi bậc Thánh, còn phải trải qua bảy lần sống chết liên hệ đến Dục giới để tiếp tục tu tập đoạn trừ các hạ phần kiết sử còn lại.

Nhất lai quả là quả vị tu tập còn một lần trở lại Dục giới để tu tập đoạn trừ các hạ phần kiết sử còn lại ở Dục giới.

Bất lai quả hay gọi là Bất hoàn quả, ấy là quả vị do tu tập đã đoạn trừ hết các hạ phần kiết sử ở Dục giới, nên không còn trở lại ở Dục giới mà chỉ sinh ở Ngũ bất hoàn thiên của Sắc giới, để tiếp tục tu tập đoạn trừ các thượng phần kiết sử, liên hệ đến Sắc giới-Vô sắc giới.

A-la-hán quả là quả vị giải thoát sinh tử hoàn toàn, đã đoạn trừ các Dục lậu, Hữu lậu, Vô minh lậu của ba cõi, đời sống hoàn toàn không còn hệ thuộc sinh tử.

Đáp: Quả A-la-hán.

Có năm bộ loại kiết sử. Nghĩa là bộ loại kiết sử do chứng kiến Khổ đế mà đoạn trừ, cho đến bộ loại kiết sử do tu tập Đạo đế mà đoạn trừ.

Hỏi: Những kiết sử do chứng kiến Khổ đế mà đoạn tận thuộc về quả nào?

Đáp: Bốn quả Sa-môn, hoặc không thuộc về quả xứ nào.

Hỏi: Những kiết sử do chứng kiến Tập đế mà đoạn tận thuộc về quả nào?

Đáp: Bốn quả Sa-môn, hoặc không thuộc về quả xứ nào.

Hỏi: Những kiết sử do chứng kiến Diệt đế mà đoạn tận thuộc về quả nào?

Đáp: Bốn quả Sa-môn, hoặc không thuộc về quả xứ nào.

Hỏi: Những kiết sử do chứng kiến Đạo đế mà đoạn tận thuộc về quả nào?

Đáp: Bốn quả Sa-môn.

Hỏi: Những kiết sử do tu tập Đạo mà đoạn tân thuộc về quả nào?

Đáp: Quả A-la-hán.

Có chín bộ loại kiết sử. Nghĩa là những bộ loại kiết sử do Khổ pháp trí mà đoạn tận, cho đến do tu tập Đạo mà đoạn tận.

Hỏi: Những kiết sử do Khổ pháp trí đoạn tận thuộc về quả nào?

Đáp: Bốn quả Sa-môn, hoặc không thuộc về quả xứ nào.

Hỏi: Những kiết sử do Khổ pháp trí cho đến Đạo pháp trí đoạn tận thuộc về quả nào?

Đáp: Bốn quả Sa-môn, hoặc không thuộc về quả xứ nào.

Hỏi: Những kiết sử do Đạo loại trí đoạn tận thuộc về quả nào?

Đáp: Bốn quả Sa-môn.

Hỏi: Những kiết sử do tu tập Đạo mà đoạn tận thuộc về quả nào?

Đáp: Quả A-la-hán.

Có mười lăm bộ loại kiết sử. Nghĩa là ba cõi, mỗi cõi có năm bộ loại. Những loại kiết sử do chứng kiến Khổ đế mà đoạn tận, cho đến những kiết sử do tu tập Đạo mà đoạn tận.

Hỏi: Những kiết sử do chứng kiến Khổ, Tập, Diệt, Đạo ở Dục giới thuộc về quả nào?

Đáp: Bốn quả Sa-môn, hoặc không thuộc về quả xứ nào.

Hỏi: Những loại kiết sử Dục giới do tu tập Đạo mà đoạn tận thuộc về quả nào?

Đáp: Quả Bất hoàn, Quả A-la-hán, hoặc không thuộc về quả xứ nào.

Hỏi: Những kiết sử Sắc giới do chứng kiến Khổ, Tập, Diệt, Đạo mà đoạn tận thuộc về quả nào?

Đáp: Bốn quả Sa-môn, hoặc không thuộc về quả xứ nào.

Hỏi: Những kiết sử Sắc giới do tu tập Đạo mà đoạn tận thuộc về quả nào?

Đáp: Quả A-la-hán, hoặc không thuộc về quả xứ nào.

Hỏi: Những kiết sử Vô sắc giới do chứng kiến Khổ, Tập, Diệt mà đoạn tận thuộc quả nào?

Đáp: Bốn quả Sa-môn, hoặc không thuộc về quả xứ nào.

Hỏi: Những kiết sử Vô sắc giới do tu tập Đạo mà đoạn tận thuộc về quả nào?

Đáp: Bốn quả Sa-môn.

Hỏi: Những kiết sử Vô sắc giới do tu tập Đạo mà đoạn tận thuộc về quả nào?

Đáp: Quả A-la-hán.

Hỏi: Đối với ba kiết sử cho đến chín mươi tám tùy miên, mỗi một loại kiết sử đoạn tận thuộc về quả nào?

Đáp: Trong ba kiết sử: Hữu thân kiết sử đoạn tận thuộc về bốn quả Sa-môn, hoặc không thuộc về quả xứ nào. Trong ba kiết sử giống như Hữu thân kiến kiết sử đoạn tận, nên biết.

Trong năm thuận hạ phần kiết sử: Hữu thân kiết sử ở trong kiến thủ kiết sử, như: Hữu thân kiến, biên chấp kiến đoạn tận cũng giống như vậy. Giới cấm thủ, nghi, diệt tận thuộc về bốn quả Sa-môn. Trong ba kiết sử giống như giới cấm thủ và nghi, diệt tận, nên biết:

Kiến bộc lưu ách, trong bốn bộc lưu ách; kiến thủ, giới cấm thủ trong bốn thủ; giới cấm thủ, thử thật chấp thân hệ, ở trong tứ thân hệ; giới cấm thủ và nghi ở trong năm thuận hạ phần kiết sử; tà kiến, kiến thủ, giới cấm thủ ở trong năm kiến; kiến tùy miên, nghi tùy miên ở trong bảy tùy miên; kiến thủ, nghi kiết sử ở trong chín kiết sử diệt tận, cũng là như vậy.

Ba căn bất thiện diệt tận thuộc về quả Bất hoàn, Quả A-la-hán, hoặc không thuộc quả xứ nào. Như ba căn bất thiện diệt tận, nên biết: Dục lậu ở trong ba lậu; dục bộc lưu ách ở trong bốn bộc lưu ách; dục thủ ở trong bốn thủ; tham dục, sân nhuế ở trong bốn thân hệ; bốn triền cái trước ở trong năm triền cái; sân, tật, xan kiết sử ở trong kiết sử; tham dục, sân nhuế ở trong năm thuận hạ phần kiết sử; ái thân sinh khởi do tỷ, thiệt tiếp xúc ở trong sáu thân ái; tham dục, sân nuế ở trong bảy tùy miên; nhuế, tật, xan kiết sử ở trong chín kiết sử diệt tận, cũng là như vậy.

Hữu lậu, vô minh lậu diệt tận thuộc về quả A-la-hán. Giống như hữu lậu, vô minh lậu diệt tận, nên biết: Hữu vô minh bộc lưu ách ở trong bốn bộc lưu ách; ngã ngữ thủ ở trong bốn thủ; tham, mạn kiết sử ở trong năm kiết sử, ngoại trừ tham thuộc Sắc giới, bốn kiết sử còn lại ở trong năm thuận thượng phần kiết sử; ái thân do ý xúc sinh khởi ở trong sáu ái thân; tham, vô minh, mạn ở nơi hữu trong bảy tùy miên; ái, mạn, vô minh kiết sử ở trong chín kiết sử diệt tận, cũng là như vậy.

Nghi triền cái diệt tận thuộc về bốn quả Sa-môn, hoặc không có xứ sở nào. Tham ở nơi Sắc giới thuộc thuận thượng phần kiết sử thuộc về Quả A-la-hán, hoặc không thuộc xứ sở nào. Giống như tham ở Sắc giới trong thuận thượng phần kiết sử diệt tận, nên biết: Ái thân sinh khởi do mắt, tai, thân tiếp xúc diệt tận, cũng là như vậy.

Trong chín mươi tám tùy miên, các tùy miên do chứng kiến Khổ,

Tập, Diệt, Đạo thuộc Dục giới mà được đoạn tận thuộc về bốn quả Sa-môn, hoặc không thuộc xứ sở nào.

Các tùy miên thuộc Dục giới, do tu tập mà được đoạn tận thuộc về quả Bất hoàn, quả A-la-hán, hoặc không có thuộc xứ sở nào. Các tùy miên do chứng kiến Khổ, Tập, Diệt, Đạo ở nơi Sắc giới mà đoạn tận thuộc về bốn quả Sa-môn, hoặc không có thuộc về xứ sở nào. Các tùy miên ở Sắc giới do tu tập Đạo mà đoạn tận thuộc về quả A-la-hán, hoặc không có thuộc về xứ sở nào. Các tùy miên ở Vô sắc giới do chứng kiến Khổ, Tập, Diệt, Đạo mà đoạn tận thuộc về bốn quả sa-môn, hoặc không có thuộc về xứ sở nào. Các tùy miên ở Vô sắc giới do tu tập Đạo mà đoạn tận thuộc về quả A-la-hán.

Hỏi: Trong Dự lưu hướng, các kiết sử đoạn tận thuộc về quả vị nào?

Đáp: Không có thuộc về quả xứ nào.

Hỏi: Trong quả vị Dự lưu, các kiết sử đoạn tận thuộc về quả vị nào?

Đáp: Thuộc về Dự lưu quả.

Hỏi: Trong Nhất lai hướng, các kiết sử đoạn tận thuộc về quả vị nào?

Đáp: Thuộc về Nhất lai quả.

Hỏi: Trong Bất hoàn hướng, các kiết sử đoạn tận thuộc về quả vị nào?

Đáp: Thuộc về Nhất lai quả, hoặc không thuộc về quả xứ nào.

Hỏi: Trong Bất hoàn quả, các kiết sử đoạn tận thuộc về quả vị nào?

Đáp: Thuộc về Bất hoàn quả.

Hỏi: Trong A-la-hán hướng, các kiết sử đoạn tận thuộc về quả vị nào?

Đáp: Thuộc về Bất hoàn quả, hoặc không có quả xứ nào.

Hỏi: Trong A-la-hán quả, các kiết sử đoạn tận thuộc về quả vị nào?

Đáp: Thuộc về A-la-hán quả.

Hỏi: Đệ tử của đức Thế Tôn đầy đủ các kiến, chưa xả ly ô nhiễm đối với Dục giới, tu tập Đạo đoạn tận các kiết sử thuộc Dục giới thuộc về quả vị nào?

Đáp: Thuộc về Nhất lai quả, hoặc không thuộc quả xứ nào.

Hỏi: Đã xả ly những ô nhiễm thuộc Dục giới, nhưng chưa xả ly những ô nhiễm thuộc Sắc giới, do tu tập Đạo, đoạn tận các kiết sử thuộc Sắc giới thuộc về quả vị nào?

Đáp: Không có thuộc về quả xứ nào.

Hỏi: Đã xả ly Sắc giới, nhưng chưa xả ly những ô nhiễm thuộc Vô sắc giới, do tu tập Đạo, đoạn tận các kiết sử Vô sắc giới thuộc về quả vị nào?

Đáp: Không có thuộc về quả xứ nào.

Hỏi: Pháp học các Thánh giả Dự lưu thành tựu, pháp học này thuộc quả Dự lưu chăng?

Đáp: Hoặc thuộc về quả Dự lưu, hoặc không có thuộc về quả xứ nào.

Hỏi: Vì sao thuộc về quả vị Dự lưu?

Đáp: Vì quả vị Dự lưu thuộc về pháp hữu vi, nhưng khi đã chứng đắc thì quả vị ấy không mất.

Hỏi: Vì sao không thuộc về quả vị Dự lưu?

Đáp: Vì các Thánh giả Dự lưu đã đạt được căn bản của Pháp vô lậu và đồng đẳng với pháp hữu vi mà thắng tiến.

Hỏi: Giả sử pháp thuộc về quả vị Dự lưu, pháp này là pháp học chăng?

Đáp: Hoặc là thuộc về pháp học, hoặc là thuộc về pháp phi học phi vô học.

Hỏi: Thế nào là pháp học?

Đáp: Quả Dự lưu thuộc hữu vi.

Hỏi: Thế nào là pháp phi học phi vô học?

Đáp: Quả Dự lưu thuộc vô vi.

Hỏi: Pháp học do các bậc Thánh giả Nhất lai đạt được, pháp học này thuộc về quả vị Nhất lai chăng?

Đáp: Hoặc thuộc về quả vị Nhất lai, hoặc không thuộc về quả vị Nhất lai.

Hỏi: Thế nào là thuộc về quả vị Nhất lai?

Đáp: Quả Nhất lai thuộc hữu vi. Quả vị này khi chứng được thì không có mất.

Hỏi: Thế nào là không thuộc về quả vị Nhất lai?

Đáp: Vì các Thánh giả Nhất lai đã đạt được căn bản của Pháp vô lậu và đồng đẳng với pháp hữu vi mà thắng tiến.

Hỏi: Giả sử pháp thuộc về Nhất lai, pháp này là pháp học chăng?

Đáp: Hoặc là pháp thuộc về học, hoặc là pháp thuộc về phi học phi vô học.

Hỏi: Thế nào là pháp thuộc về học?

Đáp: Quả Nhất lai thuộc về pháp hữu vi.

Hỏi: Thế nào là pháp phi học phi vô học?

Đáp: Quả Nhất lai thuộc về pháp vô vi.

Hỏi: Pháp học do các bậc Thánh giả Bất hoàn đạt được, pháp học này thuộc về quả vị Bất hoàn chăng?

Đáp: Hoặc thuộc về quả vị Bất hoàn, hoặc không thuộc về quả vị Bất hoàn.

Hỏi: Thế nào là thuộc về quả vị Bất hoàn?

Đáp: Vì quả vị Bất hoàn thuộc về pháp hữu vi, khi đã chứng đắc thì không có mất.

Hỏi: Thế nào là không thuộc về quả vị Bất hoàn?

Đáp: Vì các Thánh giả Bất hoàn đã đạt được căn bản của Pháp vô lậu và đồng đẳng với pháp hữu vi mà thắng tiến.

Hỏi: Giả sử pháp thuộc về quả Bất hoàn, pháp ấy là pháp học chăng?

Đáp: Hoặc là pháp học, hoặc là pháp phi học phi vô học.

Hỏi: Thế nào là pháp học?

Đáp: Quả vị Bất hoàn thuộc về pháp hữu vi.

Hỏi: Thế nào là pháp phi học phi vô học?

Đáp: Quả vị Bất hoàn là pháp thuộc về vô vi.

Hỏi: Pháp học do các bậc Thánh giả A-la-hán đạt được, pháp học này thuộc về quả vị A-la-hán chăng?

Đáp: Đúng như vậy.

Hỏi: Giả sử pháp thuộc về quả vị A-la-hán, pháp này là pháp vô học chăng?

Đáp: Hoặc là pháp thuộc về vô học, hoặc thuộc về phi học phi vô học.

Hỏi: Thế nào là pháp thuộc về vô học?

Đáp: Quả vị A-la-hán thuộc về pháp hữu vi.

Hỏi: Thế nào là pháp phi học phi vô học?

Đáp: Quả vị A-la-hán thuộc về pháp vô vi.

Hỏi: Pháp vô lậu do các bậc Thánh giả Dự lưu thành tựu, pháp này thuộc về quả Dự lưu chăng?

Đáp: Hoặc thuộc về quả Dự lưu, hoặc không thuộc về quả Dự lưu.

Hỏi: Thế nào là thuộc về quả Dự lưu?

Đáp: Quả Dự lưu là thuộc về hữu vi và vô vi. Nên, khi đã chứng đắc thì không có thoái mất.

Hỏi: Thế nào là không thuộc về quả Dự lưu?

Đáp: Vì các Thánh giả Dự lưu đã đạt được căn bản của Pháp vô lậu và đồng đẳng với pháp hữu vi mà thắng tiến; và những Thánh giả Dự lưu ấy do đoạn tận các kiết sử, nên chứng đắc; đồng thời các Thánh giả Dự lưu ấy đã thành tựu pháp phi trạch diệt[96].

---

[96] Phi trạch diệt: Skt. Apratisaṃkhyā-nirodhā-saṃkṛta. Dịch đủ: Phi trạch diệt

Hỏi: Giả sử pháp thuộc về quả vị Dự lưu, pháp này là pháp vô lậu chăng?

Đáp: Đúng như vậy.

Hỏi: Pháp vô lậu do các bậc Thánh giả Nhất lai thành tựu, pháp này thuộc về quả Nhất lai chăng?

Đáp: Hoặc thuộc về quả Nhất lai, hoặc không thuộc về quả Nhất lai.

Hỏi: Thế nào là thuộc về quả Nhất lai?

Đáp: Quả Nhất lai thuộc về pháp hữu vi và vô vi. Nên đã chứng đắc thì không có thoái mất.

Hỏi: Thế nào là không thuộc về quả Nhất lai?

Đáp: Vì các Thánh giả Nhất lai đã đạt được căn bản của Pháp vô lậu và đồng đẳng với pháp hữu vi mà thắng tiến; và những Thánh giả Nhất lai ấy do đoạn tận các kiết sử, nên chứng đắc; đồng thời các Thánh giả Nhất lai ấy đã thành tựu pháp phi trạch diệt.

Hỏi: Giả sử pháp thuộc về quả vị Nhất lai, pháp này là pháp vô lậu chăng?

Đáp: Đúng như vậy.

Hỏi: Pháp vô lậu do các bậc Thánh giả Bất hoàn thành tựu, pháp này thuộc về quả Bất hoàn chăng?

Đáp: Hoặc thuộc về quả vị Bất hoàn, hoặc không thuộc về quả vị Bất hoàn.

Hỏi: Thế nào là thuộc về quả Bất hoàn?

---

vô vi, Phi số diệt vô vi. Pháp vô vi tự nhiên, không do giản trạch. Theo Thuyết nhất thiết hữu bộ: "Pháp nào không có duyên để sinh khởi và vĩnh viễn không sinh khởi, pháp ấy là Phi trạch diệt vô vi".

Phi trạch diệt vô vi là "Vô vi không có duyên để sinh khởi và vô vi không phải do trí tuệ giản trạch, nên gọi là Phi trạch diệt vô vi". (*Câu-xá luận* 39, tr 1c, *Đại chánh* 29).

Hoặc Phi trạch diệt vô vi là "Tự tính vốn thanh tịnh vô vi, hoặc không còn duyên để biểu hiện". (*Thành duy thức luận* 2, tr 6c, *Đại chánh* 31).

Đáp: Quả vị Bất hoàn thuộc về hữu vi và vô vi. Nên khi đã chứng đắc thì không có thoái mất.

Hỏi: Thế nào là không thuộc về quả Bất hoàn?

Đáp: Vì các Thánh giả Bất hoàn đã đạt được căn bản của Pháp vô lậu và đồng đẳng với pháp hữu vi mà thắng tiến; và những Thánh giả Bất hoàn ấy do đoạn tận các kiết sử, nên chứng đắc; đồng thời các Thánh giả Bất hoàn ấy đã thành tựu pháp phi trạch diệt.

Hỏi: Giả sử pháp thuộc về quả vị Bất hoàn, pháp này là pháp vô lậu chăng?

Đáp: Đúng như vậy.

Hỏi: Pháp vô lậu do các bậc Thánh giả A-la-hán thành tựu, pháp này thuộc về quả A-la-hán chăng?

Đáp: Hoặc thuộc về quả vị A-la-hán, hoặc không thuộc về quả vị A-la-hán.

Hỏi: Thế nào là thuộc về quả A-la-hán?

Đáp: Quả vị A-la-hán thuộc về pháp hữu vi và vô vi. Nên, khi đã chứng đắc, thì không có thoái mất.

Hỏi: Thế nào là không thuộc về quả A-la-hán?

Đáp: Do A-la-hán thành tựu pháp phi trạch diệt.

Hỏi: Giả sử pháp thuộc về quả vị A-la-hán, pháp này là pháp vô lậu chăng?

Đáp: Đúng như vậy.

Hỏi: Các pháp do Thánh giả Dự lưu thành tựu, pháp này thuộc về quả Dự lưu chăng?

Đáp: Nên nêu lên bốn trường hợp để luận giải:

1- Trường hợp có pháp do Thánh giả Dự lưu thành tựu, nhưng không thuộc về quả Dự lưu.

Nghĩa là vì các Thánh giả Dự lưu đã đạt được căn bản của Pháp vô lậu và đồng đẳng với pháp hữu vi mà thắng tiến; và những Thánh giả Dự lưu ấy, do đoạn tận các kiết sử, nên chứng đắc; đồng thời các Thánh giả Dự lưu ấy đã thành tựu pháp hữu lậu của phi trạch diệt.

2- Trường hợp có pháp thuộc về quả Dự lưu, nhưng không do Thánh giả thành tựu. Nghĩa là quả Dự lưu chưa chứng được đã thoái mất.

3- Trường hợp có pháp do Thánh giả Dự lưu thành tựu, cũng thuộc về quả Dự lưu. Nghĩa là quả Dự lưu đã được không thoái mất.

4- Trường hợp có pháp không do Thánh giả Dự lưu thành tựu, cũng không thuộc về quả Dự lưu. Nghĩa là ngoại trừ các hành tướng ở trước.

Hỏi: Các pháp do Thánh giả Nhất lai thành tựu, pháp này thuộc về quả Nhất lai chăng?

Đáp: Nên nêu lên bốn trường hợp để luận giải:

1- Trường hợp có pháp do Thánh giả Nhất lai thành tựu, nhưng không thuộc về quả Nhất lai.

Nghĩa là vì các Thánh giả Nhất lai đã đạt được căn bản của Pháp vô lậu và đồng đẳng với pháp hữu vi mà thắng tiến; và những Thánh giả Nhất lai ấy, do đoạn tận các kiết sử, nên chứng đắc; đồng thời các Thánh giả Nhất lai ấy đã thành tựu pháp hữu lậu của phi trạch diệt.

2- Trường hợp có pháp thuộc về quả Nhất lai, nhưng không do Thánh giả thành tựu. Nghĩa là quả Nhất lai chưa chứng được đã thoái thất.

3- Trường hợp có pháp do Thánh giả Nhất lai thành tựu, cũng thuộc về quả Nhất lai. Nghĩa là quả Nhất lai đã được không thoái mất.

4- Trường hợp có pháp không do Thánh giả Nhất lai thành tựu, cũng không thuộc về quả Nhất lai. Nghĩa là ngoại trừ các hành tướng ở trước.

Hỏi: Các pháp do Thánh giả Bất hoàn thành tựu, pháp ấy không thuộc về Thánh giả Bất hoàn chăng?

Đáp: Nêu nêu lên bốn trường hợp để luận giải:

1- Trường hợp có pháp Thánh giả Bất hoàn thành tựu, nhưng không thuộc về quả Bất hoàn.

Nghĩa là vì các Thánh giả Bất hoàn đã đạt được căn bản của Pháp vô lậu và đồng đẳng với pháp hữu vi mà thắng tiến; và những Thánh giả Bất hoàn ấy, do đoạn tận các kiết sử, nên chứng đắc; đồng thời các Thánh giả Bất hoàn ấy đã thành tựu pháp hữu lậu của phi trạch diệt.

2- Trường hợp có pháp thuộc về quả Bất hoàn, nhưng không do Thánh giả thành tựu. Nghĩa là quả Bất hoàn chưa chứng được đã thoái mất.

3- Trường hợp có pháp do Thánh giả Bất hoàn thành tựu, cũng thuộc về quả Bất hoàn. Nghĩa là quả Bất hoàn đã chứng được không có mất.

4- Trường hợp có pháp không do Thánh giả Bất hoàn thành tựu, cũng không thuộc về quả Bất hoàn. Ngoại trừ các hành tướng ở trước.

Hỏi: Các pháp do bậc Thánh giả A-la-hán thành tựu, pháp này thuộc về quả A-la-hán chăng?

Đáp: Nên lên bốn trường hợp để luận giải.

1- Trường hợp có pháp do Thánh giả A-la-hán thành tựu, nhưng không thuộc về quả A-la-hán. Nghĩa là pháp do A-la-hán thành tựu là pháp hữu lậu phi trạch diệt.

2- Trường hợp có pháp thuộc về quả A-la-hán, nhưng không do Thánh giả A-la-hán thành tựu. Nghĩa là quả A-la-hán chưa chứng được đã thoái mất.

3- Trường hợp có pháp do Thánh giả A-la-hán thành tựu mà cũng thuộc về quả A-la-hán. Nghĩa là quả A-la-hán đã chứng được không có thoái mất.

4- Trường hợp có pháp không do Thánh giả A-la-hán thành tựu, cũng không thuộc về quả A-la-hán. Nghĩa là ngoại trừ những trường hợp ở trước.

Hỏi: Những người chết mất và sinh ra ở Dục giới đều thọ nhận Dục hữu chăng?

Đáp: Nên nêu lên bốn trường hợp để luận giải:

1- Trường hợp có chúng sinh chết mất và sinh ra ở Dục giới mà không thọ nhận Dục hữu. Nghĩa là chết mất ở Dục giới, khởi lên Trung hữu Sắc giới.

2- Trường hợp có chúng sinh thọ nhận Dục hữu mà không phải chết mất và sinh ra ở Dục giới. Nghĩa là chết mất ở Sắc giới, khởi lên Trung hữu Dục giới.

3- Trường hợp có chúng sinh chết mất và sinh ra ở Dục giới thọ nhận Dục hữu. Nghĩa là chết mất ở Dục giới, khởi lên Trung hữu và Sinh hữu Dục giới.

4- Trường hợp có chúng sinh chết mất và sinh ra không phải Dục giới, cũng không thọ nhận Dục hữu. Nghĩa là chết mất ở Sắc giới, sinh vào Sắc giới hoặc Vô sắc giới; chết mất ở Vô sắc giới, sinh ra ở Vô sắc giới.

Hỏi: Những chúng sinh ở Sắc giới chết mất, sinh ra đều thọ nhận Sắc hữu chăng?

Đáp: Nên nêu lên bốn trường hợp để luận giải:

1- Trường hợp có chúng sinh chết mất và sinh ra ở Sắc giới mà không thọ nhận Sắc hữu. Nghĩa là ở Sắc giới chết mất, khởi lên Trung hữu của Dục giới.

2- Trường hợp có chúng sinh thọ nhận Sắc hữu, mà chết mất, sinh ra không ở tại Sắc giới. Nghĩa là chết mất ở Dục giới, khởi lên Trung hữu của Sắc giới.

3- Trường hợp có chúng sinh chết mất và sinh ra ở Sắc giới, cũng thọ nhận Sắc hữu. Nghĩa là chết mất ở Sắc giới, khởi lên Trung hữu và Sinh hữu ở Sắc giới.

4- Trường hợp có chúng sinh không chết mất và sinh ra ở Sắc giới mà cũng không thọ nhân Sắc hữu. Nghĩa là chết mất ở Dục giới, sinh ra ở Dục giới hay Vô sắc giới; chết mất ở Vô sắc giới, sinh ra ở Vô sắc giới hay Dục giới.

Hỏi: Những chúng sinh ở Vô sắc giới chết mất, sinh ra đều thọ nhận Vô sắc hữu chăng?

Đáp: Những chúng sinh chết mất và sinh ra ở Vô sắc giới đều thọ nhận Vô sắc hữu. Trường hợp có chúng sinh thọ nhận Vô sắc hữu mà không phải chết mất ở Vô sắc giới mà sinh ra ở Vô sắc giới. Nghĩa là chết mất ở Dục giới, Sắc giới sinh ra ở Vô sắc giới.

Hỏi: Những chúng sinh ở Dục giới chết mất và sinh ra có bao nhiêu chủng loại?

Đáp: Có bốn chủng loại. Nghĩa là những loại chúng sinh phàm phu ở Dục giới; những bậc Thánh giả ở Dục giới; những chúng sinh phàm phu ở Sắc giới; những bậc Thánh giả ở Sắc giới.

Hỏi: Những chúng sinh chết mất và sinh ra ở Sắc giới có bao nhiêu chủng loại?

Đáp: Có ba chủng loại. Nghĩa là những hạng phàm phu Dục giới; phàm phu Sắc giới và các bậc Thánh giả ở Sắc giới.

Hỏi: Những chúng sinh chết mất và sinh ra ở Vô sắc giới, có bao nhiêu chủng loại?

Đáp: Có hai chủng loại. Nghĩa là những hạng phàm phu ở Vô sắc giới và những hạng Thánh giả ở Vô sắc giới.

Hỏi: Những loài chúng sinh không phải ở Dục giới chết mất và sinh ra đều không thọ nhận Dục hữu chăng?

Đáp: Nên nêu lên bốn trường hợp để luận giải:

1- Trường hợp có những chúng sinh chết mất và sinh ra không phải ở tại Dục giới, không thọ nhận Dục hữu. Nghĩa là những chúng sinh chết mất ở Sắc giới, khởi lên Trung hữu[97] nơi Dục giới.

---

97 Trung Hữu: Skt. Antarā-bhava. Hán dịch là Trung hữu, Trung ấm, Trung uẩn, Trung ấm hữu. Ấy là thức thân của con người tồn tại sau khi chết và trước khi tái sinh. Trung hữu là một trong bốn hữu hoặc là một trong bảy hữu.

Những tên gọi biểu thị cho Trung hữu như:

- Ý thành (Manomaya): Thân trung hữu do ý mà sinh, không lệ thuộc ngoại duyên.

2- Trường hợp có những chúng sinh không thọ nhận Dục hữu mà

- Cầu sinh (Saṃbhavaisin): Mong cầu nơi sẽ sinh đến.
- Thực hương (Gandhara): Ăn bằng cách ngửi hương thơm.
- Trung hữu (Antarā-bhava): Thân tồn tại trong thời gian từ tử hữu đến sinh hữu.
- Khởi (Abhinirvṛtti): Tạm thời khởi hiện trước khi tiếp nhận thân đời sau. (*Câu-xá luận* 10, *Đại chánh* 29).

Theo *Câu-xá luận*: "Thân trung hữu thời gian tồn tại tối thiểu là một sát-na, sau khi tử hữu và trước khi sinh hữu". (*Câu-xá luận* 10, *Đại chánh* 29).

Những hữu tình sinh ở Dục giới, Sắc giới có thân Trung hữu. Những hữu tình sinh ở Vô sắc giới không có thân Trung hữu.

Thân Trung hữu của các loại hữu tình ở trong năm đường có những hình sắc khác nhau:

Theo kinh Đại Bảo Tích 56: Trung hữu của hữu tình địa ngục dung mạo xấu xí, như khúc gỗ bị cháy. Trung hữu của bàng sinh, màu sắc giống như khói. Trung của loài ngạ quỷ, màu sắc giống như nước. Trung hữu của nhân loại và chư thiên, màu sắc giống như vàng. Trung hữu của chư thiên Sắc giới, màu sắc trắng tinh. Chư thiên Vô sắc giới không có hình sắc, nên không có thân Trung hữu.

Trung ấm thân của các loại hữu tình hoặc có hai tay, hai chân, hoặc có bốn chân, nhiều chân, hoặc không có chân, tất cả đều theo nghiệp dẫn của đời trước mà quyết định hình sắc và xứ sở tái sinh.

Trung hữu thuộc chư thiên đầu hướng lên trên. Trung hữu loài người, bàng sinh, ngạ quỷ thì đầu đi ngang. Trung hữu địa ngục đầu hướng thẳng xuống.

Các loài đang sống với thân Trung hữu đều có thần thông, đi ở trong hư không không có đối ngại và có cái nhìn tương tợ thiên nhãn, thấy được mọi vật từ xa, cũng như xứ sở nơi sinh, để có thể đi đến. (Đại Bảo Tích kinh 56, *Đại chánh* 11).

Lại nữa, hình lượng Trung hữu ở Dục giới, giống như đứa bé năm, sáu tuổi, nhưng các căn sáng suốt linh lợi. Trung hữu của Bồ tát giống như người trai tráng, hình lượng đầy đặn, có các tướng tốt đẹp, khi nhập thai, ánh sáng soi khắp bốn đại châu trong vòng một trăm Câu-chi. Hình lượng Trung hữu của chư thiên Sắc giới tròn đầy như bản hữu và vì do tâm có hổ thẹn, nên khi sinh ra đã có y phục. Và thân Trung hữu của Bồ tát khi sinh ra cũng có y phục. Thân này rất mầu nhiệm tinh tế, nên chỉ có đồng phận loại mới có thể thấy.

Trung hữu thuộc Dục giới ngửi mùi hương rất tinh khiết, nên gọi

không phải là không chết mất và sinh ra ở tại Dục giới. Nghĩa là ở nơi

---

Kiện-đạt phược hay Càn-thát-bà. Tuy nhiên, những Trung hữu của người kém phúc đức, chỉ ngửi mùi hôi. Trung hữu của người nhiều phúc đức thì ngửi mùi thơm.

Nghiệp lực của Trung hữu rất mạnh mẽ, một khi đã quyết định xứ sở đầu thai, thì dù cho năm lực như: định lực-thông lực-tá thức lực-đại nguyện lực-pháp uy đức lực, cũng không thể làm thay đổi được sự quyết định này. (*Câu-xá luận* 9, *Đại chánh* 29).

Thời gian tồn tại của Trung hữu, cũng có những quan điểm khác nhau.

Ngài Pháp-cứu (Dharmatrāta) cho rằng: Thời gian tồn tại của thân Trung hữu là bất định. Vì mệnh căn không phải do biệt nghiệp dẫn dắt mà do một nghiệp liên hệ đến chỗ chúng đồng phận hoặc là người, hoặc là súc sinh... nên khi duyên chưa đủ để hòa hợp thì thân Trung hữu vẫn tồn tại, cho đến khi hội đủ nhân duyên để tái sinh.

Ngài Thế Hữu (Vasumitra khoảng Thế kỷ I, II Tây lịch) cho rằng: Thân Trung hữu tồn tại khoảng bảy ngày, nếu sinh duyên chưa đủ thì chết đi và sống lại, cứ nhiều lần như vậy.

Ngài Thiết-ma-đạt-đa cho rằng: Thân Trung Hữu tồn tại nhiều nhất là bốn mươi chín ngày.

Ngài Thi-đà-bàn-ni, ở Tỳ bà sa luận, cho rằng: Thân Trung hữu do mong muốn tìm cầu sinh hữu, nên thời gian tồn tại rất ngắn.

Theo Thuyết nhất thiết hữu bộ, cho rằng: Thân Trung hữu là thực hữu.

Theo Đại chúng bộ, Thuyết xuất thế bộ, Kê dận bộ, Hóa địa bộ, cho rằng, Thân Trung hữu là giả hữu.

Theo Đại thừa nghĩa chương, cho rằng: Thân Trung hữu có và không là không phải nhất định. Nghĩa là không phải nhất định là có và cũng không phải nhất định là không. Nhưng pháp Đại thừa chủ trương Vô sắc giới có Thân Trung Ấm.

Theo Thích Tịnh độ quần nghi luận, cho rằng: Có hai trường hợp liên hệ đến mạng chung sinh Tịnh độ:

Trường hợp một là sinh hữu Tịnh độ: Nghĩa là sau khi mạng chung liền được vãng sinh, ngồi trong hoa sen, giống như ở trong thai. Đây là trường hợp sinh hữu Tịnh độ mà không phải Trung hữu.

Trường hợp hai là sau khi mạng chung không trực tiếp vãng sinh để thụ thân sinh hữu ở Tịnh độ mà phải qua thân Trung hữu mới sinh về Tịnh độ, vì vậy mà có thân Trung hữu Tịnh độ. (*Tạp A-hàm kinh* 25, *Đại chánh* 2; *Đại bát Niết bàn kinh* 27, *Đại chánh* 12; *Câu-xá luận* 8, *Đại chánh* 29; *Tỳ-bà-sa luận*, *Đại chánh* 28; *Đại thừa nghĩa chương* 8, *Đại*

Dục giới chết mất, khởi lên Trung hữu ở Sắc giới.

3- Trường hợp có những chúng sinh không phải chết mất và sinh ra ở Dục giới mà cũng không thọ nhận Dục hữu. Nghĩa là chết mất ở Sắc giới, sinh ra ở Sắc giới hay Vô sắc giới, hay ở Vô sắc giới chết mất sinh ra ở Vô sắc giới.

4- Trường hợp có những chúng sinh không phải chết mất và sinh ra ở Dục giới mà cũng không thọ nhận Dục hữu. Nghĩa là chết mất ở Dục giới, khởi lên Trung hữu và Sinh hữu ở nơi Dục giới.

Hỏi: Có những chúng sinh chết mất và sinh ra không phải ở Sắc giới đều không thọ nhận Sắc hữu chăng?

Đáp: Nên nêu lên bốn trường hợp để luận giải:

1- Trường hợp có những chúng sinh không phải chết mất và sinh ra ở Sắc giới mà không phải là không thọ nhận Sắc hữu. Nghĩa là chết mất ở nơi Dục giới, khởi lên Trung hữu Sắc giới.

2- Trường hợp có những chúng sinh không thọ nhận Sắc hữu mà không phải là không chết mất và sinh ra ở Sắc giới. Nghĩa là chết mất ở Sắc giới, khởi lên Trung hữu Dục giới.

3- Trường hợp có những chúng sinh không phải chết mất và sinh ra ở Sắc giới, mà cũng không phải thọ nhận Sắc hữu. Nghĩa là chết mất ở Dục giới, sinh ra ở Dục giới hay Vô sắc giới; hay chết mất ở Vô sắc giới, sinh ra ở Vô sắc giới.

4- Trường hợp có những chúng sinh không phải chết mất và sinh ra ở Sắc giới, mà cũng không phải là không thọ nhận Sắc hữu. Nghĩa là chết mất ở Sắc giới, khởi lên Trung hữu và Sinh hữu Sắc giới.

Hỏi: Những chúng sinh chết mất và sinh ra ở Vô sắc giới, đều không có thọ nhận Vô sắc hữu chăng?

Đáp: Có những chúng sinh chết mất và sinh ra không phải ở Vô sắc giới đều không thọ nhận Vô sắc hữu. Có những chúng sinh không thọ

---

chánh 45; *Thích Tịnh độ quần nghi luận*, *Đại chánh* 47; *Phật Quang Đại Từ Điển*, Thích Quảng Độ dịch, quyển 6, tr 7137, Nhà xuất bản Phương Đông, 2014).

nhận Vô sắc hữu, mà không phải là không chết mất nơi Vô sắc giới; mà cũng không phải sinh ra ở Vô sắc giới. Nghĩa là chết mất ở Vô sắc giới, sinh ra ở Dục giới và Sắc giới.

Hỏi: Những chúng sinh chết mất và sinh ra ở Dục giới có bao nhiêu chủng loại?

Đáp: Có năm chủng loại. Nghĩa là hàng phàm phu Dục giới, hàng phàm phu ở Sắc giới, hàng phàm phu ở Vô sắc giới, hàng Thánh giả ở Sắc giới, hàng Thánh giả ở Vô sắc giới.

Hỏi: Những chúng sinh chết mất và sinh ra ở Sắc giới có bao nhiêu chủng loại?

Đáp: Có sáu chủng loại. Nghĩa là hàng phu ở Dục giới, Sắc giới, Vô sắc giới, hàng Thánh giả ở Dục giới, Sắc giới, Vô sắc giới.

Hỏi: Những chúng sinh chết mất và sinh ra không phải ở Vô sắc giới có bao nhiêu chủng loại?

Đáp: Có bốn chủng loại. Nghĩa là hàng phàm phu ở Dục giới, hàng phàm phu ở Sắc giới, hàng Thánh giả ở Dục giới, hàng Thánh giả ở Vô sắc giới.

Hỏi: Có trường hợp nào chết mất ở Dục giới mà không sinh ở Dục giới chăng?

Đáp: Có. Nghĩa là khởi lên Trung hữu ở Dục giới; ở Sắc giới sinh ra ở Vô sắc giới hay bát Niết-bàn.

Hỏi: Có trường hợp nào chết mất ở Dục giới không sinh ra ở Sắc giới chăng?

Đáp: Có. Nghĩa là Trung hữu khởi lên ở Dục giới, Sắc giới, sinh ra ở Vô sắc giới, hoặc bát Niết-bàn.

Hỏi: Có trường nào chết mất ở Dục giới không sinh ra ở Vô sắc giới chăng?

Đáp: Có. Nghĩa là Trung hữu khởi lên ở Dục giới; ở Sắc giới hoặc bát Niết-bàn.

Hỏi: Có trường hợp nào chết mất ở Sắc giới không sinh ra ở Sắc giới chăng?

Đáp: Có. Nghĩa là Trung hữu khởi lên ở Dục giới; Sắc giới sinh ra ở Vô sắc giới, hoặc bát Niết-bàn.

Hỏi: Có trường hợp nào chết ở Sắc giới không sinh ra Dục giới chăng?

Đáp: Có. Nghĩa là Trung hữu khởi lên ở Dục giới, Sắc giới, sinh ra ở Vô sắc giới, hoặc bát Niết-bàn.

Hỏi: Có trường hợp nào chết mất ở Sắc giới không sinh ra ở Vô sắc giới không?

Đáp: Có. Nghĩa là Trung hữu khởi lên ở Dục giới, Sắc giới, hoặc bát Niết-bàn.

Hỏi: Có trường hợp nào chết mất ở Vô sắc giới không sinh ra ở Vô sắc giới không?

Đáp: Có. Nghĩa là Trung hữu khởi lên ở Dục giới, Sắc giới, hoặc bát Niết-bàn.

Hỏi: Có trường hợp nào chết ở Vô sắc giới không sinh ra ở Dục giới không?

Đáp: Có. Nghĩa là Trung hữu khởi lên ở Dục giới, Sắc giới sinh ra ở Vô sắc giới, hoặc bát Niết-bàn.

Hỏi: Có trường hợp nào chết mất ở Vô sắc giới không sinh ra ở Sắc giới chăng?

Đáp: Có. Nghĩa là Trung hữu khởi lên ở Dục giới, Sắc giới, sinh ra ở Vô sắc giới, hoặc bát Niết-bàn.

Hỏi: Những hữu tình chết mất ở Dục giới, không sinh ở Dục giới có bao nhiêu loại?

Đáp: Có sáu chủng loại. Nghĩa là phàm phu ở Dục giới, Sắc giới, Vô sắc giới; Thánh giả ở Dục giới, Sắc giới, Vô sắc giới.

Hỏi: Những chúng sinh chết mất ở Dục giới không sinh ra ở Sắc giới có bao nhiêu chủng loại?

Đáp: Có sáu chủng loại. Nghĩa là hàng phàm phu ở Dục giới, Sắc giới, Vô sắc giới; hàng Thánh giả ở Dục giới, Sắc giới, Vô sắc giới.

Hỏi: Những chúng sinh chết mất ở Dục giới không sinh ra ở Vô sắc giới có bao nhiêu chủng loại?

Đáp: Có bốn chủng loại. Nghĩa là hàng phàm phu ở Dục giới, Sắc giới; hàng Thánh giả ở Dục giới, Sắc giới.

Hỏi: Những chúng sinh chết mất ở Sắc giới không sinh ra ở Sắc giới có bao nhiêu chủng loại?

Đáp: Có năm chủng loại. Nghĩa là hàng phàm phu Dục giới, hàng phàm phu Sắc giới, hàng phàm phu Vô sắc giới, hàng Thánh giả Sắc giới, hàng Thánh giả Vô sắc giới.

Hỏi: Những chúng sinh chết mất ở Sắc giới không sinh ra ở Dục giới có bao nhiêu chủng loại?

Đáp: Có năm chủng loại. Nghĩa là hàng phàm phu Dục giới, hàng phàm phu Sắc giới, hàng phàm phu Vô sắc giới, hàng Thánh giả Sắc giới, hàng Thánh giả Vô sắc giới.

Hỏi: Những chúng sinh chết mất ở Sắc giới không sinh ra ở Vô sắc giới có bao nhiêu chủng loại?

Đáp: Có ba chủng loại. Nghĩa là hàng phàm phu ở Dục giới, hàng phàm phu ở Sắc giới và hàng Thánh giả ở Sắc giới.

Hỏi: Những chúng sinh chết mất ở Vô sắc giới không sinh ra ở Vô sắc giới có bao nhiêu chủng loại?

Đáp: Có hai chủng loại. Nghĩa là hàng phàm phu ở Dục giới, hàng phàm phu ở Sắc giới.

Hỏi: Những chúng sinh chết mất ở Vô sắc giới sinh ra ở Dục giới có bao nhiêu chủng loại?

Đáp: Có bốn chủng loại. Nghĩa là hàng phàm phu ở Vô sắc giới, hàng Thánh giả ở Vô sắc giới, hàng phàm phu ở Dục giới, hàng phàm phu ở Sắc giới.

Hỏi: Những chúng sinh chết mất ở Vô sắc giới không sinh ra ở Sắc giới có bao nhiêu chủng loại?

Đáp: Có bốn chủng loại. Nghĩa là hàng phàm phu ở Vô sắc giới, hàng Thánh giả ở Vô sắc giới, hàng phàm phu ở Dục giới, hàng phàm phu ở Sắc giới.

Hỏi: Có trường hợp nào những chúng sinh chết mất ở Dục giới không sinh ra trong ba cõi, gồm: Dục giới, Sắc giới, Vô sắc giới chăng?

Đáp: Có. Nghĩa là khởi lên Trung hữu Dục giới, Sắc giới, hoặc bát Niết-bàn.

Hỏi: Có trường hợp nào chết mất ở Sắc giới không sinh ra ở trong ba cõi?

Đáp: Có. Nghĩa là khởi lên Trung hữu Dục giới, Sắc giới hay bát Niết-bàn.

Hỏi: Có trường hợp nào chết mất ở Vô sắc giới không sinh ra ở trong ba cõi?

Đáp: Có. Nghĩa là khởi lên Trung hữu Dục giới, Sắc giới hoặc bát Niết-bàn.

Hỏi: Những chúng sinh chết mất ở Dục giới không sinh ra ở trong ba cõi có bao nhiêu chúng loại?

Đáp: Có bốn chủng loại. Nghĩa là phàm phu Dục giới, Sắc giới; Thánh giả Dục giới, Sắc giới.

Hỏi: Những chúng sinh chết mất ở Sắc giới không sinh ra ở trong ba cõi có bao nhiêu chủng loại?

Đáp: Có ba chủng loại. Nghĩa là hàng phàm phu Dục giới, hàng phàm phu Sắc giới, hàng Thánh giả Sắc giới.

Hỏi: Những chúng sinh chết mất ở Vô sắc giới không sinh ra ở trong ba cõi có bao nhiêu chủng loại?

Đáp: Có hai chủng loại. Nghĩa là hàng phàm phu ở Dục giới, Sắc giới.

Hỏi: Có trường hợp nào chưa xả ly ô nhiễm ở Dục giới, mạng chung không sinh ra ở Dục giới không?

Đáp: Có. Nghĩa là khởi lên Trung hữu của Dục giới.

Hỏi: Có trường hợp nào chưa xả ly ô nhiễm ở Dục giới, mạng chung không sinh ra ở Dục giới, Sắc giới không?

Đáp: Có. Nghĩa là khởi lên Trung hữu của Dục giới, Sắc giới.

Hỏi: Có trường hợp nào chưa xả ly ô nhiễm ở Vô sắc giới, mạng chung không sinh ra ở trong ba cõi chăng?

Đáp: Có. Nghĩa là khởi lên Trung hữu của Dục giới, Sắc giới.

Hỏi: Những chúng sinh chưa xả ly ô nhiễm của Dục giới, mạng chung không sinh ra Dục giới có bao nhiêu chủng loại?

Đáp: Có hai chủng loại. Nghĩa là hàng phàm phu ở Dục giới và hàng Thánh giả ở Dục giới.

Hỏi: Những chúng sinh chưa xả ly ô nhiễm của Sắc giới, mạng chung không sinh ra ở Dục giới, Sắc giới có bao nhiêu chủng loại?

Đáp: Có bốn chủng loại. Nghĩa là hàng phàm phu ở Dục giới, Sắc giới; hàng Thánh giả ở Dục giới, Sắc giới.

Hỏi: Những chúng sinh chưa xả ly ô nhiễm ở Vô sắc giới, mạng chung không sinh ra ở trong ba cõi, có bao nhiêu chủng loại?

Đáp: Có bốn chủng loại. Nghĩa là hàng phàm phu ở Dục giới, ở Sắc giới; hàng Thánh giả ở Dục giới, ở Sắc giới.

Hỏi: Trong đây, hàng phàm phu và hàng Thánh giả ở Dục giới có bao nhiêu loại tùy miên, tùy tăng? Có bao nhiêu loại kiết sử trói buộc?

Đáp: Hàng phàm phu có chín mươi tám tùy miên, tùy tăng, chín kiết sử trói buộc; hàng Thánh giả có mười tùy miên, tùy tăng, sáu kiết sử trói buộc.

Hỏi: Hàng phàm phu và hàng Thánh giả ở Sắc giới có bao nhiêu tùy miên, tùy tăng? Có bao nhiêu kiết sử trói buộc?

Đáp: Hàng phàm phu có sáu mươi hai tùy miên, tùy tăng, có sáu kiết sử trói buộc; hàng Thánh giả có sáu tùy miên, tùy tăng, có ba kiết sử trói buộc.

Hỏi: Hàng phàm phu và Thánh giả ở Vô sắc giới có bao nhiêu loại tùy miên, tùy tăng? Có bao nhiêu loại kiết sử trói buộc?

Đáp: Hàng phàm phu có ba mươi mốt loại tùy miên, tùy tăng, có sáu loại kiết sử trói buộc; hàng Thánh giả có ba loại tùy miên, tùy tăng, có ba kiết sử trói buộc.

PHẨM BỐN: LUẬN VỀ MƯỜI MÔN

Phần một:

Bốn mươi hai tùy-tăng
Có hai duyên vô gián
Căn thành, chứng không biết
Chương này, nguyện nói đủ.

Hai mươi hai căn, mười tám giới, mười hai xứ, năm uẩn, năm thủ uẩn, sáu giới, pháp hữu sắc, vô sắc, pháp hữu kiến, vô kiến, pháp hữu đối, vô đối, pháp hữu lậu, vô lậu, pháp hữu vi, vô vi, pháp quá khứ, vị lai, hiện tại, pháp thiện, bất thiện, vô ký, pháp hệ phược Dục giới, Sắc giới, Vô sắc giới, pháp học, vô học, phi học phi vô học, pháp kiến sở đoạn, tu sở đoạn, vô đoạn.

Tứ đế, Tứ tịnh lự, Tứ vô lượng, Tứ vô sắc, Bát giải thoát, Bát thắng xứ, Thập biến xứ, Bát trí, Tam tam-ma-địa, Tam trùng tam-ma-địa, Tam kiết sử, Tam bất thiện căn, Tam lậu, Tứ bộc lưu, Tứ ách, Tứ thủ, Tứ thân hệ, Ngũ cái, Ngũ kiết, Ngũ thuận hạ phần kiết, Ngũ thuận thượng phần kiết, Ngũ kiến, Lục ái thân, Thất tùy miên, Cửu kiết, Cửu thập bát tùy miên.

Nhãn căn cho đến tùy miên vô minh thuộc Vô sắc giới do tu tập mà đoạn trừ.

Hỏi: Trong chín mươi tám tùy miên, mỗi một tùy miên, có bao nhiêu tùy miên, tùy tăng?

Đáp: Nhãn căn là biến hành ở Dục giới, Sắc giới và tùy miên, tùy tăng do tu tập mà đoạn trừ. Các căn thuộc về tai, mũi, lưỡi, thân cũng như vậy. Nữ căn ở Dục giới là biến hành và do tu tập mà đoạn trừ các loại tùy miên và tùy tăng. Nam căn, Khổ căn cũng là như vậy.

Mạng căn là biến hành thuộc ba cõi và đối với các chủng loại tùy miên, tùy tăng, do tu tập mà đoạn trừ. Năm căn, gồm: Tín..., cũng là như vậy. Ý căn là tất cả tùy miên, tùy tăng. Xả căn cũng là như vậy. Lạc căn là biến hành đối với tất cả Dục giới, Sắc giới và đối với các tùy miên, tùy tăng do tu tập mà đoạn trừ.

Hỷ căn đối với tất cả Dục giới, Sắc giới, ngoại trừ vô lậu duyên với nghi và các căn ấy tương ưng với vô minh. Còn lại tất cả là tùy miên, tùy tăng.

Ưu căn thuộc Dục giới là tất cả tùy miên, tùy tăng. Ba căn vô lậu không có tùy miên, tùy tăng. Nhãn, nhĩ, tỷ, thiệt, thân, sắc, thanh, xúc, các thức giới nhãn, nhĩ, thân là biến hành cả Dục giới, Sắc giới, đối với các tùy miên, tùy tăng, do tu tập mà đoạn trừ. Đối với các xứ, như: Nhãn, nhĩ, tỷ, thiệt, thân, sắc, thanh, xúc, sắc uẩn, sắc thủ uẩn, năm giới trước, các pháp hữu sắc, hữu kiến, hữu đối, cũng là như vậy.

Các thức giới, như: Hương, vị, tỷ, thiệt là biến hành thuộc Dục giới và đối với các loại tùy miên, tùy tăng do tu tập mà đoạn trừ. Các xứ như: Hương, vị, cũng là như vậy. Ý pháp, ý thức giới là tất cả tùy miên, tùy tăng; Ý pháp xứ bốn uẩn sau; Thức giới bốn thủ sau; các pháp vô sắc, vô kiến, vô đối, hữu lậu, hữu vi; các pháp quá khứ, vị lai, hiện tại, phi học, phi vô học cũng là như vậy. Các pháp vô lậu, vô vi không có tùy miên, tùy tăng. Các pháp học, vô học, vô đoạn cũng là như vậy.

Các pháp thiện và các pháp do tu tập mà đoạn trừ là biến hành cả ba cõi, đối với các chủng loại tùy miên, tùy tăng do tu tập mà đoạn trừ.

Pháp bất thiện và pháp hệ thuộc Dục giới là tất cả tùy miên, tùy tăng thuộc Dục giới.

Pháp vô ký là bao hàm cả Sắc giới, Vô sắc giới. Hai bộ loại thuộc Dục giới và biến hành do chứng kiến Tập mà đoạn trừ đối với tùy miên, tùy tăng.

Pháp hệ thuộc Sắc giới là bao hàm tùy miên, tùy tăng thuộc Sắc giới.

Pháp hệ thuộc Vô sắc giới là bao hàm tùy miên, tùy tăng thuộc Vô sắc giới. Pháp do chứng kiến mà đoạn trừ là bao hàm hết cả tùy miên, tùy tăng do chứng kiến mà đoạn trừ. Đối với Khổ đế, Tập đế bao hàm hết thảy tùy miên và tùy tăng. Đối với Diệt đế và Đạo đế không có tùy miên và tùy tăng. Pháp trí và loại trí đối với Khổ, Tập, Diệt, Đạo và ba Tam-ma-địa cũng là như vậy.

Bốn Tịnh lự ở Sắc giới là bao hàm tất cả tùy miên, tùy tăng. Bốn vô lượng tâm là biến hành thuộc Sắc giới và các tùy miên, tùy tăng, do tu tập mà đoạn trừ. Đối với ba giải thoát trước ở trong tám giải thoát, tám thắng xứ, tám biến xứ ở trong mười biến xứ, tha tâm trí, cũng là như vậy.

Đối với bốn Vô sắc định ở Vô sắc giới là bao hàm hết thảy tùy miên, tùy tăng. Năm giải thoát sau ở trong tám giải thoát, hai biến xứ sau ở trong mười biến xứ là biến hành thuộc Vô sắc giới và các tùy miên, tùy tăng do tu tập mà đoạn trừ.

Trí thế tục trừ kiến duyên với vô lậu, còn lại đều bao hàm hết thảy tùy miên, tùy tăng.

Ba lớp Tam-ma-địa là biến hành của ba cõi và đối với các tùy miên, tùy tăng do tu tập mà đoạn trừ.

Hữu thân kiến kiết sử, do chứng kiến Khổ đế mà đoạn trừ tất cả và do chứng kiến Tập đế mà đoạn trừ đối với biến hành tùy miên, tùy tăng.

Hữu thân kiến ở trong ở trong thuận hạ phần kiết sử, như: Hữu thân kiến, biên kiến, chấp kiến, cũng là như vậy.

Giới cấm thủ kiết sử, do chứng kiến Khổ đế mà đoạn trừ tất cả và do chứng kiến Tập đế mà biến hành được đoạn trừ. Do chứng kiến Đạo đế mà đoạn trừ được các duyên hữu lậu, giới cấm thủ thuộc về tùy miên, tùy tăng và giới cấm thủ. Giới cấm thủ ở trong thân hệ thuận hạ phần kiết sử cũng là như vậy.

Nghi kiết sử do chứng kiến mà đoạn trừ được duyên hữu lậu và nghi duyên vô minh tương ưng với vô lậu. Nghi thuộc tùy miên, tùy tăng, thuận hạ phần kiết sử, nghi tùy miên, nghi kiết sử, cũng là như vậy.

Các căn bản bất thiện, như: Tham, sân đối với tùy miên, tùy tăng duyên hữu lậu thuộc Dục giới. Hai thân hệ phần trước của các thân hệ, hai triền cái sân kiết sử ở phần trước của năm triền cái, hai thuận hạ phần kiết sử trước ở trong năm thuận hạ phần kiết sử, hai tùy miên sân nhuế kiết sử ở phần trước, cũng là như vậy.

Si là căn bản bất thiện thuộc Dục giới, ngoại trừ vô minh duyên với vô lậu, tất cả còn lại đều là tùy miên, tùy tăng.

Dục lậu thuộc Dục giời bao hàm hết thảy tùy miên, tùy tăng. Dục bộc lưu ách, thủ, hôn trầm, thụy miên, trạo cử, triền cái, cũng là như vậy.

Hữu lậu Sắc giới, Vô sắc giới bao hàm tất cả tùy miên, tùy tăng. Hữu bộc lưu ách, ngã ngữ thủ, cũng đều như vậy.

Vô minh lậu, ngoại trừ vô minh duyên với vô lậu, tất cả còn lại là tùy miên, tùy tăng. Vô minh bộc lưu ách, vô minh tùy mien, vô minh kiết sử cũng là như vậy.

Kiến bộc lưu ách, kiến do duyên hữu lậu mà đoạn trừ và kiến tương ưng với vô minh duyên vô lậu là tùy miên, tùy tăng. Kiến thủ, tà kiến, kiến tùy miên, kiến kiết sử, cũng là như vậy.

Sự hệ thuộc do chấp thân này là thật, kiến do đoạn trừ duyên hữu lậu là tùy miên, tùy tăng. Kiến thủ, thủ kiết sử, cũng là như vậy.

Ố tác cái là biến hành thuộc Dục giới và các kiết sử như ganh tỵ, bỏn xẻn thuộc tùy miên, tùy tăng, do tu tập mà đoạn trừ. Các thân ái do mũi, lưỡi tiếp xúc mà sinh ra, các kiết sử ganh tỵ, xan tham, cũng là như vậy.

Nghi triền cái thuộc Dục giới, do chứng kiến mà duyên hữu lậu được đoạn trừ và nghi tương ưng với vô minh duyên vô lậu là tùy miên, tùy tăng.

Các kiết sử như tham, mạn thuộc duyên hữu lậu trong ba cõi là tùy miên, tùy tăng.

Ái thân được sinh ra từ ý xúc, mạn tùy miên, ái mạn kiết sử, cũng là như vậy.

Tham ở Sắc giới là thuộc biến hành của Sắc giới và đối với các tùy miên, tùy tăng do tu tập mà đoạn trừ.

Tham ở Vô sắc giới là biến hành thuộc Vô sắc giới và đối với các tùy miên, tùy tăng, do tu tập mà đoạn trừ. Ba kiết sử thuận thượng phần sau, biến hành thuộc Sắc giới, Vô sắc giới và đối với các tùy miên, tùy tăng, do tu tập mà được đoạn trừ.

Ái thân do mắt, tai, thân, xúc chạm mà sinh ra là biến hành thuộc Dục giới và đối với các tùy miên, tùy tăng do tu tập mà đoạn trừ.

Hữu tham tùy miên duyên hữu lậu tùy miên, tùy tăng là thuộc Sắc giới và Vô sắc giới.

Do chứng kiến Khổ đế mà đoạn trừ được tùy miên thuộc Dục giới. Do chứng kiến Khổ đế mà tất cả tùy miên thuộc Dục giới đều được đoạn trừ và do chứng kiến Tập đế mà tùy miên, tùy tăng thuộc biến hành được đoạn trừ. Do chứng kiến Tập đế mà tùy miên thuộc Dục giới được đoạn trừ. Do chứng kiến Tập đế mà tất cả tùy miên Dục giới đều đoạn trừ và do chứng kiến Khổ đế mà các tùy miên, tùy tăng thuộc về biến hành được đoạn trừ. Do chứng kiến Diệt đế mà các tùy miên thuộc về Dục giới đều được đoạn trừ. Do chứng kiến Diệt đế mà đoạn các tùy miên thuộc Dục giới, ngoại trừ bất cộng vô minh duyên với vô lậu. Tất cả còn lại và tùy miên, tùy tăng là thuộc biến hành. Do tu tập mà đoạn trừ tùy miên thuộc Dục giới. Do tu tập mà đoạn trừ tất cả tùy miên thuộc Dục giới và các tùy miên, tùy tăng thuộc biến hành.

Năm bộ loại tùy miên thuộc về Sắc giới, Vô sắc giới, nói rộng ra cũng là như vậy. Sai biệt là nên nói theo cảnh giới tự thân chứng nghiệm.

Nhãn căn cho đến vô minh tùy miên duyên thức và duyên duyên thức thuộc về Vô sắc giới do tu tập mà đoạn trừ.

Hỏi: Trong chín mươi tám tùy miên, mỗi một tùy miên, có bao nhiêu loại tùy miên, tùy tăng?

Đáp: Nhãn căn duyên thức, ba bộ loại thuộc Dục giới. Biến hành thuộc Vô sắc giới và đối với duyên duyên thức, do tu tập mà đoạn trừ. Bốn bộ loại thuộc ba cõi. Các căn, như tai, mũi, lưỡi và thân, cũng là như vậy.

Nữ căn duyên thức có ba bộ loại thuộc về Dục giới. Biến hành thuộc về Sắc giới và đối với duyên duyên thức do tu tập mà đoạn trừ.

Bốn bộ loại thuộc Dục giới; ba bộ loại thuộc Sắc giới; biến hành thuộc Vô sắc giới và đều do tu tập mà đoạn trừ. Nam căn, khổ căn cũng là như vậy.

Mạng căn duyên thức, có ba bộ loại thuộc ba cõi. Duyên duyên thức có bốn bộ loại thuộc ba cõi. Ý căn duyên thức, duyên duyên thức, hữu vi duyên, xả căn, cũng là như vậy.

Lạc căn duyên thức có bốn bộ loại thuộc Dục giới. Hữu vi duyên thuộc Sắc giới, có hai bộ loại và biến hành thuộc Vô sắc giới. Duyên duyên thức có bốn bộ loại thuộc Dục giới, Vô sắc giới. Hữu vi duyên thuộc Sắc giới.

Hỷ căn duyên thức, hữu vi duyên thuộc về Dục giới, Sắc giới. Hai bộ loại và biến hành thuộc Vô sắc giới. Duyên duyên thức, hữu vi duyên thuộc Dục giới, Sắc giới. Bốn bộ loại thuộc Vô sắc giới.

Ưu căn duyên thức, hữu lậu duyên thuộc Dục giới. Biến hành và do tu tập mà đoạn trừ thuộc Sắc giới. Duyên duyên thức, hữu vi duyên thuộc Dục giới. Ba bộ loại thuộc Sắc giới. Biến hành và do tu tập đoạn trừ thuộc Vô sắc giới.

Năm căn, gồm: Tín..., duyên thức, duyên duyên thức có bốn bộ loại thuộc ba cõi.

Ba căn vô lậu duyên thức có hai bộ loại và biến hành thuộc ba cõi. Duyên duyên thức có bốn bộ loại thuộc ba cõi.

Các giới như: Mắt, tai, mũi, lưỡi, thân, sắc, thanh, xúc duyên thức có ba bộ loại thuộc Dục giới, Sắc giới. Biến hành và do tu tập mà đoạn trừ thuộc về Vô sắc giới. Duyên duyên thức có bốn bộ thuộc ba cõi.

Các xứ, như: Mắt, tai, mũi, lưỡi, thân, sắc, thanh, xúc, sắc thủ uẩn, năm giới phần trước của mười tám giới, pháp thuộc hữu kiến, hữu đối, cũng là như vậy.

Các thức giới duyên thức, như: Hương, vị, mũi, lưỡi có ba bộ thuộc Dục giới. Biến hành và do tu tập mà đoạn trừ thuộc Sắc giới. Duyên duyên thức có bốn bộ loại thuộc Dục giới, ba bộ loại thuộc Sắc giới. Biến hành và do tu tập mà đoạn trừ thuộc Vô sắc giới. Các xứ, như: hương và vị cũng là như vậy.

Các thức giới duyên thức, như: Mắt, tai, thân có ba bộ loại thuộc Dục giới, Sắc giới. Duyên duyên thức có bốn bộ loại thuộc Dục giới, Sắc giới. Vô sắc giới có hai bộ loại và biến hành. Ý giới, ý thức giới, duyên thức, duyên duyên thức, hữu vi duyên, ý xứ, bốn uẩn sau của năm uẩn, pháp hữu vi, pháp quá khứ, vị lai, hiện tại, cũng là như vậy.

Pháp giới duyên thức, duyên duyên thức, hữu vi duyên, pháp xứ, tất cả đều có trong ba cõi. Các thiện pháp vô sắc, vô kiến, vô đối, cũng là như vậy.

Sắc uẩn duyên thức có bốn bộ loại thuộc Dục giới, có hai bộ loại và biến hành thuộc Vô sắc giới. Duyên duyên thức có bốn bộ loại thuộc ba cõi. Các pháp thuộc hữu sắc cũng là như vậy.

Bốn thủ uẩn sau ở trong năm thủ uẩn duyên thức, hữu lậu duyên duyên thức, hữu vi duyên thức giới, hữu lậu pháp, pháp do chứng kiến mà đoạn trừ cũng là như vậy.

Pháp vô lậu duyên thức có ba bộ loại và biến hành thuộc ba cõi. Duyên duyên thức, hữu vi duyên, pháp không đoạn trừ cũng là như vậy. Pháp vô vi duyên thức có hai bộ loại và biến hành thuộc ba cõi. Duyên duyên thức, hữu vi duyên, pháp bất thiện duyên thức, hữu lậu duyên thuộc Dục giới, biến hành và do tu tập mà đoạn trừ thuộc Sắc giới, duyên duyên thức, hữu vi duyên thuộc Dục giới, ba bộ loại thuộc Sắc giới, biến hành và do tu tập mà đoạn trừ thuộc Vô sắc giới, pháp hệ thuộc Dục giới, cũng là như vậy.

Pháp vô ký duyên thức, có ba bộ loại thuộc Dục giới. Hữu lậu duyên thuộc Sắc giới, Vô sắc giới. Duyên duyên thức có bốn bộ loại thuộc Dục giới. Hữu vi duyên thuộc Sắc giới, Vô sắc giới.

Pháp hệ thuộc duyên thức thuộc Sắc giới, có ba bộ loại thuộc Dục giới. Hữu lậu duyên thuộc Sắc giới. Biến hành và do tu tập mà đoạn trừ thuộc Vô sắc giới. Duyên duyên thức có ba bộ loại thuộc Dục giới. Hữu vi duyên thuộc Sắc giới. Bốn bộ loại thuộc Vô sắc giới.

Pháp hệ duyên thức thuộc Vô sắc giới, có ba bộ loại thuộc Dục giới, Sắc giới. Hữu lậu duyên thuộc Vô sắc giới. Duyên duyên thức có ba bộ loại thuộc Dục giới, có bốn bộ loại thuộc Sắc giới, hữu vi duyên thuộc Vô sắc giới.

Pháp học vô học duyên thức, có hai bộ loại và biến hành thuộc ba cõi. Duyên duyên thức có bốn bộ loại thuộc ba cõi.

Pháp phi học phi vô học duyên thức, có bốn bộ loại và hữu lậu duyên, duyên duyên thức, hữu vi duyên, do chứng kiến Đạo, tu tập Đạo mà đoạn trừ thuộc ba cõi.

Pháp do tu tập đoạn trừ duyên thức, có ba bộ loại thuộc ba cõi. Duyên duyên thức, có bốn bộ loại thuộc ba cõi.

Khổ đế, Tập đế duyên thức, có hữu lậu duyên. Duyên duyên thức có hữu vi duyên. Trí thế tục cũng là như vậy.

Diệt đế duyên thức, có hai bộ loại và biến hành thuộc ba cõi. Duyên duyên thức, có hữu vi duyên.

Đạo đế duyên thức, có hai bộ loại và biến hành thuộc ba cõi. Duyên duyên thức, có bốn bộ loại thuộc ba cõi.

Khổ trí, Tập trí, Diệt trí, Đạo trí và ba tam-ma-địa, cũng là như vậy.

Bốn tĩnh lự duyên thức, có bốn bộ loại thuộc Dục giới. Hữu vi duyên thuộc Sắc giới. Hai bộ loại và biến hành thuộc Vô sắc giới. Duyên duyên thức, có bốn bộ loại thuộc Dục giới, Vô sắc giới. Hữu vi duyên thuộc Sắc giới.

Từ bi hỷ xả duyên thức, có ba bộ loại thuộc Dục giới, Sắc giới. Biến hành và do tu tập mà đoạn trừ thuộc Vô sắc giới. Duyên duyên thức có ba bộ loại thuộc Dục giới, có bốn bộ loại thuộc Sắc giới, Vô sắc giới.

Tịnh giải thoát, bốn thắng xứ phần sau, tám biến xứ phần trước, cũng là như vậy.

Hỷ vô lượng duyên thức, có ba bộ loại thuộc Dục giới, Sắc giới. Duyên duyên thức, có ba bộ loại thuộc Dục giới, có bốn bộ loại thuộc Sắc giới, có hai bộ loại và biến hành thuộc Vô sắc giới. Tám giải thoát phần nhất và nhì, bốn thắng xứ phần trước, cũng là như vậy.

Trong bốn Vô sắc giới, thì ba Vô sắc giới trước duyên thức và duyên duyên thức, có ba bộ loại thuộc Dục giới, có bốn bộ loại thuộc Sắc giới, hữu vi duyên thuộc Vô sắc giới.

Phi tưởng phi phi tưởng xứ duyên thức, có ba bộ loại thuộc Dục giới, Sắc giới, hữu lậu duyên thuộc Vô sắc giới. Duyên duyên thức, có ba bộ loại thuộc Dục giới, có bốn bộ loại thuộc Sắc giới. Hữu vi duyên thuộc Vô sắc giới.

Không vô biên xứ, Thức vô biên xứ, Vô sở hữu xứ, giải thoát duyên thức và duyên duyên thức, có ba bộ loại thuộc Dục giới, có bốn bộ loại thuộc Sắc giới, Vô sắc giới.

Hai giải thoát phần sau và hai biến xứ phần sau, duyên thức có ba bộ loại thuộc ba cõi. Duyên duyên thức, có ba bộ loại thuộc Dục giới, có bốn bộ loại thuộc Sắc giới, Vô sắc giới.

Pháp trí duyên thức, có hai bộ loại và biến hành thuộc Dục giới. Biến hành và do tu tập mà đoạn trừ thuộc Sắc giới. Duyên duyên thức, có bốn bộ loại thuộc Dục giới, có ba bộ loại thuộc Sắc giới. Biến hành và do tu tập mà đoạn trừ thuộc Vô sắc giới.

Loại trí duyên thức, có hai bộ loại và biến hành thuộc Sắc giới, Vô sắc giới. Biến hành và do tu tập mà được đoạn trừ thuộc về Dục giới. Duyên duyên thức, có ba bộ loại thuộc Dục giới, có bốn bộ loại thuộc Sắc giới, Vô sắc giới.

Tha tâm trí duyên thức, có bốn bộ loại thuộc Dục giới, Sắc giới, có hai bộ loại và biến hành thuộc Vô sắc giới. Duyên duyên thức, có bốn bộ loại thuộc ba cõi.

Ba lớp Tam-ma-địa duyên thức, có ba bộ loại thuộc ba cõi. Duyên duyên thức, có bốn bộ loại thuộc ba cõi.

Hữu thân kiến kiết sử duyên thức, có ba bộ loại thuộc ba cõi. Duyên duyên thức, có bốn bộ loại thuộc ba cõi.

Hữu thân kiến, thuận hạ phần kiết sử, hữu thân kiến, biên chấp kiến cũng là như vậy.

Giới cấm thủ kiết sử duyên thức, có ba bộ loại và hữu lậu duyên do chứng kiến Đạo đế mà đoạn trừ thuộc ba cõi. Duyên duyên thức, có bốn bộ loại ở trong ba cõi.

Giới cấm thủ và thân hệ giới cấm thủ, thuận hạ phần kiết sử giới cấm thủ, cùng với giới cấm thủ, cũng là như vậy.

Nghi kiết sử duyên thức, hữu lậu duyên, duyên duyên thức, hữu vi duyên, vô minh lậu, bộc lưu ách, kiến thủ, thân hệ chấp thân này là thật, tham kiết sử, mạn kiết sử, nghi, thuận hạ phần kiết sử, tà kiến, kiến thủ, thân ái do ý xúc sinh khởi, các tùy miên đối với mạn, vô minh, kiến và nghi; các kiết sử đối với ái, mạn, vô minh, kiến, thủ và nghi cũng là như vậy.

Ba bất thiện căn và dục lậu duyên thức, hữu lậu duyên thuộc Dục giới. Biến hành và do tu tập đoạn trừ thuộc Sắc giới. Duyên duyên thức, hữu vi duyên thuộc Dục giới, có ba bộ loại thuộc Sắc giới. Biến hành và do tu tập mà đoạn trừ thuộc Vô sắc giới.

Dục bộc lưu ách thủ, hai hệ thân phần trước, ngoại trừ ố tác, còn lại cái kiết sử, sân kiết sử, hai thuận hạ phần kiết sử phần trước, các tùy miên tham, sân nhuế thuộc Dục giới và kiết sử giận dữ, cũng là như vậy.

Hữu lậu duyên thức, có ba bộ loại thuộc Dục giới. Hữu lậu duyên thuộc Sắc giới, Vô sắc giới. Duyên duyên thức, có ba bộ loại thuộc Dục giới, hữu vi duyên thuộc Sắc giới, Vô sắc giới.

Hữu bộc lưu ách, ngã ngữ thủ, tùy miên của tham thuộc cõi Hữu sắc cũng là như vậy.

Ố tác cái duyên thức, có ba bộ loại thuộc Dục giới. Biến hành và do tu tập mà đoạn trừ thuộc về Sắc giới. Duyên duyên thức, có bốn bộ loại thuộc Dục giới, có ba bộ loại thuộc Sắc giới. Biến hành và do tu tập mà đoạn trừ thuộc về Vô sắc giới.

Ái thân sinh khởi do mũi, lưỡi tiếp xúc với các kiết sử ganh tỵ, xan tham và các kiết sử thuộc về ganh tỵ, xan tham cũng là như vậy.

Sắc tham thuận thượng phần kiết sử duyên thức, có ba bộ loại thuộc Dục giới, Sắc giới. Biến hành và do tu tập mà đoạn trừ thuộc Vô sắc giới. Duyên duyên thức, có ba bộ loại thuộc Dục giới, có bốn bộ loại thuộc Sắc giới, Vô sắc giới. Bốn kiết sử ở phần sau của thuận thượng phần kiết sử, có ba bộ loại thuộc ba cõi. Duyên duyên thức có ba bộ loại thuộc Dục giới, có bốn bộ loại thuộc Sắc giới, Vô sắc giới.

Ái thân duyên thức do mắt, tai, thân tiếp xúc sinh khởi, có ba bộ loại thuộc Dục giới, Sắc giới. Duyên duyên thức, có bốn bộ loại thuộc Dục giới, Sắc giới. Biến hành do tu tập đoạn trừ thuộc Vô sắc giới.

Tùy miên duyên thức, có ba bộ loại thuộc Dục giới, do chứng kiến Khổ đế và tu tập Tập đế thuộc Dục giới mà đoạn trừ. Biến hành và do tu tập mà đoạn trừ thuộc Sắc giới. Duyên duyên thức, có bốn bộ loại thuộc Dục giới, có ba bộ loại thuộc Sắc giới. Biến hành và do tu tập mà đoạn trừ thuộc Vô sắc giới.

Tùy miên duyên thức, do chứng kiến Diệt đế thuộc Dục giới mà đoạn trừ, có ba bộ loại và hữu lậu duyên thuộc Dục giới, do chứng kiến Diệt đế mà đoạn trừ. Biến hành và do tu tập mà đoạn trừ thuộc Sắc giới. Duyên duyên thức, có hữu vi duyên thuộc Dục giới, có ba bộ loại thuộc Sắc giới. Biến hành do tu tập mà đoạn trừ thuộc Vô sắc giới.

Tùy miên duyên thức thuộc Dục giới, do chứng kiến Đạo đế mà đoạn trừ, có ba bộ loại và hữu lậu duyên thuộc Dục giới, do chứng kiến Đạo đế mà đoạn trừ. Biến hành và do tu tập đoạn trừ thuộc Sắc giới. Duyên duyên thức, có bốn bộ loại thuộc Dục giới, có ba bộ loại thuộc Sắc giới. Biến hành và do tu tập mà đoạn trừ thuộc Vô sắc giới.

Tùy miên duyên thức, thuộc Sắc giới do chứng kiến Khổ đế, Tập đế và tu tập mà đoạn trừ. Dục giới, Sắc giới có ba bộ loại. Biến hành và do tu tập mà đoạn trừ thuộc Vô sắc giới. Duyên duyên thức, có ba bộ loại thuộc Dục giới, có bốn bộ loại thuộc Sắc giới, Vô sắc giới.

Tùy miên duyên thức, thuộc sắc giới do chứng kiến Diệt đế mà đoạn trừ, có ba bộ loại thuộc Dục giới, và Sắc giới do chứng kiến Diệt đế mà đoạn trừ hữu lậu duyên. Biến hành và do tu tập mà đoạn trừ thuộc Vô sắc giới. Duyên duyên thức, có ba bộ loại thuộc Dục giới; hữu vi duyên thuộc sắc giới; có bốn bộ loại thuộc Vô sắc giới.

Tùy miên duyên thức, thuộc Sắc giới do chứng kiến Đạo mà đoạn trừ, có ba bộ loại thuộc Dục giới; và hữu lậu duyên thuộc Sắc giới do chứng kiến Đạo đế mà đoạn trừ. Biến hành và do tu tập mà đoạn trừ thuộc Vô sắc giới. Duyên duyên thức, có ba bộ loại thuộc Dục giới, có bốn bộ loại thuộc Sắc giới, Vô sắc giới.

Tùy miên duyên thức, thuộc Vô sắc giới do chứng kiến Khổ đế, Tập đế và tu tập mà đoạn trừ, có ba bộ loại thuộc ba cõi. Duyên duyên thức, có ba bộ loại thuộc Dục giới, có bốn bộ loại thuộc Sắc giới, Vô sắc giới.

Tùy miên duyên thức, thuộc Vô sắc giới do chứng kiến Diệt đế mà đoạn trừ, có ba bộ loại thuộc ba cõi và hữu lậu duyên thuộc Vô sắc giới do chứng kiến Diệt đế mà đoạn trừ. Duyên duyên thức, có ba bộ loại thuộc Dục giới, có bốn bộ loại thuộc Sắc giới. Hữu vi duyên thuộc Vô sắc giới do chứng kiến Đạo đế thuộc Vô sắc giới mà đoạn trừ.

Tùy miên duyên thức, có ba bộ loại của ba cõi và hữu lậu duyên thuộc Vô sắc giới, do chứng kiến Đạo đế mà đoạn trừ. Duyên duyên thức, có ba bộ loại thuộc Dục giới, có bốn bộ loại thuộc Sắc giới, Vô sắc giới.

Quyển sáu
Chương hai: Kiết Uẩn

PHẨM BỐN: LUẬN VỀ MƯỜI MÔN

Phần hai:

Hỏi: Ý căn cho đến vô minh tùy miên thuộc Vô sắc giới, do tu tập mà đoạn trừ, trong mười lăm bộ loại tâm ở trong ba cõi, mỗi một loại đồng đẳng tương tục, có bao nhiêu tâm sinh khởi?

Đáp: Đồng đẳng tương tục của ý căn sinh khởi mười lăm tâm[98].

---

[98] Mười lăm tâm: Mười lăm tâm ở trong mười sáu tâm của pháp Tứ Thánh đế hiện quán theo thứ tự Tứ Thánh đế ở trong ba cõi.

Mười sáu tâm ấy gồm, tám trí và tám nhẫn, chúng gồm như sau:

1- Khổ pháp trí nhẫn: Hiện quán và dứt trừ kiến hoặc thuộc Khổ đế ở Dục giới.

2- Khổ pháp trí: Hiện quán và chứng được lý Khổ đế thuộc Dục giới.

3- Tập pháp trí nhẫn: Hiện quán và dứt trừ kiến hoặc thuộc Tập đế ở Dục giới.

4- Tập pháp trí: Hiện quán và chứng được lý Tập đế thuộc Dục giới.

5- Diệt pháp trí nhẫn: Hiện quán và dứt trừ kiến hoặc thuộc Diệt đế ở Dục giới.

6- Diệt pháp trí: Hiện quán và chứng được lý Diệt đế thuộc Dục giới.

7- Đạo pháp trí nhẫn: Hiện quán và dứt trừ kiến hoặc thuộc Đạo đế ở Dục giới.

8- Đạo pháp trí: Hiện quán và chứng được lý Đạo đế ở Dục giới.

9- Khổ loại trí nhẫn: Hiện quán và đoạn trừ các kiến hoặc thuộc Khổ đế ở Sắc giới-Vô sắc giới.

10- Khổ loại trí: Hiện quán và chứng được lý Khổ đế ở Sắc giới-Vô sắc giới.

Đồng đẳng tương tục của xả và năm căn, gồm: Tín… cũng là như vậy.

Đồng đẳng tương tục của lạc căn sinh khởi mười một tâm. Đồng đẳng tương tục của khổ căn sinh khởi năm tâm. Đồng đẳng tương tục của ưu căn, cũng là như vậy.

Đồng đẳng tương tục của hỷ căn sinh khởi mười tâm.

Đồng đẳng tương tục của vị tri đương tri căn không sinh khởi tâm.

Đồng đẳng tương tục của dĩ tri cụ tri căn sinh khởi ba tâm.

Đồng đẳng tương tục của các thức giới, như: Mắt, tai, thân sinh khởi mười lăm tâm.

Đồng đẳng tương tục của các thức giới, như: Mũi, lưỡi sinh khởi năm tâm.

11- Tập loại trí nhẫn: Hiện quán và đoạn trừ các kiến hoặc thuộc Tập đế ở Sắc giới-Vô sắc giới.

12- Tập loại trí: Hiện quán và chứng được lý Tập đế ở Sắc giới-Vô sắc giới.

13- Diệt loại trí nhẫn: Hiện quán và đoạn trừ các kiến hoặc thuộc Diệt đế ở Sắc giới-Vô sắc giới.

14- Diệt loại trí: Hiện quán và chứng được lý Diệt đế ở Sắc giới-Vô sắc giới.

15- Đạo loại trí nhẫn: Hiện quán và đoạn trừ các kiến hoặc thuộc Đạo đế ở Sắc giới-Vô sắc giới.

16- Đạo loại trí: Hiện quán và chứng được lý Đạo đế ở Sắc giới-Vô sắc giới.

Mười sáu loại tâm này, gồm có tám nhẫn và tám trí. Tám nhẫn thuộc về vô gián đạo, vì ở giai đoạn hiện quán này nhẫn chịu đối với lý Tứ Thánh đế tương tục không bị thể của phiền não làm cho chướng ngại và gián đoạn. Tám trí thuộc về giải thoát đạo, biết rõ và chứng nhập lý Tứ Thánh đế, dứt trừ thể của phiền não mà được trí giải thoát một cách tự nhiên.

Đối với mười sáu tâm này, mười lăm tâm trước thuộc về Dự lưu hướng của quả vị tu tập do chứng kiến Đạo, cũng gọi là mười lăm sát-na. Một tâm sau cùng thuộc về quả Dự lưu là quả vị, do tu tập đối với Đạo đem lại. (*Đại Tỳ-bà-sa* 196, *Đại chánh* 27; *Câu-xá luận* 23, 25, *Đại chánh* 29; *Tạp A-tỳ-đàm tâm luận* 5, *Đại chánh* 28; *Thành Duy thức luận* 9, *Đại chánh* 31).

Đồng đẳng tương tục của các pháp bất thiện, cũng là như vậy.

Đồng đẳng tương tục của ý pháp, ý thức giới sinh khởi mười lăm tâm.

Đồng đẳng tương tục ý pháp xứ, bốn uẩn sau trong năm uẩn, bốn thủ uẩn sau ở trong năm thủ uẩn, thức giới, vô sắc, vô kiến, vô đối, pháp hữu lậu, hữu vi, hiện tại, thiện, vô ký, hệ thuộc ba cõi, phi học phi vô học, pháp do chứng kiến tu tập đoạn trừ cũng là như vậy.

Đồng đẳng tương tục của pháp vô lậu sinh khởi ba tâm.

Đồng đẳng tương tục của pháp học, vô học, vô đoạn, cũng là như vậy.

Đồng đẳng tương tục của pháp quá khứ sinh khởi hai tâm. Pháp vị lai không sinh khởi tâm.

Đồng đẳng tương tục của Khổ đế, Tập đế sinh khởi mười lăm tâm.

Đồng đẳng tương tục của bốn tĩnh lự, bốn vô sắc định, trí thế tục, cũng là như vậy.

Đồng đẳng tương tục của Đạo đế sinh khởi ba tâm.

Đồng đẳng tương tục của Khổ loại trí, Tập loại loại trí, Diệt loại trí, Đạo loại trí, ba Tam-ma-địa, cũng là như vậy.

Đồng đẳng tương tục của bốn tâm vô lượng sinh khởi sáu tâm.

Đồng đẳng tương tục ở trong tám giải thoát, như: giải thoát thứ nhất, thứ hai, thứ tư, thứ năm; trong tám thắng xứ, như: bốn thắng xứ đầu; tha tâm trí, cũng là như vậy.

Đồng đẳng tương tục ở trong tám giải thoát, như: giải thoát thứ ba, thứ sáu, thứ bảy sinh khởi năm tâm.

Đồng đẳng tương tục ở trong tám thắng xứ: bốn thắng xứ sau, mười biến xứ, cũng là như vậy. Giải thoát thứ tám không sinh khởi tâm.

Đồng đẳng tương tục của pháp trí sinh khởi hai tâm.

Đồng đẳng tương tục của ba kiết sử sinh khởi mười lăm tâm.

Đồng đẳng tương tục của lậu hoặc vô minh thuộc hữu, kiến vô

minh thuộc hữu, bộc lưu ách, ba thủ phần sau, hai thân hệ phần sau, kiết sử tham, kiết sử mạn, ba hạ phần kiết sử phần sau, bốn thuận thượng phần kiết sử phần sau, năm kiến, ái thân do ý xúc sinh khởi, năm tùy miên phần sau, sáu kiết sử, gồm Ái… cũng là như vậy.

Đồng đẳng tương tục của ba căn bản bất thiện và lậu hoặc thuộc Dục giới sinh khởi năm tâm. Bộc lưu ách thuộc Dục giới; trong bốn thủ, hai thủ trước; thân hệ; năm triền cái; các kiết sử sân, ganh tỵ, bỏn xẻn; hai thuận hạ phần kiết sử phần trước; ái thân do mũi lưỡi tiếp xúc sinh khởi; tham, sân, nhuế thuộc Dục giới; các kiết sử nhuế, ganh tỵ, bỏn xẻn thuộc tùy miên, cũng là như vậy.

Đồng đẳng tương tục của tham kiết sử ở trong thuận thượng phần thuộc Sắc giới, Vô sắc giới sinh khởi mười lăm tâm. Đồng đẳng tương tục của bốn kiết sử thuận thượng phần sinh khởi ba tâm. Đồng đẳng tương tục của ái thân, do mắt, tai, thân tiếp xúc sinh khởi, cũng là như vậy

Đồng đẳng tương tục của ba mươi sáu tùy miên thuộc Dục giới sinh khởi năm tâm. Đồng đẳng tương tục của ba mươi mốt tùy miên thuộc Sắc giới sinh khởi mười tâm. Đồng đẳng tương tục của ba mươi mốt tùy miên thuộc Vô sắc giới sinh khởi mười lăm tâm.

Hỏi: Nhãn căn cho đến vô minh tùy miên thuộc Vô sắc giới, do tu tập mà đoạn trừ, mỗi một tùy mien tăng lên, nên nói là có tầm, có tứ, hay không có tầm, chỉ có tứ, hay không có tầm, không có tứ?

Đáp: Nên nói rằng, tùy miên tăng lên đủ ba đối với nhãn căn. Tùy miên đã tăng lên đủ ba đối với các căn, như: Tai, mũi, lưỡi, thân, mạng, ý, lạc, hỷ; năm căn, gồm: Tín… cũng là như vậy.

Tùy miên tăng lên đối với nữ căn, có tầm, có tứ.

Tùy miên tăng lên đối với các căn, như: Nam, khổ, ưu, cũng là như vậy.

Tùy miên tăng lên đầy đủ cả ba đối với các thức giới, như: Mắt, tai, mũi, lưỡi, thân, sắc, thanh, xúc, ý pháp, ý thức giới.

Tùy miên tăng lên đầy đủ cả ba đối với các xứ, như: Mắt, tai, mũi, lưỡi, thân, sắc, thanh, xúc, ý, pháp; năm uẩn; năm thủ uẩn; sáu giới;

hữu sắc; vô sắc; hữu kiến; vô kiến; hữu đối; vô đối; pháp hữu lậu; hữu vi; quá khứ; vị lai; hiện tại; thiện; vô ký; hệ thuộc Sắc giới; phi học phi vô học, pháp do chứng kiến và tu tập mà đoạn trừ, cũng là như vậy.

Tùy miên tăng lên đối với các thức giới, như: Hương, vị, mũi, lưỡi, có tầm, có tứ.

Tùy miên tăng lên đối với các xứ: Hương, vị; pháp bất thiện; pháp hệ thuộc Dục giới, cũng là như vậy.

Tùy miên tăng lên đối với các thức giới, như: Mắt, tai, thân, hoặc có tầm, có tứ; hoặc không có tầm, chỉ có tứ.

Tùy miên tăng lên đối với: Pháp hệ thuộc Vô sắc giới, không có tầm, không có tứ.

Tùy miên tăng lên đối với: Khổ đế, Tập đế có đầy đủ cả ba.

Tùy miên tăng lên đối với: Bốn tâm vô lượng, tám giải thoát hai phần đầu, tám thắng xứ bốn phần trước, tha tâm, trí thế tục, ba lớp Tam-ma-địa, cũng là như vậy.

Tùy miên tăng lên đối với: Sơ tĩnh lự, hoặc có tầm, có tứ; hoặc không có tầm, chỉ có tứ.

Tùy miên tăng lên đối với: Ba tĩnh lự sau, không có tầm, không có tứ.

Tùy miên tăng lên đối với: Bốn định vô sắc, sáu giải thoát ở sau, bốn thắng xứ ở sau, mười biến xứ, cũng là như vậy.

Tùy miên tăng lên đối với: Ba kiết sử đầy đủ có ba.

Tùy miên tăng lên đối với: Vô minh lậu thuộc hữu, ba bộc lưu ách sau, thủ, hai thân hệ sau, tham kiết sử, mạn kiết sử, ba thuận hạ phần kiết sử sau, ngoại trừ tham thuộc Vô sắc giới, bốn thuận thượng phần kiết sử còn lại, năm kiến, ái thân thứ sáu, năm tùy miên sau, sáu kiết sử, gồm: Ái..., cũng là như vậy.

Tùy miên tăng lên đối với: Ba bất thiện căn, có tầm, có tứ.

Tùy miên tăng lên đối với: Lậu hoặc thuộc Dục giới, bộc lưu ách, thủ, hai hệ thân trước, năm triền cái, các kiết sử, như: sân, ganh tỵ, bỏn xẻn, hai thuận hạ phần kiết sử trước, ái thân do mũi, lưỡi tiếp xúc sinh khởi, hai tùy miên đầu, các kiết sử, như: Sân, nhuế, ganh tỵ, bỏ xẻn, cũng là như vậy.

Tùy miên tăng lên đối với tham thuộc Vô sắc giới, không có tầm, không có tứ.

Tùy miên tăng lên đối với ái thân do mắt, tai, thân tiếp xúc sinh khởi, hoặc có tầm, có tứ; hoặc không có tầm, chỉ có tứ.

Tùy miên tăng lên của ba mươi sáu tùy miên thuộc Dục giới, có tầm, có tứ.

Tùy miên tăng lên của ba mươi mốt tùy miên thuộc Sắc giới, có đầy đủ cả ba.

Tùy miên tăng lên của ba mươi mốt tùy miên thuộc Vô sắc giới, không có tầm, không có tứ.

Hỏi: Từ nhãn căn cho đến vô minh tùy miên thuộc Vô sắc giới, do tu tập mà đoạn trừ, mỗi một tùy miên tăng lên, nên nói rằng tương ưng với lạc căn, khổ căn, hỷ căn, ưu căn, xả căn chăng?

Đáp: Tùy miên tăng lên đối với nhãn căn, nên nói rằng, tương ưng với bốn căn, ngoại trừ khổ căn.

Tùy miên tăng lên đối với các căn, như: Tai, mũi, lưỡi, thân, mạng, lạc, xả, và năm căn, gồm: Tín..., cũng là như vậy.

Tùy miên tăng lên của nữ căn tương ưng với ba căn, ngoại trừ lạc căn, khổ căn.

Tùy miên tăng lên đối với các căn, như: Nam, hỷ, ưu, cũng là như vậy.

Tùy miên tăng lên của ý căn tương ưng với năm căn.

Tùy miên tăng lên của khổ căn tương ưng bốn căn, ngoại trừ lạc căn.

Tùy miên tăng lên của các căn, như: Mắt, tai, mũi, lưỡi, thân và ý thức giới tương ưng bốn căn, ngoại trừ khổ căn.

Tùy miên tăng lên đối với các xứ, như: Tai, mũi, lưỡi, thân, pháp do chứng kiến đoạn trừ, cũng là như vậy.

Tùy miên tăng lên của sắc, thanh, hương, vị, xúc, các thức, như: Mắt, tai, mũi, lưỡi, thân, ý pháp giới, đều tương ưng với năm căn.

Tùy miên tăng lên của các xứ, như: Sắc, thanh, hương, vị, xúc, ý pháp, năm uẩn, năm thủ uẩn, sáu giới, hữu sắc, vô sắc, hữu kiến, vô kiến, hữu đối, vô đối, pháp hữu lậu, hữu vi, quá khứ, vị lai, hiện tại, thiện, bất thiện, vô ký, hệ thuộc Dục giới, phi học phi vô học, pháp do tu tập đoạn trừ, cũng là như vậy.

Tùy miên tăng lên của pháp hệ thuộc Sắc giới tương ưng với ba căn, ngoại trừ hai căn khổ và ưu.

Tùy miên tăng lên của pháp hệ thuộc Vô sắc giới tương ưng với xả căn.

Tùy miên tăng lên của Khổ đế, Tập đế tương ưng với năm căn.

Tùy miên tăng lên của trí thế tục, cũng là như vậy.

Tùy miên tăng lên của Tĩnh lự thứ nhất tương ưng với ba căn, ngoại trừ hai căn khổ và ưu.

Tùy miên tăng lên của Từ vô lượng, Bi vô lượng, Xả vô lượng, tha tâm trí, cũng là như vậy.

Tùy miên tăng lên của Tĩnh lự thứ hai tương ưng với hai căn hỷ và xả.

Tùy miên tăng lên của Hỷ vô lượng, giải thoát một và hai, bốn thắng xứ trước, cũng là như vậy.

Tùy miên tăng lên của Tĩnh lự thứ ba tương ưng với hai căn lạc và xả.

Tùy miên tăng lên của Tĩnh lự thứ tư tương ưng với xả căn.

Tùy miên tăng lên của bốn Vô sắc định, sáu giải thoát sau, bốn thắng xứ sau, mười biến xứ, cũng là như vậy.

Tùy miên tăng lên của ba lớp Tam-ma-địa tương ưng với bốn căn, ngoại trừ khổ căn.

Tùy miên tăng lên của ba kiết sử tương ưng với bốn căn, ngoại trừ khổ căn.

Tùy miên tăng lên của căn tham bất thiện, kiến bộc lưu ách, thủ, giới cấm thủ, tham dục, giới cấm thủ thuộc thử thật chấp thân hệ, tham dục cái, tham kiết sử, mạn kiết sử, thuận hạ phần kiết sử, như: Tham thuộc Dục giới, thân kiến thuộc cõi Hữu sắc giới, giới cấm thủ, nghi, năm kiến, sáu ái thân, các tùy miên thuộc Dục giới, như: Tham, mạn, kiến, nghi, các kiết sử ái, mạn, kiến, thủ, nghi, cũng là như vậy.

Tùy miên tăng lên của sân căn bất thiện tương ưng với bốn căn, ngoại trừ lạc căn.

Tùy miên tăng lên của sân, nhuế hệ thuộc thân; sân, nhuế thuộc triền cái; sân nhuế thuộc kiết sử; sân, nhuế thuộc hạ phần kiết sử; sân, nhuế thuộc tùy miên; nhuế kiết sử, cũng là như vậy.

Tùy miên tăng lên của si căn bất thiện tương ưng với năm căn.

Tùy miên tăng lên của vô minh lậu thuộc Dục giới, bộc lưu ách, dục thủ, hôn trầm, trạo cử, vô minh thuộc triền cái; kiết sử tùy miên, cũng là như vậy.

Tùy miên tăng lên của lậu hoặc thuộc Hữu sắc giới tương ưng với ba căn, ngoại trừ hai căn khổ và ưu.

Tùy miên tăng lên của hữu bộc lưu ách, ngã ngữ thủ, tham thuộc Sắc giới, trạo cử, mạn, vô minh, hữu tham tùy miên ở thuận thượng phần kiết sử, cũng là như vậy.

Tùy miên tăng lên của thụy mien, ố tác, triền cái nghi tương ưng với ba căn, ngoại trừ hai căn khổ và lạc.

Tùy miên tăng lên của các kiết sử ganh tỵ, bỏn xẻn và các kiết sử ganh tỵ, bỏn xẻn ở trong chín kiết sử, cũng là như vậy.

Tùy miên tăng lên của tham thuộc Vô sắc giới tương ưng với xả căn.

Tùy miên tăng lên do chứng kiến và do tu tập mà đoạn trừ tất cả mạn tùy miên thuộc Dục giới tương ưng với ba căn, ngoại trừ hai căn khổ và lạc.

Tùy miên tăng lên của tùy miên thuộc tham ở Dục giới, do tu tập mà đoạn trừ tương ưng với bốn căn, ngoại trừ khổ căn.

Tùy miên tăng lên của tùy miên thuộc sân ở Dục giới, do tu tập mà đoạn trừ tương ưng với bốn căn, ngoại trừ lạc căn. Tùy miên tăng lên của tùy miên thuộc vô minh ở Dục giới, do tu tập mà đoạn trừ tương ưng với năm căn.

Tùy miên tăng lên của ba mươi mốt tùy miên ở Sắc giới tương ưng với ba căn, ngoại trừ hai căn khổ và ưu.

Tùy miên tăng lên của ba mươi mốt tùy miên ở Vô sắc giới tương ưng với xả căn.

Hỏi: Từ nhãn căn cho đến tùy miên thuộc vô minh ở Vô sắc giới, do tu tập đoạn trừ, loại nào thành tựu, loại nào không thành tựu?

Đáp: Nhãn căn ở Dục giới và Sắc giới đã được mà không mất thì thành tựu; ở Dục giới và Sắc giới chưa được mà đã mất thì không thành tựu. Các căn, như: tai, mũi, lưỡi, cũng là như vậy.

Thân căn thành tựu ở Dục giới, không thành tựu ở Vô sắc giới.

Hai căn nam và nữ ở Dục giới đã được mà không mất thì thành tựu; ở Dục giới và Sắc giới chưa được mà đã mất, thì không thành tựu.

Các căn, như mạng, ý và xả, tất cả chúng sinh đều thành tựu.

Lạc căn thành tựu từ cõi trời Biến tịnh[99] trở xuống và từ Thánh giả sinh lên cõi trên; Phàm phu sinh lên cõi trên thì không thành tựu.

Khổ căn thành tựu ở Dục giới, không thành tựu ở Sắc giới và Vô

---

99 Trời Biến-tịnh: Skt. Śubhakṛtsna. Pāli: Subhakiṇṇa, Subhakiṇha. Hán phiên âm là Thủ-ha-kí-na, Thủ-ba-ngật-lật-na, Tu-ngật, Ma-thủ và dịch là Biến-tịnh thiên, Vô-lượng-tịnh thiên, Quảng-thiện thiên, Tịnh-nan-đãi thiên. Một trong mười tám tầng trời thuộc Sắc giới. Tầng trời cao nhất ở đệ Tam thiền thuộc Sắc giới. Śubha là niềm vui trong sáng thiện tịnh. Chư thiên ở tầng trời này hưởng niềm vui trong sáng thiện tịnh cùng khắp. Nên, Hán dịch là Biến-tịnh, Vô lượng tịnh hay Quảng-thiện.

Lập thế A-tỳ-đàm luận, cho rằng: "Do nghiệp của chư thiên cõi trời này tương ưng với thượng phẩm của đệ Tam thiền mà sinh ở cõi này, với tuổi thọ là bốn đại kiếp". (*Lập thế A-tỳ-đàm luận* 7, *Đại chánh* 32).

Theo *Tạp A-tỳ-đàm tâm luận* 2, chư thiên ở cõi trời này thọ mạng 64 kiếp thân cao 64 do tuần. (*Tạp A-tỳ-đàm tâm luận* 2, *Đại chánh* 28).

sắc giới.

Hỷ căn thành tựu từ cõi trời Quang tịnh[100] trở xuống và từ Thánh giả sinh lên cõi trên; Phàm phu sinh lên cõi trên thì không thành tựu.

Ưu căn thành tựu là do chưa xả ly ô nhiễm ở Dục giới; không thành tựu là do đã xả ly ô nhiễm ở Dục giới.

Năm căn, gồm: Tín... thành tựu, do không đoạn mất thiện căn; đã đoạn mất thiện căn thì không có thành tựu.

Ba vô lậu căn thành tựu, do đã được, nên không mất; chưa được, đã mất thì không thành tựu.

---

[100] Trời quang tịnh: Skt. Ābhāsvara. Pāli: Ābhassara. Hán phiên âm A-ba-hội-để-bà. Dịch là Quang âm thiên, Cực quang tịnh thiên, Thủy vô lượng thiên, Biến thắng quang thiên, Hoảng dục thiên, Quang diệu thiên, Quang tịnh thiên.

Ở *Phát trí luận*, ngài Huyền Tráng dịch là Quang tịnh thiên. Tầng trời này là tầng thứ ba của đệ Nhị thiền thuộc Sắc giới. Chúng sinh ở cõi trời này không có âm thanh mà ngôn ngữ của họ là ánh sáng. Họ truyền đạt cho nhau bằng ngôn ngữ của ánh sáng từ thiền định. Nên, cõi trời này có tên là Quang âm thiên hay là Quang tịnh thiên. Chúng sinh có nghiệp tương ưng với thượng phẩm của cõi đệ Nhị thiền được sinh vào cõi trời này với sắc tướng xinh đẹp, cao lớn tám do-tuần. Tuổi thọ tám đại kiếp, lấy hỷ lạc làm thức ăn và sống ở trong hỷ lạc. Có ánh sáng ở nơi thân tự nhiên, đầy đủ thần thông, bay đi tự tại ở trong hư không.

Theo *Câu-xá luận*: "Ban đầu có một hữu tình ở cõi trời Cực quang tịnh, chết đi, sinh xuống cõi trời Đại-phạm làm Đại phạm vương. Sau đó, những hữu tình ở cõi trời ấy chết đi, sinh xuống cõi trời Phạm phụ... họ lại sống và tiếp tục chết đi và tiếp tục chết và sinh xuống nữa, cho đến cõi người... sau đó sinh xuống loài ngạ quỷ, bàng sinh, địa ngục". (*Câu-xá luận* 12, tr 63a, *Đại chánh* 29).

Như vậy, theo *Câu-xá luận*, Thủy Tổ loài người là từ cõi trời Quang âm, hay Quang tịnh sinh xuống.

Lại nữa, theo *Tăng nhất A-hàm*: "Vào kiếp sơ, các thiên tử từ cõi trời Quang âm tìm đến thế gian này thử mùi ngon của đất, những vị thử ít, thân thể không nặng nề, nên bay lên được, những vị thử nhiều, thân thể nặng nề, không bay lên được, ở lại làm thủy tổ loài người". (*Tăng nhất A-hàm* 34, *Đại chánh* 2).

Các giới, như: Nhãn, nhĩ, tỷ, thiệt ở Dục giới và Sắc giới thành tựu đã được, thì không mất; ở Dục giới và Vô sắc giới chưa được, đã mất thì không thành tựu.

Các xứ, như: Nhãn, nhĩ, tỷ, thiệt, cũng là như vậy.

Các giới, như: Thân, sắc, thanh, xúc, thành tựu ở Dục giới, Sắc giới, không thành tựu ở Vô sắc giới.

Các xứ, như: Thân, sắc, thanh, xúc; sắc thủ uẩn; năm giới ở trước; pháp hữu kiến, hữu đối; pháp hệ thuộc Dục giới, Sắc giới, cũng là như vậy.

Các thức giới, như: Hương, vị, tỷ, thiệt, thành tựu ở Dục giới, không thành tựu ở Sắc giới, Vô sắc giới. Các xứ, như: Hương, vị, xúc cũng là như vậy.

Các thức giới, như: Nhãn, nhĩ, thân, ở cõi trời Phạm thế[101] trở xuống và sinh cõi trên Tam tĩnh lự, biểu hiện ngay trước mắt, thì thành tựu; không biểu hiện ngay trước mắt và ở Vô sắc giới, thì không thành tựu.

Ý pháp, ý thức giới tất cả chúng sinh đều thành tựu. Ý pháp xứ, bốn uẩn sau, bốn thủ uẩn, thức giới, vô sắc, vô kiến, vô đối, hữu lậu; vô lậu, pháp hữu vi, vô vi, quá khứ, vị lai, hiện tai, vô ký, hệ thuộc Vô sắc giới, phi học phi vô học, pháp do tu tập đoạn trừ, pháp vô đoạn, cũng là như vậy.

---

101 Trời Phạm-thế: Skt. Brahmaloka. Hán dịch là Phạm sắc giới, Phạm giới, Phạm thế giới hay Phạm thế thiên.

Từ ngữ này sử dụng là để chỉ cho các cõi trời hệ thuộc Sắc giới. Và nhấn mạnh là trời Đại-phạm, thuộc Sơ thiền Sắc giới. Đại phạm thiên vương thống lãnh các cõi trời Pham-phụ và Phạm chúng.

Cõi trời Đại phạm sống lâu 1,5 kiếp, cao 1,5 do tuần, trong đó năm trung kiếp sống một mình, năm trung kiếp tiếp theo là sống chung với các vị trời khác, năm trung kiếp còn lại, sống một mình. (*Đại Tỳ-bà-sa* 98, *Đại chánh* 27).

Theo kinh A-hàm và Đại thừa đều ghi lại rằng, vị chúa tể của cõi trời này thỉnh Phật chuyển Pháp luân và thường theo hầu đức Phật. (*Tạp A-hàm kinh* 44, *Đại chánh* 2; *Trường A-hàm* 14, *Đại chánh* 1; *Tăng nhất A-hàm* 10, *Đại chánh* 2; *Tạp A-tỳ-đàm tâm luận* 2, *Đại chánh* 28...).

Thánh giả thành tựu sắc uẩn ở Dục giới, Sắc giới và Vô sắc giới. Phàm phu không thành tựu ở Vô sắc giới. Các sắc pháp thuộc cõi Hữu sắc giới, cũng là như vậy.

Pháp thiện không đoạn mất căn lành thì thành tựu; đã đoạn mất căn lành, thì không thành tựu.

Pháp bất thiện chưa xả ly ô nhiễm ở nơi Dục giới, thì thành tựu; đã xả ly ô nhiễm ở nơi Dục giới thì không thành tựu.

Pháp học, vô học thành tựu đã được thì không mất; chưa được, đã mất thì không thành tựu.

Pháp do chứng kiến mà đoạn trừ, Đạo loại trí chưa sinh, đã sinh thì thành tựu; đã sinh thì không thành tựu.

Khổ đế, Tập đế, hết thảy chúng sinh đều thành tựu. Phi tưởng phi phi tưởng xứ, trí thế tục, cũng là như vậy.

Diệt đế đã được, không mất thì thành tựu; chưa được đã mất thì không thành tựu.

Bốn tâm vô lượng, tám giải thoát, tám thắng xứ, mười biến xứ, tha tâm trí, cũng là như vậy.

Đạo đế đã đắc, thì thành tựu; chưa đắc thì không thành tựu.

Khổ pháp trí, Khổ loại trí; Tập pháp trí, Tập loại trí; Diệt pháp trí, Diệt loại trí; Đạo pháp trí, Đạo loại trí; ba Tam-ma-địa; ba lớp Tam-ma-địa, cũng là như vậy.

Sơ thiền từ cõi trời Phạm thế trở xuống và hàng Thánh giả sinh lên cõi trên thì thành tựu; hàng phàm phu sinh lên cõi trên thì không thành tựu.

Đệ nhị thiền từ cõi trời Cực quang tịnh trở xuống và hàng Thánh giả sinh lên cõi trên, thì thành tựu; hàng phàm phu sinh lên cõi trên, thì không thành tựu.

Đệ tam thiền từ cõi trời Biến tịnh trở xuống và hàng Thánh giả sinh lên cõi trên, thì thành tựu; hàng phàm phu sinh lên cõi trên, thì không thành tựu.

Đệ tứ thiền từ cõi trời Quảng quả[102] trở xuống và hàng Thánh giả sinh lên cõi trên, thì thành tựu; hàng phàm phu sinh lên cõi trên, thì không thành tựu.

Không vô biên xứ định, từ cõi Không vô biên xứ trở xuống và hàng Thánh giả sinh lên cõi trên thì thành tựu; hàng phàm phu sinh lên cõi trên, thì không thành tựu.

Thức vô biên xứ định, từ cõi Thức vô biên xứ trở xuống và hàng Thánh giả sinh lên cõi trên thì thành tựu; hàng phàm không sinh lên cõi trên thì không thành tựu.

Vô sở hữu xứ định, từ cõi Vô sở hữu xứ trở xuống và hàng Thánh giả sinh lên cõi trên thì thành tựu; hàng phàm phu sinh lên cõi trên thì không thành tựu.

Kiết sử thân kiến thuộc về cõi Hữu sắc; Khổ loại trí, chưa sinh, đã sinh thì thành tựu; đã sinh thì không thành tựu.

Thân kiến thuộc cõi Hữu sắc ở thuận hạ phần kiết sử; thân kiến thuộc cõi Hữu sắc, biên chấp kiến, cũng là như vậy.

---

102 Quảng quả thiên: Skt. Bṛhatphala. Pāli: Vehapphala. Hán phiên âm là Tỳ-nghi-ba-phá-la, Duy-vu-pha-la, Duy-vu-phan, Tỳ-y-pha-la và dịch Quả thực thiên, Nghiêm sức quả thực thiên, Đại quả thiên, Quảng thiên, Cực diệu thiên, Quảng quả thiên.

Cõi trời thứ ba trong chín cõi trời thuộc đệ Tứ thiền ở Sắc giới.

Cõi trời này là cõi trời phàm thánh sống xen tạp nhau, ở trong kiếp phong tai, những vị tu tập Tứ thiền sau khi mệnh chung sinh lên cõi trời này, tuổi thọ cõi trời này sống lâu bốn kiếp. (*Trường A-hàm* 21, *Đại chánh* 1).

Theo *Lập A-tỳ-đàm luận* 7: "Tuổi thọ cõi trời này sống đến năm trăm đại kiếp".

Theo *Pháp uyển châu lâu*, người ở cõi trời cao đến năm trăm do-tuần. (*Pháp uyển châu lâm* 3, *Đại chánh* 53).

Vô tưởng thiên là bộ phận cao nhất của cõi trời Quảng quả. Thượng tọa bộ cho rằng, đây là một cõi trời riêng. Nhưng Thuyết nhất thiết hữu bộ và Kinh lượng bộ xếp vào trời Quảng quả, vì cõi trời này nằm ở phạm vi của trời Quảng quả. (*Phật Quang Đại Từ Điển*, quyển 4, 5034. Thích Quảng Độ dịch, Phương Đông xuất bản, 2014).

Các kiết sử, như: Giới cấm thủ, nghi; Đạo loại trí, chưa sinh, đã sinh thì thành tựu; đã sinh thì không thành tựu.

Kiến bộc lưu ách thủ, giới cấm thủ, hai thân hệ sau, giới cấm thủ, nghi trong thuận hạ phần kiết sử, ba kiến ở sau; kiến, nghi thuộc tùy miên; các kiết sử kiến, thủ, nghi, cũng là như vậy.

Ba bất thiện căn chưa xả ly ô nhiễm ở Dục giới thì thành tựu; đã xả ly ô nhiễm ở Dục giới thì không thành tựu.

Bộc lưu ách thủ huộc Dục giới, hai thân hệ trước, bốn triền cái trước, các kiết sử sân, ganh tỵ, bỏn xẻn, hai thuận hạ phần kiết sử trước; ái thân do mũi, lưỡi, thân tiếp xúc sinh khởi; các tùy miên tham, sân, nhuế thuộc Dục giới; các kiết sử giận, ganh tỵ, bỏn xẻn, cũng là như vậy.

Vô minh lậu thuộc Hữu sắc giới, chưa xả ly ô nhiễm Vô sắc giới, thì thành tựu; đã xả ly ô nhiễm Vô sắc giới, thì không thành tựu.

Vô minh bộc lưu ách thuộc Hữu sắc giới, ngã ngữ thủ, kiết sử tham, mạn, bốn thuận thượng phần kiết sử sau, ái thân sinh khởi do ý xúc, các tùy miên do tham, mạn, vô minh thuộc Hữu sắc giới, các kiết sử ái, mạn vô minh, cũng là như vậy.

Nghi triền cái chưa xả ly ô nhiễm ở Dục giới, hàng phàm phu và hàng Thánh giả chưa xả ly ô nhiễm ở Dục giới, Đạo pháp trí chưa sinh, đã sinh thì thành tựu; hàng Thánh giả phàm phu đã xả ly ô nhiễm ở Dục giới và hàng Thánh giả chưa xả ly ô nhiễm ở Dục giới, Đạo pháp trí đã sinh, thì không thành tựu.

Tham thuộc thượng phần kiết sử ở Sắc giới, chưa xả ly, thì thành tựu; đã xả ly ô nhiễm ở Sắc giới thì không thành tựu.

Ái thân do mắt, tai, thân tiếp xúc sinh khởi, chưa xả ly ô nhiễm ở cõi trời Phạm thế, thì thành tựu; đã xả ly ô nhiễm ở cõi trời Phạm thế, thì không thành tựu.

Tùy miên do chứng kiến Khổ đế ở Dục giới mà đoạn trừ, hàng phàm phu chưa xả ly ô nhiễm ở Dục giới và hàng Thánh giả chưa xả ly ô nhiễm ở Dục giới, Khổ pháp trí chưa sinh, đã sinh, thì thành tựu; hàng Thánh giả-phàm phu đã xả ly ô nhiễm Dục giới và hàng Thánh giả chưa xả ly ô nhiễm ở Dục giới, Khổ pháp trí đã sinh, thì không thành tựu.

Tùy miên do chứng kiến Tập đế ở Dục giới mà đoạn trừ, hàng phàm phu chưa xả ly ô nhiễm ở Dục giới và hàng Thánh giả chưa xả ly ô nhiễm ở Dục giới, Tập pháp trí chưa sinh, đã sinh, thì thành tựu; hàng Thánh giả-phàm phu và hàng Thánh giả, chưa xả ly ô nhiễm ở Dục giới, Tập pháp trí đã sinh, thì không thành tựu.

Tùy miên do chứng kiến Diệt đế ở Dục giới mà đoạn trừ, hàng phàm phu chưa xả ly ô nhiễm ở Dục giới và hàng Thánh giả chưa xả ly ô nhiễm ở Dục giới, Diệt pháp trí chưa sinh, đã sinh thì thành tựu; hàng Thánh giả-phàm phu và hàng Thánh giả, chưa xả ly ô nhiễm ở Dục giới, Diệt pháp trí đã sinh, thì không thành tựu.

Tùy miên do chứng kiến Đạo đế ở Dục giới mà đoạn trừ, hàng phàm phu chưa xả ly ô nhiễm ở Dục giới và hàng Thánh giả chưa xả ly ô nhiễm ở Dục giới, Đạo pháp trí chưa sinh, đã sinh thì thành tựu; hàng Thánh giả-phàm phu và hàng Thánh giả, chưa xả ly ô nhiễm ở Dục giới, Đạo pháp trí đã sinh, thì không thành tựu.

Tùy miên ở Dục giới do tu tập mà đoạn trừ, chưa xả ly ô nhiễm ở Dục giới, thì thành tựu; đã xả ly ô nhiễm ở Dục giới thì không thành tựu.

Tùy miên do chứng kiến Khổ đế ở Sắc giới mà đoạn trừ, hàng phàm phu chưa xả ly ô nhiễm ở Sắc giới và hàng Thánh giả chưa xả ly ô nhiễm ở Sắc giới, Khổ loại trí chưa sinh, đã sinh thì thành tựu; hàng Thánh giả-phàm phu và hàng Thánh giả chưa xả ly ô nhiễm Sắc giới, Khổ loại trí đã sinh thì không thành tựu.

Tùy miên do chứng kiến Tập đế ở Sắc giới mà đoạn trừ, hàng phàm phu chưa xả ly ô nhiễm ở Sắc giới và hàng Thánh giả chưa xả ly ô nhiễm ở Sắc giới, Tập loại trí chưa sinh, đã sinh thì thành tựu; hàng Thánh giả-phàm phu và hàng Thánh giả chưa xả ly ô nhiễm Sắc giới, Tập loại trí đã sinh thì không thành tựu.

Tùy miên do chứng kiến Diệt đế ở Sắc giới mà đoạn trừ, hàng phàm phu chưa xả ly ô nhiễm ở Sắc giới và hàng Thánh giả chưa xả ly ô nhiễm ở Sắc giới, Diệt loại trí chưa sinh, đã sinh thì thành tựu; hàng

Thánh giả-phàm phu và hàng Thánh giả chưa xả ly ô nhiễm Sắc giới, Diệt loại trí đã sinh thì không thành tựu.

Tùy miên do chứng kiến Đạo đế ở Sắc giới mà đoạn trừ, hàng phàm phu chưa xả ly ô nhiễm ở Sắc giới và hàng Thánh giả chưa xả ly ô nhiễm ở Sắc giới, Đạo loại trí chưa sinh, đã sinh thì thành tựu; hàng Thánh giả-phàm phu và hàng Thánh giả chưa xả ly ô nhiễm Sắc giới, Đạo loại trí đã sinh thì không thành tựu.

Tùy miên ở Sắc giới do tu tập mà đoạn trừ, chưa xả ly ô nhiễm Sắc giới, thì thành tựu; đã xả ly ô nhiễm ở Sắc giới, thì không thành tựu.

Tùy miên do chứng kiến Khổ đế ở Vô sắc giới mà đoạn trừ, Khổ loại trí chưa sinh, đã sinh thì thành tựu; đã sinh thì không thành tựu.

Tùy miên do chứng kiến Tập đế ở Vô sắc giới mà đoạn trừ, Tập loại trí chưa sinh, đã sinh thì thành tựu; đã sinh thì không thành tựu.

Tùy miên do chứng kiến Diệt đế ở Vô sắc giới mà đoạn trừ, Diệt loại trí chưa sinh, đã sinh thì thành tựu; đã sinh thì không thành tựu.

Tùy miên do chứng kiến Đạo đế ở Vô sắc giới mà đoạn trừ, Đạo loại trí chưa sinh, đã sinh thì thành tựu; đã sinh thì không thành tựu.

Tùy miên ở Vô sắc giới do tu tập mà đoạn trừ, chưa xả ly ô nhiễm ở Sắc giới thì thành tựu; đã xả ly ô nhiễm ở Vô sắc giới, thì không thành tựu.

Hỏi: Từ nhãn căn cho đến tùy miên vô minh ở Vô sắc giới do tu tập đoạn trừ, khi mỗi một loại đều biến tri, ở trong chín mươi tám tùy miên, có bao nhiêu tùy miên được biến tri? Ở trong chín kiết sử, có bao nhiêu kiết sử đoạn tận?

Đáp: Khi nhãn căn đắc biến tri, thì tham ở Sắc giới đoạn tận, ba mươi mốt tùy miên thuộc phàm phu được biến tri, không có kiết sử đoạn tận.

Ba tùy miên thuộc Thánh giả được biến tri, không có kiết sử đoạn tận. Các căn, như: Nhãn, tỷ, thiệt, thân, cũng là như vậy.

Khi các căn nam và nữ biến tri, tham ái Dục giới đoạn tận.

Ba mươi sáu loại tùy miên thuộc phàm phu được biến tri, ba kiết sử đoạn tận.

Bốn tùy miên thuộc Thánh giả được biến tri, ba kiết sử đoạn tận. Hai căn khổ và ưu, cũng là như vậy.

Khi mạng căn được biến tri, tham ái ở Vô sắc giới đoạn tận, ba tùy miên được biến tri, thì ba kiết sử đoạn tận. Các căn, như: Ý, xả, tín... cũng là như vậy.

Khi lạc căn được biến tri, thì tham ái ở cõi trời Biến tịnh đoạn tận. Chính lạc căn được biến tri, không có kiết sử đoạn tận.

Khi hỷ căn được biến tri, thì tham ái ở cõi trời Cực quang tịnh đoạn tận. Chính hỷ căn được biến tri, không có kiết sử đoạn tận.

Khi các giới, như: Nhãn, nhĩ, tỷ, thiệt, thân, xúc được biến tri, thì tham ái ở Sắc giới đoạn tận.

Ba mươi mốt tùy miên thuộc hàng phàm phu được biến tri, không có kiết sử đoạn tận.

Ba tùy miên thuộc hàng Thánh giả được biến tri, không có kiết sử đoạn tận. Các xứ, như: Nhãn, nhĩ, tỷ, thiệt, sắc, thanh, xúc; sắc uẩn; sắc thủ uẩn; năm giới ở trước; pháp hữu sắc, hữu kiến, hữu đối; pháp hệ thuộc Sắc giới, cũng là như vậy.

Khi các thức giới, như: Hương, vị, tỷ, thiệt được biến tri, tham ái đối với Dục giới đoạn tận.

Ba mươi sáu tùy miên thuộc hàng phàm phu được biến tri, ba kiết sử đoạn tận.

Bốn tùy miên thuộc hàng Thánh giả được biến tri, ba kiết sử đoạn tận. Các xứ hương và vị; các pháp bất thiện hệ thuộc Dục giới, cũng là như vậy.

Khi các thức giới, như: Nhãn, nhĩ, thân, được biến tri, thì tham ái ở cõi trời Phạm thế đoạn tận. Chính các thức giới, như: Nhãn, nhĩ, thân được biến tri, không có kiết sử đoạn tận.

Khi ý pháp, ý thức giới được biến tri, thì tham ái ở Vô sắc giới đoạn tận, ba tùy miên được biến tri, ba kiết sử đoạn tận.

Ý pháp xứ, bốn uẩn sau, bốn thủ uẩn, thức, giới, vô sắc, vô kiến, vô đối, pháp hữu lậu, hữu vi, vô vi, quá khứ, vị lai, hiện tại, thiện, vô ký, hệ thuộc Vô sắc giới, phi học phi vô học, pháp do tu tập đoạn trừ, cũng là như vậy.

Khi pháp do chứng kiến mà đoạn trừ được biến tri, người chưa xả ly ái nhiễm ở Sắc giới, Đạo loại trí biểu hiện trước mắt, mười bốn tùy miên được biến tri, ba kiết sử đoạn tận.

Người đã xả ly ái nhiễm ở Sắc giới, Đạo loại trí biểu hiện trước mắt, bảy tùy miên được biến tri, ba kiết sử đoạn tận.

Khi Khổ đế, Tập đế được biến tri, tham ái ở Vô sắc đoạn tận, ba tùy miên được biến tri, ba kiết sử đoạn tận.

Phi tưởng phi phi tưởng xứ, hai giải thoát sau, trí thế tục, ba lớp Tam-ma-địa, cũng là như vậy.

Khi Sơ tĩnh lự đắc biến tri, tham ái ở cõi trời Phạm thế đoạn tận. Chính là Sơ tĩnh lự được biến tri, không có kiết sử đoạn tận.

Khi đệ Nhị tĩnh lự được biến tri, tham ái ở nơi cõi trời Cực-quang-tịnh đoạn tận. Chính là đệ Nhị tĩnh lự biến tri, không có kiết sử đoạn tận. Hỷ vô lượng, giải thoát đầu tiên, bốn thắng xứ trước, cũng là như vậy.

Khi đệ Tam tĩnh lự được biến tri, tham ái ở cõi trời Biến tịnh đoạn tận. Chính là đệ Tam tĩnh lự được biến tri, không có kiết sử đoạn tận.

Khi đệ Tứ tĩnh lự được biến tri, tham ái ở Sắc giới đoạn tận, ba mươi mốt tùy miên hàng phàm phu được biến tri, không có kiết sử đoạn tận.

Ba tùy miên thuộc hàng Thánh giả được biến tri, không có kiết sử đoạn tận.

Ba vô lượng, tịnh giải thoát, bốn thắng xứ sau, tám biến xứ trước, tha tâm trí, cũng là như vậy.

Khi Không vô biên xứ được biến tri, tham ái ở Không vô biên xứ đoạn tận. Chính là Không vô biên xứ được biến tri, không có kiết sử đoạn tận. Biến xứ giải thoát ở Không vô biên xứ, cũng là như vậy.

Khi Thức vô biên xứ được biến tri, tham ái ở Thức vô biên xứ đoạn tận. Chính Thức vô biên xứ được biến tri, không có kiết sử đoạn tận. Biến xứ giải thoát ở Thức vô biên xứ, cũng là như vậy.

Khi Vô sở hữu xứ được biến tri, tham ái ở Vô sở hữu xứ đoạn tận. Chính là Vô sở hữu xứ được biến tri, không có kiết sử đoạn tận. Giải thoát ở Vô sở hữu xứ, cũng là như vậy.

Khi thân kiết sử thuộc cõi Hữu sắc được biến tri, Khổ loại trí biểu hiện trước mắt, người chưa xả ly ô nhiễm ở Sắc giới, mười tám tùy miên được biến tri, không có kiết sử đoạn tận.

Người đã xả ly ô nhiễm ở Sắc giới, chín tùy miên được biến tri, không có kiết sử đoạn tận. Thân kiến thuộc cõi Hữu sắc; thân kiến thuộc cõi Hữu sắc, biên chấp kiến ở thuận hạ phần kiết sử, cũng là như vậy.

Khi các kiết sử: Giới cấm thủ, nghi được biến tri, Đạo loại trí biểu hiện trước mắt, người chưa xả ly ô nhiễm ở Sắc giới, mười bốn tùy miên được biến tri, ba kiết sử đoạn tận. Người đã xả ly ô nhiễm ở Sắc giới, bảy tùy miên được biến tri, ba kiết sử đoạn tận. Kiến bộc lưu ách thủ, giới cấm thủ, hai hệ thân sau, hai thuận hạ phần kiết sử sau, ba kiến sau; kiến, nghi ở tùy miên; các kiết sử kiến, thủ, nghi, cũng là như vậy.

Khi ba bất thiện căn và lậu hoặc ở Dục giới được biến tri, tham ái ở Dục giới đoạn tận. Ba mươi sáu tùy miên thuộc hàng phàm phu, được biến tri, ba kiết sử đoạn tận.

Bốn tùy miên thuộc hàng Thánh giả được biến tri, ba kiết sử đoạn tận. Bộc lưu ách thủ thuộc Dục giới, hai hệ thân trước, bốn triền cái trước, các kiết sử sân, ganh tỵ, bỏn xẻn, hai thuận hạ phần kiết sử trước, ái thân do mũi, lưỡi, tiếp xúc sinh khởi, các tùy miên tham, sân, nhuế ở Dục giới, các kiết sử giận, ganh tỵ, bỏn xẻn, cũng là như vậy.

Khi lậu hoặc thuộc cõi Sắc hữu, vô minh lậu được biến tri, tham ái ở Vô sắc giới đoạn tận, ba tùy miên được biến tri, ba kiết sử đoạn tận.

Bộc lưu ách thuộc vô minh thuộc cõi Hữu sắc, ngã ngữ thủ, các kiết sử tham, mạn, bốn thuận thượng phần kiết sử sau, ái thân do ý tiếp xúc sinh khởi, các tùy miên như tham, mạn, vô minh thuộc cõi Hữu sắc, các kiết sử như ái, mạn, vô minh, cũng là như vậy.

Khi nghi triền cái được biến tri, hàng phàm phu tham ái ở Dục giới đoạn tận.

Ba mươi sáu tùy miên được biến tri, ba kiết sử đoạn tận. Hàng Thánh giả Đạo pháp trí biểu hiện trước mắt, tám tùy miên được biến tri, không có kiết sử đoạn tận.

Khi tham ái ở Sắc giới được biến tri, tham ái ở Sắc giới đoạn tận. Ba mươi mốt tùy miên hàng phàm phu được biến tri, không có kiết sử đoạn tận.

Ba tùy miên thuộc Thánh giả được biến tri, không có kiết sử đoạn tận.

Khi thân ái do mắt, tai, mũi, lưỡi, tiếp xúc sinh khởi được biến tri, tham ái ở cõi trời Phạm thế đoạn tận. Chính là ba ái thân được biến tri, không có kiết sử đoạn tận.

Khi tùy miên ở Dục giới, do chứng kiến Khổ đế đoạn trừ được biến tri, hàng phàm phu tham ái ở Dục giới đoạn tận, ba mươi sáu tùy miên được biến tri, ba kiết sử đoạn tận. Hàng Thánh giả, Khổ pháp trí biểu hiện trước mắt, mười tùy miên được biến tri, không có kiết sử đoạn tận.

Khi tùy miên ở Dục giới, do chứng kiến Tập đế đoạn trừ được biến tri, hàng phàm phu tham ái ở Dục giới đoạn tận, ba mươi sáu tùy miên được biến tri, ba kiết sử đoạn tận. Hàng Thánh giả, Tập pháp trí biểu hiện trước mắt, bảy tùy miên được biến tri, không có kiết sử đoạn tận.

Khi tùy miên ở Dục giới, do chứng kiến Diệt đế đoạn trừ được biến tri, hàng phàm phu tham ái ở Dục giới đoạn tận, ba mươi sáu tùy miên được biến tri, ba kiết sử đoạn tận. Hàng Thánh giả, Diệt pháp trí biểu hiện trước mắt, bảy tùy miên được biến tri, không có kiết sử đoạn tận.

Khi tùy miên ở Dục giới, do chứng kiến Đạo đế đoạn trừ được biến tri, hàng phàm phu tham ái ở Dục giới đoạn tận, ba mươi sáu tùy miên được biến tri, ba kiết sử đoạn tận. Hàng Thánh giả, Đạo pháp trí biểu hiện trước mắt, tám tùy miên được biến tri, không có kiết sử đoạn tận.

Khi tùy miên ở Dục giới, do tu tập đoạn trừ được biến tri, tham ái ở Dục giới đoạn tận, hàng phàm phu ba mươi sáu tùy miên được biến tri, ba kiết sử đoạn tận. Hàng Thánh giả bốn tùy miên được biến tri, ba kiết sử đoạn tận.

Khi tùy miên ở Sắc giới, do chứng kiến Khổ đế đoạn trừ được biến tri, hàng phàm phu tham ái ở Sắc giới đoạn trừ, ba mươi mốt tùy miên được biến tri, không có kiết sử đoạn tận. Hàng Thánh giả Khổ loại trí biểu hiện trước mắt, mười tám tùy miên được biến tri, không có kiết sử đoạn tận.

Khi tùy miên ở Sắc giới, do chứng kiến Tập đế đoạn trừ được biến tri, hàng phàm phu tham ái ở Sắc giới đoạn trừ, ba mươi mốt tùy miên được biến tri, không có kiết sử đoạn tận. Hàng Thánh giả Tập loại trí biểu hiện trước mắt, mười hai tùy miên được biến tri, không có kiết sử đoạn tận.

Khi tùy miên ở Sắc giới, do chứng kiến Diệt đế đoạn trừ được biến tri, hàng phàm phu tham ái ở Sắc giới đoạn trừ, ba mươi mốt tùy miên được biến tri, không có kiết sử đoạn tận. Hàng Thánh giả Diệt loại trí biểu hiện trước mắt, mười hai tùy miên được biến tri, không có kiết sử đoạn tận.

Khi tùy miên ở Sắc giới, do chứng kiến Đạo đế đoạn trừ được biến tri, hàng phàm phu tham ái ở Sắc giới đoạn trừ, ba mươi mốt tùy miên được biến tri, không có kiết sử đoạn tận. Hàng Thánh giả Đạo loại trí biểu hiện trước mắt, mười bốn tùy miên được biến tri, ba kiết sử đoạn tận.

Khi tùy miên ở Sắc giới, do tu tập đoạn trừ được biến tri, tham ái ở Sắc giới đoạn tận, hàng phàm phu ba mươi mốt tùy miên được biến tri, không có kiết sử đoạn tận. Hàng Thánh giả ba tùy miên được biến tri, không có kiết sử đoạn tận.

Khi tùy miên ở Vô sắc giới, do chứng kiến Khổ đế đoạn trừ được biến tri, Khổ loại trí biểu hiện trước mắt, chưa xả ly ái nhiễm ở Sắc giới, mười tám tùy miên được biến tri, không có kiết sử đoạn tận. Những vị đã xả ly ái nhiễm ở Sắc giới, chín tùy miên được biến tri, không có kiết sử đoạn tận.

Khi tùy miên ở Vô sắc giới, do chứng kiến Tập đế đoạn trừ được biến tri, Tập loại trí biểu hiện trước mắt, chưa xả ly ái nhiễm ở Sắc giới, mười hai tùy miên được biến tri, không có kiết sử đoạn tận. Những vị đã xả ly ái nhiễm ở Sắc giới, sáu tùy miên được biến tri, không có kiết sử đoạn tận.

Khi tùy miên ở Vô sắc giới, do chứng kiến Diệt đế đoạn trừ được biến tri, Diệt loại trí biểu hiện trước mắt, người chưa xả ly ái nhiễm ở Sắc giới, mười hai tùy miên được biến tri, không có kiết sử đoạn tận. Những vị đã xả ly ái nhiễm ở Sắc giới, sáu tùy miên được biến tri, không có kiết sử đoạn tận.

Khi tùy miên ở Vô sắc giới, do chứng kiến Đạo đế đoạn trừ được biến tri, Đạo loại trí biểu hiện trước mắt, người chưa xả ly ái nhiễm ở Sắc giới, mười bốn tùy miên được biến tri, ba kiết sử đoạn tận. Những vị đã xả ly ái nhiễm ở Sắc giới, bảy tùy miên được biến tri, ba kiết sử đoạn tận.

Khi các tùy miên ở Vô sắc giới do tu tập đoạn trừ được biến tri, tham ái ở Vô sắc đoạn tận, ba tùy miên được biến tri, ba kiết sử đoạn tận.

Hỏi: Từ nhãn căn cho đến vô minh tùy miên ở Vô sắc giới, do tu tập đoạn trừ, khi mỗi mỗi loại Diệt đế tác chứng, ở trong chín mươi tám loại tùy miên, có bao nhiêu loại tùy miên Diệt đế tác chứng? Ở trong chín kiết sử có bao nhiêu loại đoạn tận?

Đáp: Khi nhãn căn Diệt đế tác chứng, tham ái ở Sắc giới diệt tận. Hàng phàm phu có ba mươi mốt tùy miên Diệt đế tác chứng, không có kiết sử diệt tận. Hàng Thánh giả, ba tùy miên Diệt đế tác chứng, không có kiết sử diệt tận. Đến vị A-la-hán chín mươi tám tùy miên, Diệt đế tác chứng, chín kiết sử đoạn tận. Các căn, như: Tai, mũi, lưỡi, thân cũng là như vậy.

Hai căn nam và nữ, Diệt đế tác chứng, ái dục diệt tận. Hàng phàm phu ba mươi sáu tùy miên Diệt đế tác chứng, ba kiết sử diệt tận.

Hàng Thánh giả đắc quả Bất hoàn, chín mươi hai tùy miên Diệt đế tác chứng, sáu kiết sử diệt tận. Đến vị A-la-hán, chín mươi tám tùy miên Diệt đế tác chứng, chín kiết sử diệt tận. Hai căn khổ và ưu cũng là như vậy.

Mạng căn, khi Diệt đế tác chứng, đắc quả A-la-hán, chín mươi tám tùy miên Diệt đế tác chứng, chín kiết sử diệt tận. Ý, xả, năm căn, như: Tín... cũng là như vậy.

Lạc căn, khi Diệt đế tác chứng, tham ái ở cõi trời Biến tịnh diệt tận. Chính là lạc căn Diệt đế tác chứng, không có kiết sử diệt tận. Đến vị A-la-hán, chín mươi tám tùy miên, Diệt đế tác chứng, chín kiết sử diệt tận.

Hỷ căn, khi Diệt đế tác chứng, tham ái ở cõi trời Cực quang tịnh diệt tận. Chính hỷ căn Diệt đế tác chứng, không có kiết sử diệt tận. Đến quả vị A-la-hán, chín mươi tám tùy miên, Diệt đế tác chứng, chín kiết sử diệt tận. Các giới, như: Mắt, tai, mũi, lưỡi, thân, sắc, thanh, xúc, Diệt đế tác chứng, tham ái ở Sắc giới diệt tận. Ba mươi mốt tùy miên thuộc hàng phàm phu, Diệt đế tác chứng, không có kiết sử diệt tận. Ba tùy miên thuộc hàng Thánh giả, Diệt đế tác chứng không có kiết sử diệt tận. Chín mươi tám tùy miên đến vị A-la-hán, Diệt đế tác chứng, chín kiết sử diệt tận.

Các xứ, như: Mắt, tai, mũi, lưỡi, thân, sắc, thanh, xúc, sắc uẩn, sắc thủ uẩn, năm giới trước, các pháp hữu sắc hữu kiến, hữu đối, pháp hệ thuộc Sắc giới cũng là như vậy.

Các thức giới, như: Hương, vị, tỷ, thiệt, khi Diệt đế tác chứng, tham ái Dục giới diệt tận, ba mươi sáu tùy miên thuộc phàm phu, Diệt đế tác chứng, ba kiết sử diệt tận. Chín mươi hai tùy miên thuộc hàng Thánh giả đắc quả vị Bất hoàn, Diệt đế tác chứng, ba kiết sử diệt tận. Chín mươi tám tùy miên đến quả vị A-la-hán, Diệt đế tác chứng, chín kiết sử diệt tận. Các xứ như hương, vị; bất thiện; pháp hệ thuộc Dục giới cũng là như vậy.

Các thức giới, như: Mắt, tai, thân, khi Diệt đế tác chứng, tham ái ở cõi trời Phạm thế diệt tận. Chính ba thức giới Diệt đế tác chứng, không có kiết sử diệt tận. Chín mươi tám tùy miên đến quả vị A-la-hán, Diệt đế tác chứng, chín kiết sử diệt tận.

Ý pháp, ý thức giới, khi Diệt đế tác chứng, đắc quá A-la-hán, chín mươi tám tùy miên, Diệt đế tác chứng, chín kiết sử diệt tận. Ý pháp xứ, bốn uẩn sau, bốn thủ uẩn, thức, giới, vô sắc, vô kiến, vô đối, pháp hữu lậu, hữu vi, quá khứ, vị lại, hiện tại, thiện, vô ký, hệ thuộc Vô sắc giới, phi học phi vô học, pháp do tu tập đoạn trừ cũng là như vậy.

Chứng kiến pháp đoạn trừ, khi Diệt đế tác chứng, đắc quả Dự lưu, tám mươi tám tùy miên, Diệt đế tác chứng, ba kiết sử diệt tận. Đến quả Nhất lai cũng là như vậy.

Đến quả vị Bất hoàn, chín mươi hai tùy miên, Diệt đế tác chứng, sáu kiết sử diệt tận.

Đến quả vị A-la-hán, chín mươi tám tùy miên, Diệt đế tác chứng, chín kiết sử diệt tận.

Khổ đế, Tập đế, khi Diệt đế tác chứng, đắc quả vị A-la-hán, chín mươi tám tùy miên, Diệt đế tác chứng, chín kiết sử diệt tận.

Phi tưởng phi phi tưởng xứ, hai giải thoát sau, trí thế tục, ba lớp Tam-ma-địa cũng là như vậy.

Sơ tĩnh lự, khi Diệt đế tác chứng, tham ái ở cõi trời Phạm thế diệt tận. Chính Sơ tĩnh lự, Diệt đế tác chứng, không có kiết sử diệt tận.

Đến quả vị A-la-hán, chín mươi tám tùy miên, Diệt đế tác chứng, chín kiết sử diệt tận.

Đệ Nhị tĩnh lự, khi Diệt đế tác chứng, tham ái ở cõi trời Cực quang tịnh diệt tận. Chính đệ Nhị tĩnh lự Diệt đế tác chứng, không có kiết sử diệt tận.

Đến quả vị A-la-hán, chín mươi tám tùy miên, Diệt đế tác chứng, chín kiết sử diệt tận.

Hỷ vô lượng, giải thoát một và hai, bốn thắng xứ trước cũng là như vậy.

Đệ Tam thiền, khi Diệt đế tác chứng, tham ái ở cõi trời Biến tịnh diệt tận. Chính là đệ Tam tĩnh lự Diệt đế tác chứng, không có kiết sử diệt tận.

Đến quả vị A-la-hán, chín mươi tám tùy miên, Diệt đế tác chứng, chín kiết sử diệt tận.

Đệ Tứ tĩnh lự, khi Diệt đế tác chứng, tham ái cõi Sắc giới diệt tận, ba mươi mốt tùy miên hàng phàm phu Diệt đế tác chứng, không có kiết sử diệt tận. Hàng Thánh giả ba tùy miên, Diệt đế tác chứng, không có kiết sử diệt tận.

Đến quả vị A-la-hán, chín mươi tám tùy miên, Diệt đế tác chứng, chín kiết sử diệt tận.

Ba vô lượng, tịnh giải thoát, bốn thắng xứ sau, tám biến xứ trước, tha tâm trí cũng là như vậy.

Không vô biên xứ, khi Diệt đế tác chứng, tham ái ở cõi Không vô biên xứ diệt tận. Chính Không vô biên xứ kia, Diệt đế tác chứng, không có kiết sử diệt tận.

Đến quả vị A-la-hán, chín mươi tám tùy miên, Diệt đế tác chứng, chín kiết sử diệt tận. Không vô biên xứ, giải thoát, biến xứ cũng là như vậy.

Thức vô biên xứ, khi Diệt đế tác chứng, tham ái ở cõi Thức vô biên xứ diệt tận. Chính Thức vô biên xứ, Diệt đế tác chứng, không có kiết sử diệt tận.

Đến quả vị A-la-hán, chín mươi tám tùy miên, Diệt đế tác chứng, chín kiết sử diệt tận. Thức vô biên xứ, giải thoát, biến xứ cũng là như vậy.

Vô sở hữu xứ, khi Diệt đế tác chứng, tham ái ở cõi Vô sở hữu xứ diệt tận. Chính Vô sở hữu xứ, Diệt đế tác chứng, không có kiết sử diệt tận.

Đến quả vị A-la-hán, chín mươi tám tùy miên, Diệt đế tác chứng, chín kiết sử diệt tận. Vô sở hữu xứ, giải thoát, biến xứ cũng là như vậy.

Các kiết sử thân kiến thuộc cõi Hữu sắc, khi Diệt đế tác chứng, Khổ loại trí biểu hiện trước mắt, mười tám tùy miên, Diệt đế tác chứng, không có kiết sử diệt tận.

Đến quả vị Dự lưu, tám mươi tám tùy miên, Diệt đế tác chứng, ba kiết sử diệt tận. Đến quả vị Nhất lai cũng là như vậy.

Đến quả vị Bất hoàn, chín mươi hai tùy miên, Diệt đế tác chứng, sáu kiết sử diệt tận.

Đến quả vị A-la-hán, chín mươi tám tùy miên, Diệt đế tác chứng, chín kiết sử diệt tận.

Thân kiến ở thuận hạ phần kiết sử thuộc cõi Hữu sắc, thân kiến thuộc cõi Hữu sắc, biên chấp kiến cũng là như vậy.

Các kiết sử giới cấm thủ, nghi, khi Diệt đế tác chứng, đắc quả vị Dự lưu, tám mươi tám tùy miên, Diệt đế tác chứng, ba kiết sử diệt tận. Đến quả vị Nhất lai cũng là như vậy.

Đến quả vị Bất hoàn, chín mươi hai tùy miên, khi Diệt đế tác chứng, sáu kiết sử diệt tận.

Đến quả vị A-la-hán, chín mươi tám tùy miên, Diệt đế tác chứng, chín kiết sử diệt tận.

Kiến bộc lưu ách thủ, giới cấm thủ, hai thân hệ sau, giới cấm thủ, nghi ở thuận hạ phần kiết sử, ba kiến sau, các loại kiến, nghi thuộc tùy miên, ba kiết sử, như kiến, thủ, nghi cũng là như vậy.

Ba căn bất thiện và các lậu hoặc ở Dục giới, khi Diệt đế tác chứng, hàng phàm phu, tham ái ở Dục giới diệt tận, ba mươi sáu tùy miên, Diệt đế tác chứng, ba kiết sử diệt tận.

Hàng Thánh giả đắc quả vị Bất hoàn, chín mươi hai tùy miên, Diệt đế tác chứng, sáu kiết sử diệt tận.

Đến quả vị A-la-hán, chín mươi tám tùy miên, Diệt đế tác chứng, chín kiết sử diệt tận.

Bộc lưu ách thủ thuộc Dục giới, hai hệ thuộc thân trước, bốn triền cái trước, các kiết sử sân, ganh tỵ, bỏn xẻn, hai thuận hạ phần kiết sử trước, ái thân do mũi, lưỡi, thân tiếp xúc sinh khởi, các tùy miên tham, sân, nhuế thuộc Dục giới, các kiết sử như giận dữ, ganh tỵ, bỏn xẻn cũng là như vậy.

Lậu hoặc thuộc cõi Hữu sắc, lậu hoặc thuộc vô minh, khi Diệt đế tác chứng, đắc quả vị A-la-hán, chín mươi tám tùy miên, Diệt đế tác chứng, chín kiết sử đoạn tận.

Vô minh thuộc hữu, bộc lưu ách, ngã ngữ thủ, các kiết sử tham, mạn, bốn thuận thượng phần kiết sử sau, ái thân do ý tiếp xúc sinh khởi, tham ái thuộc cõi Hữu sắc, các tùy miên như mạn, vô minh, các kiết sử như: Ái, mạn, vô minh cũng là như vậy.

Nghi triền cái, khi Diệt đế tác chứng, hàng phàm phu tham ái ở Dục giới diệt tận, ba mươi sáu tùy miên, Diệt đế tác chứng, ba kiết sử diệt tận. Hàng Thánh giả Đạo pháp trí biểu hiện trước mắt, tám tùy miên, Diệt đế tác chứng, không có kiết sử diệt tận.

Đến quả vị Dự lưu, tám mươi tám tùy miên, Diệt đế tác chứng, ba kiết sử diệt tận. Đến Quả vị Nhất lai cũng là như vậy.

Đến quả vị Bất hoàn, chín mươi hai tùy miên, Diệt đế tác chứng, sáu kiết sử diệt tận.

Đến quả vị A-la-hán, chín mươi tám tùy miên, Diệt đế tác chứng, chín kiết sử diệt tận.

Tham ái ở Sắc giới, khi Diệt đế tác chứng, tham ái ở cõi Sắc giới diệt tận, ba mươi mốt tùy miên thuộc hàng phàm phu, Diệt đế tác chứng, không có kiết sử diệt tận. Hàng Thánh giả, ba tùy miên, Diệt đế tác chứng, không có kiết sử diệt tận.

Đến quả vị A-la-hán, chín mươi tám tùy miên, Diệt đế tác chứng, chín kiết sử diệt tận.

Ái thân do mắt, tai, thân, tiếp xúc sinh khởi, khi Diệt đế tác chứng, tham ái ở cõi trời Phạm thế diệt tận. Chính là ba ái thân, Diệt đế tác chứng, không có kiết sử ái diệt tận.

Đến quả vị A-la-hán, chín mươi tám tùy miên, Diệt đế tác chứng, chín kiết sử diệt tận.

Tùy miên do chứng kiến Khổ đế ở Dục giới mà đoạn tận, khi Diệt đế tác chứng, hàng phàm phu tham ái ở Dục giới diệt tận, ba mươi sáu tùy miên, Diệt đế tác chứng, ba kiết sử diệt tận. Hàng Thánh giả Khổ pháp trí biểu hiện trước mắt, mười tùy miên, Diệt đế tác chứng, không có kiết sử diệt tận. Đến quả vị Dự lưu, tám mươi tám tùy miên, Diệt đế tác chứng, ba kiết sử diệt tận. Đến quả vị Nhất lai cũng là như vậy.

Đến quả vị Bất hoàn, chín mươi hai tùy miên, Diệt đế tác chứng, sáu kiết sử diệt tận.

Đến quả vị A-la-hán, chín mươi tám tùy miên, Diệt đế tác chứng, chín kiết sử diệt tận.

Tùy miên do chứng kiến Tập đế ở Dục giới mà đoạn trừ, khi Diệt đế tác chứng, hàng phàm phu tham ái ở Dục giới diệt tận, ba mươi sáu tùy miên, Diệt đế tác chứng, ba kiết sử diệt tận. Hàng Thánh giả, Tập pháp trí biểu hiện trước mắt, bảy tùy miên, Diệt đế tác chứng, không có kiết sử diệt tận.

Đến quả vị Dự lưu, tám mươi tám tùy miên, Diệt đế tác chứng, ba kiết sử diệt tận. Đến quả vị Nhất lai cũng là như vậy.

Đến quả vị Bất hoàn, chín mươi hai tùy miên, Diệt đế tác chứng, sáu kiết sử diệt tận.

Đến quả vị A-la-hán, chín mươi tám tùy miên, Diệt đế tác chứng, chín kiết sử diệt tận.

Tùy miên do chứng kiến Diệt đế ở Dục giới mà đoạn tận, khi Diệt đế tác chứng, hàng phàm phu tham ái ở Dục giới diệt tận, ba mươi sáu tùy miên, Diệt đế tác chứng, ba kiết sử diệt tận. Hàng Thánh giả Diệt pháp trí biểu hiện trước mắt, bảy tùy miên, Diệt đế tác chứng, không có kiết sử diệt tận.

Đến quả vị Dự lưu, tám mươi tám tùy miên, Diệt đế tác chứng, ba kiết sử diệt tận. Đến quả vị Nhất lai cũng là như vậy.

Đến quả vị Bất hoàn, chín mươi hai tùy miên, Diệt đế tác chứng, sáu kiết sử diệt tận.

Đến quả vị A-la-hán, chín mươi tám tùy miên, Diệt đế tác chứng, chín kiết sử diệt tận.

Tùy miên ở Dục giới do chứng Đạo đế mà đã đoạn trừ, khi Diệt đế tác chứng, hàng phàm phu tham ái ở Dục giới diệt tận, ba mươi sáu tùy miên, Diệt đế tác chứng, ba kiết sử diệt tận. Hàng Thánh giả Đạo pháp trí biểu hiện trước mắt, tám tùy miên, Diệt đế tác chứng, không có kiết sử diệt tận.

Đến quả vị Dự lưu, tám mươi tám tùy miên, Diệt đế tác chứng, ba kiết sử diệt tận. Đến quả vị Nhất lai cũng là như vậy.

Đến quả vị Bất hoàn, chín mươi hai tùy miên, Diệt đế tác chứng, sáu kiết sử diệt tận.

Đến quả vị A-la-hán, chín mươi tám tùy miên, Diệt đế tác chứng, chín kiết sử diệt tận.

Tùy miên ở Dục giới do tu tập đoạn trừ, khi Diệt đế tác chứng, hàng phàm phu tham ái diệt tận, ba mươi sáu tùy miên, Diệt đế tác chứng, ba kiết sử diệt tận.

Hàng Thánh giả đắc quả vị Bất hoàn, chín mươi hai tùy miên, Diệt đế tác chứng, sáu kiết sử diệt tận.

Đến quả vị A-la-hán, chín mươi tám tùy miên, Diệt đế tác chứng, chín kiết sử diệt tận.

Tùy miên ở Sắc giới, do chứng kiến Khổ đế mà đoạn trừ, khi Diệt đế tác chứng, hàng phàm phu tham ái ở Sắc giới diệt tận, ba mươi mốt tùy miên, Diệt đế tác chứng, không có kiết sử diệt tận. Hàng Thánh giả Khổ loại trí biểu hiện trước mắt, mười tám tùy miên, Diệt đế tác chứng, không có kiết sử diệt tận. Đến quả vị Dự lưu, tám mươi tám tùy miên, Diệt đế tác chứng, ba kiết sử diệt tận. Đến quả vị Nhất lai cũng là như vậy.

Đến quả vị Bất hoàn, chín mươi hai tùy miên, Diệt đế tác chứng, sáu kiết sử diệt tận.

Đến quả vị A-la-hán, chín mươi tám tùy miên, Diệt đế tác chứng, chín kiết sử diệt tận.

Tùy miên ở Sắc giới, do chứng kiến Tập đế mà đoạn trừ, khi Diệt đế tác chứng, hàng phàm phu tham ái ở Sắc giới diệt tận, ba mươi mốt tùy miên, Diệt đế tác chứng, không có kiết sử diệt tận. Hàng Thánh giả Tập loại trí biểu hiện trước mắt, mười hai tùy miên, Diệt đế tác chứng, không có kiết sử diệt tận.

Đến quả vị Dự lưu, tám mươi tám tùy miên, Diệt đế tác chứng, ba kiết sử diệt tận. Đến quả vị Nhất lai cũng là như vậy.

Đến quả vị Bất hoàn, chín mươi hai tùy miên, Diệt đế tác chứng, sáu kiết sử diệt tận.

Đến quả vị A-la-hán, chín mươi tám tùy miên, Diệt đế tác chứng, chín kiết sử diệt tận.

Tùy miên ở Sắc giới, do chứng kiến Diệt đế mà đoạn trừ, khi Diệt đế tác chứng, hàng phàm phu tham ái ở Sắc giới diệt tận, ba mươi mốt tùy miên, Diệt đế tác chứng, không có kiết sử diệt tận. Hàng Thánh giả Diệt loại trí biểu hiện trước mắt, mười hai tùy miên, Diệt đế tác chứng, không có kiết sử diệt tận.

Đến quả vị Dự lưu, tám mươi tám tùy miên, Diệt đế tác chứng, ba kiết sử diệt tận. Đến quả vị Nhất lai cũng là như vậy.

Đến quả vị Bất hoàn, chín mươi hai tùy miên, Diệt đế tác chứng, sáu kiết sử diệt tận.

Đến quả vị A-la-hán, chín mươi tám tùy miên, Diệt đế tác chứng, chín kiết sử diệt tận.

Tùy miên ở Sắc giới, do chứng kiến Đạo đế mà đoạn trừ, khi Diệt đế tác chứng, hàng phàm phu tham ái ở Sắc giới diệt tận, ba mươi mốt tùy miên, Diệt đế tác chứng, không có kiết sử diệt tận. Hàng Thánh giả đắc quả vị Dự lưu, tám mươi tám tùy miên, Diệt đế tác chứng, ba kiết sử diệt tận. Đến quả vị Nhất lai cũng là như vậy.

Đến quả vị Bất hoàn, chín mươi hai tùy miên, Diệt đế tác chứng, sáu kiết sử diệt tận.

Đến quả vị A-la-hán, chín mươi tám tùy miên, Diệt đế tác chứng, chín kiết sử diệt tận.

Tùy miên ở Sắc giới, do tu tập đoạn trừ, khi Diệt đế tác chứng, tham ái ở Sắc giới diệt tận, hàng phàm phu ba mươi mốt tùy miên, Diệt đế tác chứng, không có kiết sử diệt tận. Hàng Thánh giả ba tùy miên, Diệt đế tác chứng, không có kiết sử diệt tận.

Đến quả vị A-la-hán, chín mươi tám tùy miên, Diệt đế tác chứng, chín kiết sử diệt tận.

Tùy miên ở Vô sắc giới, do chứng kiến Khổ đế mà đoạn trừ, khi Diệt đế tác chứng, Khổ loại trí biểu hiện trước mắt, mười tám tùy miên, Diệt đế tác chứng, không có kiết sử diệt tận. Đến quả vị Dự lưu, tám mươi tám tùy miên, Diệt đế tác chứng, ba kiết sử diệt tận. Đến quả vị Nhất lai cũng là như vậy.

Đến quả vị Bất hoàn, chín mươi hai tùy miên, Diệt đế tác chứng, sáu kiết sử diệt tận.

Đến quả vị A-la-hán, chín mươi tám tùy miên, Diệt đế tác chứng, chín kiết sử diệt tận.

Tùy miên ở Vô sắc giới, do chứng kiến Tập đế mà đoạn trừ, khi Diệt đế tác chứng, Tập loại trí biểu hiện trước mắt, mười hai tùy miên, Diệt đế tác chứng, không có kiết sử diệt tận. Đến quả vị Dự lưu, tám mươi tám tùy miên, Diệt đế tác chứng, ba kiết sử diệt tận. Đến quả vị Nhất lai cũng là như vậy.

Đến quả vị Bất hoàn, chín mươi hai tùy miên, Diệt đế tác chứng, sáu kiết sử diệt tận.

Đến quả vị A-la-hán, chín mươi tám tùy miên, Diệt đế tác chứng, chín kiết sử diệt tận.

Tùy miên ở Vô sắc giới, do chứng kiến Diệt đế mà đoạn trừ, khi Diệt đế tác chứng, Diệt loại trí biểu hiện trước mắt, mười hai tùy miên, Diệt đế tác chứng, không có kiết sử diệt tận. Đến quả vị Dự lưu, tám mươi tám tùy miên, Diệt đế tác chứng, ba kiết sử diệt tận. Đến quả vị Nhất lai cũng là như vậy.

Đến quả vị Bất hoàn, chín mươi hai tùy miên, Diệt đế tác chứng, sáu kiết sử diệt tận.

Đến quả vị A-la-hán, chín mươi tám tùy miên, Diệt đế tác chứng, chín kiết sử diệt tận.

Tùy miên ở Vô sắc giới, do chứng kiến Đạo đế mà đoạn trừ, khi Diệt đế tác chứng, đắc quả vi Dự lưu, tám mươi tám tùy miên, Diệt đế tác chứng, ba kiết sử diệt tận. Đến quả vị Nhất lai cũng là như vậy.

Đến quả vị Bất hoàn, chín mươi hai tùy miên, Diệt đế tác chứng, sáu kiết sử diệt tận.

Đến quả vị A-la-hán, chín mươi tám tùy miên, Diệt đế tác chứng, chín kiết sử diệt tận.

Tùy miên ở Vô sắc giới, do tu tập đoạn trừ, khi Diệt đế tác chứng, đắc quả vị A-la-hán, chín mươi tám tùy miên, Diệt đế tác chứng, chín kiết sử diệt tận.

Quyển bảy
Chương ba: Trí Uẩn

PHẨM MỘT: LUẬN VỀ GIÁC CHI

Tám học, mười vô học
Kiến, giác đạo có ba
Trí tục, vô lậu kiến
Chương này nguyện nói đủ.

Như đức Thế Tôn dạy: "Học kiến tích thành tựu học tám chi[103]".

Hỏi: Tám chi học thành tựu, quá khứ có bao nhiêu? Vị lai có bao nhiêu? Hiện tại có bao nhiêu?

Đáp: Nếu y cứ ở định có tầm, có tứ học kiến đầu tiên biểu hiện trước mắt, quá khứ không có. Vị lai và hiện tại có tám, học kiến kia diệt rồi, không mất.

Nếu lại y cứ ở định có tầm, có tứ, học kiến biểu hiện trước mắt, thì quá khứ, vị lai, hiện tại có tám. Học kiến kia diệt rồi, không mất.

Nếu y cứ ở định không có tầm, không có tứ, học kiến biểu hiện trước mắt, quá khứ, vị lai có tám, hiện tại có bảy. Học kiến kia diệt rồi, không mất.

Nếu y cứ ở định Vô sắc, học kiến biểu hiện trước mắt, thì quá khứ, vị lai có tám, hiện tại có bốn. Học kiến kia diệt rồi, không mất.

---

[103] Tám chi: Tám chi Thánh đạo, gồm: Chánh kiến, Chánh tư duy, Chánh ngữ, Chánh nghiệp, Chánh mạng, Chánh tinh tấn, Chánh niệm, Chánh định.

Nếu vào Diệt tận định, hoặc tâm thế tục biểu hiện trước mắt, quá khứ, vị lai có tám, hiện tại không có.

Nếu y cứ vào định không tầm, không tứ, học kiến đầu tiên biểu hiện trước mắt, thì quá khứ không có, vị lai có tám, hiện tại có bảy. Học kiến kia diệt rồi, không mất.

Nếu lại y cứ ở định không có tầm, không có tứ, học kiến biểu hiện trước mắt, thì quá khứ, hiện tại có bảy, vị lại có tám. Học kiến kia diệt rồi, không mất.

Nếu y cứ ở Vô sắc định, học kiến biểu hiện trước mắt, thì quá khứ có bảy, vị lai có tám, hiện tại có bốn. Học kiến kia diệt rồi, không mất.

Nếu vào Diệt tận định, hoặc tâm thế tục biểu hiện trước mắt, thì quá khứ có bảy, vị lai có tám, hiện tại không có. Học kiến kia diệt rồi, không mất.

Nếu y cứ ở định có tầm, có tứ, học kiến biểu hiện trước mắt, thì quá khứ có bảy, vị lai và hiện tại có tám.

Nếu y cứ ở Vô sắc định, học kiến đầu tiên biểu hiện trước mắt, thì quá khứ không có, vị lai có tám, hiện tại có bốn. Học kiến kia diệt rồi, không mất.

Nếu lại y cứ ở Vô sắc định, học kiến biểu hiện trước mắt, thì quá khứ và hiện tại có bốn, vị lai có tám. Học kiến kia diệt rồi, không mất.

Nếu vào Diệt tận định, hoặc tâm thế tục biểu hiện trước mắt, thì quá khứ có bốn, vị lai có tám, hiện tại không có. Học kiến kia diệt rồi, không mất.

Nếu y cứ định có tầm, có tứ, học kiến biểu hiện trước mắt, thì quá khứ có bốn, vị lai và hiện tại có tám. Học kiến kia diệt rồi, không mất.

Nếu y cứ ở định không có tầm, không có tứ, học kiến biểu hiện trước mắt, thì quá khứ có bốn, vị lai có tám, hiện tại có bảy.

Như đức Thế Tôn dạy: "Bậc A-la-hán các lậu hoặc đã diệt tận, thành tựu mười chi vô học[104]".

---

[104] Mười chi vô học:

Hỏi: Mười chi vô học ấy quá khứ có bao nhiêu chi thành tựu; vị lai có bao nhiêu chi thành tựu; hiện tại có bao nhiêu chi thành tựu?

Đáp: Nếu y cứ ở định có tầm, có tứ, trí vô học đầu tiên biểu hiện trước mắt, thì quá khứ không có chi vô học, vị lai có mười chi, hiện tại có chín chi. Chi vô học kia diệt rồi, không mất.

Nếu lại y cứ ở định có tầm, có tứ, trí vô học biểu hiện trước mắt, quá khứ và hiện tại có chín chi, vị lai có mười chi. Chi vô học kia diệt rồi, không mất.

Nếu y cứ ở định không có tầm, không có tứ, trí vô học biểu hiện trước mắt, thì quá khứ có chín chi, vị lai có mười, hiện tại có tám. Chi vô học kia diệt rồi, không mất.

Nếu y cứ ở định Vô sắc, trí vô học biểu hiện trước mắt, thì quá khứ có chín chi, vị lai có mười, hiện tại có năm. Chi vô học kia diệt rồi, không mất.

Nếu vào Diệt tận định, hoặc tâm thế tục biểu hiện trước mắt, thì quá khứ có chín chi, vị lai có mười chi, hiện tại không có chi. Chi vô học kia diệt rồi, không mất.

Nếu y cứ ở định có tầm, có tứ, trí vô học đầu tiên biểu hiện trước

---

1- Vô học chánh kiến: Tuệ tương ưng với tác ý vô lậu.

2- Vô học chánh tư duy: Tư duy sinh khởi cùng lúc với chánh kiến.

3- Vô học chánh ngữ: Bốn ngữ nghiệp thanh tịnh nương nhờ vào tác ý vô lậu mà phát sinh.

4- Vô học chánh nghiệp: Ba nghiệp thân nương nhờ tác ý vô lậu mà sinh khởi.

5- Vô học chánh mạng: Xả ly tà mạng, nuôi dưỡng sinh mạng thích ứng với Thánh đạo.

6- Vô học chánh tinh tấn: Nỗ lực thích ứng với Thánh đạo, khiến hết thảy ác niệm không sinh, hết thảy thiện niệm đều thành tựu.

7- Vô học chánh niệm: Các thiện niệm rõ ràng ở trong, không có quên mất.

8- Vô học chánh định: Tâm an trú vào căn bản định không dao động.

9- Vô học chánh giải thoát: Xa lìa mọi trói buộc của phiền não.

10- Vô học chánh trí: Ấy là Tận trí và Vô sinh trí. (*Trung A-hàm* 60, *Đại chánh* 1; *Phát trí luận* 7, *Đại chánh* 26).

mắt, thì quá khứ và hiện tại có chín chi, vị lai có mười chi. Chi vô học kia diệt rồi, không mất.

Nếu lại y cứ định có tầm, có tứ, vô học hoặc là trí, hoặc là kiến, biểu hiện trước mắt, thì quá khứ và vị lai có mười chi, hiện tại có chín chi. Chi vô học kia đã diệt, không mất.

Nếu y cứ định không có tầm, không có tứ, vô học hoặc là trí, hoặc là kiến, biểu hiện trước mắt, thì quá khứ và vị lai có mười chi, hiện tại có tám chi. Chi vô học kia diệt rồi, không mất.

Nếu y cứ vào Vô sắc định, vô học hoặc là kiến, hoặc kiến biểu hiện trước mắt, thì quá khứ và vị lai có mười chi, hiện tại có năm chi. Chi vô học kia diệt rồi, không mất.

Nếu vào Diệt tận định, hoặc tâm thế tục, biểu hiện trước mắt thì quá khứ và vị lai có mười chi, hiện tại không có.

Nếu y cứ ở định không có tầm, không có tứ, trí vô học đầu tiên biểu hiện trước mắt, thì quá khứ không có, vị lai có mười chi, hiện tại có tám chi. Chi vô học kia diệt rồi, không mất.

Nếu lại y cứ ở định không có tầm, không có tứ, trí vô học biểu hiện trước mắt, thì quá khứ và hiện tại có tám chi, vị lai có mười chi. Chi vô học kia diệt rồi, không mất.

Nếu y cứ ở Vô sắc định, trí vô học biểu hiện trước mắt, thì quá khứ có tám chi, vị lai có mười chi, hiện tại có năm chi. Chi vô học kia diệt rồi, không mất.

Nếu vào Diệt tận định, hoặc tâm thế tục biểu hiện trước mắt, thì quá khứ có tám chi, vị lai có mười chi, hiện tại có năm chi. Chi vô học kia diệt rồi, không mất.

Nếu y cứ ở định có tầm, có tứ, trí vô học biểu hiện trước mắt, thì quá khứ có tám chi, vị lai có mười chi, hiện tại có chín chi. Chi vô học kia diệt rồi, không mất.

Nếu y cứ ở định không có tầm, không có tứ, vô học đầu tiên biểu hiện trước mắt, thì quá khứ và hiện tại có tám chi, vị lai có mười chi. Chi vô học kia diệt rồi, không mất.

Nếu lại y cứ ở định không có tầm, không có tứ, vô học hoặc là trí, hoặc là kiến biểu hiện trước mắt, thì quá khứ có chín chi, vị lai có mười chi, hiện tại có tám chi. Chi vô học kia diệt rồi, không mất.

Nếu y cứ vào Vô sắc định, vô học hoặc là trí, hoặc là kiến biểu hiện trước mắt, thì quá khứ có chín, vị lai có mười, hiện tại có năm. Chi vô học kia diệt rồi, không mất.

Nếu vào Diệt tận định, hoặc tâm thế tục biểu hiện trước mắt, quá khứ có chín chi, vị lai có mười chi, hiện tại không có. Chi vô học kia diệt rồi, không mất.

Nếu y cứ ở định có tầm, có tứ, vô học hoặc là trí, hoặc là kiến biểu hiện trước mắt, thì quá khứ và hiện tại có chín chi, vị lai có mười chi.

Nếu y cứ ở Vô sắc định, trí vô học đầu tiên biểu hiện trước mắt, thì quá khứ không có, vị lai có mười chi, hiện tại có năm chi. Chi vô học kia diệt rồi, không mất.

Nếu lại y cứ ở Vô sắc định, trí vô học biểu hiện trước mắt, thì quá khứ và hiện tại có năm chi, vị lai có mười chi. Chi vô học kia diệt rồi, không mất.

Nếu vào Diệt tận định, hoặc tâm thế tục biểu hiện trước mắt, thì quá khứ có năm chi, vị lai có mười chi, hiện tại không có. Chi vô học kia diệt rồi, không mất.

Nếu y cứ định có tầm, có tứ, trí vô học biểu hiện trước mắt, thì quá khứ có năm chi, vị lai có mười chi, hiện tại có chín chi. Chi vô học kia diệt rồi, không mất.

Nếu y cứ ở định không có tầm, không có tứ, trí vô học biểu hiện trước mắt, thì quá khứ có năm chi, vị lai có mười chi, hiện tại có tám chi. Chi vô học kia diệt rồi, không mất.

Nếu y cứ ở Vô sắc định, vô học đầu tiên biểu hiện ngay trước mắt, thì quá khứ và hiện tại có năm chi, vị lai có mười chi. Chi vô học kia diệt rồi, không mất.

Nếu lại y cứ Vô sắc định, vô học hoặc là trí, hoặc là kiến biểu hiện trước mắt, thì quá khứ có sáu chi, vị lai có mười chi, hiện tại có năm chi. Chi vô học kia diệt rồi, không mất.

Nếu vào Diệt tận định, hoặc trí thế tục biểu hiện trước mắt, thì quá khứ có sáu chi, vị lai có mười chi, hiện tại không có. Chi vô học kia diệt rồi, không mất.

Nếu y cứ ở định có tầm, có tứ, vô học hoặc là trí, hoặc là kiến biểu hiện trước mắt, thì quá khứ có sáu chi, vị lai có mười chi, hiện tại có chín chi. Chi vô học kia diệt rồi, không mất.

Nếu y cứ ở định không có tầm, không có tứ, vô học hoặc là trí, hoặc là kiến biểu hiện trước mắt, thì quá khứ có sáu chi, vị lai có mười chi, hiện tại có tám chi.

Hỏi: Thế nào là kiến?

Đáp: Năm cái thấy của nhãn căn, cái thấy đúng đắn với thế tục, cái nhìn thấy của bậc hữu học và vô học.

Hỏi: Thế nào là trí?

Đáp: Tuệ là ương ưng với năm nhận thức. Ngoại trừ nhẫn vô lậu, còn lại, tuệ tương ưng với ý thức.

Hỏi: Thế nào là tuệ?

Đáp: Tuệ là tương ưng với sáu thức.

Hỏi: Các kiến có phải là trí không?

Đáp: Nên nêu lên bốn trường hợp để giải thích.

1- Trường hợp có kiến không phải trí: Nghĩa là nhãn căn và nhẫn thuộc vô lậu.

2- Trường hợp có trí không phải kiến: Nghĩa là tuệ tương ưng với năm thức, tận trí, vô sinh trí[105], ngoại trừ năm kiến và trí đúng đắn

[105] Tận trí-vô sinh trí: Tận trí. Skt. Kṣaya-jñāna. Pāli: Khaya-ñāna. Ấy là trí vô lậu. Do đoạn trừ hết thảy phiền não, khiến trí này phát sinh.

Vô sinh trí: Skt. Anutpada-jñāna. Pāli: Anuppada-ññāṇa. Trí không còn có sinh diệt. Ấy là trí vô lậu, trí giải thoát. Trí ấy là trí đã thấy rõ sự thật về Khổ; đã đoạn trừ các loại phiền não thuộc Tập đế; đã chứng được Diệt đế và đã tu tập hoàn tất đối với Đạo đế. Trí biết rõ Dục lậu, Hữu lậu, Vô minh lậu hoàn toàn không sinh khởi. Nên, gọi là Vô sinh trí.

Tập dị môn túc luận giải thích: "Vô sinh trí là trí biết như thật về Khổ,

của thế tục, còn lại, tuệ thuộc hữu lậu tương ưng với ý thức.

3- Trường hợp có kiến cũng có trí: Nghĩa là năm cái nhìn thấy của nhãn căn, cái nhìn thấy đúng đắn với thế tục. Ngoại trừ nhẫn thuộc vô lậu và tận trí, vô sinh trí, còn lại, tuệ thuộc vô lậu.

4- Trường hợp không phải kiến, không phải trí: Nghĩa là ngoại trừ các trường hợp tương ưng nêu lên trước.

Hỏi: Các kiến là tuệ chăng?

Đáp: Nên nêu lên bốn trường hợp để giải thích.

1- Trường hợp có kiến không phải tuệ: Nghĩa là nhãn căn.

2- Trường hợp có tuệ không có kiến: Nghĩa là tuệ tương ưng với năm thức thuộc về thân, tận tri, vô sinh trí. Ngoại trừ năm cái thấy và cái thấy đúng đắn với thế tục, còn lại, tuệ tương ưng với ý thức.

3- Trường hợp có kiến cũng có tuệ: Nghĩa là tận trí, vô sinh trí. Còn lại, tuệ thuộc vô lậu, năm cái thấy và cái thấy đúng đắn với thế tục.

4- Trường hợp không có kiến, không có tuệ: Nghĩa là ngoại trừ ba trường hợp tương ưng nêu lên ở trước.

Hỏi: Các trí kia là tuệ chăng?

Đáp: Các trí đều là tuệ. Có tuệ không phải là trí. Nghĩa là nhẫn vô lậu.

Hỏi: Trí thuộc về kiến, kiến thuộc về trí chăng?

Đáp: Nên nêu lên bốn trường hợp để giải thích.

1- Trường hợp có kiến không thuộc về trí: Nghĩa là nhãn căn và nhẫn vô lậu.

2- Trường hợp có trí không phải thuộc về kiến: Nghĩa là tuệ tương ưng với năm thức, tận trí, vô sinh trí. Ngoại trừ năm cái thấy và cái

---

nên không còn có cái khổ nào để biết nữa; biết Tập đã đoạn, không còn có Tập nào để đoạn nữa; biết Diệt đã chứng, không còn có Diệt nào để chứng nữa; Biết Đạo đã tu, không còn có Đạo nào để tu nữa. Trí biết như vậy, gọi là vô sinh trí". (*Tập dị môn túc luận* 3, tr 376a, *Đại chánh* 26).

thấy đúng đắn với thế tục, còn lại, tuệ hữu lậu tương ưng với ý thức.

3- Trường hợp có kiến cũng thuộc về trí: Nghĩa là năm cái thấy, cái thấy đúng đắn với thế tục. Ngoại trừ nhẫn vô lậu và tận trí, vô sinh trí, còn lại tuệ vô lậu.

4- Trường hợp không phải kiến cũng không phải thuộc về trí: Ngoại trừ ba trường hợp tương ưng nêu lên ở trước.

Hỏi: Kiến nhiếp về tuệ, tuệ nhiếp về kiến chăng?

Đáp: Nên nêu lên bốn trường hợp để giải thích:

1- Trường hợp có kiến không thuộc về tuệ: Nghĩa là nhãn căn.

2- Trường hợp có tuệ không thuộc về kiến: Nghĩa là tuệ tương ưng với năm thức, tận trí, vô sinh trí. Ngoại trừ cái thấy và cái thấy đúng đắn với thế tục, còn lại tuệ hữu lậu tương ưng với ý thức.

3- Trường hợp có kiến cũng thuộc về tuệ: Nghĩa là năm cái thấy, cái thấy đúng đắn với thế tục. Ngoại trừ tận trí, vô sinh trí, còn lại tuệ vô lậu.

4- Trường hợp có không phải kiến cũng không phải thuộc về tuệ: Nghĩa là ngoại trừ ba trường hợp tương ưng nêu lên ở trước.

Hỏi: Trí thâu nhiếp tuệ hay tuệ thâu nhiếp trí?

Đáp: Tuệ thâu nhiếp trí, không phải trí thâu nhiếp tuệ. Không thâu nhiếp loại gì? Nghĩa là nhẫn vô lậu.

Hỏi: Các kiến thành tựu, ấy là trí chăng?

Đáp: Đúng là như vậy.

Hỏi: Giả sử trí thành tựu, ấy là kiến chăng?

Đáp: Đúng như vậy.

Hỏi: Các kiến thành tựu, ấy là tuệ chăng?

Đáp: Đúng như vậy.

Hỏi: Giả sử tuệ thành tựu, ấy là kiến chăng?

Đáp: Đúng như vậy.

Hỏi: Các trí thành tựu, ấy là tuệ chăng?

Đáp: Đúng như vậy.

Hỏi: Giả sử tuệ thành tựu, ấy là trí chăng?

Đáp: Đúng như vậy.

Hỏi: Các kiến đã đoạn, đã biến tri, ấy là trí chăng?

Đáp: Đúng như vậy.

Hỏi: Các kiến đã đoạn, đã biến tri, ấy là tuệ chăng?

Đáp: Đúng như vậy.

Hỏi: Giả sử tuệ đã đoạn, đã biến tri, ấy là kiến chăng?

Đáp; Đúng như vậy.

Hỏi: Các trí đã đoạn, đã biến tri, ấy là tuệ chăng?

Đáp: Đúng như vậy.

Hỏi: Giả thiết tuệ đã đoạn, đã biến tri, ấy là trí chăng?

Đáp: Đúng như vậy.

Hỏi: Các chánh kiến là trạch pháp giác chi[106] chăng?

Đáp: Nên nêu lên bốn trường hợp để giải thích.

1- Trường hợp có chánh kiến không phải trạch pháp giác chi: Nghĩa là chánh kiến thế tục.

2- Trường hợp có trạch pháp giác chi không phải là chánh kiến: Nghĩa là tận trí, vô sinh trí.

3- Trường hợp có chánh kiến, cũng là trạch pháp giác chi: Nghĩa ngoại trừ tận trí, vô sinh trí, còn lại tuệ vô lậu.

---

106 Trạch pháp giác chi: Skt. Dharma-pravicaya-saṃbhodhyaṅga. Pali: Dhamma-vicara-sambojjhaṅga. Hán dịch Trạch pháp giác chi, Pháp giác ý, Pháp giải giác ý, Trạch pháp giác phần.

Sử dụng trí tuệ để lựa chọn thật giả, đúng sai, nhằm chọn đúng, bỏ sai, chọn thật, bỏ giả nhằm hướng tới đời sống giác ngộ. Nên, gọi là Trạch pháp giác.

4- Trường hợp không phải chánh kiến cũng không phải là trạch pháp giác chi: Nghĩa là ngoại trừ tướng của các trường hợp nêu trên.

Hỏi: Các chánh trí là trạch pháp giác chi chăng?

Đáp: Nên nêu lên bốn trường hợp để luận giải.

1- Trường hợp có chánh trí không phải trạch pháp giác chi. Nghĩa là chánh trí thế tục.

2- Trường hợp có trạch pháp giác chi không phải là chánh trí: Nghĩa là nhẫn vô lậu.

3- Trường hợp có chánh trí cũng có trạch pháp giác chi: Nghĩa là ngoại trừ nhẫn vô lậu,[107] còn lại là tuệ vô lậu.

4- Trường hợp không phải chánh trí, cũng không phải trạch pháp giác chi: Nghĩa là ngoại trừ tướng của các trường hợp nêu lên ở trước.

Hỏi: Bảy giác chi, tám đạo chi, mỗi một chi khi biểu hiện trước mắt, giác chi có bao nhiêu chi? Đạo chi có bao nhiêu chi biểu hiên trước mắt?

Đáp: Nếu y cứ ở Vị chí định, Niệm giác chi, khi biểu hiện trước mắt, sáu chi học, tám đạo chi biểu hiện trước mắt; sáu chi vô học, chín đạo chi biểu hiện trước mắt.

Nếu y cứ ở Sơ tĩnh lự, khi Niệm giác chi biểu hiện trước mắt, bảy giác chi học, tám đạo chi biểu hiện trước mắt; bảy chi vô học, chín đạo chi biểu hiện trước mắt.

Nếu y cứ vào trung gian Tĩnh lự[108], khi Niệm giác chi biểu hiện trước mắt, sáu chi học, bảy đạo chi biểu hiện trước mắt; sáu chi vô học, tám đạo chi biểu hiện trước mắt. Y cứ ở đệ Tam Tĩnh lự và đệ Tứ Tĩnh lự cũng là như vậy.

Nếu y cứ ở đệ Nhị tĩnh lự, khi Niệm giác chi biểu hiện trước mắt,

---

107 Nhẫn vô lậu: Tâm an trú vững chãi ở nơi pháp, khiến nhẫn vô lậu phát sinh.

108 Trung gian tĩnh lự: Skt. Dhyānāntara. Hán dịch là Trung gian tĩnh lự, Trung gian thiền, Trung gian định, Trung gian tam muội, Trung định. Ấy là thiền định ở khoảng giữa Sơ thiền và Nhị thiền, nên gọi là Trung gian tĩnh lự hay là Trung gian định. (*Câu-xá luận* 28, *Đại chánh* 29).

bảy chi học, bảy chi đạo biểu hiện trước mắt; bảy chi vô học, tám chi đạo biểu hiện trước mắt.

Nếu y cứ ở Vô sắc định, khi Niệm giác chi biểu hiện trước mắt, sáu giác chi học, bốn đạo chi biểu hiện trước mắt; sáu chi vô học, năm đạo chi biểu hiện trước mắt.

Các giác chi, như: Trạch pháp, tinh tấn, khinh an, định, xả; các đạo chi, như: Chánh kiến, chánh tinh tấn, chánh niệm, chánh định cũng là như vậy.

Nếu y cứ ở Sơ tĩnh lự, khi Hỷ giác chi biểu hiện trước mắt, bảy chi học, tám đạo chi biểu hiện trước mắt; bảy chi vô học, chín đạo chi biểu hiện trước mắt.

Nếu y cứ ở đệ Nhị tĩnh lự, khi Hỷ giác chi biểu hiện trước mắt, bảy giác chi học, bảy đạo chi biểu hiện trước mắt; bảy giác chi vô học, tám đạo chi biểu hiện trước mắt.

Nếu y cứ ở Vị chí định, khi Chánh tư duy biểu hiện trước mắt, sáu giác chi học, tám đạo chi biểu hiện trước mắt; sáu giác chi vô học, chín đạo chi biểu hiện trước mắt.

Nếu y cứ ở Sơ tĩnh lự, khi Chánh tư duy biểu hiện trước mắt, bảy giác chi học, tám đạo chi biểu hiện trước mắt; bảy chi vô học, chín đạo chi biểu hiện trước mắt.

Nếu y cứ ở Vị chí định, khi Chánh ngữ biểu hiện trước mắt, sáu giác chi học, tám đạo chi biểu hiện trước mắt; sáu giác chi vô học, chín đạo chi biểu hiện trước mắt.

Nếu y cứ ở Sơ tĩnh lự, khi Chánh ngữ biểu hiện trước mắt, bảy giác chi học, tám đạo chi biểu hiện trước mắt; bảy chi vô học, chín đạo chi biểu hiện trước mắt.

Nếu y cứ ở Trung gian tĩnh lự, khi chánh ngữ biểu hiện, sáu giác chi học, bảy đạo chi biểu hiện trước mắt; sáu chi vô học, tám đạo chi biểu hiện trước mắt.

Nếu y cứ ở đệ Tam tĩnh lự, đệ Tứ tĩnh lự cũng là như vậy.

Nếu y cứ ở đệ Nhị tĩnh lự, khi Chánh ngữ biểu hiện trước mắt, bảy giác chi học, bảy đạo chi biểu hiện trước mắt; bảy giác chi vô học, tám đạo chi biểu hiện trước mắt. Các đạo chi, như: Chánh nghiệp, Chánh mạng cũng là như vậy.

Hỏi: Các pháp tương ưng với Niệm giác chi, các pháp ấy tương ưng với Trạch pháp giác chi như thế nào?

Đáp: Nên nêu lên bốn trường hợp để giải thích.

1- Trường hợp có pháp tương ưng với Niệm, không phải là Trạch pháp: Nghĩa là trạch pháp giác chi.

2- Trường hợp có pháp tương ưng với Trạch pháp, không phải là Niệm: Nghĩa là Niệm giác chi.

3 -Trường hợp có pháp tương ưng với Niệm, cũng là Trạch pháp: Nghĩa là hai pháp tương ưng.

4- Trường hợp có pháp không tương ưng với Niệm, cũng không phải trạch pháp: Nghĩa là các pháp tâm, tâm sở còn lại.

Sắc vô vi, tâm bất tương ưng hành, các giác chi, như: đối với Trạch pháp giác chi; đối với tinh tấn; khinh an; định, xả; đối với các đạo chi, như: Chánh tinh tấn, chánh định, cũng là như vậy.

Hỏi: Các pháp tương ưng với Niệm giác chi, các pháp ấy tương ưng với Hỷ giác chi chăng?

Đáp: Nên nêu lên bốn trường hợp để giải thích.

1- Trường hợp có pháp tương ưng với Niệm, không tương ưng với hỷ: Nghĩa là Hỷ giác chi và Hỷ không tương ưng với pháp tương ưng với Niệm giác chi.

2 -Trường hợp có pháp tương ưng với Hỷ, không tương ưng với Niệm: Nghĩa là Hỷ giác chi tương ưng với Niệm.

3- Trường hợp có pháp tương ưng với Niệm, cũng tương ưng với Hỷ: Nghĩa là hai pháp tương ưng.

4- Trường hợp có pháp không tương ưng với Niệm, cũng không tương ưng với Hỷ: Nghĩa là Hỷ không tương ưng với Niệm giác chi. Và còn lại các pháp tâm, tâm sở, sắc, vô vi, tâm bất tương ưng hành, như đối với Hỷ giác chi, đối với Chánh kiến, Chánh tư duy, cũng là như vậy.

Hỏi: Các pháp tương ưng với Niệm giác chi, pháp ấy có tương ưng với Chánh niệm không?

Đáp: Đúng như vậy.

Hỏi: Các pháp tương ưng với Chánh niệm, pháp ấy có tương ưng với Niệm giác chi không?

Đáp: Đúng như vậy.

Hỏi: Các pháp tương ưng với Trạch pháp giác chi, pháp ấy có tương ưng vơi Tinh tấn giác chi không?

Đáp: Nên nêu lên bốn trường hợp để giải thích.

1- Trường hợp có pháp tương ưng với Trạch pháp giác chi không tương ưng với Tinh tấn giác chi: Nghĩa là Tinh tấn giác chi.

2- Trường hợp có pháp tương ứng với Tinh tấn giác chi, không tương ưng với Trạch pháp giác chi: Nghĩa là Trạch pháp giác chi.

3- Trường hợp có pháp tương ưng với Trạch pháp giác chi, cũng tương ưng với Tinh tấn giác chi: Nghĩa là hai pháp tương ưng.

4- Trường hợp có pháp không tương ưng với Trạch pháp giác chi, cũng không tương ưng với Tinh tấn giác chi: Nghĩa là các pháp thuộc tâm, tâm sở còn lại, sắc, vô vi, tâm bất tương ưng hành, như đối với các giác chi, như: Tinh tấn, khinh an, định, xả; các đạo chi, như: Chánh tinh tấn, chánh niệm, chánh định, cũng là như vậy.

Hỏi: Các pháp tương ưng với Trạch pháp giác chi, pháp ấy có tương ưng với Hỷ giác chi không?

Đáp: Nên nêu lên bốn trường hợp để giải thích.

1- Trường hợp có pháp tương ưng với Trạch pháp giác chi không tương ưng với Hỷ giác chi: Nghĩa là Hỷ giác chi và Hỷ giác chi không tương ưng với pháp tương ưng với Trạch pháp giác chi.

2- Trường hợp có pháp tương ưng với Hỷ giác chi, không tương ưng với Trạch pháp giác chi: Nghĩa là Hỷ giác chi tương ưng với Trạch pháp giác chi.

3- Trường hợp có pháp tương ưng với Trạch pháp giác chi, cũng tương ưng với Hỷ giác chi: Nghĩa là hai pháp tương ưng.

4- Trường hợp có pháp không tương ưng với Trạch pháp giác chi, cũng không tương ưng với Hỷ giác chi: Nghĩa là Hỷ giác chi không tương ưng với Trạch pháp giác chi và các pháp tâm, tâm sở còn lại, sắc, vô vi, tâm bất tương ưng hành, như đối với Hỷ giác chi, Chánh tư duy cũng là như vậy.

Hỏi: Các pháp tương ưng với Trạch pháp giác chi, pháp ấy có tương ưng với Chánh kiến không?

Đáp: Các pháp tương ưng với Chánh kiến cũng tương ưng với Trạch pháp giác chi. Có pháp tương ưng với Trạch pháp giác chi, không tương ưng với Chánh kiến. Nghĩa là Chánh kiến không thâu nhiếp pháp tương ưng của Trạch pháp giác chi.

Hỏi: Các pháp tương ưng với Tinh tấn giác chi, pháp ấy có tương ưng với Hỷ giác chi không?

Đáp: Nên nêu lên bốn trường hợp để giải thích.

1- Trường hợp có pháp tương ưng với Tinh tấn giác chi, không tương ưng với Hỷ giác chi: Nghĩa là Hỷ giác chi và Hỷ giác chi không tương ưng với pháp tương ưng với Tinh tấn giác chi.

2- Trường hợp có pháp tương ưng với Hỷ giác chi, không tương ưng với Tinh tấn giác chi: Nghĩa là Hỷ giác chi tương ưng với Tinh tấn giác chi.

3- Trường hợp có pháp tương ưng với Tinh tấn giác chi, cũng tương ưng với Hỷ giác chi: Nghĩa là hai pháp tương ưng.

4- Trường hợp có pháp không tương ưng với Tinh tấn giác chi, cũng không tương ưng với Hỷ giác chi: Nghĩa là Hỷ giác chi không tương ưng với Tinh tấn giác chi và các pháp tâm, tâm sở còn lại, như sắc, vô vi, tâm bất tương ưng hành, như đối với Hỷ giác chi, đối với Chánh kiến, Chánh tư duy, cũng là như vậy.

Hỏi: Các pháp tương ưng với Tinh tấn giác chi, pháp ấy có tương ưng với Khinh an không?

Đáp: Nên nêu lên bốn trường hợp để giải thích.

1- Trường hợp có pháp tương ưng với Tính tấn giác chi, không tương ưng với Khinh an giác chi: Nghĩa là Khinh an giác chi.

2- Trường hợp có pháp tương ưng với Khinh an giác chi, không tương ưng với Tinh tấn giác chi: Nghĩa là Tinh tấn giác chi.

3- Trường hợp có pháp tương ưng với Khinh an giác chi, cũng tương ưng với Tinh tấn giác chi: Nghĩa là hai pháp tương ưng.

4- Trường hợp có pháp không tương ưng với Tinh tấn giác chi, cũng không tương ưng với Khinh an giác chi: Nghĩa là các pháp tâm, tâm sở còn lại, sắc, vô vi, tâm bất tương ưng hành; đối với các giác chi, như: Khinh an, định, xả, các đạo chi Chánh niệm, Chánh định, cũng là như vậy.

Hỏi: Các pháp tương ưng với Tinh tấn giác chi, pháp ấy có tương ưng với Chánh tinh tấn không?

Đáp: Đúng như vậy.

Hỏi: Giả sử pháp tương ưng với Chánh tinh tấn, pháp ấy có tương ưng với Tinh tấn giác chi không?

Đáp: Đúng như vậy.

Hỏi: Các pháp tương ưng với Hỷ giác chi, pháp ấy có tương ưng với Khinh an giác chi không?

Đáp: Nên nêu lên bốn trường hợp để giải thích.

1- Trường hợp có pháp tương ưng với Hỷ giác chi, không tương ưng với Khinh an giác chi: Nghĩa là Hỷ giác chi tương ưng với Khinh an giác chi.

2- Trường hợp có pháp tương ưng với Khinh an giác chi, không tương ưng với Hỷ giác chi. Nghĩa là Hỷ giác chi và Hỷ giác chi không tương ưng với pháp tương ưng của Khinh an giác chi.

3- Trường hợp có pháp tương ưng với Hỷ giác chi, cũng tương ưng với Khinh an giác chi: Nghĩa là hai pháp tương ưng.

4- Trường hợp có pháp không tương ưng với Hỷ giác chi, cũng không tương ưng với Khinh an giác chi: Nghĩa là Hỷ giác chi không tương ưng với Khinh an giác chi và các pháp tâm, tâm sở còn lại, sắc, vô vi, tâm bất tương hành, đối với các giác chi, như: Khinh an, định, xả; các đạo chi: Chánh tinh tấn, Chánh niệm, Chánh định, cũng là như vậy.

Hỏi: Các pháp tương ưng với Hỷ giác chi, pháp ấy có tương ưng với Chánh kiến không?

Đáp: Nên nêu lên bốn trường hợp để giải thích.

1- Trường hợp có pháp tương ưng với Hỷ giác chi, không tương ưng với Chánh kiến: Nghĩa là Hỷ giác chi tương ưng với Chánh kiến và Chánh kiến không tương ưng với pháp tương ưng của Hỷ giác chi.

2- Trường hợp có pháp tương ưng với Chánh kiến, không tương ưng với Hỷ giác chi: Nghĩa là Chánh kiến tương ưng với Hỷ giác chi và Hỷ giác chi không tương ưng với pháp tương ưng của Chánh kiến.

3- Trường hợp có pháp tương ưng với Hỷ giác chi, cũng tương ưng với Chánh kiến: Nghĩa là hai pháp tương ưng.

4- Trường hợp có pháp không tương với Hỷ giác chi, cũng không tương ưng với Chánh kiến: Nghĩa là Hỷ giác chi không tương ưng với Chánh kiến, Chánh kiến không tương ưng với Hỷ giác chi và các pháp tâm, tâm sở còn lại, sắc, vô vi, tâm bất tương ưng hành, như đối với các đạo chi, như: Chánh kiến, Chánh tư duy, cũng là như vậy.

Hỏi: Các pháp tương ưng với Khinh an giác chi, pháp ấy có tương ưng với Định giác chi chăng?

Đáp: Nên nêu lên bốn trường hợp để giải thích.

1- Trường hợp có pháp tương ưng với Khinh an giác chi, không tương ưng với Định giác chi: Nghĩa là Định giác chi.

2- Trường hợp có pháp tương ưng với Định giác chi, không tương ưng với Khinh an giác chi: Nghĩa là Khinh an giác chi.

3- Trường hợp có pháp tương ưng với Khinh an giác chi, cũng tương ưng với Định giác chi: Nghĩa là hai pháp tương ưng.

4- Trường hợp có pháp không tương ưng với Khinh an giác chi, cũng không tương ưng với Định giác chi: Nghĩa là các pháp tâm, tâm sở còn lại, sắc, vô vi, tâm bất tương hành, đối với các giác chi, như: Định, xả; các đạo chi, như: Chánh tinh tấn, Chánh niệm, Chánh định, cũng là như vậy.

Hỏi: Các pháp tương ưng với Khinh an giác chi, pháp ấy có tương ưng với Chánh kiến không?

Đáp: Nên nêu lên bốn trường hợp để giải thích:

1- Trường hợp có pháp tương ưng với Khinh an giác chi, không tương ưng với Chánh kiến: Nghĩa là Chánh kiến và Chánh kiến không tương với pháp tương ưng của Khinh an giác chi.

2- Trường hợp có pháp tương ưng với Chánh kiến, không tương ưng với Khinh an giác chi: Nghĩa là Chánh kiến tương ưng với Khinh an giác chi.

3- Trường hợp có pháp tương ưng với Khinh an giác chi, cũng tương ưng với Chánh kiến: Nghĩa là hai pháp tương ưng.

4- Trường hợp có pháp không tương ưng với Khinh an giác chi, cũng không tương ưng với Chánh kiến: Nghĩa là Chánh kiến không tương ưng với Khinh an giác chi và các pháp tâm, tâm sở còn lại, sắc, vô vi, tâm bất tương ưng hành, đối với các đạo chi, như: Chánh kiến, Chánh tư duy, cũng là như vậy.

Hỏi: Các pháp tương ưng với Định giác chi, pháp ấy có tương ưng với Xả giác chi không?

Đấp: Nên nêu lên bốn trường hợp để giải thích.

1- Trường hợp có pháp tương ưng với Định giác chi, không tương ưng với Xả giác chi: Nghĩa là Xả giác chi.

2- Trường hợp có pháp tương ưng với Xả giác chi, không tương ưng với Định giác chi: Nghĩa là Định giác chi.

3- Trường hợp có pháp tương ưng với Định giác chi, cũng tương ưng với Xả giác chi: Nghĩa là hai pháp tương ưng.

4- Trường hợp có pháp không tương ưng với Định giác chi, cũng không tương ưng với Xả giác chi: Các pháp tâm, tâm sở còn lại, sắc, vô vi, tâm bất tương ưng hành, như đối với Xả giác chi, đối với các đạo chi, như: Chánh tinh tấn, Chánh niệm, cũng là như vậy.

Hỏi: Các pháp tương ưng với Định giác chi, pháp ấy có tương ưng với Chánh kiến không?

Đáp: Nên nêu lên bốn trường hợp để giải thích.

1- Trường hợp có pháp tương ưng với Định giác chi, không tương ưng với Chánh kiến: Nghĩa là Chánh kiến và Chánh kiến không tương ưng với pháp tương ưng của Định giác chi.

2- Trường hợp có pháp tương ưng với Chánh kiến, không tương ưng với Định giác chi: Nghía là Chánh kiến tương ưng với Định giác chi.

3- Trường hợp có pháp tương ưng với Định giác chi, cũng tương ưng với Chánh kiến: Nghĩa là hai pháp tương ưng.

4- Trường hợp có pháp không tương ưng với Định giác chi, cũng không tương ưng với Chánh kiến: Nghĩa là Chánh kiến không tương ưng với Định giác chi và các pháp tâm, tâm sở, sắc, vô vi, tâm bất tương ưng hành; như đối với Chánh kiến, đối với Chánh tư duy, cũng là như vậy.

Hỏi: Các pháp tương ưng với Định giác chi, pháp ấy có tương ưng với Chánh định không?

Đáp: Đúng như vậy.

Hỏi: Giả sử pháp tương ưng với Chánh định, pháp ấy có tương ưng với Định giác chi không?

Đáp: Đúng như vậy.

Hỏi: Các pháp tương ưng với Xả giác chi, pháp ấy có tương ưng với Chánh kiến không?

Đáp: Nên nêu lên bốn trường hợp để giải thích.

1- Trường hợp có pháp tương ưng với Xả giác chi, không tương ưng với Chánh kiến: Nghĩa là Chánh kiến và Chánh kiến không tương ưng với pháp tương ưng của Xả giác giác chi.

2- Trường hợp có pháp tương ưng với Chánh kiến, không tương ưng với Xả giác chi: Nghĩa là Chánh kiến tương ưng với Xả giác chi.

3- Trường hợp có pháp tương ưng với Xả giác chi, cũng tương ưng với Chánh kiến: Nghĩa là hai pháp tương ưng.

4- Trường hợp có pháp không tương ưng với Xả giác chi, cũng không tương ưng với Chánh kiến: Nghĩa là Chánh kiến không tương ưng với Xả giác chi và pháp tâm, tâm sở còn lại, sắc, vô vi, tâm bất tương ưng hành; như đối với Chánh kiến, đối với Chánh tư duy, cũng là như vậy.

Hỏi: Các pháp tương ưng với Xả giác chi, pháp ấy có tương ưng với Chánh tinh tấn không?

Đáp: Nên nêu lên bốn trường hợp để giải thích.

1- Trường hợp có pháp tương ưng với Xả giác chi, không tương ưng với Chánh tinh tấn: Nghĩa là Chánh tinh tấn.

2- Trường hợp có pháp tương ưng với Chánh tinh tấn, không tương ưng với Xả giác chi: Nghĩa là Xả giác chi.

3- Trường hợp có pháp tương ưng với Xả giác chi, cũng tương ưng với Chánh tinh tấn: Nghĩa là hai pháp tương ưng.

4- Trường hợp có pháp không tương ưng với Xả giác chi, cũng không tương ưng với Chánh tinh tấn: Nghĩa là các pháp tâm, tâm sở còn lại, sắc, vô vi, tâm bất tương ưng hành; như đối với Chánh tinh tấn, đối với Chánh niệm, Chánh định, cũng là như vậy.

Hỏi: Các pháp tương ưng với Chánh kiến, pháp ấy có tương ưng với Chánh tư duy không?

Đáp: Nên nêu lên bốn trường hợp để giải thích.

1- Trường hợp có pháp tương ưng với Chánh kiến, không tương ưng với Chánh tư duy: Nghĩa là Chánh kiến tương ưng với Chánh tư duy và Chánh tư duy không tương ưng với pháp tương ưng của Chánh kiến.

2- Trường hợp có pháp tương ưng với Chánh tư duy không tương ưng với Chánh kiến: Nghĩa là Chánh tư duy tương ưng với Chánh kiến và Chánh kiến không tương ưng với pháp tương ưng của Chánh tư duy.

3- Trường hợp có pháp tương ưng với Chánh kiến, cũng tương ưng với Chánh tư duy: Nghĩa là hai pháp tương ưng.

4- Trường hợp có pháp không tương ưng với Chánh kiến, cũng không tương ưng với Chánh tư duy: Nghĩa là Chánh kiến không tương ưng với Chánh tư duy; Chánh tư duy không tương ưng với Chánh kiến và các pháp tâm, tâm sở còn lại, sắc, vô vi, tâm bất tương ưng hành.

Hỏi: Các pháp tương ưng với Chánh kiến, pháp ấy có tương ưng với Chánh tinh tấn không?

Đáp: Nên nêu lên bốn trường hợp để giải thích.

1- Trường hợp có pháp tương ưng với Chánh kiến, không tương ưng với Chánh tinh tấn: Nghĩa là Chánh kiến tương ưng với Chánh tinh tấn.

2- Trường hợp có pháp tương ưng với Chánh tinh tấn, không tương ưng với Chánh kiến: Nghĩa là Chánh kiến và Chánh kiến không tương ưng với pháp tương ưng của Chánh tinh tấn.

3- Trường hợp có pháp tương ưng với Chánh kiến, cũng tương ưng với Chánh tinh tấn: Nghĩa là hai pháp tương ưng.

4- Trường hợp có pháp không tương ưng với Chánh kiến, cũng không tương ưng với Chánh tinh tấn: Nghĩa là Chánh kiến không tương ưng với Chánh tinh tấn và các pháp tâm, tâm sở còn lai, sắc, vô vi, tâm bất tương ưng hành; như đối với Chánh tinh tấn, đối với Chánh định, Chánh niệm, cũng là như vậy.

Hỏi: Các pháp tương ưng với Chánh tư duy, pháp ấy có tương ưng với Chánh tinh tấn không?

Đáp: Nên nêu lên bốn trường hợp để giải thích.

1- Trường hợp có pháp tương ưng với Chánh tư duy, không tương ưng với Chánh tinh tấn: Nghĩa là Chánh tư duy tương ưng với Chánh tinh tấn.

2- Trường hợp có pháp tương ưng với Chánh tinh tấn, không tương ưng với Chánh tư duy: Nghĩa là Chánh tư duy và Chánh tư duy không tương ưng với pháp tương ưng của Chánh tinh tấn.

3- Trường hợp có pháp tương ưng với Chánh tư duy, cũng tương ưng với Chánh tinh tấn: Nghĩa là hai pháp tương ưng.

4- Trường hợp có pháp không tương ưng với Chánh tư duy, cũng không tương ưng với Chánh tinh tấn: Nghĩa là Chánh tư duy không tương ưng với Chánh tinh tấn và các pháp tâm, tâm sở còn lại, sắc, vô vi, tâm bất tương ưng hành; như đối với Chánh tinh tấn, đối với Chánh niệm, Chánh định, cũng là như vậy.

Hỏi: Các pháp tương ưng với Chánh tinh tấn, pháp ấy có tương ưng với Chánh niệm không?

Đáp: Nên nêu lên bốn trường hợp để giải thích.

1 Trường hợp có pháp tương ưng với Chánh tinh tấn, không tương ưng với Chánh niệm: Nghĩa là Chánh niệm.

2- Trường hợp có pháp tương ưng với Chánh niệm, không tương ưng với Chánh tinh tấn: Nghĩa là Chánh tinh tấn.

3- Trường hợp có pháp tương ưng với Chánh tinh tấn, cũng tương ưng với Chánh niệm: Nghĩa là hai pháp tương ưng.

4- Trường hợp có pháp không tương ưng với Chánh tinh tấn, cũng không tương ưng với Chánh niệm: Nghĩa là Chánh tinh tấn không tương ưng với Chánh niệm và các pháp tâm, tâm sở còn lại, sắc, vô vi, tâm bất tương ưng hành; như đối với Chánh niệm, đối với Chánh định, cũng là như vậy.

Hỏi: Các pháp tương ưng với Chánh niệm, pháp ấy có tương ưng với Chánh định không?

Đáp: Nên nêu lên bốn trường hợp để giải thích.

1- Trường hợp có pháp tương ưng với Chánh niệm, không tương ưng với Chánh định: Nghĩa là Chánh định.

2- Trường hợp có pháp tương ưng với Chánh định, không tương ưng với Chánh niệm: Nghĩa là Chánh niệm.

3- Trường hợp có pháp tương ưng với Chánh niệm, cũng tương ưng với Chánh định: Nghĩa là hai pháp tương ưng.

4- Trường hợp có pháp không tương ưng với Chánh niệm, cũng không tương ưng với Chánh định: Nghĩa là các pháp tâm, tâm sở còn lại, sắc, vô vi, tâm bất tương ưng hành.

Hỏi: Thế nào là Chánh kiến thế tục?

Đáp: Thiện tuệ tương ưng với năm thức và tuệ thuộc về thiện hữu lậu tương ưng với ý thức.

Hỏi: Các Chánh kiến thế tục là Chánh trí thế tục chăng?

Đáp: Các thế tục Chánh kiến là thế tục Chánh trí. Có trường hợp thế tục Chánh trí không phải là thế tục Chánh kiến, nghĩa là thiện tuệ tương ưng với năm thức.

Hỏi: Thế tục Chánh trí thâu nhiếp thế tục Chánh kiến chăng?

Đáp: Chánh trí thế tục thâu nhiếp Chánh kiến thế tục, Chánh kiến thế tục không thâu nhiếp Chánh trí thế tục. Vì sao không thâu nhiếp? Nghĩa là vì thiện tuệ tương ưng với năm thức.

Hỏi: Các Chánh kiến thế tục thành tựu, các Chánh kiến thế tục thành tựu ấy có phải là thế tục trí chăng?

Đáp: Đúng như vậy.

Hỏi: Giả sử Chánh trí thế tục thành tựu, Chánh trí thành tựu ấy có phải là Chánh kiến thế tục chăng?

Đáp: Đúng như vậy.

Hỏi: Các Chánh kiến thế tục đã đoạn, đã biến tri, các Chánh kiến thế tục ấy là Chánh trí thế tục chăng?

Đáp: Đúng như vậy.

Hỏi: Giả sử thế tục trí đã đoạn, đã biến tri, thế tục trí ấy là Chánh kiến thế tục chăng?

Đáp: Đúng như vậy.

Hỏi: Thế nào là kiến vô lậu?

Đáp: Ngoại trừ tận vô sinh trí, còn lại tuệ vô lậu.

Hỏi: Thế nào là trí vô lậu?

Đáp: Ngoại trừ nhẫn vô lậu, còn lại tuệ vô lậu.

Hỏi: Các kiến vô lậu là trí vô lậu chăng?

Đáp: Nên nêu lên bốn trường hợp để giải thích.

1- Trường hợp có kiến vô lậu, không phải trí vô lậu: Nghĩa là nhẫn vô lậu.

2- Trường hợp có trí vô lậu, không phải là kiến vô lậu: Nghĩa là tận trí, vô sinh trí.

3- Trường hợp có kiến vô lậu, cũng có trí vô lậu: Nghĩa là ngoại trừ nhẫn vô lậu, tân trí-vô sinh trí. Còn lại tuệ vô lậu.

4- Trường hợp không có kiến vô lậu, cũng không có trí vô lậu: Nghĩa là ngoại trừ tướng nêu ra ở các trường hợp trước.

Hỏi: Kiến vô lậu thâu nhiếp trí vô lậu hay trí vô lậu thâu nhiếp kiến vô lậu?

Đáp: Nên nêu lên bốn trường hợp để giải thích.

1- Trường hợp có kiến vô lậu không thâu nhiếp trí vô lậu: Nghĩa là nhẫn vô lậu.

2- Trường hợp có trí vô lậu, không thâu nhiếp kiến vô lậu: Nghĩa là tận trí, vô sinh trí.

3- Trường hợp có kiến vô lậu, cũng thâu nhiếp trí vô lậu: Ngoại trừ nhẫn vô lậu, tận trí-sinh trí. Còn lại tuệ vô lậu.

4- Trường hợp có không phải kiến vô lậu, cũng không thâu nhiếp trí vô lậu: Nghĩa là ngoại trừ tướng nêu ra ở các trường hợp trước.

Hỏi: Các kiến vô lậu thành tựu, các kiến vô lậu thành tựu ấy là trí vô lậu chăng?

Đáp: Các trí vô lậu thành tựu cũng là kiến vô lậu. Có trường hợp kiến vô lậu thành tựu không phải là trí vô lậu. Nghĩa là khi Khổ pháp trí nhẫn biểu hiện trước mắt.

PHẨM HAI: LUẬN VỀ NĂM CHỦNG LOẠI

Tà, Chánh, Kiến, Trí, năm
Tuệ học trái, ba loại
Phạm, Nhẫn, Ác kiến năm
Chương này nguyện nói đủ.

Hỏi: Thế nào là tà kiến?

Đáp: Nếu không an lập, thì năm kiến đều là kiến. Nếu an lập, thì chỉ có những kiến như: Không bố thí, không ái lạc, không tế tự, hành vi không an toàn, hành vi không xấu, hành vi xấu không an toàn, nghiệp quả dị thục..., gọi là tà kiến.

Hỏi: Thế nào là tà trí?

Đáp: Tuệ nhiễm ô không tương ưng với sáu thức.

Hỏi: Các kiến là tà kiến, tà trí phải không?

Đáp: Các tà kiến là tà trí. Trường hợp có tà kiến, không phải tà trí. Nghĩa là tuệ nhiễm ô tương ưng với năm thức. Ngoại trừ năm kiến, còn lại tuệ nhiễm ô tương ưng với ý thức.

Hỏi: Tà kiến thâu nhiếp tà trí hay tà trí thâu nhiếp tà kiến?

Đáp: Tà trí thâu nhiếp tà kiến, tà kiến không thâu nhiếp tà trí. Vì sao không thâu nhiếp? Nghĩa là vì tuệ ô nhiễm tương ưng với năm thức và ngoại trừ năm kiến. Còn lại tuệ ô nhiễm tương ưng với ý thức.

Hỏi: Các tà kiến thành tựu, các thành tựu ấy là tà trí chăng?

Đáp: Các tà kiến thành tựu, cũng là tà trí. Trường hợp có tà trí thành tựu, không phải là tà kiến. Nghĩa là kiến học tích[109].

Hỏi: Các tà kiến đã đoạn, đã biến tri, chúng là tà trí chăng?

Đáp: Các tà trí đã đoạn, đã biến tri, cũng là tà kiến. Trường hợp có tà kiến đã đoạn, đã biến tri, không phải là tà trí. Nghĩa là học kiến tích.

Hỏi: Thế nào là Chánh kiến?

Đáp: Tận trí, vô sinh trí không thâu nhiếp thiện tuệ tương ưng với ý thức.

Hỏi: Thế nào là Chánh trí?

Đáp: Năm thức tương ưng với thiện tuệ và nhẫn vô lậu mà không thâu nhiếp thiện tuệ tương ưng với ý thức.

Hỏi: Các Chánh kiến là Chánh trí chăng?

Đáp: Nên nêu lên bốn trường hợp để giải thích.

1- Trường hợp có Chánh kiến không phải là Chánh trí: Nghĩa là vô lậu nhẫn.

2- Trường hợp có Chánh trí không phải là Chánh kiến: Nghĩa là năm thức tương ưng với thiện tuệ và tận trí, vô sinh trí.

3- Trường hợp có Chánh kiến, cũng là Chánh trí: Nghĩa là vô lậu nhẫn và tận trí, vô sinh trí, không thâu nhiếp thiện tuệ tương ưng của ý thức.

4- Trường hợp không phải Chánh kiến, cũng không phải Chánh trí: Nghĩa là ngoại trừ tướng của các trường hợp đã nêu ra ở trên.

Hỏi: Chánh kiến thâu nhiếp Chánh trí hay Chánh trí thâu nhiếp Chánh kiến?

Đáp: Nên nêu lên bốn trường hợp để giải thích.

1- Trường hợp có Chánh kiến không thâu nhiếp Chánh trí: Nghĩa là vô lậu nhẫn.

---

109 Kiến học tích: Dấu tích của các Thánh giả hữu học chứng kiến đối với Tứ Thánh đế hiện quán.

2- Trường hợp có Chánh trí không thâu nhiếp Chánh kiến: Nghĩa là năm thức tương ưng với thiện tuệ và tận trí, vô sinh trí.

3- Trường hợp có Chánh kiến cũng thâu nhiếp Chánh trí: Nghĩa là vô lậu nhẫn và tận trí, vô sinh trí không thâu nhiếp thiện tuệ tương ưng của ý thức.

4- Trương hợp không phải là Chánh kiến, cũng không phải thâu nhiếp Chánh trí: Nghĩa là ngoại trừ tướng của các trường hợp đã nêu ra ở trước.

Hỏi: Các Chánh kiến thành tựu, chúng là Chánh trí chăng?

Đáp: Đúng như vậy.

Hỏi: Giả sử Chánh trí thành tựu, chúng là Chánh kiến chăng?

Đáp: Đúng như vậy.

Hỏi: Các Chánh trí đã đoạn, đã biến tri, chúng là Chánh kiến chăng?

Đáp: Đúng như vậy.

Hỏi: Giả sử Chánh trí đã đoạn, đã biến tri, chúng là Chánh kiến chăng?

Đáp: Đúng như vậy.

Hỏi: Các tuệ sai lầm đều là kiết sử chăng?

Đáp: Nên nêu lên bốn trường hợp để giải thích.

1- Trường hợp có tuệ sai lầm không có kiết sử: Nghĩa là ngoại trừ hai kiết sử, còn lại tuệ ô nhiễm.

2- Trường hợp có kiết sử, không có tuệ sai lầm: Nghĩa là bảy kiết sử.

3- Trường hợp có tuệ, cũng có kiết sử: Nghĩa là hai kiết sử.

4- Trường hợp không có tuệ sai lầm, cũng không có kiết sử: Nghĩa là ngoại trừ tướng của các trường hợp đã nêu ra ở trước.

Hỏi: Thế nào là học kiến?

Đáp: Học tuệ.

Hỏi: Thế nào là học trí?

Đáp: Học tám trí.

Hỏi: Thế nào là học tuệ?

Đáp: Học kiến, học trí, gọi chung là học tuệ.

Hỏi: Các học kiến là học trí chăng?

Đáp: Các học trí, cũng là học kiến. Hữu học kiến không phải là học trí. Nghĩa là vô lậu nhẫn.

Hỏi: Các học kiến là học tuệ chăng?

Đáp: Đúng như vậy.

Hỏi: Giả sử học tuệ là học kiến chăng?

Đáp: Đúng như vậy.

Hỏi: Các học trí là học tuệ chăng?

Đáp: Các học trí cũng là học tuệ. Hữu học tuệ không phải là học trí. Nghĩa là vô lậu nhẫn.

Hỏi: Học kiến thâu nhiếp học trí hay học trí thâu nhiếp học kiến?

Đáp: Học kiến thâu nhiếp học trí, học trí không thâu nhiếp học kiến. Vì sao không thâu nhiếp? Nghĩa là vì vô lậu nhẫn.

Hỏi: Học kiến thâu nhiếp học tuệ, học tuệ thâu nhiếp học kiến chăng?

Đáp: Lần lượt tương nhiếp.

Hỏi: Học trí tương nhiếp học tuệ hay học tuệ tương nhiếp học trí?

Đáp: Học tuệ tương nhiếp học trí, không có học trí tương nhiếp học tuệ. Vì sao không tương nhiếp? Nghĩa là vô lậu nhẫn.

Hỏi: Các học kiến thành tựu, chúng là học trí chăng?

Đáp: Các học trí thành tựu cũng là học kiến. Có trường hợp học kiến thành tựu không phải là học trí. Nghĩa là khi Khổ pháp trí nhẫn biểu hiện trước mắt.

Hỏi: Các học kiến thành tựu, chúng là học tuệ chăng?

Đáp: Đúng như vậy.

Hỏi: Các học trí thành tựu, chúng có phải là học tuệ chăng?

Đáp: Các học trí thành tựu cũng là học tuệ. Có trường hợp học tuệ thành tựu không phải là học trí. Nghĩa là khi Khổ pháp trí nhẫn biểu hiện trước mắt.

Hỏi: Thế nào là vô học kiến?

Đáp: Tận trí, vô sinh trí không thâu nhiếp vô học tuệ.

Hỏi: Thế nào là vô học trí?

Đáp: Tám trí vô học.

Hỏi: Thế nào là vô học tuệ?

Đáp: Vô học kiến, vô học trí, gọi chúng là vô học tuệ.

Hỏi: Các vô học kiến là vô học trí chăng?

Đáp: Các vô học kiến cũng là vô học trí. Có trường hợp vô học trí không phải là vô học kiến. Nghĩa là tận trí-sinh trí.

Hỏi: Các vô học kiến là vô học tuệ chăng?

Đáp: Các vô học kiến cũng là vô học tuệ. Có trường hợp vô học tuệ không phải là vô học kiến. Nghĩa là tận trí, vô sinh trí.

Hỏi: Các vô học trí là vô học tuệ chăng?

Đáp: Đúng như vậy.

Hỏi: Giả sử vô học tuệ là vô học trí chăng?

Đáp: Đúng như vậy.

Hỏi: Vô học kiến thâu nhiếp vô học trí hay vô học trí thâu nhiếp vô học kiến?

Đáp: Vô học trí thâu nhiếp vô học kiến, không có vô học kiến thâu nhiếp vô học trí. Không thâu nhiếp, vì sao? Nghĩa là tận trí, vô sinh trí.

Hỏi: Vô học kiến thâu nhiếp vô học tuệ hay vô học tuệ thâu nhiếp vô học kiến?

Đáp: Vô học tuệ thâu nhiếp vô học kiến, vô học kiến không thâu nhiếp vô học tuệ. Không thâu nhiếp, vì sao? Nghĩa là tận trí, vô sinh trí.

Hỏi: Vô học trí thâu nhiếp vô học tuệ hay vô học tuệ thâu nhiếp vô học trí?

Đáp: Lần lượt tương nhiếp.

Hỏi: Các vô học kiến thành tựu, chúng là vô học trí chăng?

Đáp: Đúng như vậy.

Hỏi: Giả sử vô học trí thành tựu, chúng là vô học kiến chăng?

Đáp: Đúng như vậy.

Hỏi: Các vô học kiến thành tựu, chúng là vô học tuệ chăng?

Đáp: Đúng như vậy.

Hỏi: Giả sử vô học tuệ thành tựu, chúng là vô học kiến chăng?

Đáp: Đúng như vậy.

Hỏi: Giả sử vô học tuệ thành tựu, chúng là vô học trí chăng?

Đáp: Đúng như vậy.

Hỏi: Thế nào là phi học phi vô học kiến?

Đáp: Năm kiến của nhãn căn và Chánh kiến thế tục.

Hỏi: Thế nào là phi học phi vô học trí?

Đáp: Tuệ tương ưng với năm thức và tuệ hữu lậu tương ưng với ý thức.

Hỏi: Thế nào là phi học phi vô học tuệ?

Đáp: Tuệ tương ưng với năm thức và tuệ hữu lậu tương ưng với ý thức.

Hỏi: Các phi học phi vô học kiến là phi học phi vô học trí chăng?

Đáp: Nên nêu lên bốn trường hợp để giải thích.

1- Trường hợp có phi học phi vô học kiến không phải là phi học phi vô học trí: Nghĩa là nhãn căn.

2- Trường hợp có phi học phi vô học trí, không phải là phi học phi vô học kiến: Nghĩa là tuệ tương ưng với năm thức và ngoại trừ năm kiến của Chánh kiến thế tục. Còn lại tuệ hữu lậu tương ưng với ý thức.

3- Trường hợp có phi học phi vô học kiến, cũng là phi học phi vô học trí: Nghĩa là năm kiến, Chánh kiến thế tục.

4- Trường hợp không phải là phi học phi vô học kiến, cũng không phải là phi học phi vô học trí: Nghĩa là ngoại trừ tướng của các trường hợp đã nêu ra ở trước.

Hỏi: Các phi học phi vô học kiến là phi học phi vô học tuệ chăng?

Đáp: Nên nêu lên bốn trường hợp để giải thích.

1- Trường hợp có phi học phi vô học kiến, không có phi học phi vô tuệ: Nghĩa là nhãn căn.

2- Trường hợp có phi học phi vô học tuệ, không có phi học phi vô học kiến: Nghĩa là tuệ tương ưng với năm thức và ngoại trừ năm kiến của Chánh kiến thế tục. Còn lại tuệ hữu lậu tương ưng với ý thức.

3- Trường hợp có phi học phi vô học kiến, cũng có phi học phi vô học tuệ: Nghĩa là năm kiến, Chánh kiến thế tục.

4- Trường hợp không phải phi học phi vô học kiến, cũng không phải phi học phi vô học tuệ: Nghĩa là ngoại trừ tướng của các trường hợp nêu ra ở trước.

Hỏi: Các phi học phi vô học trí là phi học phi vô học tuệ chăng?

Đáp: Đúng như vậy.

Hỏi: Giả sử phi học phi vô học tuệ là phi học phi vô học trí không?

Đáp: Đúng như vậy.

Hỏi: Phi học phi vô học kiến thâu nhiếp phi học phi vô học trí hay phi học phi vô học trí thâu nhiếp phi học phi vô học kiến?

Đáp: Nên nêu lên bốn trường hợp để giải thích.

1- Trường hợp có phi học phi vô học kiến không thâu nhiếp phi học phi vô học trí: Nghĩa là nhãn căn.

2- Trường hợp có phi học phi vô học trí không thâu nhiếp phi học phi vô học kiến: Nghĩa là tuệ tương ưng với năm thức và ngoại trừ năm kiến của Chánh kiến thế tục. Còn lại tuệ hữu lậu tương ưng với ý thức.

3- Trường hợp có phi học phi vô học kiến, cũng thâu nhiếp phi học phi vô học trí: Nghĩa là năm kiến, Chánh kiến thế tục.

4- Trường hợp không phải có phi học phi vô học kiến thâu nhiếp, cũng không phải có phi học phi vi vô học trí thâu nhiếp: Nghĩa là ngoại trừ tướng của các trường hợp đã nêu ra ở trước.

Hỏi: Phi học phi vô học kiến thâu nhiếp phi học phi vô học tuệ hay phi học phi vô học tuệ thâu nhiếp phi học phi vô học kiến?

Đáp: Nên nêu lên bốn trường hợp để giải thích.

1- Trường hợp có phi học phi vô học kiến không thâu nhiếp phi học phi vô học tuệ: Nghĩa là nhãn căn.

2- Trường hợp có phi học phi vô học tuệ không thâu nhiếp phi học phi vô học kiến: Nghĩa là tuệ tương ưng với năm thức và ngoại trừ năm kiến, Chánh kiến thế tực. Còn lại tuệ hữu lậu tương ưng với ý thức.

3- Trường hợp có phi học phi vô học kiến cũng thâu nhiếp phi học phi vô học tuệ: Nghĩa là năm kiến, Chánh kiến thế tục.

4- Trường hợp có phi học phi vô học kiến không thâu nhiếp, phi học phi vô học tuệ cũng không thâu nhiếp: Nghĩa là ngoại trừ tướng của các trường hợp nêu ra ở trước.

Hỏi: Phi học phi vô học trí thâu nhiếp phi học phi vô học tuệ hay phi học phi vô học tuệ thâu nhiếp phi học phi vô học trí?

Đáp: Lần lượt tương nhiếp.

Hỏi: Các phi học phi vô học kiến thành tựu, chúng là phi học phi vô học trí chăng?

Đáp: Đúng như vậy.

Hỏi: Giả sử phi học phi vô học trí thành tựu, chúng là phi học phi vô học kiến chăng?

Đáp: Đúng như vậy.

Hỏi: Giả sử các phi học phi vô học kiến thành tựu, chúng là phi học phi vô học trí chăng?

Đáp: Đúng như vậy.

Hỏi: Các phi học phi vô học kiến thành tựu, chúng là phi học phi vô học tuệ chăng?

Đáp: Đúng như vậy.

Hỏi: Giả sử phi học phi vô học tuệ thành tựu, chúng là phi học phi vô học kiến chăng?

Đáp: Đúng như vậy.

Hỏi: Các phi học phi vô học trí thành tựu, chúng là phi học phi vô học tuệ chăng?

Đáp: Đúng như vậy.

Hỏi: Giả sử phi học phi vô học tuệ thành tựu, chúng là phi học phi vô học trí chăng?

Đáp: Đúng như vậy.

Hỏi: Các phi học phi vô học kiến đã đoạn, đã biến tri, chúng là phi học phi vô học trí chăng?

Đáp: Đúng như vậy.

Hỏi: Giả sử phi học phi vô học trí đã đoạn, đã biến tri, chúng là phi học phi vô học kiến chăng?

Đáp: Đúng như vậy.

Hỏi: Các phi học phi vô học kiến đã đoạn, đã biến tri, chúng là phi học phi vô học tuệ chăng?

Đáp: Đúng như vậy.

Hỏi: Giả sử phi học phi vô học tuệ đã đoạn, đã biến tri, chúng là phi học phi vô học kiến chăng?

Đáp: Đúng như vậy.

Hỏi: Các phi học phi vô học trí đã đoạn, đã biến trí, chúng là phi học phi vô học tuệ chăng?

Đáp: Đúng như vậy.

Hỏi: Giả sử phi học phi vô học tuệ đã đoạn, đã biến tri, chúng là phi học phi vô học trí chăng?

Đáp: Đúng như vậy.

Như Đại Phạm-thiên nói như thế này: "Ta là Phạm, là Đại Phạm, được Tự tại, Ta ở trong thế gian, có khả năng tạo tác, biến hóa, có khả năng xuất sinh, là cha của thế gian kia".

Hỏi: Đối với năm kiến, kiến này thuộc về kiến nào? Kiến đế nào để đoạn trừ kiến này?

Đáp: "Ta là Phạm, là Đại-phạm, là bậc được Tự-tại", do bám vào pháp hạ liệt cho là thù thắng, nên thuộc về kiến thủ, do chứng kiến Khổ đế mà đoạn trừ.

"Ta ở nơi thế gian, có khả năng tạo tác, biến hóa, có khả năng xuất sinh, là cha của thế gian kia". Không phải là tác nhân, chấp cho là tác nhân, nên thuộc về giới cấm thủ, do chứng kiến Khổ đế mà đoạn trừ.

Như Phạm-chúng-thiên nói như vầy: "Đây là Phạm, là Đại-phạm, được Tự-tại, ở trong thế gian này, có khả năng tạo tác-biến hóa, có khả năng xuất sinh, là cha của chúng ta".

Hỏi: Kiến này đối với năm kiến, thuộc về kiến nào, chứng kiến đế nào mà đoạn trừ kiến này?

Đáp: Đây là Phạm, là Đại-phạm, được tự tại, nghĩa là bám lấy pháp hạ liệt cho là thù thắng, thuộc về kiến thủ, chứng kiến Khổ đế mà đoạn trừ.

Đối với thế gian này có khả năng tạo tác-biến hóa, có khả năng xuất sinh, đó là cha của chúng ta. Nghĩa là không phải tác nhân mà chấp cho là tác nhân, nên thuộc về giới cấm thủ, do chứng kiến Khổ đế mà đoạn trừ.

Hỏi: Các kiến này khởi lên: "Ta chịu đựng tất cả". Kiến này đối với năm kiến thuộc về kiến nào? Chứng kiến đế nào mà đoạn trừ kiến này?

Đáp: Ở trong biên chấp kiến, thuộc về thường kiến, do chứng kiến Khổ đế mà đoạn trừ.

Hỏi: Các kiến này khởi lên: "Đối với tất cả Ta không chịu đựng". Ở trong năm kiến thuộc kiến nào? Chứng kiến đế nào mà đoạn trừ?

Đáp: Ở trong biên chấp kiến, thuộc về đoạn kiến, do chứng kiến Khổ đế mà đoạn trừ.

Hỏi: Các kiến này khởi lên: "Ta chịu đựng một phần, một phần không chịu đựng". Kiến này trong năm kiến thuộc về kiến nào? Do chứng kiến đế nào mà đoạn trừ?

Đáp: Chịu đựng một phần, ở trong biên chấp kiến, thuộc về thường kiến; một phần không chịu đựng, ở trong biên chấp kiến, thuộc về đoạn kiến, cả hai kiến đều do chứng kiến Khổ đế mà đoạn trừ.

Hỏi: Các kiến này khởi lên quan điểm rằng: "A-la-hán bị thiên ma khuấy nhiễu, lậu mất không thanh tịnh".

Ở trong năm kiến, kiến này thuộc về kiến gì? Chứng kiến đế gì thì đoạn trừ kiến này.

Đáp: Không phải tác nhân, cho là tác nhân, thuộc về giới cấm thủ, chứng kiến Khổ đế là đoạn trừ.

Hỏi: Các kiến này khởi lên quan điểm rằng: "A-la-hán đối với tự giải thoát, do dự, có điều không biết".

Ở trong năm kiến, kiến này thuộc về kiến gì? Chứng kiến đế gì thì đoạn trừ kiến này.

Đáp: "A-la-hán là trí kiến vô lậu". Quan điểm ấy, thuộc về tà kiến, chứng kiến Đạo đế là đoạn trừ.

Hỏi: Các kiến này khởi lên quan điểm rằng: "A-la-hán đối với tự giải thoát, có do dự, có nghi ngờ".

Ở trong năm kiến, kiến này thuộc về kiến gì? Chứng kiến đế gì thì đoạn trừ kiến này.

Đáp: "A-la-hán là vượt khỏi nghi ngờ". Quan điểm ấy, thuộc về tà kiến, chứng kiến Đạo đế là đoạn trừ.

Hỏi: Các kiến này khởi lên quan điểm rằng: "A-la-hán chỉ do người khác hóa độ".

Ở trong năm kiến, kiến này thuộc về kiến gì? Chứng kiến đế gì thì đoạn trừ kiến này.

Đáp: "A-la-hán, không có chướng ngại, không có trái ngược, tuệ nhãn hiện lượng, thân chứng tự tại". Quan điểm ấy, thuộc về tà kiến, chứng kiến Đạo đế là đoạn trừ.

Hỏi: Các kiến này khởi lên: "Đạo và các chi phần của Đạo, nhờ tiếng kêu khổ mà chứng được.".

Ở trong năm kiến, kiến này thuộc về kiến gì? Chứng kiến đế gì, thì đoạn trừ kiến này.

Đáp: Không có tác nhân, cho rằng có tác nhân, thuộc về giới cấm thủ, chứng kiến Khổ đế là đoạn trừ.

Quyển tám
Chương ba: Trí Uẩn

PHẨM BA: LUẬN VỀ THA TÂM TRÍ[110]

Hai trí, hai giải thoát
Minh, Trí, ba Chứng tịnh
Điên đảo thảy, trì tu
Chương này nguyện nói đủ.

Hỏi: Thế nào là tha tâm trí?

Đáp: Nếu trí do tu tập mà thành tựu là quả của tu tập. Y cứ vào tu tập đã được, thì không mất. Có thể biết các pháp tâm, tâm sở ở Dục giới, Sắc giới hiện tại tương tục của người khác; hoặc các pháp thuộc tâm, tâm sở vô lậu. Đó gọi là tha tâm trí.

Hỏi: Thế nào là túc trú tùy niệm trí[111]?

---

110 Tha tâm trí: Skt. Para-citta-jñāna. Trí biết rõ những ý nghĩ của người khác. Trí này có được là do ly dục và chứng được các căn bản thiền định của Sắc giới. "Tha tâm trí lấy tu tuệ làm tự tính. Lấy bốn Tĩnh tự làm chỗ nương tựa. Biết rõ những gì hệ thuộc Dục giới, Sắc giới, và tướng của tâm vô lậu từ người khác". (*Đại Tỳ-bà-sa* 99, *Đại chánh* 27).

"Tha tâm trí là trí có thể biết các pháp tâm, tâm sở ở Dục giới, Sắc giới hiện tại tương tục của người khác; hoặc các pháp thuộc tâm, tâm sở vô lậu. Đó gọi là tha tâm trí" (*Phát trí luận* 8, *Đại chánh* 26).

111 Túc trú tùy niệm trí: Pūrva-nivāsānusmṛti-jñāna. Trí biết rõ mọi việc ở đời trước. Trí này lấy tuệ làm tự tính, biết rõ năm uẩn hữu lậu của mình và người khác, trong những kiếp quá khứ thọ sinh ở nơi Dục giới và Sắc giới, nên gọi là Túc trú tùy niệm trí. Trí này nương ở Sắc uẩn mà dẫn

Đáp: Nếu trí do tu tập mà thành tựu là quả của tu tập. Y cứ vào tu tập đã được, thì không mất. Có thể thuận với ký ức, biết nhiều hành trạng tướng loại của các việc đời trước mà nói ra. Đó gọi là túc trú tùy niệm trí.

Hỏi: Các tha tâm trí đều biết các pháp tâm, tâm sở của người khác ở hiện tại?

Đáp: Nên nêu lên bốn trường hợp để giải thích:

1- Trường hợp có tha tâm trí không biết pháp tâm, tâm sở của người khác ở hiện tại: Nghĩa là tha tâm trí thuộc quá khứ, vị lai.

2- Trường hợp có biết pháp tâm, tâm sở của người khác ở hiện tại, mà không phải là tha tâm trí: Nghĩa là trường hợp như có một người, hoặc thấy hình tướng, hoặc nghe lời nói, hoặc là được như vậy ở nơi sinh ra, có khả năng biết pháp tâm, tâm sở của người khác.

3- Trường hợp có tha tâm trí, cũng biết pháp tâm, tâm sở của người khác ở hiện tại: Nghĩa là nếu trí do tu tập thành tựu, đó là quả của sự tu tập. Quả do y chỉ vào sự tu tập, đã được thì không mất, có khả năng biết pháp tâm, tâm sở thuộc Dục giới, Sắc giới ở hiện tại của người khác.

4- Trường hợp không phải có tha tâm trí, cũng không phải biết pháp tâm, tâm sở của người khác ở hiện tại: Nghĩa là ngoại trừ tướng của các trường hợp đã nêu ra ở trước.

Hỏi: Các trí túc trú tùy niệm, đều nhớ biết hiện tiền, các sự việc của đời trước chăng?

Đáp: Nên nêu lên bốn trường hợp để giải thích:

1- Trường hợp có trí túc trú tùy niệm, không nhớ biết hiện tiền, các sự việc của đời trước: Nghĩa là trí túc trú tùy niệm thuộc về quá

---

khởi, nên chỉ biết ở Dục giới và Sắc giới, không biết được đời trước ở Vô sắc giới (*Tập dị môn túc luận* 5, *Đại chánh* 26; *Đại Tỳ-bà-sa* 30, *Đại chánh* 27).

"Túc trú tùy niệm trí là trí có thể thuận với ký ức, biết nhiều hành trạng tướng loại của các việc đời trước mà nói ra. Đó gọi là Túc trú tùy niệm trí". (*Phát trí luận* 8, *Đại chánh* 26).

khứ, vị lai.

2- Trường hợp có nhớ biết hiện tiền các sự việc của đời trước, mà không phải trí túc trú tùy niệm: Nghĩa là như có một người được trí từ bản tính của niệm sinh ra; hoặc được như vậy là do ở nơi sinh xứ mà được trí. Nên, có khả năng nhớ biết hiện tiền những việc ở đời trước.

3- Trường hợp có trí túc trú tùy niệm, cũng có nhớ biết hiện tiền những việc ở đời trước: Nghĩa là nếu trí do tu tập mà thành tựu là quả của sự tu tập. Quả do y chỉ vào sự tu tập đã được không mất. Có khả năng nhớ biết hiện tiền tướng trạng các chủng loại của những việc đời trước và nói ra.

4- Trường hợp không phải có trí túc trú tùy niệm, cũng không phải nhớ biết hiện tiền các sự việc ở đời trước. Nghĩa là ngoại trừ tướng nêu ra ở các trường hợp ở trước.

Hỏi: Các trí túc trú tùy niệm, đều biết tâm tương tục ở nơi Uẩn, Xứ, Giới thuộc quá khứ của người khác không?

Đáp: Nên nêu lên bốn trường hợp để giải thích:

1- Trường hợp có trí túc trú tùy niệm không biết tâm tương tục ở nơi Uẩn, Xứ, Giới thuộc quá khứ của người khác: Nghĩa là nếu trí do tu tập thành tựu là quả của sự tu tập. Quả do tu tập đã thành tựu thì không mất, biết tâm tương tục ở nơi Uẩn, Xứ, Giới thuộc quá khứ từ đời trước ở nơi chính mình.

2- Trường hợp có biết tâm tương tục ở nơi Uẩn, Xứ, Giới thuộc quá khứ của người khác, mà không có trí túc trú tùy niệm: Nghĩa là nếu trí do tu tập thành tựu là quả của sự tu tập. Quả do tu tập đã thành tựu thì không mất, biết tâm tương tục ở nơi Uẩn, Xứ, Giới thuộc quá khứ của người ở đời này.

3- Trường hợp có trí túc trú tùy niệm, cũng có trí biết tâm tương tục ở nơi Uẩn, Xứ, Giới thuộc quá khứ của người khác: Nghĩa là nếu trí do tu tập thành tựu là quả của sự tu tập. Quả do y chỉ vào sự tu tập đã được không mất, biết tâm tương tục ở nơi Uẩn, Xứ, Giới thuộc quá khứ của người khác ở đời trước.

4- Trường hợp không phải có trí túc trú tùy niệm, cũng không phải biết tâm tương tục ở nơi Uẩn, Xứ, Giới thuộc quá khứ của người khác: Nghĩa là nếu trí do tu tập thành tựu là quả của sự tu tập. Quả do y chỉ vào sự tu tập đã được không mất, biết tâm tương tục ở nơi Uẩn, Xứ, Giới thuộc quá khứ của đời này ở nơi chính mình.

Hỏi: Thế nào là lúc tâm giải thoát ở nơi ái?

Đáp: Trí lậu tận A-la-hán là lúc giải thoát; hoặc đạt được thắng giải, đã thắng giải, đang thắng giải, tâm tương ưng với Chánh kiến vô học.

Hỏi: Thế nào là tâm bất động giải thoát?

Đáp: Tận trí, vô sinh trí nơi A-la-hán là pháp bất động; hoặc đạt được thắng giải, đã thắng giải, đang thắng giải, tâm tương ưng với Chánh kiến vô học.

Hỏi: Khi các tâm giải thoát ở nơi ái, đều tương ưng với tận trí chăng?

Đáp: Nên nêu lên bốn trường hợp để giải thích:

1- Trường hợp có khi tâm giải thoát ở nơi ái, không có tương ưng với tận trí: Nghĩa là khi A-la-hán đạt được thắng giải, đã thắng giải, đang thắng giải, tâm tương ưng với Chánh kiến vô học.

2- Trường hợp có tương ưng với tận trí, không có tâm giải thoát ở nơi ái: Nghĩa là pháp bất động A-la-hán, tâm tương ưng với tận trí, đạt được thắng giải, đã thắng giải, đang thắng giải.

3- Trường hợp có khi tâm giải thoát nơi ái, cũng có tương ưng với tận trí: Nghĩa là khi A-la-hán giải thoát, tâm tương ưng với tận trí, đạt được thắng giải, đã thắng giải, đang thắng giải.

4- Trường hợp không có khi tâm giải thoát nơi ái, cũng không có tương ưng với tận trí: Nghĩa là pháp bất động vô sinh trí của A-la-hán; hoặc là tâm giải thoát tương ưng với Chánh kiến vô học, đạt được thắng giải, đã thắng giải, đang thắng giải.

Hỏi: Các tâm bất động giải thoát tương ưng với vô sinh trí chăng?

Đáp: Các tương ưng với vô sinh trí đều là tâm bất động giải thoát.

Trường hợp có tâm bất động giải thoát không tương ưng với vô sinh trí: Nghĩa là pháp tận trí bất động A-la-hán; hoặc là tương ưng với Chánh kiến vô học, tâm đạt được thắng giải, đã thắng giải, đang thắng giải.

Hỏi: Có duyên nào khi tâm giải thoát gọi là ái không?

Đáp: Khi A-la-hán giải thoát, ở nơi pháp này ân cần thủ hộ chấp giữ kho châu báu ái, đừng làm cho mình gặp duyên, thoái mất pháp này. Ví như người một mắt, tự bản thân và bạn bè, ân cần thủ hộ, nắm giữ kho châu báu ái này giữ gìn không để gặp các duyên, như bụi bặm, nóng lạnh... khiến cho một mắt này phải suy thoái, hủy hoại. Trường hợp kia cũng là vậy, nên gọi là ái.

Thế nào là minh học?

Đáp: Tuệ học.

Hỏi: Thế nào là trí học?

Đáp: Tám trí học.

Hỏi: Thế nào là minh vô học?

Đáp: Tuệ vô học.

Hỏi: Thế nào là trí vô học[112]?

Đáp: Tám trí vô học.

Hỏi: Lúc hiện quán Thánh đế do đâu mà đắc chứng tịnh[113] đầu

---

112 Trí vô học: Skt. Aśaikṣa-jñāna. Trí vô học là trí đã đến chỗ tột cùng của chân lý đối với Tứ Thánh đế. Đối với lý của Tứ Thánh đế, đã thấu hiểu đến chỗ tột cùng, không còn có gì nữa để học, nên gọi là trí vô học. Ấy là của các bậc Thánh giả A-la-hán. Trái lại trí hữu học là trí của hàng Thánh giả từ A-na-hàm trở xuống, vì đối với bậc thánh giả này, đối với Tứ Thánh đế có những đế đã xâm nhập, chứng nghiệm. Tuy có chứng nghiệm, nhưng có minh triệt, chưa đạt đến giác ngộ hoàn toàn để chấm dứt sinh ở trong ba cõi, nên còn phải học. (*Câu-xá luận* 24, *Đại chánh* 29; *Đại Tỳ-bà-sa* 51, 66, 68, 94, 101, *Đại chánh* 27; *Thành duy thức luận* 25, *Đại chánh* 31)

113 Chứng tịnh: Skt. Avetya-prasāda. Pāli: Avecca-parāda. Do sử dụng trí vô lậu

tiên, Phật, Pháp hay Tăng?

Đáp: Khi hiện quán Khổ, Tập, Diệt đầu tiên ở nơi Pháp mà được chứng tịnh. Khi hiện quán Đạo đế đầu tiên là ở nơi Phật, Pháp, Tăng mà đắc chứng tịnh.

Hỏi: Hàng Thánh giả Dự lưu ở nơi bốn điên đảo[114], loại nào đã đoạn, loại nào chưa đoạn?

Đáp: Tất cả đã đoạn.

Hỏi: Các Thánh giả Dự lưu ở nơi Không, Vô nguyện, Vô tướng, ba Tam-ma-địa[115], quá khứ, vị lai, hiện tại, thành tựu bao nhiêu loại?

---

thông hiểu lý Tứ Thánh đế một cách như thật, khiến sinh khởi niềm tin thanh tịnh đối với Phật-Pháp-Tăng và Thánh giới.

Lại nữa, "Hiểu Tứ Thánh đế đúng như thật, goi là chứng. Tam bảo và giới đều là tịnh. Do xả ly các bất tịnh như nghi và phá giới, khiến chứng được tịnh, nên gọi là chứng tịnh". (*Câu-xá luận* 25, tr 133b, *Đại chánh* 29).

114 Tứ điên đảo: Skt. Viparyāsa. Bốn loại vọng kiến tạo ra bốn loại điên đảo, thuộc về pháp hữu vi, gồm: Thường điên đảo: Nghĩa là các pháp hữu vi do nhân duyên sinh khởi là vô thường mà vọng kiến là thường, ấy là điên đảo về thường. Skt. gọi là Nitya-Viparyāsa.

Ngã điên đảo: Các pháp hữu vi do nhân duyên sinh khởi là vô ngã, mà vọng kiến cho là ngã, ấy là điên đảo về ngã. Skt. gọi là Atma-Viparyāsa.

Tịnh điên đảo: Đối với thế giới chúng sinh tạo nên từ nghiệp bất tịnh mà chúng sinh vọng kiến cho là tịnh, tạo nên từ nhân duyên biến động vô thường mà vọng kiến cho là tĩnh lặng, ấy là điên đảo về tịnh. Skt. Śuci-Viparyāsa hay Śānta-Viparyāsa.

Lạc điên đảo: Đối với nhân duyên, do nghiệp sinh tử trói buộc luân chuyển trong ba cõi là khổ mà vọng kiến cho các dục ở trong sinh tử là vui, ấy gọi là điên đảo về lạc. Skt Sukha-Viparyāsa.

Lại nữa, bốn điên đảo đối với pháp vô vi: Đối với bốn đặc tính hay bốn đức tính của Niết bàn là: Thường-Lạc-Ngã-Tịnh mà vọng chấp cho là Vô thường-Vô ngã-Bất tịnh-Khổ.

Hàng Nhị thừa tu tập đoạn trừ được bốn điên đảo thuộc về pháp hữu vi. Đoạn trừ các điên đảo bao gồm đối với pháp hữu vi-vô vi là bồ tát. (*Câu-xá luận* 19, *Đại chánh* 29; *Đại Tỳ-bà-sa* 104; *Tạp a-tỳ-đàm tâm luận* 8, *Đại chánh* 28; *Thành duy thức luận* 1, *Đại chánh* 31).

115 Ba tam-ma-địa: Hán. Tam Tam-ma-địa. Skt. Trayaḥ-samādhayaḥ. Pāli:

Đáp: Vị lai là tất cả, quá khứ nếu đã diệt thì không mất, hiện tại nếu biểu hiện trước mắt.

Hỏi: Các Đạo quá khứ đều đã tu tập hay đã chấm dứt?

Đáp: Các Đạo quá khứ đều đã tu tập, đã chấm dứt. Trường hợp có Đạo đã tu tập, đã chấm dứt, không phải là quá khứ: Nghĩa là Đạo vị lai, đã tu tập, đã chấm dứt.

Hỏi: Các Đạo vị lai đều chưa tu tập, đã tu tập, đã chấm dứt chăng?

Đáp: Nêu nêu lên bốn trường hợp để giải thích:

Tayo samādhi. Hán phiên âm Tam tam-ma-địa. Dịch là Tam đẳng trì, Tam định.

Ba loại Tam-ma-địa, gồm:

1-Không tam muội: Skt. Sūnyatā-samādhi. Quán chiếu hết thảy pháp, tính vốn rỗng lặng do nhân duyên tương tác sinh khởi. Ấy là loại Tam-muội tương ưng với hai hành tướng Không và Vô ngã của Khổ Thánh đế.

2-Vô tướng tam muội: Skt. Animitta- samādhi. Nghĩa là quán chiếu hết thảy pháp đều là vô tướng. Ấy là bốn hành tướng Diệt-Tịnh-Diệu-Ly của Diệt Thánh đế. Niết bàn là vô tướng, nghĩa là xa lìa hết thảy tướng đối với Sắc-Thanh-Hương-Vị-Xúc; xa lìa Nam tướng, Nữ tướng và mười tướng của ba tướng hữu vi. Vì vậy, gọi là Vô tướng.

3-Vô nguyện tam muội: Skt. Apraṇihita-samādhi. Cũng gọi là Vô tác tam muội hay Vô khởi tam muội. Nghĩa là đối với tam muội này không có mong cầu gì đối với hết thảy pháp thuộc vô thường và khổ. Tam muội này tương ưng với hai hành tướng Khổ-Vô thường, trong bốn hành tướng của Khổ Thánh đế. Định này do duyên ở nơi quán chiếu pháp Vô thường-Khổ mà xả ly. Nên gọi là Vô nguyện. (*Tăng nhất A-hàm* 16, *Đại chánh* 2).

Câu-xá luận, giải thích: Ba tam ma địa, gồm:

1-Hữu tầm hữu tứ tam ma địa: Đẳng trì tương ưng với Tầm, Tứ thuộc Sơ tĩnh lự và Vị chí định.

2-Vô Tầm duy Tứ tam ma địa: Đẳng trì chỉ tương ưng với Tứ thuộc về Trung gian Tĩnh lự.

3-Vô Tầm, Vô Tứ tam ma địa: Đẳng trì không có tương ưng với Tầm và Tứ, thuộc Cận phần định của đệ Nhị Tĩnh lự cho đến Phi tưởng phi phi tưởng xứ. (*Câu-xá luận* 28, *Đại chánh* 29).

1- Trường hợp có Đạo vị lai không phải chưa tu tập, đã tu tập, đã chấm dứt: Nghĩa là Đạo vị lai đã tu tập, đã chấm dứt.

2- Trường hợp có Đạo chưa tu tập, đã tu tập, đã chấm dứt, không phải là vị lai: Nghĩa là chưa từng được Đạo đầu tiên biểu hiện trước mắt.

3- Trường hợp có Đạo vị lai, cũng có chưa tu tập, đã tu tập, đã chấm dứt: Nghĩa là Đạo vị lai chưa tu tập, đã tu tập, đã chấm dứt.

4- Trường hợp có Đạo không phải vị lai, cũng không phải chưa tu tập, đã tu tập, đã chấm dứt: Nghĩa là Đạo quá khứ và Đạo đã từng đắc, nay biểu hiện trước mắt.

Hỏi: Các Đạo hiện tại đều là chánh tu chăng?

Đáp: Các Đạo hiện tại đều là chánh tu. Trường hợp có Đạo chánh tu, không phải ở hiện tại: Nghĩa là Đạo chưa từng chứng đắc, đầu tiên biểu hiện trước mắt, mà do vị lai tu tập đối với các chủng loại Đạo ấy.

PHẨM BỐN: LUẬN VỀ TU TRÍ

Phần một:

Tám trí thuộc tu thành
Duyên duyên tương chứng đoạn
Trí, Tri, Tưởng, bảy thiện
Chương này nguyên nói đủ.

Có tám trí. Nghĩa là từ pháp trí cho đến đạo trí.

Hỏi: Thế nào là pháp trí?

Đáp: Các hành ở Dục giới, các hành là nhân, các hành là diệt, các hành là Đạo có khả năng đoạn trừ là sở hữu của trí vô lậu.

Lại nữa, pháp trí và pháp trí địa là sở hữu của trí vô lậu. Đó gọi là pháp trí.

Hỏi: Thế nào là loại trí?

Đáp: Các hành ở Sắc giới, Vô sắc giới, các hành là nhân, các hành là diệt, các hành là Đạo có khả năng đoạn trừ, là sở hữu của trí vô lậu.

Lại nữa, ở nơi loại trí và loại trí địa là sở hữu của trí vô lậu. Đó gọi là loại trí.

Hỏi: Thế nào là tha tâm trí?

Đáp: Nếu trí là kết quả do tu tập, biết pháp tâm, tâm sở của người khác ở hiện tại.

Hỏi: Thế nào là thế tục trí?

Đáp: Tuệ hữu lậu ở trong ba cõi.

Hỏi: Thế nào là Khổ trí?

Đáp: Ở nơi các hành chuyển vận trí tác động vào các hành tướng Khổ, Phi thường, Không, Phi ngã.

Hỏi: Thế nào là Tập trí?

Đáp: Ở nơi các hành, chuyển vận trí nhân tác động vào các hành tướng Nhân, Tập, Sinh, Duyên.

Hỏi: Thế nào là Diệt trí?

Đáp: Ở nơi các hành, chuyển vận trí diệt tác động vào các hành tướng Diệt, Tịnh, Diệu, Ly.

Hỏi: Thế nào là Đạo trí?

Đáp: Ở nơi các hành, chuyển vận trí đạo đối trị tác động vào các hành tướng Đạo, Như, Hành, Xuất.

Hỏi: Từ Pháp trí cho đến Đạo trí, ở trong tám trí ấy, mỗi một trí thâu nhiếp có bao nhiêu loại?

Đáp: Pháp trí thâu nhiếp pháp trí và thiểu phần của năm trí. Nghĩa là Tha tâm trí, Khổ trí, Tập trí, Diệt trí, Đạo trí.

Loại trí thâu nhiếp loại trí và thiểu phần của năm trí. Nghĩa là Tha tâm trí, Khổ trí, Tập trí, Diệt trí, Đạo trí.

Tha tâm trí thâu nhiếp Tha tâm trí và thiểu phần của bốn trí. Nghĩa là Pháp trí, Loại trí, Thế tục trí, Đạo trí.

Thế tục trí thâu nhiếp thế tục trí và thiểu của Tha tâm trí.

Khổ trí thâu nhiếp Khổ trí và thiểu phần của hai trí. Nghĩa là Pháp trí và Loại trí.

Tập trí thâu nhiếp Tập trí và thiểu phần của hai trí. Nghĩa là Pháp trí và Loại trí.

Diệt trí thâu nhiếp Diệt trí và thiểu phần của hai trí. Nghĩa là Pháp trí và Loại trí.

Đạo trí thâu nhiếp Đạo trí và thiểu phần của ba trí. Nghĩa là Pháp trí, Loại trí và Tha tâm trí.

Hỏi: Nếu pháp trí thành tựu ở nơi tám trí, thì có bao nhiêu trí thành tựu, có bao nhiêu trí không thành tựu?

Đáp: Hoặc thành tựu cả ba, bốn, năm, sáu, bảy, tám. Nghĩa là khi có

Khổ pháp trí, Khổ loại trí nhẫn, không có Tha tâm trí, thì thành tựu cả ba, có Tha tâm trí thì thành tựu bốn.

Khi có Khổ loại trí, Tập pháp trí nhẫn, không có Tha tâm trí thành tựu bốn, có Tha tâm trí thành tựu năm.

Khi có Tập pháp trí cho đến Diệt pháp trí, không có Tha tâm trí thành tựu năm, có Tha tâm trí thành tựu sáu.

Khi có Diệt pháp trí cho đến Đạo pháp trí nhẫn, không có Tha tâm trí, thành tựu sáu, có Tha tâm trí thành tựu bảy.

Khi có Đạo pháp trí cho đến Đạo loại trí, không có Tha tâm trí, thành tựu bảy, có Tha tâm trí thành tựu tám.

Hỏi: Nếu Loại trí thành tựu, ở nơi tám trí này, có bao nhiêu trí thành tựu, có bao nhiêu trí không thành tựu?

Đáp: Hoặc là bốn, năm, sáu, bảy, tám.

Nghĩa là khi có Khổ loại trí, Tập pháp trí nhẫn, không có Tha tâm trí thành tựu bốn, có Tha tâm trí thành tựu năm.

Khi có Tập pháp trí cho đến Diệt pháp trí nhẫn, không có Tha tâm trí thành tựu năm, có Tha tâm trí thành tựu sáu.

Khi có Diệt pháp trí cho đến Đạo pháp trí nhẫn, không có Tha tâm trí thì thành tựu sáu, có Tha tâm trí thì thành tựu bảy.

Khi có Đạo pháp trí cho đến Đạo loại trí, không có Tha tâm trí thì thành tựu bảy, có Tha tâm trí thì thành tựu tám.

Hỏi: Nếu Tha tâm trí thành tựu, ở nơi tám trí này, có bao nhiêu loại trí thành tựu, có bao nhiêu loại trí không thành tựu?

Đáp: Hoặc hai, bốn, năm, sáu, bảy, tám.

Nghĩa là khi có Khổ pháp trí nhẫn ở nơi hàng phàm phu và Thánh giả thì thành tựu hai.

Khi có Khổ pháp trí, Khổ loại trí nhẫn thì thành tựu bốn.

Khi có Khổ loại trí, Tập pháp trí nhẫn thì thành tựu năm.

Khi có Tập pháp trí cho đến Diệt pháp trí thì thành tựu sáu.

Khi có Diệt pháp trí cho đến Đạo pháp trí nhẫn thì thành tựu bảy.

Khi có Đạo pháp trí cho đến Đạo loại trí thì thành tựu tám.

Hỏi: Nếu Thế tục trí thành tựu, ở nơi tám trí này thì có bao nhiêu trí thành tựu, có bao nhiêu trí không thành tựu?

Đáp: Hoặc một, hai, ba, bốn, năm, sáu, bảy, tám.

Nghĩa là khi có Khổ pháp trí nhẫn ở nơi hàng phàm phu và Thánh giả, không có Tha tâm trí thì thành tựu một.

Khi có Khổ pháp trí, Khổ pháp trí nhẫn, có Tha tâm trí thì thành tựu hai.

Khi có Khổ pháp trí, Khổ loại trí nhẫn, không có Tha tâm trí thì thành tựu ba, có Tha tâm trí thành tựu bốn.

Khi có Khổ loại trí, Tập pháp trí nhẫn, không có Tha tâm trí thì thành tựu bốn, có Tha tâm trí thì thành tựu năm.

Khi có Tập pháp trí cho đến Diệt pháp trí nhẫn, không có Tha tâm trí thì thành tựu năm, có tha tâm trí thì thành tựu sáu.

Khi có Diệt pháp trí cho đến Đạo pháp trí nhẫn, không có Tha tâm trí thì thành tựu sáu, có Tha tâm trí thì thành tựu bảy.

Khi có Đạo pháp trí cho đến Đạo loại trí, không có Tha tâm trí thì thành tựu bảy, có Tha tâm trí thì thành tựu tám.

Hỏi: Nếu Khổ trí thành tựu ở nơi tám trí này, thì có bao nhiêu loại trí thành tựu, có bao nhiêu loại trí không thành tựu?

Đáp: Hoặc ba, bốn, năm, sáu, bảy, tám.

Nghĩa là Khi có Khổ pháp trí, Khổ loại trí nhẫn, không có Tha tâm trí thì thành tựu ba, có Tha tâm trí thì thành tựu bốn.

Khi có Khổ loại trí, Khổ pháp trí nhẫn, không có Tha tâm trì thì thành tựu bốn, có Tha tâm trí thì thành tựu năm.

Khi có Tập pháp trí cho đến Diệt pháp trí nhẫn, không có Tha tâm tr thì thành tựu năm, có Tha tâm trí thì thành tựu sáu.

Khi có Diệt pháp trí cho đến Đạo pháp trí nhẫn, không có Tha tâm trí thì thành tựu sáu, có Tha tâm trí thì thành tựu bảy.

Khi có Đạo pháp trí cho đến Đạo loại trí nhẫn, không có Tha tâm trí thì thành tựu bảy, có Tha tâm trí thì thành tựu tám.

Hỏi: Nếu Tập trí thành tựu, thì ở trong tám trí này, có bao nhiêu trí thành tựu, có bao nhiêu trí không thành tựu?

Đáp: Hoặc năm, sáu, bảy, tám.

Nghĩa là khi có Tập pháp trí cho đến Diệt pháp trí nhẫn, không có Tha tâm trí thì thành tựu năm, có Tha tâm trí thì thành tựu sáu.

Khi có Diệt pháp trí nhẫn cho đến Đạo pháp trí nhẫn, không có Tha tâm trí thì thành tựu sáu, có Tha tâm trí thì thành tựu bảy.

Khi có Đạo pháp trí cho đến Đạo loại trí, không có Tha tâm trí thì thành tựu bảy, có Tha tâm trí thì thành tựu tám.

Hỏi: Nếu thành tựu Diệt trí, ở nơi tám trí này thì có bao nhiêu trí thành tựu, có bao nhiêu trí không thành tựu?

Đáp: Hoặc sáu, bảy, tám.

Nghĩa là khi có Diệt pháp trí cho đến Đạo pháp trí, không có Tha tâm trí thì thành tựu sáu, có Tha tâm trí thì thành tựu bảy.

Khi có Đạo pháp trí cho đến Đạo loại trí, không có Tha tâm trí thì thành tựu bảy, có Tha tâm trí thì thành tựu tám.

Hỏi: Nếu Đạo trí thành tựu ở nơi tám trí này, thì có bao nhiêu trí thành tựu, có bao nhiêu trí không thành tựu?

Đáp: Hoặc thành tựu bảy, tám.

Nghĩa là không có Tha tâm trí thì thành tựu bảy, có Tha tâm trí thì thành tựu tám.

Hỏi: Nếu tu tập pháp trí cũng là loại trí chăng?

Đáp: Nên nêu lên bốn trường hợp để giải thích:

1- Trường hợp có tu tập không phải loại trí: Nghĩa là khi Khổ, Tập, Diệt, Đạo trí nhập hiện quán, ngay lúc ấy A-la-hán học kiến tích, đã đạt được Pháp trí biểu hiện trước mắt.

2- Trường hợp có tu tập loại trí, không có pháp trí: Nghĩa là khi Khổ, Tập, Diệt, Đạo trí nhập hiện quán, ngay lúc ấy A-la-hán học kiến tích, đã đạt được Tập loại trí biểu hiện trước mắt.

3- Trường hợp có tu tập cả hai: Nghĩa là khi Đạo loại trí nhập hiện quán, ngay lúc ấy A-la-hán học kiến tích, chưa đạt được trí vô lậu biểu hiện trước mắt, chưa đạt được thế tục trí biểu hiện trước mắt, có cùng thời tu tập.

4- Trường hợp có thể cả hai không cùng thời tu tập: Nghĩa là khi A-la-hán học kiến tích, đã đắc thế tục trí, biểu hiện trước mắt; nếu chưa đắc thế tục trí, biểu hiện trước mắt thì cả hai không tu tập cùng thời. Khi ấy tất cả hàng phàm phu đều là ở tâm nhiễm ô, tâm vô ký, định vô tưởng, định diệt tận, trời Vô tưởng hay ở nhẫn vô lậu.

Hỏi: Nếu tu tập Pháp trí cũng là tu tập Tha tâm trí chăng?

Đáp: Nên nêu lên bốn trường hợp để giải thích:

1- Trường hợp có tu tập Pháp trí không có Tha tâm trí: Nghĩa là khi pháp trí Khổ, Tập, Diệt, Đạo vào hiện quán, hành giả chưa xả ly ô nhiễm của Dục giới; khi Đạo loại trí vào hiện quán, A-la-hán học kiến tích, đã đắc pháp trí, biểu hiện trước mắt, lúc ấy không phải là Tha tâm trí; vì chưa đạt được trí vô lậu, biểu hiện trước mắt, nên khi ấy không phải là tu tập Tha tâm trí; chưa đạt được Thế tục trí biểu hiện trước mắt, nên lúc ấy là tu tập Pháp trí, chứ không phải là Tha tâm trí.

2- Trường hợp có tu tập Tha tâm trí, không phải là Pháp trí: Nghĩa là khi hàng phàm phu đã đắc hoặc chưa đắc Tha tâm trí biểu hiện trước mắt; khi chưa đắc Thế tục trí biểu hiện trước mắt là khi ấy có tu tập Tha tâm trí; Khi A-la-hán học kiến tích, đã đắc Tha tâm trí biểu hiện trước mắt, khi ấy không phải là Pháp trí.

3- Trường hợp có tu tập cả hai: Nghĩa là đã xả ly ô nhiễm ở Dục giới, khi Đạo loại trí vào hiện quán; A-la-hán học kiến tích, đã đắc pháp trí biểu hiện trước mắt, khi ấy là Tha tâm trí; chưa đắc trí vô lậu biểu hiện trước mắt, khi ấy là tu tập Tha tâm trí; chưa đắc Thế tục trí biểu hiện trước mắt, khi ấy có thể là đồng thời tu tập.

4- Trường hợp cả hai không có cùng tu tập: Nghĩa là khi Diệt loại trí vào hiện quán, A-la-hán học kiến tích, đã được trí vô lậu biểu hiện trước mắt, khi ấy không phải là Pháp trí, Tha tâm trí; khi đã đắc Thế tục trí biểu hiện trước mắt, khi ấy không phải là tha tâm trí; khi chưa đắc Thế tục trí biểu hiện trước mắt, lúc cả hai không cùng tu tập. Khi hàng phàm phu không tu tập Tha tâm trí thì khi ấy tất cả đều là ở tâm ô nhiễm, tâm vô ký, định Vô tưởng, định diệt tận, trời Vô tưởng hay nhẫn vô lậu.

Hỏi: Nếu tu tập Pháp trí cũng là Thế tục trí chăng?

Đáp: Nên nêu lên bốn trường hợp để giải thích:

1- Trường hợp có tu tập Pháp trí không phải Thế tục trí: Nghĩa là khi Pháp trí và Đạo loại trí Khổ, Tập, Diệt, Đạo vào hiện quán thì A-la-hán học kiến tích, đã đạt được pháp trí biểu hiện trước mắt, mà chưa có được trí vô lậu biểu hiện trước mắt; lúc ấy không tu tập Thế tục trí.

2- Trường hợp có tu tập Thế tục trí, không phải là Pháp trí: Nghĩa là khi các hàng phàm phu đã đạt được hay chưa đạt được Thế tục trí biểu hiện trước mắt. Khi Khổ loại trí, Tập loại trí, Diệt loại trí ở vào hiện quán, A-la-hán học kiến tích, khi ấy đã đạt được Thế tục trí biểu hiện trước mắt; chưa đạt được Thế tục trí biểu hiện trước mắt, khi ấy không phải tu tập Pháp trí.

3- Trường hợp có hai trí cùng tu tập: Nghĩa là A-la-hán học kiến tích, chưa được trí vô lậu biểu hiện trước mắt, khi tu tập Thế tục trí, chưa đạt được Thế tục trí biểu hiện trước mắt, thì khi ấy là tu tập pháp trí.

4- Trường hợp cả hai trí không cùng tu tập: Nghĩa là A-la-hán học kiến tích, đã được trí vô lậu biểu hiện trước mắt, khi ấy không phải là Pháp trí; khi ấy tất cả đều là ở tâm ô nhiễm, tâm vô ký, định Vô tưởng, định diệt tận, trời Vô tưởng hay nhẫn vô lậu.

Hỏi: Nếu tu tập Pháp trí cũng là Khổ trí chăng?

Đáp: Nên nêu lên bốn trường hợp để giải thích:

1- Trường hợp có tu tập Pháp trí không phải là Khổ trí: Nghĩa là khi Tập pháp trí, Diệt pháp trí, Đạo pháp trí vào hiện quán, A-la-hán học kiến tích, đã được Pháp trí biểu hiện trước mắt, khi ấy không phải là Khổ trí.

2- Trường hợp có tu tập Khổ trí, không phải là Pháp trí: Nghĩa là khi Khổ trí vào hiện quán, A-la-hán học kiến tích, đã được Khổ trí biểu hiện trước mắt, khi ấy không phải là Pháp trí.

3- Trường hợp cả hai trí cùng tu tập: Nghĩa là khi Khổ pháp trí và Đạo loại trí vào hiện quán, A-la-hán học kiến tích, khi ấy đã được Khổ pháp trí biểu hiện trước mắt mà khi ấy chưa được trí vô lậu biểu hiện trước mắt, chưa đạt được Thế tục trí biểu hiện trước mắt, khi ấy cả hai trí có thể cùng tu tập.

4- Trường hợp có cả hai trí không cùng tu tập: Nghĩa là khi Tập loại trí, Diệt loại trí vào hiện quán, A-la-hán học kiến tích, đã được trí vô lậu biểu hiện trước mắt, khi ấy không phải là Pháp trí và Khổ trí đã được Thế tục trí, biểu hiện trước mắt ngay khi ấy. Chưa được Thế tục trí biểu hiện trước mắt, thì khi ấy chưa tu tập Pháp trí và Khổ trí. Lúc đó tất cả hàng phàm phu đều là ở tâm ô nhiễm, tâm vô ký, định Vô tưởng, định diệt tận trời Vô tưởng hay nhẫn vô lậu.

Hỏi: Nếu tu tập Pháp trí cũng là Tập trí chăng?

Đáp: Nên nêu lên bốn trường hợp để giải thích:

1- Trường hợp có tu tập Pháp trí, không có Tập trí: Nghĩa là khi Khổ pháp trí, Diệt pháp trí, Đạo pháp trí vào hiện quán, A-la-hán học tích, đã đạt Pháp trí biểu hiện trước mắt, khi ấy không phải là tập trí.

2- Trường hợp có tu tập Tập trí, không có Pháp trí: Nghĩa là khi Tập loại trí vào hiện quán, A-la-hán học kiến tích, đã được Tập trí biểu hiện trước mắt, khi ấy không phải là Pháp trí.

3- Trường hợp có cả hai trí cùng tu tập: Nghĩa là khi Tập pháp trí, Đạo loại trí vào hiện quán, A-la-hán học kiến tích, đã được Tập pháp trí biểu hiện trước mắt, khi ấy chưa được trí vô lậu biểu hiện trước mắt, chưa được Thế tục trí biểu hiện trước mắt, khi ấy là tu tập Pháp trí và Tập trí.

4- Trường hợp có cả hai trí không cùng tu tập: Nghĩa là khi Khổ loại trí, Diệt loại trí vào hiện quán, A-la-hán học kiến tích, đã được trí vô lậu biểu hiện trước mắt, khi ấy không phải là Pháp trí và Tập trí, mà khi ấy đã được Thế tục trí biểu hiện trước mắt; chưa được Thế tục trí biểu hiện trước mắt, khi ấy không phải là tu tập Pháp trí và Tập trí. Lúc đó tất cả hàng phàm phu đều là ở tâm ô nhiễm, tâm vô ký, định Vô tưởng, định diệt tận, trời Vô tưởng hay nhẫn vô lậu.

Hỏi: Nếu tu tập Pháp trí cũng là Diệt trí chăng?

Đáp: Nên nêu lên bốn trường hợp để giải thích:

1- Trường hợp có tu tập Pháp trí, không phải là Diệt trí: Nghĩa là khi Khổ pháp trí, Tập pháp trí, Đạo pháp trí vào hiện quán, A-la-hán học kiến tích, đã được Pháp trí biểu hiện trước mắt, khi ấy không phải là Diệt trí.

2- Trường hợp có tu tập Diệt trí, không phải là Pháp trí: Nghĩa là khi Diệt loại trí vào hiện quán, A-la-hán học kiến tích, đã được Diệt trí biểu hiện trước mắt, khi ấy không phải là Pháp trí.

3- Trường hợp cả hai trí cùng tu tập: Nghĩa là khi Diệt pháp trí và Đạo loại trí vào hiện quán, A-la-hán học kiến tích, khi ấy đã được Diệt pháp trí biểu hiện trước mắt; khi ấy chưa được trí vô lậu biểu hiện trước mắt và chưa được Thế tục trí biểu hiện trước mắt, lúc ấy cả hai trí cùng tu tập.

4- Trường hợp có cả hai trí không cùng tu tập: Nghĩa là khi Khổ loại trí và Tập loại trí vào hiện quán, A-la-hán học kiến tích, đã được trí vô lậu biểu hiện trước mắt, khi ấy không phải là Pháp trí, Diệt trí; khi ấy đã được Thế tục trí biểu hiện trước mắt; chưa được Thế tục trí biểu hiện trước mắt thì khi ấy không phải hai trí cùng tu tập. Lúc đó tất cả hàng phàm phu đều là ở tâm ô nhiễm, tâm vô ký, định Vô tưởng, định diệt tận, trời Vô tưởng hay nhẫn vô lậu.

Hỏi: Nếu tu tập Pháp trí cũng là Đạo trí chăng?

Đáp: Nên nêu lên bốn trường hợp để giải thích:

1- Trường hợp có tu tập Pháp trí không phải là Đạo trí: Nghĩa là khi Khổ pháp trí, Tập pháp trí, Diệt pháp trí vào hiện quán, A-la-hán học kiến tích, đã được Pháp trí biểu hiện trước mắt, khi ấy không phải là Đạo trí.

2- Trường hợp có tu tập Đạo trí, không phải là Pháp trí: Nghĩa là A-la-hán học kiến tích, đã được Đạo trí biểu hiện trước mắt, khi ấy không phải là Pháp trí.

3- Trường hợp có cả hai trí cùng tu tập: Nghĩa là khi Đạo trí, Pháp trí và Đạo loại trí vào hiện quán, khi ấy A-la-hán học kiến tích, đã được Đạo trí, Pháp trí biểu hiện trước mắt, khi chưa được trí vô lậu biểu hiện trước mắt, chưa được Thế tục trí biểu hiện trước mắt, thì cả hai trí có thể cùng tu tập.

4- Trường hợp có cả hai trí không cùng tu tập: Nghĩa là khi Khổ loại trí, Tập loại trí, Diệt loại trí vào hiện quán, A-la-hán học kiến tích, đã được trí vô lậu biểu hiện trước mắt, khi ấy không phải là Pháp trí, Đạo trí, khi đã được Thế tục trí biểu hiện trước mắt; chưa được Thế tục trí biểu hiện trước mắt, thì khi ấy cả hai trí không cùng tu tập. Lúc đó tất cả hàng phàm phu đều là ở tâm ô nhiễm, tâm vô ký, định Vô tưởng, định diệt tận, trời Vô tưởng hay nhẫn vô lậu.

Hỏi: Nếu tu tập Loại trí cũng là Tha tâm trí chăng?

Đáp: Nên nêu lên bốn trường hợp để giải thích:

1- Trường hợp có tu tập Loại trí không có Tha tâm trí: Nghĩa là khi Khổ loại trí, Tập loại trí, Diệt loại trí vào hiện quán, khi ấy Đạo loại trí chưa xả ly ô nhiễm ở Dục giới, A-la-hán học kiến tích, đã được Đạo loại trí biểu hiện trước mắt, khi ấy không phải là Tha tâm trí; chưa được trí vô lậu biểu hiện trước mắt, khi ấy không phải là tu Tha tâm trí. Chưa được Thế tục trí biểu hiện trước mắt thì khi ấy là tu tập Loại trí, không phải là Tha tâm trí.

2- Trường hợp có tu tập Tha tâm trí, không phải là loại trí: Nghĩa là khi hàng phàm phu đã được hay chưa được Tha tâm trí biểu hiện trước mắt, chưa được Thế tục trí biểu hiện trước mắt, khi ấy tu tập Tha tâm trí, A-la-hán học kiến tích, đã được Tha tâm trí biểu hiện trước mắt, khi ấy không phải là Loại trí.

3- Trường hợp có cả hai trí cùng tu tập: Nghĩa là hành giả đã xả ly ô nhiễm ở Dục giới, khi Đạo loại trí vào hiện quán, A-la-hán học kiến tích, đã được Loại trí biểu hiện trước mắt, khi đó là Tha tâm trí, chưa được trí vô lậu biểu hiện trước mắt, khi ấy là tu tập Tha tâm trí, chưa được Thế tục trí biểu hiện trước mắt, khi ấy cả hai trí có thể cùng tu tập.

4- Trường hợp có cả hai trí không cùng tu tập: Nghĩa là khi Khổ pháp trí, Tập pháp trí, Diệt pháp trí, Đạo pháp trí vào hiện quán, A-la-hán học kiến tích, đã được trí vô lậu biểu hiện trước mắt, khi ấy không phải là Loại trí, Tha tâm trí đã được Thế tục trí biểu hiện trước mắt, lúc ấy không phải là Tha tâm trí. Khi chưa được Thế tục trí biểu hiện trước mắt thì cả hai trí không phải tu tập cùng lúc. Lúc đó tất cả hàng phàm phu đều là ở tâm ô nhiễm, tâm vô ký, định Vô tưởng, định diệt tận, trời Vô tưởng hay nhẫn vô lậu.

Hỏi: Nếu tu tập Loại trí cũng là Thế tục trí chăng?

Đáp: Nên nêu lên bốn trường hợp để giải thích:

1- Trường hợp có tu tập Loại trí không phải là Thế tục trí: Nghĩa là khi Đạo loại trí vào hiện quán, A-la-hán học kiến tích, đã được Loại trí biểu hiện trước mắt, chưa được trí vô lậu biểu hiện trước mắt, khi ấy không phải là tu tập Thế tục trí.

2- Trường hợp có tu tập Thế tục trí không phải Loại trí: Nghĩa là khi hàng phàm phu đã được hay chưa được Thế tục trí biểu hiện trước mắt; khi hàng A-la-hán học kiến tích, đã được Thế tục trí biểu hiện trước mắt mà chưa được Thế tục trí biểu hiện trước mắt, khi ấy không phải tu tập Loại trí.

3- Trường hợp có cả hai trí cùng tu tập: Nghĩa là khi Khổ loại trí, Tập loại trí, Diệt loại trí vào hiện quán, A-la-hán học kiến tích, chưa được trí vô lậu biểu hiện trước mắt, khi tu tập Thế tục trí; chưa được Thế tục trí biểu hiện trước mắt, khi ấy là tu tập Loại trí.

4- Trường hợp cả hai trí không cùng tu tập: Nghĩa là khi Khổ pháp trí, Tập pháp trí, Diệt pháp trí, Đạo pháp trí vào hiện quán, A-la-hán học kiến tích, đã được trí vô lậu biểu hiện trước mắt, khi ấy không phải là Loại trí. Lúc đó tất cả tâm ô nhiễm, tâm vô ký, định Vô tưởng, định diệt tận, trời Vô tưởng hay nhẫn vô lậu.

Hỏi: Nếu tu tập Loại trí cũng là Khổ trí chăng?

Đáp: Nên nêu lên bốn trường hợp để giải thích:

1*-* Trường hợp có tu tập Loại trí không có Khổ trí: Nghĩa là khi Tập loại trí, Diệt loại trí vào hiện quán, A-la-hán học kiến tích, đã được Loại trí biểu hiện trước mắt, khi ấy không phải là Khổ trí.

2*-* Trường hợp có tu tập Khổ trí, không phải là Loại trí: Nghĩa là khi Khổ pháp trí vào hiện quán, A-la-hán học kiến tích, đã được Khổ trí biểu hiện trước mắt, khi ấy không phải Loại trí.

3*-* Trường hợp có cả hai trí cùng tu tập: Nghĩa là khi Khổ loại trí, Đạo loại trí vào hiện quán, khi A-la-hán học kiến tích, đã được Khổ loại trí biểu hiện trước mắt, khi ấy chưa được trí vô lậu biểu hiện trước mắt; chưa được Thế tục trí biểu hiện trước mắt, khi ấy có thể hai trí cùng tu.

4*-* Trường hợp có cả hai trí không cùng tu: Nghĩa là khi Tập pháp trí, Diệt pháp trí, Đạo pháp trí, A-la-hán học kiến tích, đã được trí vô lậu biểu hiện trước mắt, khi ấy không phải là Loại trí và Khổ trí mà khi ấy đã được Thế tục trí biểu hiện trước mắt; chưa được Thế tục trí biểu hiện trước mắt, thì cả hai trí không cùng tu tập. Lúc đó tất cả hàng phàm phu đều là ở tâm ô nhiễm, tâm vô ký, định Vô tưởng, định diệt tận, trời Vô tưởng hay nhẫn vô lậu.

Hỏi: Nếu tu tập Loại trí cũng là Tập trí chăng?

Đáp: Nên nêu lên bốn trường hợp để giải thích:

1*-* Trường hợp có tu tập Loại trí, không phải là Tập trí: Nghĩa là khi Khổ loại trí, Diệt loại trí vào hiện quán, A-la-hán học kiến tích, đã được Loại trí biểu hiện trước mắt, khi ấy không phải là Tập trí.

2*-* Trường hợp có tu tập Tập trí không phải là Loại trí: Nghĩa là Tập pháp trí vào hiện quán, A-la-hán học kiến tích, đã được Tập trí biểu hiện trước mắt, khi ấy không phải là Loại trí.

3*-* Trường hợp có cả hai trí cùng tu tập: Nghĩa là khi tập Loại trí, Đạo loại trí vào hiện quán, A-la-hán học kiến tích, đã được Tập loại trí biểu hiện trước mắt, khi ấy chưa được vô lậu trí biểu hiện trước mắt; chưa được Thế tục trí biểu hiện trước mắt, khi ấy có thể hai trí cùng tu tập.

4*-* Trường hợp có cả hai trí không cùng tu: Nghĩa là khi Khổ pháp trí, Diệt pháp trí, Đạo pháp trí vào hiện quán, A-la-hán học kiến tích, đã được trí vô lậu biểu hiện trước mắt, khi ấy không phải là Loại trí và Tập trí mà khi ấy đã được Thế tục trí biểu hiện trước mắt; chưa được Thế tục trí biểu hiện trước mắt thì khi ấy cả hai trí không cùng tu tập. Lúc đó tất cả hàng phàm phu đều là ở tâm ô nhiễm, tâm vô ký, định Vô tưởng, định diệt tận, trời Vô tưởng hay nhẫn vô lậu.

Hỏi: Nếu tu tập Loại trí cũng là Diệt trí chăng?

Đáp: Nên nêu lên bốn trường hợp để giải thích:

1- Trường hợp có tu tập Loại trí, không phải là Diệt trí: Nghĩa là khi Khổ loại trí, Tập loại trí vào hiện quán, A-la-hán học kiến tích, đã được Loại trí biểu hiện trước mắt, khi ấy không phải là Diệt trí.

2- Trường hợp có tu tập Diệt trí, không phải Loại trí: Nghĩa là khi Diệt pháp trí vào hiện quán, A-la-hán học kiến tích, đã được Diệt trí biểu hiện trước mắt, khi ấy không phải là Loại trí.

3- Trường hợp có cả hai trí cùng tu tập: Nghĩa là khi Diệt loại trí, Đạo loại trí vào hiện quán, khi ấy A-la-hán học kiến tích, đã được Diệt loại trí biểu hiện trước mắt, khi chưa được trí vô lậu biểu hiện trước mắt, chưa được Thế tục trí biểu hiện trước mắt, thì khi ấy có thể có cả hai trí cùng tu tập.

4- Trường hợp có cả hai trí không cùng tu tập: Nghĩa là khi Khổ pháp trí, Tập pháp trí, Đạo pháp trí vào hiện quán, A-la-hán học kiến tích, đã được trí vô lậu biểu hiện trước mắt, khi ấy không phải Loại trí, Diệt trí, mà khi ấy đã được Thế tục trí biểu hiện trước mắt; khi chưa được Thế tục trí biểu hiện trước mắt, khi ấy cả hai trí không cùng tu tập. Lúc đó tất cả hàng phàm phu đều là ở tâm ô nhiễm, tâm vô ký, định Vô tưởng, định diệt tận, trời Vô tưởng hay nhẫn vô lậu.

Hỏi: Nếu tu tập Loại trí cũng là Đạo trí chăng?

Đáp: Nên nêu lên bốn trường hợp để giải thích:

1- Trường hợp có tu tập Loại trí không phải là Đạo trí: Nghĩa là Khổ loại trí, Tập loại trí, Diệt loại trí vào hiện quán, A-la-hán học kiến tích, đã được Loại trí biểu hiện trước mắt, khi ấy không phải là Đạo trí.

2- Trường hợp có tu tập Đạo trí không phải là Loại trí: Nghĩa là khi Đạo trí, Pháp trí vào hiện quán, A-la-hán học kiến tích, đã được Đạo trí biểu hiện trước mắt, khi ấy không phải là Loại trí.

3- Trường hợp có cả hai trí cùng tu tập: Nghĩa là khi Đạo loại trí vào hiện quán, khi ấy A-la-hán học kiến tích, đã được Đạo loại trí biểu hiện trước mắt, khi ấy chưa được trí vô lậu biểu hiện trước mắt, chưa được Thế tục trí biểu hiện trước mắt thì khi ấy có thể cả hai trí cùng tu tập.

4- Trường hợp có cả hai trí không cùng tu tập: Nghĩa là khi Khổ pháp trí, Tập pháp trí, Diệt pháp trí vào hiện quán, A-la-hán học kiến tích, đã được trí vô lậu biểu hiện trước mắt, khi ấy không phải là Đạo loại trí, mà khi ấy đã được Thế tục trí biểu hiện trước mắt; chưa được Thế tục trí biểu hiện trước mắt là khi ấy cả hai trí không cùng tu tập. Lúc đó tất cả hàng phàm phu đều là ở tâm ô nhiễm, tâm vô ký, định Vô tưởng, định diệt tận, trời Vô tưởng hay nhẫn vô lậu.

Hỏi: Nếu tu tập Tha tâm trí cũng là Thế tục trí chăng?

Đáp: Nên nêu lên bốn trường hợp để giải thích:

1- Trường hợp có tu tập Tha tâm trí, không phải Thế tục trí: Nghĩa là khi hành giả đã xả ly ô nhiễm ở Dục giới, khi Đạo loại trí vào hiện quán; A-la-hán học kiến tích, đã được Tha tâm trí biểu hiện trước mắt, khi ấy không phải là Thế tục trí, chưa có trí vô lậu biểu hiện trước mắt, khi ấy là tu tập Tha tâm trí, chứ không phải là Thế tục trí.

2- Trường hợp có tu tập Thế tục trí, không phải là Tha tâm trí: Nghĩa là khi không có Tha tâm trí, lúc hàng phàm phu đã được hay chưa được Thế tục trí biểu hiện trước mắt. Có Tha tâm trí hàng phàm phu đã được Thế tục trí biểu hiện trước mắt, khi ấy không phải là Tha tâm trí, chưa được Thế tục trí biểu hiện trước mắt là khi ấy không phải là tu tập Tha tâm trí.

Khi Khổ loại trí, Tập loại trí, Diệt loại trí vào hiện quán, A-la-hán học kiến tích, đã được Thế tục trí biểu hiện trước mắt, khi ấy không phải là Tha tâm trí; Chưa được Thế tục trí biểu hiện trước mắt, khi ấy không phải là tu tập Tha tâm trí; chưa được trí vô lậu biểu hiện trước mắt, lúc ấy là tu tập Thế tục trí chứ không phải là Tha tâm trí.

3- Trường hợp có cả hai trí cùng tu tập: Nghĩa là khi hàng phàm phu đã được hay chưa được Tha tâm trí biểu hiện trước mắt, chưa được Thế tục trí biểu hiện trước mắt, khi tu tập Tha tâm trí, A-la-hán học kiến tích, khi đã được Thế tục trí và Tha tâm trí biểu hiện trước mắt mà chưa được Thế tục trí biểu hiện trước mắt là khi ấy tu tập Tha tâm trí; chưa được trí vô lậu biểu hiện trước mắt là khi ấy có thể cả hai trí cùng tu tập.

4- Trường hợp có cả hai trí không cùng tu tập: Nghĩa là khi Khổ pháp trí, Tập pháp trí, Diệt pháp trí, Đạo pháp trí vào hiện quán, hành giả chưa xả ly ô nhiễm ở Dục giới, khi Đạo loại trí vào hiện quán, A-la-hán học kiến tích, đã được trí vô lậu biểu hiện trước mắt, khi ấy không phải là Tha tâm trí; chưa được trí vô lậu biểu hiện trước mắt là khi ấy cả hai trí không cùng tu tập. Lúc đó tất cả đều là ở tâm ô nhiễm, tâm vô ký, định Vô tưởng, định diệt tận, trời Vô tưởng hay nhẫn vô lậu.

Hỏi: Nếu tu tập Tha tâm trí cũng là Khổ trí chăng?

Đáp: Nên nêu lên bốn trường hợp để giải thích:

1- Trường hợp có tu tập Tha tâm trí không phải là Khổ trí: Nghĩa là khi hàng phàm phu đã được hay chưa được Tha tâm trí biểu hiện trước mắt mà chưa được Thế tục trí biểu hiện trước mắt là khi ấy tu tập Tha tâm trí; A-la-hán học kiến tích, đã được Tha tâm trí biểu hiện trước mắt.

2- Trường hợp có tu tập Khổ trí không phải là Tha tâm trí: Nghĩa là khi Khổ loại trí, Pháp loại trí vào hiện quán, hành giả chưa xả ly ô nhiễm ở Dục giới, khi Đạo loại trí vào hiện quán, A-la-hán học kiến tích, khi được Khổ trí biểu hiện trước mắt mà chưa được trí vô lậu biểu hiện trước mắt, khi ấy không phải là tu tập Tha tâm trí; khi chưa được Thế tục trí biểu hiện trước mắt thì khi ấy tu tập Khổ trí không phải là Tha tâm trí.

3- Trường hợp cả hai trí cùng tu tập: Nghĩa là hành giả đã xả ly ô nhiễm ở Dục giới, khi Đạo loại trí vào hiện quán, A-la-hán học kiến tích, chưa được trí vô lậu biểu hiện trước mắt, khi tu tập Tha tâm trí mà chưa được Thế tục trí biểu hiện trước mắt là khi ấy có thể cả hai trí cùng tu tập.

4- Trường hợp có cả hai trí không phải cùng tu tập: Nghĩa là Tập loại trí, Diệt loại trí, Pháp loại trí và Đạo pháp trí vào hiện quán, A-la-hán học kiến tích, đã được trí vô lậu biểu hiện trước mắt, khi ấy không phải là Tha tâm trí và Khổ trí, đã được Thế tục trí biểu hiện trước mắt, khi ấy không phải là Tha tâm trí; khi chưa được Thế tục trí biểu hiện trước mắt là khi ấy cả hai trí không cùng tu tập. Khi hàng phàm phu không tu tập Tha tâm trí thì tất cả đều là ở tâm ô nhiễm, tâm vô ký, định Vô tưởng, định diệt tận, trời Vô tưởng hay nhẫn vô lậu.

Hỏi: Nếu tu tập Tha tâm trí cũng là Tập trí chăng?

Đáp: Nên nêu lên bốn trường hợp để giải thích:

1- Trường hợp có tu tập Tha tâm trí không phải là Tập trí: Nghĩa là khi hàng phàm phu đã được hay chưa được Tha tâm trí biểu hiện trước mắt, chưa được Thế tục trí biểu hiện trước mắt, khi ấy là tu tập Tha tâm trí. A-la-hán học kiến tích, khi đã được Tha tâm trí biểu hiện trước mắt.

2- Trường hợp có tu tập Tập trí không phải là Tha tâm trí: Nghĩa là khi Tập loại trí và Pháp loại trí vào hiện quán, hành giả chưa xả ly ô nhiễm ở Dục giới, khi Đạo loại trí vào hiện quán, A-la-hán học kiến tích, đã được Tập trí biểu hiện trước mắt, chưa được trí vô lậu biểu hiện trước mắt, khi ấy không phải là tu tập Tha tâm trí, chưa được Thế tục trí biểu hiện trước mắt thì tu tập Tập trí không phải là Tha tâm trí.

3- Trường hợp có hai trí cùng tu tập: Nghĩa là hành giả đã xả ly ô nhiễm ở Dục giơi, khi Đạo loại trí vào hiện quán, A-la-hán học kiến tích, chưa được trí vô lậu biểu hiện trước mắt, khi ấy là tu tập Tha tâm trí, chưa được Thế tục trí biểu hiện trước mắt, khi ấy hai trí có thể cùng tu.

4- Trường hợp có cả hai trí không cùng tu tập: Nghĩa là khi Khổ loại trí, Diệt loại trí, Pháp loại trí, Đạo trí, Pháp trí vào hiện quán, A-la-hán học kiến tích, đã được trí vô lậu biểu hiện trước mắt, khi ấy không phải là Tha tâm trí và Tập trí đã được Thế tục trí biểu hiện trước mắt, lúc ấy không phải là Tha tâm trí, chưa được Thế tục trí biểu hiện trước mắt, khi ấy là hai trí không cùng tu tập. Khi hàng phàm phu không tu tập Tha tâm trí thì tất cả đều là ở tâm ô nhiễm, tâm vô ký, định Vô tưởng, định diệt tận, trời Vô tưởng hay nhẫn vô lậu.

Hỏi: Nếu tu tập Tha tâm trí cũng là Diệt trí chăng?

Đáp: Nên nêu lên bốn trường hợp để giải thích:

1- Trường hợp có tu tập Tha tâm trí, không phải là Diệt trí: Nghĩa là khi hàng phàm phu đã được hay chưa được Tha tâm trí biểu hiện trước mắt, chưa được Thế tục trí biểu hiện trước mắt, khi ấy là tu tập Tha tâm trí. A-la-hán học kiến tích, khi đã được Tha tâm trí biểu hiện trước mắt.

2- Trường hợp có tu tập Diệt trí, không phải là Tha tâm trí: Nghĩa là khi Diệt loại trí, Pháp loại trí vào hiện quán, hành giả chưa xả ly ô nhiễm ở Dục giới, khi Đạo loại trí vào hiện quán, A-la-hán học kiến tích, khi đã được Diệt trí biểu hiện trước mắt, chưa được trí vô lậu biểu hiện trước mắt, khi ấy không phải tu tập Tha tâm trí, chưa được Thế tục trí biểu hiện trước mắt, khi ấy tu tập Diệt trí không phải là tha tâm trí.

3- Trường hợp có cả hai trí cùng tu tập: Nghĩa là hành giả đã xả ly ô nhiễm ở nơi Dục giới, khi Đạo loại trí vào hiện quán, A-la-hán học kiến tích, chưa được trí vô lậu biểu hiện trước mắt, khi ấy là tu tập Tha tâm trí, chưa được Thế tục trí biểu hiện trước mắt, khi ấy cả hai trí cùng có thể tu tập.

4- Trường hợp có cả hai trí không cùng tu tập: Nghĩa là khi Khổ loại trí, Tập loại trí, Pháp loại trí, Đạo trí và Pháp trí vào hiện quán, A-la-hán học kiến tích, đã được trí vô lậu biểu hiện trước mắt, khi ấy không phải là Tha tâm trí đã được Thế tục trí biểu hiện trước mắt, khi ấy không phải là Tha tâm trí, chưa được Thế tục trí biểu hiện trước mắt mà khi ấy cả hai trí không cùng tu tập. Khi ấy hàng phàm phu không tu tập Tha tâm trí thì tất cả đều là ở tâm ô nhiễm, tâm vô ký, định Vô tưởng, định diệt tận, trời Vô tưởng hay nhẫn vô lậu.

Hỏi: Nếu tu tập Tha tâm trí cũng là Đạo trí chăng?

Đáp: Nên nêu lên bốn trường hợp để giải thích:

1- Trường hợp tu tập Tha tâm trí không phải là Đạo trí: Nghĩa là khi hàng phàm phu đã được hay chưa được Tha tâm trí biểu hiện trước mắt, chưa được Thế tục trí biểu hiện trước mắt, khi ấy là tu tập Tha tâm trí. A-la-hán học kiến tích, khi đã được Tha tâm trí biểu hiện trước mắt, khi ấy không phải là Đạo trí.

2- Trường hợp có tu tập Đạo trí không phải là Tha tâm trí: Nghĩa là khi Đạo pháp trí vào hiện quán, hành giả chưa xả ly ô nhiễm ở Dục giới khi Đạo pháp trí vào hiện quán; A-la-hán học kiến tích, đã được Đạo trí biểu hiện trước mắt, khi ấy không phải là Tha tâm trí, chưa được trí vô lậu biểu hiện trước mắt thì khi ấy là tu tập Đạo trí mà không phải là Tha tâm trí.

3- Trường hợp có cả hai trí cùng tu tập: Nghĩa là khi hành giả đã xả ly ô nhiễm ở Dục giới, Đạo loại trí vào hiện quán, A-la-hán học kiến tích, đã được Tha tâm trí và Đạo trí biểu hiện trước mắt, chưa được trí vô lậu biểu hiện trước mắt, khi ấy là tu tập Tha tâm trí; chưa được Thế tục trí biểu hiện trước mắt là khi ấy cả hai trí cùng tu tập.

4- Trường hợp có cả hai trí không cùng tu tập: Nghĩa là khi Khổ loại trí, Tập loại trí, Diệt loại trí, Pháp loại trí vào hiện quán, A-la-hán học kiến tích, đã được trí vô lậu biểu hiện trước mắt, khi ấy không phải là Tha tâm trí và Đạo trí đã được Thế tục trí biểu hiện trước mắt, khi ấy không phải là Tha tâm trí chưa được Thế tục trí biểu hiện trước mắt mà khi ấy cả hai trí không cùng tu tập. Khi hàng phàm phu không tu tập Tha tâm trí là tất cả đều ở tâm ô nhiễm, tâm vô ký, định Vô tưởng, định diệt tận, trời Vô tưởng hay nhẫn vô lậu.

Hỏi: Nếu tu tập Thế tục trí cũng là Khổ trí chăng?

Đáp: Nên nêu lên bốn trường hợp để giải thích:

1- Trường hợp có tu tập Thế tục trí không phải là Khổ trí: Nghĩa là khi hàng phàm phu đã được hay chưa được Thế tục trí biểu hiện trước mắt, khi Tập loại trí, Diệt loại trí vào hiện quán, A-la-hán học kiến tích, khi đã được Thế tục trí biểu hiện trước mắt, mà chưa được Thế tục trí biểu hiện trước mắt là khi ấy không phải tu tập Diệt trí.

2- Trường hợp có tu tập Khổ trí không phải là Thế tục trí: Nghĩa là Khổ trí, Pháp trí, Đạo loại trí vào hiện quán, A-la-hán học kiến tích, khi đã được Khổ trí biểu hiện trước mắt mà chưa được trí vô lậu biểu hiện trước, khi ấy không phải là tu tập Thế tục trí.

3- Trường hợp có cả hai trí cùng tu tập: Nghĩa là khi Khổ loại trí vào hiện quán, A-la-hán học kiến tích, chưa được trí vô lậu biểu hiện trước mắt, khi ấy là tu tập Thế tục trí; chưa được Thế tục trí biểu hiện trước mắt, khi ấy là tu tập Khổ trí.

4- Trường hợp có cả hai trí không cùng tu tập: Nghĩa là khi Tập trí, Diệt trí, Đạo trí, Pháp trí vào hiện quán, A-la-hán học kiến tích, đã được trí vô lậu biểu hiện trước mắt, khi ấy không phải là Khổ trí mà tất cả đều là ở tâm ô nhiễm, tâm vô ký, định Vô tưởng, định diệt tận, trời Vô tưởng hay nhẫn vô lậu.

Hỏi: Nếu tu tập Thế tục trí cũng là Tập trí chăng?

Đáp: Nên nêu lên bốn trường hợp để giải thích:

1- Trường hợp có tu tập Thế tục trí không phải là Tập trí: Nghĩa là khi hàng phàm phu đã được hay chưa được Thế tục trí biểu hiện trước mắt, khi Khổ loại trí, Diệt loại trí vào hiện quán, A-la-hán học kiến tích, khi đã được Thế tục trí biểu hiện trước mắt, mà chưa được Thế tục trí biểu hiện trước là khi ấy không phải là tu tập Tập trí.

2- Trường hợp có tu tập Tập trí không phải là Thế tục trí: Nghĩa là khi Tập trí, Pháp trí và Đạo loại trí vào hiện quán, A-la-hán học kiến tích, khi đã được Tập trí biểu hiện trước mắt, mà chưa được trí vô lậu biểu hiện trước mắt, khi ấy không phải là tu tập Thế tục trí.

3- Trường hợp có cả hai trí cùng tu tập: Nghĩa là khi Tập loại trí vào hiện quán, A-la-hán học kiến tích, chưa được trí vô lậu biểu hiện trước mắt, khi ấy là tu tập Thế tục trí; chưa được Thế tục trí biểu hiện trước mắt, khi ấy là tu tập Tập trí.

4- Trường hợp có cả hai trí không cùng tu tập: Nghĩa là khi Khổ pháp trí, Diệt pháp trí, Đạo pháp trí vào hiện quán, A-la-hán học kiến tích, khi đã được trí vô lậu biểu hiện trước mắt, khi ấy không phải là Tập trí mà tất cả đều là ở tâm ô nhiễm, tâm vô ký, định Vô tưởng, định diệt tận, trời Vô tưởng hay nhẫn vô lậu.

Hỏi: Nếu tu tập Thế tục trí cũng là Diệt trí chăng?

Đáp: Nên nêu lên bốn trường hợp để giải thích:

1- Trường hợp có tu tập Thế tục trí không phải là Diệt trí: Nghĩa là khi hàng phàm phu đã được hay chưa được Thế tục trí biểu hiện trước mắt, Khổ loại trí, Tập loại trí vào hiện quán, A-la-hán học kiến tích, khi đã được Thế tục trí biểu hiện trước mắt; chưa được Thế tục trí biểu hiện trước mắt, khi ấy không phải là tu tập Diệt trí.

2- Trường hợp có tu tập Diệt trí, không phải là Thế tục trí: Nghĩa là khi Diệt pháp trí, Đạo loại trí vào hiện quán, A-la-hán học kiến tích, khi ấy đã được Diệt trí biểu hiện trước mắt, chưa được trí vô lậu biểu hiện trước mắt, khi ấy không phải là tu tập Thế tục trí.

3- Trường hợp có cả hai trí cùng tu tập: Nghĩa là khi Diệt loại trí vào hiện quán, A-la-hán học kiến tích chưa được trí vô lậu biểu hiện tiền trước mắt, khi tu tập Thế tục trí mà chưa được Thế tục trí biểu hiện trước mắt, khi ấy là tu tập Diệt trí.

4- Trường hợp có cả hai trí không cùng tu tập: Nghĩa là khi Khổ pháp trí, Tập pháp trí, Đạo pháp trí vào hiện quán, A-la-hán học kiến tích, khi đã được trí vô lậu biểu hiện trước mắt, khi ấy không phải là Diệt trí, mà tất cả đều là ở tâm ô nhiễm, tâm vô ký, định Vô tưởng, định diệt tận, trời Vô tưởng hay nhẫn vô lậu.

Hỏi: Nếu tu tập Thế tục trí cũng là Đạo trí chăng?

Đáp: Nên nêu lên bốn trường hợp để giải thích:

1- Trường hợp có tu tập Thế tục trí không phải là Đạo trí: Nghĩa là khi hàng phàm phu đã được, chưa được Thế tục trí biểu hiện trước mắt, Khổ loại trí, Tập loại trí, Diệt loại trí vào hiện quán, A-la-hán học kiến tích, khi đã được Thế tục trí biểu hiện trước mắt, mà chưa được Thế tục trí biểu hiện trước mắt, khi ấy không phải là tu tập Đạo trí.

2- Trường hợp có tu tập Đạo trí không phải là Thế tục trí: Nghĩa là khi Đạo pháp trí, Đạo loại trí vào hiện quán, A-la-hán học kiến tích, khi đã được Đạo trí biểu hiện trước mắt mà chưa được trí vô lậu biểu hiện trước mắt, khi ấy không phải tu tập Thế tục trí.

3- Trường hợp có cả hai trí cùng tu tập: Nghĩa là A-la-hán học kiến tích, đã được trí vô lậu biểu hiện trước mắt, khi ấy không phải là tu tập Thế tục trí; chưa được Thế tục trí biểu hiện trước mắt, khi ấy là tu tập Đạo trí.

4- Trường hợp có cả hai trí không cùng tu tập: Nghĩa là khi Khổ pháp trí, Tập pháp trí, Diệt pháp trí vào hiện quán, A-la-hán học kiến tích đã được trí vô lậu biểu hiện trước mắt, khi ấy không phải là Đạo trí, mà tất cả khi ấy đều là ở tâm ô nhiễm, tâm vô ký, định Vô tưởng, định diệt tận, trời Vô tưởng hay nhẫn vô lậu.

Quyển chín
Chương ba: Trí Uẩn

PHẨM BỐN: LUẬN BÀN VỀ TU TRÍ[116]

---

116 Tu trí: Nói đủ là tu tập trí. Skt. Bhāvanā-jñāna. Nghĩa là tu tập đối với mười trí, gồm:

1- Thế tục trí: Skt. Saṃvṛti-jñāna, trí còn ở trong ba cõi.

2- Pháp trí: Skt. Dharma-jñāna, Trí vô lậu duyên theo các hành tướng Tứ Thánh đế ở Dục giới tu tập đoạn trừ các phiền não.

3- Loại trí: Skt. Anvaya-jñāna, duyên theo pháp Tứ Thánh đế ở Sắc giới-Vô sắc giới tu tập phát sinh, đoạn trừ các loại phiền não của các cõi này.

4- Khổ trí: Skt. Duḥkha-jñāna, trí do tu tập chứng kiến lý Khổ Thánh đế phát sinh.

5- Tập trí: Skt. Samudaya-jñāna, trí do tu tập đối với Tập Thánh đế phát sinh.

6- Diệt trí: Skt. Nirodha-jñāna, trí do tu tập đối với Diệt Thánh đế phát sinh.

7- Đạo trí: Skt. Mārga-jñāna, trí do tu tập đối với Đạo Thánh đế phát sinh.

8- Tha tâm trí: Skt. Para-citta-jñāna, trí biết rõ các tâm, tâm sở ở pháp hiện tại.

9- Tận trí: Skt. Kṣaya- jñāna. Pāli: Khaya-ñāṇa. trí đã biết Khổ, biết đã đoạn Tập, biết đã chứng Diệt, biết đã tu Đạo. Trí ấy là trí vô lậu cùng một lúc sinh khởi với đắc.

10- Vô sinh trí: Skt. Anutpāda-jñāna, trí của bậc Thánh giả A-la-hán ở vị trí vô học. Trí đã biết rốt ráo về Khổ Thánh đế, nên đối với Khổ Thánh đế không còn có gì nữa để biết. Trí đã biết rốt ráo về Tập Thánh đế, nên đối với Tập Thánh đế, không còn có bất cứ cái gì nữa để biết và để đoạn, nên gọi là vô đoạn.. Trí đã biết rốt ráo đối với Diệt Thánh đế,

Phần hai:

Hỏi: Nếu tu tập Khổ trí cũng là Tập trí chăng?

Đáp: Nên nêu lên bốn trường hợp để giải thích:

1- Trường hợp có tu tập Khổ trí không phải là Tập trí: Nghĩa là khi Khổ loại trí, Pháp loại trí vào hiện quán, A-la-hán học kiến tích, khi đã được Khổ trí biểu hiện trước mắt.

2- Trường hợp có tu tập Tập trí không phải là Khổ trí: Nghĩa là khi Tập loại trí, Pháp loại trí vào hiện quán, A-la-hán học kiến tích, khi đã được Tập trí biểu hiện trước mắt.

3- Trường hợp có cả hai trí cùng tu tập: Nghĩa là khi Đạo loại trí vào hiện quán, A-la-hán học kiến tích, khi chưa được trí vô lậu biểu hiện trước mắt; chưa được Thế tục trí biểu hiện trước mắt, khi ấy thì cả hai trí cùng tu tập.

4- Trường hợp có cả hai trí không cùng tu tập: Nghĩa là khi Diệt loại trí, Pháp loại trí, Đạo pháp trí vào hiện quán, A-la-hán học kiến tích, đã được trí vô lậu biểu hiện trước mắt, khi ấy không phải là Khổ trí, Tập trí; khi đã được Thế tục trí biểu hiện trước mắt hay chưa được Thế tục trí biểu hiện trước mắt, khi ấy cả hai trí không cùng tu tập mà tất cả lúc ấy đều là ở tâm ô nhiễm, tâm vô ký, định Vô tưởng, định diệt tận, trời Vô tưởng hay nhẫn vô lậu.

Hỏi: Nếu tu tập Khổ trí cũng là Diệt trí chăng?

Đáp: Nên nêu lên bốn trường hợp để giải thích:

1- Trường hợp có tu tập Khổ trí không phải là Diệt trí: Nghĩa là khi Khổ loại trí, Pháp loại trí vào hiện quán, A-la-hán học kiến tích, khi đã được Khổ trí biểu hiện trước mắt.

2- Trường hợp có tu tập Diệt trí không phải là Khổ trí: Nghĩa là khi Diệt loại trí, Pháp loại trí vào hiện quán, A-la-hán học kiến tích, khi đã

---

nên đối với Diệt Thánh đế, không còn có bất cứ điều gì nữa để biết và để chứng, nên gọi là vô chứng. Trí đã biết rốt ráo về Đạo Thánh đế, nên đối với Đạo Thánh đế, không còn có bất cứ điều gì nữa để biết và để tu, nên gọi là vô tu. (*Câu-xá luận* 26, *Đại chánh* 29).

được Diệt trí biểu hiện trước mắt.

3- Trường hợp có cả hai trí cùng tu tập: Nghĩa là khi Đạo loại trí vào hiện quán, A-la-hán học kiến tích, khi chưa được trí vô lậu biểu hiện trước mắt và chưa được Thế tục trí biểu hiện trước mắt, khi ấy cả hai trí có thể cùng tu tập.

4- Trường hợp có cả hai trí không cùng tu tập: Nghĩa là khi Tập loại trí, Pháp loại trí, Đạo pháp trí vào hiện quán, A-la-hán học kiến tích, đã được trí vô lậu biểu hiện trước mắt, khi ấy không phải là Khổ trí, Diệt trí đã được Thế tục trí biểu hiện trước mắt hay chưa được Thế tục trí biểu hiện trước mắt là khi ấy cả hai trí không cùng tu tập, mà khi ấy tất cả hàng phu đều là ở tâm ô nhiễm, tâm vô ký, định Vô tưởng, định diệt tận, trời Vô tưởng hay nhẫn vô lậu.

Hỏi: Nếu tu tập Khổ trí cũng là Đạo trí chăng?

Đáp: Nên nêu lên bốn trường hợp để giải thích:

1- Trường hợp có tu tập Khổ trí không phải là Đạo trí: Nghĩa là khi Khổ loại trí, Khổ pháp trí vào hiện quán, A-la-hán học kiến tích, đã được Khổ trí biểu hiện trước mắt.

2- Trường hợp có tu tập Đạo trí không phải là Khổ trí: Nghĩa là khi Đạo pháp trí vào hiện quán, A-la-hán học kiến tích, khi đã được Đạo trí biểu hiện trước mắt.

3- Trường hợp có cả hai trí cùng tu tập: Nghĩa là khi Đạo loại trí vào hiện quán, A-la-hán học kiến tích, khi chưa được trí vô lậu biểu hiện trước mắt là chưa được Thế tục trí biểu hiện trước mắt, khi ấy hai trí có thể cùng tu tập.

4- Trường hợp cả hai trí không cùng tu tập: Nghĩa là khi Tập loại trí, Diệt loại trí, Pháp loại trí vào hiện quán, A-la-hán học kiến tích, đã được trí vô lậu biểu hiện trước mắt, khi ấy không phải là Khổ đạo trí; khi đã được Thế tục trí biểu hiện trước mắt mà chưa được Thế tục trí biểu hiện trước mắt là lúc hai trí không cùng tu tập, mà khi ấy, tất cả hàng phu đều là ở tâm ô nhiễm, tâm vô ký, định Vô tưởng, định diệt tận, trời Vô tưởng hay nhẫn vô lậu.

Hỏi: Nếu tu tập Tập trí cũng là tu tập Diệt trí chăng?

Đáp: Nên nêu lên bốn trường hợp để giải thích:

1- Trường hợp có tu tập Tập trí không phải Diệt trí: Nghĩa là khi Tập loại trí, Pháp loại trí vào hiện quán, A-la-hán học kiến tích, khi đã được Tập trí biểu hiện trước mắt.

2- Trường hợp có tu tập Diệt trí không phải là tu tập Tập trí: Nghĩa là khi Diệt loại trí, Pháp loại trí vào hiện quán, A-la-hán học kiến tích, khi đã được Diệt trí biểu hiện trước mắt.

3- Trường hợp có cả hai trí cùng tu tập: Nghĩa là khi Đạo loại trí vào hiện quán, A-la-hán học kiến tích, khi chưa được trí vô lậu biểu hiện trước mắt và chưa được Thế tục trí biểu hiện trước mắt, khi ấy cả hai trí cùng tu tập.

4- Trường hợp có cả hai trí không cùng tu tập: Nghĩa là khi Khổ loại trí, Pháp loại trí, Đạo pháp trí vào hiện quán, A-la-hán học kiến tích, đã được trí vô lậu biểu hiện trước mắt, khi ấy không phải là Tập diệt trí; khi đã được Thế tục trí biểu hiện trước mắt mà chưa được Thế tục trí biểu hiện trước mắt, khi ấy cả hai trí không cùng tu tập mà khi ấy, tất cả hàng phàm phu đều là ở tâm ô nhiễm, tâm vô ký, định Vô tưởng, định diệt tận, trời Vô tưởng hay nhẫn vô lậu.

Hỏi: Nếu tu tập Tập trí cũng là Đạo trí chăng?

Đáp: Nên nêu lên bốn trường hợp để giải thích:

1- Trường hợp có tu tập Tập trí không có Đạo trí: Nghĩa là khi Tập loại trí, Pháp loại trí vào hiện quán, A-la-hán học kiến tích, khi ấy đã được Tập trí biểu hiện trước mắt.

2- Trường hợp có tu tập Đạo trí không phải là Tập trí: Nghĩa là khi Đạo pháp trí vào hiện quán, A-la-hán học kiến tích, khi ấy đã được Đạo trí biểu hiện trước mắt.

3- Trường hợp có cả hai trí cùng tu tập: Nghĩa là khi Đạo loại trí vào hiện quán, A-la-hán học kiến tích, khi ấy chưa được trí vô lậu biểu hiện trước mắt và chưa được Thế tục trí biểu hiện trước mắt. Lúc ấy hai trí có thể cùng tu tập.

4- Trường hợp có cả hai trí không cùng tu tập: Nghĩa là khi Diệt loại trí, Pháp loại trí vào hiện quán, A-la-hán học kiến tích, khi ấy chưa được trí vô lậu biểu hiện trước mắt và khi ấy không phải là Tập trí, Đạo trí đã được Thế tục trí ngay khi ấy. Chưa được Thế tục trí biểu hiện trước mắt là khi ấy cả hai trí không cùng tu tập, mà khi ấy, tất cả hàng phu đều là ở tâm ô nhiễm, tâm vô ký, định Vô tưởng, định diệt tận, trời Vô tưởng hay nhẫn vô lậu.

Hỏi: Nếu tu tập Diệt trí cũng là tu tập Đạo trí chăng?

Đáp: Nên nêu lên bốn trường hợp để giải thích:

1- Trường hợp có tu tập Diệt trí không phải là Đạo trí: Nghĩa là khi Diệt loại trí, Pháp loại trí vào hiện quán, A-la-hán học kiến tích, khi ấy đã được Diệt trí biểu hiện trước mắt.

2- Trường hợp có tu tập Đạo trí không phải là Diệt trí: Nghĩa là khi A-la-hán học kiến tích, khi ấy Đạo trí đã biểu hiện trước mắt.

3- Trường hợp có cả hai trí cùng tu tập: Nghĩa là khi Đạo loại trí vào hiện quán, A-la-hán học kiến tích, khi ấy chưa được trí vô lậu biểu hiện trước mắt và chưa được Thế tục trí biểu hiện trước mắt, khi ấy cả hai trí cùng tu tập.

4- Trường hợp có cả hai trí không cùng tu tập: Nghĩa là khi Khổ loại trí, Tập loại trí, Pháp loại trí vào hiện quán, A-la-hán học kiến tích, khi ấy đã được trí vô lậu biểu hiện trước mắt thì lúc ấy không phải là Diệt đạo trí; khi đã được Thế tục trí biểu hiện trước mắt chưa được Thế tục trí biểu hiện trước mắt là khi ấy cả hai trí không cùng tu tập, mà khi ấy tất cả hàng phàm phu đều là ở tâm ô nhiễm, tâm vô ký, định Vô tưởng, định diệt tận, trời Vô tưởng hay nhẫn vô lậu.

Hỏi: Từ Pháp trí cho đến Đạo trí, ở trong tám trí, mỗi một trí duyên bao nhiêu trí?

Đáp: Pháp trí duyên bảy trí, ngoại trừ Loại trí. Loại trí duyên bảy trí, ngoại trừ Pháp trí. Tha tâm trí, Thế tục trí duyên đầy đủ tám trí. Khổ trí, Tập trí cùng duyên hai trí. Nghĩa là duyênTha tâm trí và Thế tục trí. Diệt trí không duyên trí. Đạo trí duyên bảy trí, ngoại trừ Thế tục trí.

Hỏi: Từ Pháp trí cho đến Đạo trí, tự và tha hướng vọng tương quan nhau có bao nhiêu duyên?

Đáp: Pháp trí cùng hướng vọng tương quan với Pháp trí là bốn duyên[117]; cùng với Loại trí là ba duyên, ngoại trừ Sở duyên; cùng với

---

[117] Bốn duyên, gồm có:

1-Nhân duyên: Nhân là duyên, duyên tác động và huân tập thành nhân. Nhân duyên là chủng tử. Chủng tử là nhân duyên. Nên, nhân cũng là duyên và duyên cũng là nhân, nên gọi là nhân duyên.

2-Đẳng vô gián duyên: Cũng gọi là Thứ đệ duyên. Trong sự tương tục của tâm và tâm sở. Sát-na trước mở đường cho sát-na sau, sát na sau lại mở đường cho sát na sau nữa, cứ như thế mà các pháp thuộc tâm, tâm sở tương tục sinh khởi. Đẳng là niệm trước diệt, niệm sau sinh, thể và dụng của niệm trước và niệm sau đồng đẳng với nhau. Nghĩa là niệm thiện thì niệm thiện trước và niệm thiện sau đồng đẳng với nhau sinh diệt tương tục; niệm ác thì niệm trước và niệm sau đồng đẳng với nhau sinh diệt tương tục và niệm vô ký, thì niệm trước, niệm sau đồng đẳng với sau sinh diệt tương tục, nên gọi là đẳng vô gián duyên, hay Thứ đệ duyên.

3-Sở duyên duyên: Cũng gọi là duyên duyên. Ấy là các đối tượng của các pháp thuộc tâm và tâm sở duyên theo để khởi hiện. Nhãn căn duyên vào sắc trần để nhãn thức biểu hiện..., cho đến ý thức duyên vào các pháp quá khứ, hiện tại, vị lai để biểu hiện, duyên ấy gọi là Sở duyên duyên.

4- Tăng thượng duyên: Ấy là tất cả điều kiện hỗ trợ thuận và nghịch để chủng tử nhân duyên biểu hiện, gọi là Tăng thượng duyên. (*Đại Tỳ-bà-sa* 21, *Đại chánh* 7; *Câu-xá luận*, *Đại chánh* 29).

Theo Đại thừa Duy thức:

1-Nhân duyên là chỉ cho các pháp hữu vi có năng lực tự sinh ra quả cho chính nó. Nhân duyên này có hai thể tính gồm: Chủng tử và hiện hành. Chủng tử có ba loại, gồm thiện, ác, vô ký, tất cả đều hàm chứa ở Thức A-lại-da. Chủng tử tự sinh chủng tử vào những thời điểm khác nhau và hiện hành cùng loại với chính nó.

Hiện hành là chỉ cho bảy chuyển thức, có khả năng huân tập thành hạt giống hay chủng tử ở trong bản thức.

2-Đẳng vô gián duyên: Sự sinh khởi của các pháp thuộc tâm và tâm sở. Niệm trước dẫn sinh niệm sau tương tục không gián đoạn. Giống như Đẳng vô gián duyên đã giải thích ở trước.

3-Sở duyên duyên: Đối tượng của các pháp thuộc tâm, tâm sở trở thành nguyên nhân khiến sinh khởi quả. Duy thức học phân duyên này, hai loại là Thân sở duyên duyên và Sơ sở duyên duyên. Thân sở duyên

Tha tâm trí là bốn duyên; nếu cùng với Tha tâm trí làm Nhân duyên, đẳng vô gián, thì không phải là Sở duyên; nếu cùng với Tha tâm trí làm Sở duyên, thì không phải là Nhân duyên, đẳng vô gián, ngoại trừ Nhân duyên, đẳng vô gián; cùng với Khổ trí, Tập trí, Diệt trí làm ba duyên, ngoại trừ Sở duyên; cùng với Đạo trí làm bốn duyên.

Loại trí cùng với loại trí là bốn duyên; cùng với Tha tâm trí là bốn duyên; nếu cùng với Tha tâm trí làm Nhân duyên, đẳng vô gián, thì không phải là Sở duyên; nếu cùng với Tha tâm trí làm Sở duyên, thì không phải là Nhân duyên, đẳng vô gián; cùng với Thế tục trí là ba duyên, ngoại trừ Nhân duyên, đẳng vô gián; cùng với Khổ trí, Tập trí, Diệt trí là ba duyên, ngoại trừ Sở duyên; cùng với Đạo trí là bốn duyên; cùng với Pháp trí là ba duyên, ngoại trừ Sở duyên.

Tha tâm trí cùng với Tha tâm trí là bốn duyên; nếu cùng với Tha tâm trí làm Nhân duyên, đẳng vô gián, thì không phải Sở duyên; nếu cùng với Tha tâm trí làm Sở duyên, thì không phải là Nhân duyên, đẳng vô gián; cùng với Thế tục trí là bốn duyên; cùng với Khổ trí, Tập trí là bốn duyên; nếu cùng với Tha tâm trí; nếu cùng với Tha tâm trí là Sở duyên, thì không phải là Nhân duyên, đẳng vô gián; cùng với Diệt trí, thì ba duyên, ngoại trừ Sở duyên; cùng với Đạo loại trí, Pháp loại trí là bốn duyên.

Thế tục trí cùng với Thế tục trí là bốn duyên; cùng với Khổ trí, Tập trí là ba duyên, ngoại trừ Nhân duyên, đẳng vô gián; Thế tục trí cùng với Diệt trí, Đạo trí là hai duyên, nghĩa là Đẳng vô gián duyên và Tăng thượng duyên; Thế tục trí cùng với Pháp trí, Loại trí là ba duyên, ngoại trừ Nhân duyên, đẳng vô gián; Thế tục trí cùng với Tha tâm trí là bốn duyên; nếu cùng với Tha tâm trí làm Sở duyên, thì không phải là Nhân duyên, đẳng vô gián.

Khổ trí cùng với Khổ trí và Tập trí, Diệt trí là ba duyên, ngoại trừ

---

duyên là tính lượng ở trong kiến phần. Sơ sở duyên duyên là lìa thể năng duyên mà vẫn có khả năng sinh khởi tính lượng ở bên trong, gọi là Sơ sở duyên duyên.

4- Tăng thượng duyên: Tương tợ như Tăng thượng duyên đã giải thích ở trước. (*Thành duy thức luận 7, Đại chánh* 31).

Sở duyên; cùng với Đạo trí, Pháp trí, Loại trí là bốn duyên; cùng với Tha tâm trí là bốn duyên; nếu cùng với Tha tâm trí làm Nhân duyên, đẳng vô gián, thì không phải Sở duyên; nếu cùng với Tha tâm trí làm Sở duyên, thì không phải Nhân duyên, đẳng vô gián; cùng với Thế tục trí là ba duyên, ngoại trừ Nhân duyên, đẳng vô gián.

Tập trí cùng với Tập trí và Diệt trí là ba duyên, ngoại trừ Sở duyên; cùng với Đạo trí, Pháp trí, Loại trí là bốn duyên; cùng với Tha tâm trí là bốn duyên; nếu cùng với Tha tâm trí làm Nhân duyên, đẳng vô gián duyên, thì không phải là Sở duyên; nếu cùng với Tha tâm trí làm Nhân duyên, đẳng vô gián, thì không phải là Sở duyên; nếu cùng với Tha tâm trí làm Sở duyên, thì không phải là Nhân duyên, đẳng vô gián; cùng với Thế tục trí là ba duyên, ngoại trừ Nhân duyên, đẳng vô gián; cùng với Khổ trí là ba duyên, ngoại trừ Sở duyên.

Diệt trí cùng với Diệt trí là ba duyên, ngoại trừ Sở duyên; cùng với Đạo trí, Pháp trí, Loại trí là bốn duyên; cùng với Tha tâm trí là bốn duyên; nếu cùng với Tha tâm trí làm Nhân duyên, đẳng vô gián, thì không phải Sở duyên; nếu cùng với Tha tâm trí làm Sở duyên, thì không phải là Nhân duyên, đẳng vô gián; cùng với Thế tục trí là ba duyên, ngoại trừ Nhân duyên, đẳng vô gián; cùng với Khổ trí, Tập trí là ba duyên, ngoại trừ Sở duyên.

Đạo trí cùng với Đạo trí và Pháp trí, loại trí là bốn duyên; cùng với Tha tâm trí là bốn duyên; nếu cùng với Tha tâm trí làm Nhân duyên, đẳng vô gián, thì không phải là Sở duyên; nếu cùng với Tha tâm trí làm Sở duyên, thì không phải là Nhân duyên, đẳng vô gián; cùng với Thế tục trí là ba duyên, ngoại trừ Nhân duyên, đẳng vô gián; cùng với Khổ trí, Tập trí, Diệt trí là ba duyên, ngoại trừ Sở duyên.

Hỏi: Các kiết sử hệ thuộc Dục giới, các kiết sử ấy là do Pháp trí đoạn trừ chăng?

Đáp: Nên nêu lên bốn trường hợp để giải thích:

1- Trường hợp có kiết sử Dục giới không do Pháp trí đoạn trừ: Nghĩa là kiết sử Dục giới, hoặc do nhẫn mà đoạn; hoặc do các trí khác mà đoạn trừ; hoặc là không đoạn trừ.

2- Trường hợp có kiết sử do Pháp trí đoạn trừ không hệ thuộc

Dục giới: Nghĩa là kiết sử hệ thuộc Sắc giới, Vô sắc giới do Pháp trí đoạn trừ.

3- Trường hợp có kiết sử Dục giới cũng do Pháp trí đoạn trừ: Nghĩa là kiết sử hệ thuộc Dục giới, do Pháp trí đoạn trừ.

4- Trường hợp có kiết sử không hệ thuộc Dục giới, cũng không do Pháp trí đoạn trừ: Nghĩa là kiết sử Sắc giới, Vô sắc giới, hoặc do Nhẫn đoạn trừ, hoặc đoạn trừ do các trí khác, hoặc là không đoạn trừ.

Hỏi: Các kiết sử hệ thuộc Sắc giới, Vô sắc giới, các kiết sử ấy do Loại trí đoạn trừ chăng?

Đáp: Các kiết sử do Loại trí đoạn trừ, các kiết sử ấy hệ thuộc Sắc giới, Vô sắc giới; có kiết sử hệ thuộc Sắc giới, Vô sắc giới, không do Loại trí đoạn trừ, nghĩa là các kiết sử hệ thuộc Sắc giới, Vô sắc giới, hoặc do Nhẫn đoạn trừ; do các trí khác đoạn trừ; hoặc là không đoạn trừ.

Hỏi: Các kiết sử do chứng kiến Khổ đế đoạn trừ, các kiết sử ấy là do Khổ trí đoạn trừ chăng?

Đáp: Các kiết sử do chứng kiến Khổ đế đoạn trừ, các kiết sử ấy không phải do Khổ trí đoạn trừ, hoặc do Nhẫn đoạn trừ; hoặc do các trí khác đoạn trừ; hoặc chẳng đoạn trừ.

Hỏi: Giả sử các kiết sử do Khổ trí đoạn trừ, các kiết sử ấy do chứng kiến Khổ đế mà đoạn trừ chăng?

Đáp: Các kiết sử do Khổ trí đoạn trừ, các kiết sử hệ phược ấy, không phải do chứng kiến Khổ đế đoạn trừ, mà do chứng kiến và tu tập mà đoạn.

Hỏi: Các kiết sử do chứng kiến Tập, Diệt, Đạo mà đoạn trừ, các kiết sử ấy là Tập trí, Diệt trí, Đạo trí chăng?

Đáp: Các kiết sử do chứng kiến Tập, Diệt, Đạo mà đoạn trừ, các kiết sử ấy không phải do Tập trí, Diệt trí, Đạo trí đoạn trừ, hoặc là do Nhẫn đoạn trừ; hoặc là do các trí khác đoạn trừ; hoặc là không đoạn trừ.

Hỏi: Giả sử các kiết sử do Tập trí, Diệt trí, Đạo trí đoạn trừ, các kiết sử ấy, do Tập, Diệt, Đạo đoạn trừ chăng?

Đáp: Các kiết sử do Tập trí, Diệt trí, Đạo trí đoạn trừ, các kiết sử ấy không phải là do chứng kiến Tập, Diệt, Đạo đoạn trừ mà do tu tập đoạn trừ.

Hỏi: Các kiết sử do Pháp trí đoạn trừ, các kiết sử ấy do Diệt trí, Pháp trí tác chứng chăng?

Đáp: Các kiết sử do Pháp trí đoạn trừ, các kiết sử ấy do Diệt trí, Pháp trí tác chứng. Có trường hợp các kiết sử do Diệt trí, Pháp trí tác chứng, các kiết sử ấy không do Pháp trí đoạn trừ. Nghĩa là hoặc là do Nhẫn đoạn trừ; hoặc là do các trí khác đoạn trừ. Các kiết sử ấy do Diệt trí và Pháp trí tác chứng.

Hỏi: Các kiết sử do Loại trí đoạn trừ, các kiết sử ấy do Diệt trí, Loại trí tác chứng chăng?

Đáp: Các kiết sử do Loại trí đoạn trừ, các kiết sử ấy do Diệt trí, Loại trí tác chứng. Có trường hợp kiết sử do Loại trí, Diệt trí tác chứng, các kiết sử ấy không phải do Loại trí đoạn trừ. Nghĩa là hoặc là do Nhẫn đoạn trừ; hoặc là do trí khác đoạn trừ, các kiết sử ấy do Diệt trí, Loại trí tác chứng.

Hỏi: Các kiết sử do Khổ trí đoạn trừ, các kiết sử có do Diệt trí, Khổ trí tác chứng chăng?

Đáp: Các kiết sử do Khổ trí đoạn trừ, các kiết sử ấy do Diệt trí, Khổ trí tác chứng. Có trường hợp kiết sử do Diệt trí, Khổ trí tác chứng, kiết sử ấy, không do Khổ trí đoạn trừ. Nghĩa là do Nhẫn đoạn trừ; hoặc là do các trí khác, các kiết sử ấy, do Diệt trí, Khổ trí tác chứng.

Hỏi: Các kiết sử do Tập trí, Diệt trí, Đạo trí đoạn trừ, các kiết sử ấy, có do Diệt trí, Tập trí, Đạo trí tác chứng chăng?

Đáp: Các kiết sử do Tập trí, Diệt trí, Đạo trí đoạn trừ, các kiết sử ấy có do Diệt trí, Tập trí, Đạo trí tác chứng. Có trường hợp kiết sử do Diệt trí, Tập trí, Đạo trí tác chứng, các kiết sử ấy không phải do Tập trí, Diệt trí, Đạo trí đoạn trừ. Nghĩa là hoặc là do Nhẫn đoạn trừ; hoặc do các trí khác đoạn trừ, các kiết sử ấy tịch diệt là do Tập trí, Diệt trí, Đạo trí tác chứng.

Hỏi: Từ nhãn căn cho đến Vô sắc giới, do tu tập mà đoạn trừ tùy miên vô minh, ở trong mười trí, có bao nhiêu trí tri?

Đáp: Nhãn căn có bảy trí tri, ngoại trừ Tha tâm trí, Diệt trí, Đạo trí. Nhĩ căn, tỷ căn, thiệt căn, thân căn, mạng căn, cũng là như vậy. Nữ căn có sáu trí tri, ngoại trừ Loại trí, Tha tâm trí, Diệt trí, Đạo trí. Nam căn cũng là như vậy.

Ý căn có chín trí tri, ngoại trừ, lạc căn, xả căn và năm căn, như: Tín... cũng là như vậy.

Khổ căn có bảy trí tri, ngoại trừ Loại trí, Diệt trí, Đạo trí. Ưu căn cũng là như vậy.

Ba căn vô lậu có bảy trí tri, ngoại trừ Khổ trí, Tập trí, Diệt trí. Các xúc giới, như: Nhãn xúc giới, nhĩ xúc giới, tỷ xúc giới, thiệt xúc giới, thân xúc giới, sắc xúc giới, thanh xúc giới có bảy trí tri, ngoại trừ Tha tâm trí, Diệt trí, Đạo trí. Các xúc xứ, như: Nhãn xúc xứ, nhĩ xúc xứ, tỷ xúc xứ, thiệt xúc xứ, thân xúc xứ, sắc xúc xứ, thanh xúc xứ, thủ uẩn, năm giới trước, pháp hữu kiến, hữu đối cũng là như vậy.

Hương giới, vị giới có sáu trí tri, ngoại trừ Loại trí, Tha tâm trí, Diệt trí, Đạo trí. Hương vị xứ cũng là như vậy.

Các thức giới, như: Nhãn thức giới, nhĩ thức giới, thân thức giới có tám trí tri, ngoại trừ Diệt trí, Đạo trí. Bốn thủ uẩn, thức giới, ý thức giới pháp hữu lậu, vô ký, các pháp do chứng kiến và tu tập mà đoạn trừ cũng là như vậy.

Tỷ thức giới, thiệt thức giới có bảy trí tri, ngoại trừ Loại trí, Diệt trí, Đạo trí. Các pháp bất thiện hệ thuộc Dục giới, cũng là như vậy. Ý giới, ý thức giới có chín trí tri, ngoại trừ Diệt trí. Ý xứ, bốn uẩn sau, pháp hữu vi, pháp quá khứ, vị lai, hiện tại cũng là như vậy.

Pháp giới có mười trí tri. Pháp xứ, pháp vô sắc, vô kiến, vô đối, pháp thiện cũng là như vậy.

Sắc uẩn có tám trí tri, ngoại trừ Tha tâm trí, Diệt trí. Pháp hữu sắc cũng là như vậy.

Pháp vô lậu có tám trí tri, ngoại trừ Khổ trí, Tập trí. Pháp không có đoạn trừ cũng là như vậy.

Pháp vô vi có sáu trí tri, ngoại trừ Tha tâm trí, Khổ trí, Tập trí, Đạo trí.

Pháp hệ thuộc Sắc giới có bảy trí tri, ngoại trừ Pháp trí, Diệt trí, Đạo trí.

Pháp hệ thuộc Vô sắc giới có sáu trí tri, ngoại trừ Pháp trí, Tha tâm trí, Diệt trí, Đạo trí.

Pháp học vô học có bảy trí tri, ngoại trừ Khổ trí, Tập trí, Diệt trí.

Pháp phi học phi vô học có chín trí tri, ngoại trừ Đạo trí.

Khổ đế, Tập đế có tám trí tri, ngoại trừ Diệt đế, Đạo đế.

Thế tục trí, ba lớp Tam-ma-địa cũng là như vậy.

Diệt đế có sáu trí tri, ngoại trừ Tha tâm trí, Khổ trí, Tập trí, Đạo trí.

Đạo đế có bảy trí tri, ngoại trừ Khổ trí, Tập trí, Diệt trí.

Khổ trí, Tập trí, Diệt trí, Đạo trí, ba lớp Tam-ma-địa cũng là như vậy.

Bốn Tĩnh-lự có chín trí, ngoại trừ Diệt trí. Tha tâm trí cũng là như vậy.

Bốn Tâm vô lượng có bảy trí, ngoại trừ Pháp trí, Diệt trí, Đạo trí.

Ba giải thoát đầu, tám thắng xứ, tám biến xứ trước, cũng là như vậy.

Ba Vô sắc sau có bảy trí tri, ngoại trừ Pháp trí, Tha tâm trí, Diệt trí.

Đệ tứ, đệ ngũ, đệ lục giải thoát, cũng là như vậy.

Đệ tứ Vô sắc giới có sáu trí tri, ngoại trừ Pháp trí, Tha tâm trí, Diệt trí, Đạo trí.

Đệ thất, đệ bát giải thoát, hai biến tri sau, cũng là như vậy.

Pháp trí có sáu trí tri, ngoại trừ Loại trí, Khổ trí, Tập trí, Diệt trí.

Loại trí có sáu trí tri, ngoại trừ Pháp trí, Khổ trí, Tập trí, Diệt trí.

Ba kiết sử có tám trí tri, ngoại trừ Diệt trí, Đạo trí. Vô minh lậu, kiến vô minh bộc lưu ách, kiến giới cấm thủ, hai thân hệ sau, kiết sử tham-mạn, ba thuận hạ phần kiết sử sau, năm kiến, các ái thân sinh khởi do mắt, tai, thân ý tiếp xúc, bốn tùy miên sau, các kiết sử, như:

ái, mạn, vô minh, kiến, thủ, nghi, cũng là như vậy.

Ba căn bất thiện có bảy trí tri, ngoại trừ Loại trí, Diệt trí, Đạo trí.

Dục lậu bộc lưu ách thủ, hai hệ thuộc thân trước, năm triền cái, các kiết sử, như: Sân, ganh tỵ, bỏn xẻn, hai thuận hạ phần kiết sử trước, ái thân do mũi, lưỡi tiếp xúc sinh khởi, các tùy miên tham, sân, nhuế ở Dục giới, các kiết sử nhuế, ganh tỵ, bỏn xẻn, cũng là như vậy.

Hữu lậu có bảy trí tri, ngoại trừ Pháp trí, Diệt trí, Đạo trí.

Hữu bộc lưu ách, ngã ngữ thủ, ngoại trừ tham ở Vô sắc giới, bốn thuận thượng phần kiết sử còn lại, tùy miên tham thuộc Hữu sắc giới, cũng là như vậy.

Tham ở Vô sắc giới có sáu trí tri, ngoại trừ Pháp trí, Tha tâm trí, Diệt trí, Đạo trí.

Ba mươi sáu tùy miên thuộc Dục giới có bảy trí tri, ngoại trừ Loại trí, Diệt trí, Đạo trí.

Ba mươi mốt tùy miên thuộc Sắc giới có bảy trí tri, ngoại trừ Pháp trí, Diệt trí, Đạo trí.

Ba mươi mốt tùy miên thuộc Vô sắc giới có sáu trí tri, ngoại trừ Pháp trí, Tha tâm trí, Diệt trí, Đạo trí.

Hỏi: Như nói pháp quán tưởng về vô thường, hoặc huân tập, hoặc tu luyện, hoặc nhiều phương pháp thực hành, có thể diệt trừ tất cả tham thuộc Dục giới, tham thuộc Sắc giới, tham thuộc Vô sắc giới, trạo cử, ngã mạn, vô minh, các pháp quán tưởng này, nên nói có bao nhiêu trí tương ưng?

Đáp: Nên nói có khả năng diệt trừ tham thuộc Dục giới, tương ưng với Pháp trí, Khổ trí; có khả năng diệt trừ tham thuộc Sắc giới, Vô sắc giới, tương ưng với Loại trí, Khổ trí; có khả năng diệt trừ trạo cử, ngã mạn, vô minh, tương ưng với Loại trí, Pháp trí, Khổ trí.

Hỏi: Các pháp quán tưởng này nên nói là có tầm, có tứ hay không có tầm, chỉ có tứ, hoặc là không có tầm, không có tứ chăng?

Đáp: Nên nói có khả năng diệt trừ tham thuộc Dục giới, có tầm, có tứ; có khả năng diệt trừ tham, trạo cử, ngã mạn, vô minh thuộc Sắc giới, Vô sắc giới; hoặc có tầm, có tứ; hoặc không có tầm, chỉ có tứ; hoặc không có tầm, không có tứ.

Hỏi: Các pháp quán tưởng này, nên nói có bao nhiêu căn tương ưng?

Đáp: Nên nói có khả năng diệt trừ tham thuộc Dục giới tương ưng với xả căn; có khả năng diệt trừ tham, trạo cử, ngã mạn, vô minh thuộc Sắc giới, Vô sắc giới tương ưng với lạc căn, hỷ căn, xả căn.

Hỏi: Các pháp quán tưởng này nên nói là cùng có tương ưng với Không, Vô nguyện, Vô tướng chăng?

Đáp: Nên nói Vô nguyện đều là cùng có.

Hỏi: Nên nói pháp quán tưởng này thuộc giới hệ nào?

Đáp: Có khả năng diệt trừ tham ở Dục giới, duyên hệ thuộc Dục giới; có khả năng diệt trừ tham ở Sắc giới, duyên hệ thuộc Sắc giới; có khả năng diệt trừ tham ở Vô sắc giới, duyên hệ thuộc Vô sắc giới; có khả năng diệt trừ trạo cử, ngã mạn, vô minh, duyên hệ thuộc cả ba cõi.

Hỏi: Như nói: "Bảy xứ thiện, tam nghĩa quán, có thể ở trong Pháp-luật này, tận diệt nhanh chóng các lậu hoặc". Vậy, thế nào là bảy?

Đáp: Nghĩa là biết đúng như thật đối với sắc, sắc huân tập và khởi hiện, Sắc biến diệt và thú hướng, sắc diệt và vận hành, vị của sắc, tai hoạn ở nơi sắc, xuất ly đối với sắc.

Như thật biết đối với thọ, tưởng, hành, thức, bảy xứ cũng là như vậy.

Hỏi: Trí này nên nói Đạo trí đến Pháp trí chăng?

Đáp: Nên nói, như thật về sắc là bốn trí, gồm: Pháp trí, Loại trí, Thế tục trí, Khổ trí. Như thật biết về sắc-tập là bốn trí, gồm: Pháp trí, Loại trí, Thế tục trí, Tập trí. Như thật biết sắc-diệt là bốn trí, gồm: Pháp trí, Loại trí, Thế tục trí, Diệt trí. Biết như thật đối với sắc thú hướng, sắc diệt, sắc hành là bốn trí, gồm: Pháp trí, Loại trí, Thế tục trí, Đạo trí. Như thật biết đối với sắc vị là bốn trí, gồm: Pháp trí, Loại trí, Thế tục trí, Tập trí. Như thật biết đối với sắc hoạn là bốn trí, gồm:

Pháp trí, Loại trí, Thế tục trí, Khổ trí. Như thật biết đối với sắc xuất là bốn trí, gồm: Pháp trí, Loại trí, Thế tục trí, Diệt trí. Như thật biết đối với thọ, tưởng, hành, thức bảy xứ, cũng là như vậy.

Hỏi: Sắc diệt cho đến thức diệt, sắc xuất cho đến thức xuất khác biệt nhau như thế nào?

Đáp: Nếu do ái này, các sắc tập khởi; ái kia đoạn trừ gọi là sắc diệt. Nếu các ái khác do duyên vào sắc mà tăng trưởng, rộng lớn; ái kia đoạn trừ, gọi là sắc xuất.

Lại nữa, nếu do nghiệp và phiền não này, các sắc tập khởi, ái kia đoạn trừ, gọi là sắc diệt. Nếu các nghiệp và phiền não khác, duyên ở nơi sắc mà tăng trưởng rộng lớn; ái kia đoạn trừ, gọi là sắc xuất.

Lại nữa, nếu do ái này và nghiệp, phiền não các sắc tập khởi, ái kia đoạn trừ, gọi là sắc diệt. Nếu các ái còn lại và nghiệp, phiền não duyên vào sắc tăng trưởng lớn rộng. ái kia đoạn trừ, gọi là sắc xuất. Thọ, tưởng, hành, Thức với diệt và xuất cũng là như vậy. Đó là sự khác biệt.

PHẨM NĂM: LUẬN VỀ BẢY THÁNH

Phần một:

Bảy Thánh ở năm đức
Hai thành, hiện ba hiện
Tương ưng việc bốn môn
Chương này nguyện nói đủ.

Hỏi: Từ Tùy tín hành đến Câu giải thoát, ở tám trí có bao nhiêu thành tựu?

Đáp: Tùy tín hành ở nơi tám trí, hoặc thành tựu một, hai, ba, bốn, năm, sáu, bảy, tám.

Nghĩa là khi Khổ trí nhẫn, Pháp trí nhẫn không có Tha tâm trí là một; có Tha tâm trí là hai; khi Khổ trí, Pháp trí, Khổ loại trí nhẫn, không có Tha tâm trí là ba; có Tha tâm trí là bốn; khi Khổ loại trí, Tập trí nhẫn, Pháp trí nhẫn không có Tha tâm trí là bốn; có Tha tâm trí là năm; khi Tập trí, Pháp trí cho đến Diệt trí nhẫn, Pháp trí nhẫn không có Tha tâm trí là năm; có Tha tâm trí là sáu; khi Diệt trí, Pháp trí cho đến Đạo trí nhẫn, Pháp trí nhẫn không có Tha tâm trí là sáu; có Tha tâm trí là bảy; khi Đạo trí, Pháp trí, Đạo loại trí nhẫn, không có Tha tâm trí là bảy; có Tha tâm trí là tám.

Tùy pháp hành cũng là như vậy. Tín thắng giải ở nơi tám trí, hoặc là thành tựu bảy, tám. Nghĩa là không có Tha tâm trí là bảy; có Tha tâm trí là tám. Kiến chí cũng là như vậy.

Thân chứng, tuệ giải thoát, câu giải thoát ở nơi tám trí đều thành tựu.

Hỏi: Tùy tín hành cho đến câu giải thoát ở nơi tám trí thành tựu, quá khứ có bao nhiêu, vị lai có bao nhiêu, hiện tại có bao nhiêu thành tựu?

Đáp: Tùy tín hành ở nơi tám trí, khi Khổ trí nhẫn, Pháp trí nhẫn, không có Tha tâm trí, quá khứ, vị lai có một, hiện tại không có; có Tha tâm trí quá khứ, vị lai có hai, hiện tại không có.

Khi Khổ trí, Pháp trí, không có Tha tâm trí, quá khứ có một, vị lai có ba, hiện tại có hai; có Tha tâm trí quá khứ có hai, vị lai có bốn, hiện tại có hai.

Khi Khổ trí nhẫn, Loại trí nhẫn, không có Tha tâm trí, quá khứ và vị lai có ba, hiện tại không có; có Tha tâm trí quá khứ và vị lai có bốn, hiện tại không có.

Khi Khổ loại trí, không có Tha tâm trí, quá khứ có ba, vị lai có bốn, hiện tại có hai; có Tha tâm trí, quá khứ có bốn, vị lai có năm, hiện tại có hai.

Khi Tập trí nhẫn, Pháp trí nhẫn, không có Tha tâm trí, quá khứ và vị lai có bốn, hiện tại không có; có Tha tâm trí, quá khứ, vị lai có năm, hiện tại không có.

Khi Tập trí, Pháp trí, không có Tha tâm trí, quá khứ bốn, vị lai năm, hiện tại có hai; có Tha tâm trí, quá khứ có năm, vị lai sáu, hiện tại hai.

Khi Tập trí nhẫn, loại trí nhẫn, không có Tha tâm trí, quá khứ và vị lai có năm, hiện tại không có; có Tha tâm trí, quá khứ và vị lai có sáu, hiện tại không có.

Khi Tập loại trí không có Tha tâm trí, quá khứ và vị lai có năm, hiện tại có hai; có Tha tâm trí quá khứ và vị lai có sáu, hiện tại có hai.

Khi Diệt trí nhẫn, Pháp trí nhẫn, không có Tha tâm trí, quá khứ và vị lai có năm, hiện tại không có; có Tha tâm trí quá khứ và vị lai có sáu, hiện tại không có.

Khi Diệt pháp trí, không có Tha tâm trí, quá khứ có năm, vị lai có sáu, hiện tại có hai; có Tha tâm trí, quá khứ có sáu, vị lai có bảy, hiện tại có hai.

Khi Diệt trí nhẫn, Loại trí nhẫn không có Tha tâm trí, quá khứ và vị lai có sáu, hiện tại không có; có Tha tâm trí, quá khứ và vị lai có bảy, hiện tại không có.

Khi Diệt loại trí không có Tha tâm trí, quá khứ và vị lai có sáu, hiện tại có hai; có Tha tâm trí, quá khứ và vị lai có bảy, hiện tại có hai.

Khi Đạo trí nhẫn, Pháp trí nhẫn, không có Tha tâm trí, quá khứ và vị lai có sáu, hiện tại không có; có tha tâm trí, quá khứ và vị lai có bảy, hiện tại không có.

Khi Đạo trí, Pháp trí không có Tha tâm trí, quá khứ có sáu, vị lai có bảy, hiện tại có ba; có Tha tâm trí quá khứ có bảy, vị lai có tám, hiện tại có hai.

Khi Đạo trí nhẫn, Loại trí nhẫn, không có Tha tâm trí, quá khứ và vị lai có bảy, hiện tại không có; có Tha tâm trí, quá khứ và vị lai có tám hiện tại không có. Tùy pháp hành cũng là như vậy.

Tín thắng giải ở nơi tám trí, không có Tha tâm trí, vị lai có bảy; có Tha tâm trí, vị lai có tám, quá khứ nếu đã diệt thì không mất, hiện tại nếu biểu hiện trước mắt. Kiến chí cũng là như vậy.

Thân chứng, tuệ giải thoát, câu giải thoát ở nơi tám trí, vị lai đều có tám, quá khứ nếu đã diệt thì không mất, hiện tại nếu biểu hiện trước mắt.

Hỏi: Tùy tín hành cho đến Câu giải thoát, Pháp trí cho đến Đạo trí, khi biểu hiện trước mắt, có bao nhiêu trí biểu hiện trước mắt?

Đáp: Tùy tín hành, khi Pháp trí biểu hiện trước mắt, có hai trí biểu hiện trước mắt. Nghĩa là Pháp trí, Khổ trí có hai; Pháp trí, Tập trí có hai; Pháp trí, Diệt trí có hai; Pháp trí, Đạo trí có hai.

Khi Loại trí biểu hiện trước mắt, có hai trí biểu hiện trước mắt. Nghĩa là Loại trí, Khổ trí có hai; Loại trí, Tập trí có hai; Loại trí, Diệt trí có hai.

Khi Khổ trí biểu hiện trước mắt, có hai trí biểu hiện trước mắt. Nghĩa là Khổ trí, Pháp trí có hai; Khổ trí, Loại trí có hai.

Khi Tập trí biểu hiện trước mắt, có hai trí biểu hiện trước mắt. Nghĩa là Tập trí, Pháp trí có hai; Tập trí, Loại trí có hai.

Khi Diệt trí biểu biện trước mắt, có hai trí biểu hiện trước mắt. Nghĩa là Diệt trí, Pháp trí có hai trí; Diệt trí, Loại trí có hai.

Khi Đạo trí biểu hiện trước mắt, có hai trí biểu hiện trước mắt. Nghĩa là Đạo trí, Pháp trí có hai trí. Tùy pháp hành cũng là như vậy.

Đối với Tín thắng giải, khi Pháp trí biểu hiện trước mắt, hoặc hai, ba trí biểu hiện trước mắt. Nghĩa là Pháp trí, Khổ trí có hai; Pháp trí, Tập trí có hai; Pháp trí, Diệt trí có hai; Pháp trí, Đạo trí không phải Tha tâm trí là hai và Tha tâm trí là ba.

Khi Loại đạo trí biểu hiện trước mắt, có hai, ba trí biểu hiện trước mắt. Nghĩa là Khổ trí có hai; Loại trí, Tập trí có hai; Loại trí, Diệt trí có hai; Loại trí, Đạo trí không phải là Tha tâm trí là hai và Tha tâm trí là ba.

Khi Tha tâm trí biểu hiện trước mắt, hoặc hai, ba trí biểu hiện trước mắt. Nghĩa là Tha tâm trí, Thế tục trí là hai; Tha tâm trí, Đạo trí, Pháp trí là ba; Tha tâm trí, Đạo trí, Loại trí là ba.

Khi Thế tục trí biểu hiện trước mắt, hoặc là một, hai trí biểu hiện trước mắt. Nghĩa là Thế tục trí, không phải là Tha tâm trí là một và Tha tâm trí là hai.

Khi Khổ trí biểu hiện trước mắt, có hai trí biểu hiện trước mắt. Nghĩa là Khổ trí, Pháp trí là hai; Khổ trí, Loại trí là hai.

Khi Tập trí biểu hiện trước mắt, có hai trí biểu hiện trước mắt. Nghĩa là Tập trí, Pháp trí là hai; Tập trí, Loại trí là hai.

Khi Diệt trí biểu hiện trước mắt, có hai trí biểu hiện trước mắt. Nghĩa là Diệt trí, Pháp trí là hai; Diệt trí, Loại trí là hai.

Khi Đạo trí biểu hiện trước mắt, hoặc có hai, ba trí biểu hiện trước mắt. Nghĩa là Đạo trí, Pháp trí, không phải Tha tâm trí là hai và Tha tâm trí là ba; Đạo trí, Loại trí, không phải Tha tâm trí là hai và Tha tâm trí là ba. Kiến chí và Thân chứng cũng là như vậy.

Đối với Tuệ giải thoát, khi Pháp trí biểu hiện trước mắt, hoặc có hai, ba trí biểu hiện trước mắt. Nghĩa là Pháp trí, Khổ trí, không phải Tận trí, vô sinh trí là hai và Tận trí hoặc vô sinh trí là ba; Pháp trí, Tập trí, không phải Tận trí, vô sinh trí là hai và Tận trí hoặc Vô sinh trí là ba. Pháp trí, Diệt trí, không phải là Tận trí, vô sinh trí là hai và Tận trí hoặc Vô sinh trí là ba; Pháp trí, Đạo trí, không phải là Tận trí, vô sinh trí, Tha tâm trí là hai và Tận trí hoặc Vô sinh trí, hoặc Tha tâm trí là ba.

Khi Loại trí biểu hiện trước mắt, hoặc có hai, ba trí biểu hiện trước mắt. Nghĩa là Loại trí, Khổ trí, không phải là Tận trí, vô sinh trí là hai và Tận trí hoặc Vô sinh trí là ba; Loại trí, Tập trí, không phải Tận trí, Vô sinh trí là hai và Tận trí hoặc Vô sinh trí là ba; Loại trí, Diệt trí, không phải Tận trí, Vô sinh trí là hai và Tận trí hoặc Vô sinh trí là ba; Loại trí, Đạo trí, không phải Tận trí, Vô sinh trí, Tha tâm trí là hai và Tận trí hoặc Vô sinh trí, hoặc Tha tâm trí là ba.

Khi Tha tâm trí biểu hiện trước mắt, hoặc hai, ba trí biểu hiện trước mắt. Nghĩa là Tha tâm trí, Thế tục trí là hai; Tha tâm trí, Đạo trí, Pháp trí là ba; Tha tâm trí, Đạo trí, Loại trí là ba.

Khi Thế tục trí biểu hiện trước mắt, hoặc có một, hai trí biểu hiện trước mắt. Nghĩa là Thế tục trí, không phải Tha tâm trí là một và Tha tâm trí là hai.

Khi Khổ trí biểu hiện trước mắt, hoặc có hai, ba trí biểu hiện trước mắt; Khổ trí, Pháp trí, không phải là Tận trí, Vô sinh trí là hai và Tận trí hoặc Vô sinh trí là ba; Khổ trí, Loại trí, không phải Tận trí, Vô sinh trí là hai và Tận trí hoặc Vô sinh trí là ba.

Khi Tập trí biểu hiện trước mắt, hoặc có hai, ba trí biểu hiện trước mắt. Nghĩa là Tập trí, Pháp trí, không phải Tận trí, Vô sinh trí là hai và Tận trí hoặc Vô sinh trí là ba; Tập trí, Loại trí, không phải Tận trí, Vô sinh trí là hai; và tận trí, Vô sinh trí là ba.

Khi Diệt trí biểu hiện trước mắt, hoặc có hai, ba trí biểu hiện trước mắt. Nghĩa là Diệt trí, Pháp trí, không phải Tận trí, Vô sinh trí là hai và Tận trí hoặc Vô sinh trí là ba; Diệt trí, Loại trí, không phải Tận trí, Vô sinh trí là hai và Tận trí hoặc Vô sinh trí là ba.

Khi Đạo trí biểu hiện trước mắt, hoặc có hai, ba trí biểu hiện trước mắt. Nghĩa là Đạo trí, Pháp trí, không phải là Tận trí, Vô sinh trí, Tha tâm trí là hai và Tận trí hoặc Vô sinh trí, hoặc Tha tâm trí là ba; Đạo trí, Loại trí, không phải Tận trí, Vô sinh trí và Tha tâm trí là hai và Tận trí hoặc Vô sinh trí, hoặc Tha tâm trí là ba. Câu giải thoát cũng là như vậy.

Hỏi: Từ Tùy tín hành đến Câu giải thoát, ở ba Tam-ma-địa, có bao nhiêu thành tựu, có bao nhiêu không thành tựu?

Đáp: Tùy tín hành, ở ba Tam-ma-địa, Diệt trí nhẫn, Pháp trí nhẫn chưa sinh, đã sinh thành tựu có hai; đã sinh thành tựu có ba. Tùy pháp hành cũng là như vậy. Từ Tín thắng giải cho đến Câu sinh giải thoát ở ba Tam-ma-địa, đều thành tựu.

Hỏi: Tùy tín hành đến câu giải thoát, ở ba Tam-ma-địa, thành tựu quá khứ có bao nhiêu, vị lai có bao nhiêu, hiện tại có bao nhiêu?

Đáp: Tùy tín hành, ở nơi ba Tam-ma-địa, nếu y cứ ở Không, chứng nhập Chánh tính ly sinh, thì khi Khổ trí nhẫn, Pháp trí nhẫn, quá khứ là không có, vị lai có hai, hiện tại có một.

Khi Khổ trí, Pháp trí cho đến Tập trí nhẫn, Pháp trí nhẫn, quá khứ có một, vị lai có hai, hiện tại có một.

Khi Tập trí, Pháp trí cho đến Tập trí, Loại trí, quá khứ, vị lai có một, hiện tại có một.

Khi Diệt trí nhẫn, Pháp trí nhẫn, thì quá khứ có hai, vị lai có ba, hiện tại có một.

Khi Diệt trí, Pháp trí cho đến Đạo trí nhẫn, Loại trí nhẫn, quá khứ, vị lai có ba, hiện tại có một.

Nếu y cứ ở Vô-nguyện, chứng nhập Chánh tánh ly sinh, khi Khổ trí nhẫn, Pháp trí nhẫn, quá khứ không có, vị lai hai, hiện tại một.

Khi Khổ trí, Pháp trí cho đến Tập trí, Loại trí, quá khứ có một, vị lai có hai, hiện tại có một.

Khi Diệt trí nhẫn, Pháp trí nhẫn quá khứ một, vị lai ba, hiện tại một.

Diệt trí, Pháp trí cho đến Đạo trí nhẫn, Loại trí nhẫn, quá khứ có hai, vị lai có ba, hiện tại có một. Tùy pháp hành cũng là như vậy.

Tín thắng giải cho đến Câu giải thoát, ở ba Tam-ma-địa, đều vị lai có ba; quá khứ, nếu đã diệt thì không mất; nếu hiện tại, thì biểu hiện trước mắt.

Hỏi: Tùy tín hành cho đến Câu giải thoát, đối với Không, Vô nguyện,

Vô tướng, ba Tam-ma-địa, khi biểu hiện trước mắt, có bao nhiêu trí biểu hiện?

Đáp: Tùy tín hành, Không, ba Tam-ma-địa, khi biểu hiện trước mắt, hoặc có hai; hoặc không có. Nghĩa là Khổ trí và Pháp trí là hai; Khổ trí và Loại trí là hai. Khi ba nhẫn là không có.

Khi Vô nguyện, ba Tam-ma-địa biểu hiện trước mắt, hoặc là có hai, hoặc là không có. Nghĩa là Khổ trí và Pháp trí là hai; Khổ trí và Loại trí là hai; Tập trí và Pháp trí là hai; Tập trí và Loại trí là hai; Đạo trí và Pháp trí là hai. Khi sáu nhẫn là không có.

Khi Vô tướng, ba Tam-ma-địa biểu hiện trước mắt, hoặc là có hai, hoặc là không có. Nghĩa là Khổ trí, Pháp trí là hai; Khổ trí, Loại trí là hai; Tập trí, Pháp trí là hai; Tập trí, Loại trí là hai; Đạo trí, Pháp trí là hai.

Khi sáu nhẫn không có. Khi vô tướng-tam-ma-địa biểu hiện trước mắt, hoặc có hai, hoặc không có. Nghĩa là Diệt trí, Pháp trí có hai. Diệt trí, Loại trí có hai.

Khi hai nhẫn là không có. Tùy pháp hành, cũng là như vậy.

Tín thắng giải, Không, ba Tam-ma-địa, khi biểu hiện trước mắt, có hai trí biểu hiện trước mắt. Nghĩa là Khổ trí, Pháp trí là hai; Khổ trí, Loại trí là hai.

Khi Vô nguyện, ba Tam-ma-địa biểu hiện trước mắt, hoặc có hai, hoặc có ba. Nghĩa là Khổ trí, Pháp trí là hai; Khổ trí, Loại trí là hai; Tập trí, Pháp trí là hai; Tập trí, Loại trí là hai; Đạo trí, Pháp trí, không phải là Tha tâm trí là hai và Tha tâm trí là ba; Đạo trí, Loại trí, không phải Tha tâm trí là hai và Tha tâm trí là ba.

Khi Vô tướng, ba Tam-ma-địa biểu hiện trước mắt, có hai trí biểu hiện trước mắt. Nghĩa là Diệt trí, Pháp trí là hai; Diệt trí, Loại trí là hai. Kiến chí cho đến Thân chứng cũng là như vậy.

Tuệ giải thoát, Không, ba Tam-ma-địa, khi biểu hiện trước mắt, có hai trí biểu hiện trước mắt. Nghĩa là Khổ trí, Pháp trí là hai; Khổ trí, Loại trí là hai.

Khi Vô nguyện, ba Tam-ma-địa biểu hiện trước mắt, hoặc có hai, hoặc có ba. Nghĩa là Khổ trí, Pháp trí, không phải Tận trí, vô sinh trí là hai và Tận trí hoặc Vô sinh trí là ba.

Khổ trí, Loại trí, không phải là Tận trí, vô sinh trí là hai và Tận trí hoặc Vô sinh trí là ba.

Tập trí, Pháp trí, không phải là Tận trí, vô sinh trí là hai và Tận trí hoặc Vô sinh trí là ba.

Tập trí, Loại trí, không phải là Tận trí, vô sinh trí là hai và Tận trí hoặc Vô sinh trí là ba.

Đạo tr, -Pháp trí không phải Tận trí, vô sinh trí, Tha tâm trí là hai và Tận trí hoặc Vô sinh trí, hoặc Tha tâm trí là ba.

Đạo trí, Loại trí, không phải Tận trí, vô sinh trí, Tha tâm trí là hai và Tận trí hoặc Vô sinh trí hoặc Tha tâm trí là ba.

Khi Vô tướng, ba Tam-ma-địa biểu hiện trước mắt, hoặc có hai, hoặc có ba. Nghĩa là Diệt trí, Pháp trí, không phải là Tận trí, vô sinh trí là hai và Tận trí hoặc Vô sinh trí là ba.

Diệt trí, Loại trí, không phải là Tận trí, vô sinh trí là hai và Tận trí hoặc Vô sinh trí là ba. Câu giải thoát cũng là như vậy.

Hỏi: Khi Tùy tín hành cho đến Câu giải thoát, ba Căn vô lậu, bảy Giác chi, tám chi Thánh Đạo, tùy thuận tương ưng biểu hiện trước mắt, thì có bao nhiêu trí biểu hiện trước mắt?

Đáp: Tùy tín hành, Vị tri đương tri căn, khi biểu hiện trước mắt, hoặc là hai hoặc là không có. Nghĩa là Khổ trí, Pháp trí là hai; Khổ trí, Loại trí là hai; Tập trí, Pháp trí là hai; Tập trí, Loại trí là hai; Diệt trí, Pháp trí là hai; Diệt trí, Loại trí là hai; Đạo trí, Pháp trí là hai; Khi ở tám nhẫn thì không có; bảy giác chi, tám đạo chi, khi biểu hiện trước mắt cũng là như vậy. Như Tùy tín hành, Tùy pháp hành cũng là như vậy.

Khi Tín thắng giải, Dĩ trí căn biểu hiện trước mắt, hoặc có hai, hoặc có ba. Nghĩa là Khổ trí, Pháp trí là hai; Khổ trí, Loại trí là hai; Tập trí, Pháp trí là hai; Tập trí, Loại trí là hai; Diệt trí, Pháp trí là hai; Diệt trí, Loại trí là hai; Đạo trí, Pháp trí, không phải Tha tâm trí là hai và Tha tâm trí là ba.

Bảy giác chi, tám Đạo chi, khi biểu hiện trước mắt, cũng là như vậy. Như Tín thắng giải, Kiến chí, Thân chứng, cũng là như vậy.

Khi Tuệ giải thoát, Cụ tri căn biểu hiện trước mắt, hoặc có hai, hoặc có ba. Nghĩa là Khổ trí, Pháp trí, không phải là Tận trí, vô sinh trí là hai và Tận trí hoặc Vô sinh trí là ba.

Khổ trí, Loại trí, không phải Tận trí, vô sinh trí là hai và Tận trí hoặc Vô sinh trí là ba.

Tập trí, Pháp trí, không phải Tận trí, vô sinh trí là hai.

Tập trí, Loại trí, không phải Tận trí, vô sinh trí là hai và Tận trí hoặc Vô sinh trí là ba.

Diệt trí, Pháp trí, không phải Tận trí vô sinh trí là hai và Tận trí hoặc Vô sinh trí là ba.

Diệt trí, Loại trí, không phải Tận trí, vô sinh trí là hai và Tận trí hoặc Vô sinh trí là ba.

Đạo trí, Pháp trí, không phải Tận trí, vô sinh trí, Tha tâm trí là hai và Tận trí, hoặc Vô sinh trí, hoặc Tha tâm trí là ba.

Đạo trí, Loại trí, không phải Tận trí, vô sinh trí, Tha tâm trí là hai và Tận trí hoặc Vô sinh trí, hoặc Tha tâm trí là ba.

Bảy giác chi, bảy Đạo chi, cũng là như vậy.

Khi Chánh kiến biểu hiện trước mắt, hoặc có hai, hoặc có ba. Nghĩa là Khổ trí, Pháp trí là hai; Khổ trí, Loại trí là hai; Tập trí, Pháp trí là hai; Tập trí, Loại trí là hai; Diệt trí, Pháp trí là hai; Diệt trí, Loại trí là hai; Đạo trí, Pháp trí, không phải là tha tâm trí là hai và Tha tâm trí là ba; Đạo trí, Loại trí, không phải Tha tâm trí là hai và Tha tâm trí là ba; Đạo trí, Loại trí, không phải Tha tâm trí là hai và Tha tâm trí là ba. Tuệ giải thoát, Câu giải thoát cũng là như vậy.

Hỏi: Các pháp tương ưng với Pháp trí, các pháp ấy có tương ưng với Loại trí chăng?

Đáp: Không phải vậy.

Hỏi: Giả sử các pháp tương ưng với Loại trí, các pháp ấy có tương ưng với Pháp trí chăng?

Đáp: Không phải vậy. Đối với Thế tục trí cũng là như vậy.

Hỏi: Các pháp tương ưng với Pháp trí, các pháp ấy có tương ưng với Tha tâm trí không?

Đáp: Nên nêu lên bốn trường hợp để giải thích:

1- Trường hợp có pháp tương ưng với Pháp trí, không tương ưng với Tha tâm trí: Nghĩa là Tha tâm trí không thâu nhiếp pháp tương ưng với Pháp trí.

2- Trường hợp có pháp tương ưng với Tha tâm trí, không tương ưng với Pháp trí: Nghĩa là Pháp trí không thâu nhiếp pháp tương ưng với Tha tâm trí.

3- Trường hợp có pháp tương ưng với Pháp trí mà cũng tương ưng với Tha tâm trí: Nghĩa là Pháp trí thâu nhiếp pháp tương ưng với Tha tâm trí.

4- Trường hợp có pháp không tương ưng với Pháp trí, cũng không tương ưng với Tha tâm trí: Nghĩa là Pháp trí, Tha tâm trí, không thâu nhiếp Pháp trí, Tha tâm trí, không tương ưng với các pháp thuộc tâm, tâm sở khác cùng với sắc, vô vi, tâm bất tương ưng hành.

Đối với các trí, như: Khổ trí, Tập trí, Diệt trí, Đạo trí và Chánh kiến, cũng là như vậy.

Hỏi: Các pháp tương ưng với Pháp trí có tương ưng với Không, ba Tam-ma-địa không?

Đáp: Nên nêu lên bốn trường hợp để giải thích:

1- Trường hợp có pháp tương ưng với Pháp trí, không tương ưng với Không: Nghĩa là Không tương ưng với Pháp trí và Không không tương ưng với pháp tương ưng với Pháp trí.

2- Trường hợp có pháp tương ưng với Không, không tương ưng với Pháp trí: Nghĩa là Không tương ương với Pháp trí và Pháp trí không tương ưng với pháp tương ưng với Không.

3- Trường hợp có pháp tương ưng với Pháp trí và cũng tương ưng với Không: Nghĩa là hai pháp tương ưng với nhau.

4- Có trường hợp không tương ưng với Pháp trí, cũng không tương ưng với Không: Nghĩa là Pháp trí không tương ưng với Không và Không cũng không tương ưng với Pháp trí. Và Pháp trí-Không không thâu nhiếp, không tương ưng với các pháp thuộc tâm, tâm sở khác, cùng với sắc, vô vi, tâm bất tương ưng hành. Đối với Vô nguyện, Vô tướng, Hỷ giác chi, Chánh tư duy, cũng là như vậy.

Hỏi: Các pháp tương ưng với Pháp trí, các pháp ấy có tương ưng với Vị tri đương tri căn không?

Đáp: Nên nêu lên bốn trường hợp để giải thích:

1- Trường hợp có pháp tương ưng với Pháp trí, không tương ưng với Vị tri đương tri căn: Nghĩa là Vị tri đương tri căn không thâu nhiếp pháp tương ưng với Pháp trí.

2- Trường hợp có pháp tương ưng với Vị tri đương trí căn, không tương ưng với Pháp trí: Nghĩa là Vị tri đương tri căn thâu nhiếp pháp trí và Pháp trí không thâu nhiếp pháp tương ưng với Vị tri đương tri căn tương ưng.

3- Trường hợp có pháp tương ưng với Pháp trí và cũng tương ưng với Vị tri đương tri căn: Nghĩa là pháp thâu nhiếp Vị tri đương tri căn cũng là pháp tương ưng với Pháp trí.

4- Trường hợp có pháp không tương ưng với Pháp trí, cũng không tương ưng với Vị tri đương tri căn: Vị tri đương tri căn không thâu nhiếp Pháp trí và Pháp trí không tương ưng, không thâu nhiếp với Vị tri đương tri căn, với các pháp tâm, tâm sở khác, sắc, vô vi, tâm bất tương ưng hành và đối với Dĩ tri cụ tri căn, cũng là như vậy.

Hỏi: Các pháp tương ưng với Pháp trí có tương ưng với Niệm giác chi chăng?

Đáp: Nên nêu lên bốn trường hợp để giải thích:

1- Trường hợp có pháp tương ưng với Pháp trí, không tương ưng với Niệm giác chi: Nghĩa là Pháp trí tương ưng với Niệm giác chi.

2- Trường hợp có pháp tương ưng với Niệm giác chi, không tương ưng với Pháp trí: Nghĩa là Pháp trí và Pháp trí không tương ưng với pháp tương ưng với Niệm giác chi.

3- Trường hợp có pháp tương ưng với Pháp trí mà cũng tương ưng với Niệm giác chi: Nghĩa là hai pháp cùng tương ưng với nhau.

4- Trường hợp có pháp không tương ưng với Pháp trí mà cũng không tương ưng với Niệm giác chi: Nghĩa là Pháp trí không tương ưng với Niệm giác chi. Và các pháp thuộc về tâm, tâm sở, sắc vô vi, tâm bất tương ưng hành, đối với Tinh tấn, Khinh an, Định, Xả, Giác chi, Chánh tinh tấn, Chánh niệm, Chánh định, cũng là như vậy.

Hỏi: Các pháp tương ưng với Pháp trí, các pháp ấy có tương ưng với Trạch pháp giác chi không?

Đáp: Các pháp tương ưng với Pháp trí, cũng tương ưng với Trạch pháp giác. Có pháp tương ưng với Trạch pháp giác chi, không tương ưng với Pháp trí; nghĩa là Pháp trí không thâu nhiếp pháp tương ưng với Trạch pháp giác chi.

Như Pháp trí đối với các pháp tiếp theo sau; Loại trí đối với với các pháp tiếp theo sau, cũng là như vậy.

Quyển mười
Chương ba: Trí Uẩn

PHẨM NĂM: LUẬN VỀ BẢY THÁNH[118]

Phần hai:

Hỏi: Các pháp tương ưng với Tha tâm trí, Pháp ấy có trương ưng với Thế tục trí chăng?

Đáp: Nên nêu lên bốn trường hợp để giải thích:

---

118 Bảy Thánh: Cũng gọi là Thất Thánh nhân, Thất Thánh giả, Thất sĩ phu, Thất trượng phu. Ấy là chỉ cho bảy bậc Thánh thuộc các giai vị Kiến đạo, Tu đạo, Vô học đạo.

Theo *Câu-xá luận*, bảy Thánh, gồm như sau:

1- Tùy tín hành: Bẩm tính có nhiều đức tin, nên được gặp Như lai hoặc Thánh đệ tử giảng nói chánh pháp, dạy dỗ, y vào lời dạy mà tu tập gia hành, nên vào được Kiến đạo.

2- Tùy pháp hành: Bẩm tính vốn nhiều tư duy, tự mình nương vào chánh pháp, nỗ lực tu tập các gia hạnh, nên vào được Kiến đạo.

3- Tín giải: Bậc Thánh giả do Tùy tín hành, nên vào địa vị Tu đạo.

4- Kiến chí: Bậc Thánh giả do Tùy pháp hành, nên vào được địa vị tu đạo.

5- Thân chứng: Mặc dù bậc Thánh giả chưa trừ hết lậu hoặc, nhưng thân đã chứng được tám giải thoát.

6- Tuệ giải thoát: Mặc dù thân chưa chứng được tám giải thoát, nhưng đã vận dụng được trí để đoạn trừ các lậu hoặc.

7- Câu giải thoát: Thân đã chứng tám giải thoát, đồng thời cũng sử dụng trí tuệ đoạn trừ các phiền não chướng và sở tri chướng. (*Câu-xá luận* 25, *Đại chánh* 27; *Phát trí luận* 10, *Đại chánh* 26; *A-thấp kinh-Trung A-hàm*, *Đại chánh* 1; *Tập dị môn túc luận* 16, *Đại chánh* 26).

1- Trường hợp có pháp tương ưng với Tha tâm trí không tương ưng với Thế tục trí: Nghĩa là Thế tục trí không thâu nhiếp pháp tương ưng với Tha tâm trí.

2- Trường hợp có pháp tương ưng với Thế tục trí, không tương ưng với Tha tâm trí: Nghĩa là Tha tâm trí không thâu nhiếp pháp tương ưng với Thế tục trí.

3- Trường hợp có pháp tương ưng với Tha tâm trí mà cũng là Thế tục trí: Nghĩa là Tha tâm trí thâu nhiếp pháp tương ưng với Thế tục trí.

4- Trường hợp có pháp không tương ưng với Tha tâm trí cũng không phải Thế tục trí: Nghĩa là Tha tâm trí, Thế tục trí không tương ưng, không thâu nhiếp với nhau và Tha tâm trí, Thế tục trí không thâu nhiếp, không tương ưng với các pháp thuộc về tâm, tâm sở khác, sắc, vô vi, tâm bất tương ưng hành, đối với đạo trí, trạch pháp giác chi, Chánh kiến, cũng là như vậy.

Hỏi: Các pháp tương ưng với Tha tâm trí, các pháp ấy tương ưng với Khổ trí chăng?

Đáp: Không phải như thế.

Hỏi: Giả sử pháp tương ưng với Khổ trí, pháp ấy tương ưng với Tha tâm trí chăng?

Đáp: Không phải như vậy.

Hỏi: Đối với Tập trí, Diệt trí, Không, Vô tướng, ba Tam-ma-địa, Vị tri căn đương tri căn, cũng là như vậy.

Hỏi: Các pháp tương ưng với Tha tâm trí, các pháp ấy có tương ưng với Vô nguyện, ba Tam-ma-địa chăng?

Đáp: Nên nêu lên bốn trường hợp để giải thích:

1- Trường hợp có pháp tương ưng với Tha tâm trí, không phải tương ưng với Vô nguyện: Nghĩa là Tha tâm trí tương ưng với Vô nguyện, Vô nguyện không tương ưng với pháp tương ưng của Tha tâm trí.

2- Trường hợp có pháp tương ưng với Vô nguyện, không tương ưng với Tha tâm trí: Nghĩa là Vô nguyện tương ưng với Tha tâm trí và pháp tương ưng với Tha tâm trí không tương ưng với pháp tương ưng của Vô nguyện.

3- Trường hợp có pháp tương ưng với Tha tâm trí, cũng tương ưng với Vô nguyện: Nghĩa là hai pháp tương ưng với nhau.

4- Trường hợp có pháp không tương ưng với Tha tâm trí, cũng không tương ưng với Vô nguyện: Nghĩa là Tha tâm trí không tương ưng với Vô nguyện, Vô nguyện không tương ưng với Tha tâm trí và với các pháp tâm, tâm sở khác, sắc, vô vi, bất tương ưng hành. Đối với Niệm, Tinh tấn, Hỷ, Khinh an, Định, Xả, Giác chi, Chánh tư duy, Chánh tinh tấn, Chánh niệm, Chánh định, cũng là như vậy.

Hỏi: Các pháp tương ưng với Tha tâm trí, các pháp ấy có tương ưng với Dĩ tri căn không?

Đáp: Nên nêu lên bốn trường hợp để giải thích:

1- Trường hợp có pháp tương ưng với Tha tâm trí, không tương ưng với Dĩ tri căn: Nghĩa là Dĩ tri căn không thâu nhiếp pháp tương ưng với Tha tâm trí.

2- Trường hợp có pháp tương ưng với Dĩ tri căn, không tương ưng với Tha tâm trí: Nghĩa là Dĩ tri căn thâu nhiếp Tha tâm trí và Tha tâm trí không thâu nhiếp, không tương ưng với pháp tương ưng với Dĩ tri căn.

3- Trường hợp có pháp tương ưng với Tha tâm trí mà cũng tương ưng với Dĩ tri căn: Nghĩa là Dĩ tri căn thâu nhiếp pháp tương ưng với Tha tâm trí.

4- Trường hợp có pháp không tương ưng với Tha tâm trí, cũng không tương ưng với Dĩ tri căn: Nghĩa là Dĩ tri căn không thâu nhiếp Tha tâm trí và Tha tâm trí không thâu nhiếp, không tương ưng với Dĩ tri căn, với các pháp thuộc tâm, tâm sở khác, sắc, vô vi, tâm bất tương ưng hành. Đối với Cụ tri căn cũng là như vậy.

Hỏi: Các pháp tương ưng với Thế tục trí, các pháp ấy có tương ưng với Khổ trí cho đến Chánh định không?

Đáp: Không phải như vậy.

Hỏi: Giả sử pháp tương ưng với Khổ trí cho đến Chánh định, pháp ấy có tương ưng với Thế tục trí không?

Đáp: Không phải như vậy.

Hỏi: Các pháp tương ưng với Khổ trí, các pháp ấy có tương ưng với Tập trí không?

Đáp: Không phải như vậy.

Hỏi: Giả sử các pháp tương ưng với Tập trí, các pháp ấy có tương ưng với Khổ trí không?

Đáp: Không phải như vậy. Đối với Diệt trí, Đạo trí, Vô tướng, ba Tam-ma-địa, cũng là như vậy.

Hỏi: Các pháp tương ưng với Khổ trí, các pháp ấy có tương ưng với Không, ba Tam-ma-địa không?

Đáp: Nên nêu lên bốn trường hợp để giải thích:

1- Trường hợp có pháp tương ưng với Khổ trí, không tương ưng với Không: Nghĩa là Khổ trí tương ưng với Không và Không không tương ưng với pháp tương ưng của Khổ trí.

2- Trường hợp có pháp tương ưng với Không, ba Tam-ma-địa, không tương ưng với Khổ trí: Nghĩa là Không tương ưng với Khổ trí và Khổ trí không tương ưng với pháp tương ưng của Không.

3- Trường hợp có pháp tương ưng với Khổ trí mà cũng tương ưng với Không: Nghĩa là hai pháp tương ưng lẫn nhau.

4- Trường hợp có pháp không tương ưng với Khổ trí, cũng không tương ưng với Không: Nghĩa là Khổ trí không tương ưng với Không, Không không tương ưng với Khổ trí và với các pháp thuộc tâm, tâm sở khác, sắc, vô vi, tâm bất tương ưng hành. Đối với Vô nguyện, cũng là như vậy. Đối với ba Căn vô lậu, bảy Giác chi, tám Đạo chi, như phần pháp trí đã nói.

Hỏi: Các pháp tương ưng với Tập trí, các pháp ấy có tương ưng với Diệt trí chăng?

Đáp: Không phải như vậy.

Hỏi: Giả sử pháp tương ưng với Diệt trí, pháp ấy có tương ưng với Tập trí không?

Đáp: Không phải như vậy. Đối Đạo trí, Không, Vô tướng, ba Tam-ma-địa, cũng là như vậy.

Hỏi: Các pháp tương ưng với Tập trí, các pháp ấy có tương ưng với Vô nguyện, ba Tam-ma-địa không?

Đáp: Nên nêu lên bốn trường hợp để giải thích:

1- Trường hợp có pháp tương ưng với Tập trí, không tương ưng với Vô nguyện: Nghĩa là Tập trí tương ưng với Vô nguyện.

2- Trường hợp có pháp tương ưng với Vô nguyện, không tương ưng với Tập trí: Nghĩa là Tập trí và Tập trí không tương ưng với pháp tương ưng của Vô nguyện.

3- Trường hợp có pháp tương ưng với Tập trí, cũng tương ưng với Vô nguyện: Nghĩa là hai pháp tương ưng lẫn nhau.

4- Trường hợp có pháp không tương ưng Tập trí, cũng không tương ưng với Vô nguyện: Nghĩa là Tập trí không tương ưng với Vô nguyện và với các pháp thuộc tâm, tâm sở khác, sắc, vô vi, tâm bất tương ưng hành. Đối với ba Căn vô lậu, bảy Giác chi, tám Đạo chi, như phần Pháp trí đã nói.

Hỏi: Các pháp tương ưng với Diệt trí, các pháp ấy có tương ưng với Đạo trí không?

Đáp: Không phải như vậy.

Hỏi: Giả sử các pháp tương ưng với Đạo trí, các pháp ấy có tương ưng với Diệt trí không?

Đáp: Không phải như vậy. Đối với Không, Vô nguyện, ba Tam-ma-địa, cũng là như vậy.

Hỏi: Các pháp tương ưng với Diệt trí, các pháp ấy có tương ưng với Vô tướng, ba Tam-ma-địa không?

Đáp: Nên nêu lên bốn trường hợp để giải thích:

1- Trường hợp có pháp tương ưng với Diệt trí, không tương ưng với Vô tướng: Nghĩa là Diệt trí tương ưng với Vô tướng.

2- Trường hợp có pháp tương ưng với Vô tướng, ba Tam-ma-địa, không tương ưng với Diệt trí: Nghĩa là Diệt trí và pháp tương ưng với Diệt trí không tương ưng với pháp tương ưng của Vô nguyện.

3- Trường hợp có pháp tương ưng với Diệt trí và cũng tương ưng với Vô tướng: Nghĩa là hai pháp tương ưng với nhau.

4- Trường hợp có pháp không tương ưng với Diệt trí, cũng không tương ưng với Vô tướng: Nghĩa là Diệt trí không tương ưng với Vô tướng và với các pháp thuộc tâm, tâm sở khác, sắc, vô vi, tâm bất tương ưng hành. Đối với ba Căn vô lậu, bảy Giác chi, tám Đạo chi, như phần Pháp trí đã nói.

Hỏi: Các pháp tương ưng với Đạo trí, các pháp ấy có tương ưng với Không, ba Tam-ma-địa không?

Đáp: Không phải như vậy.

Hỏi: Giả sử các pháp tương ưng với Không, ba Tam-ma-địa, các pháp ấy có tương ưng với Đạo trí không?

Đáp: Không phải như vậy. Đối với Vô tướng, ba Tam-ma-địa, cũng là như vậy.

Hỏi: Các pháp tương ưng với Đạo trí, các pháp ấy có tương ưng với Vô nguyện, ba Tam-ma-địa không?

Đáp: Nên nêu lên bốn trường hợp để giải thích:

1- Trường hợp có pháp tương ưng với Đạo trí, không tương ưng với Vô nguyện: Nghĩa là Đạo trí tương ưng với Vô nguyện.

2- Trường hợp có pháp tương ưng với Vô nguyện, không tương ưng với Đạo trí: Nghĩa là Đạo trí và các pháp tương ưng với Đạo trí không tương ưng với pháp của Vô nguyện tương ưng.

3- Trường hợp có pháp tương ưng với Đạo trí, cũng tương ưng với Vô nguyện: Nghĩa là hai pháp tương ưng lẫn nhau.

4- Trường hợp có pháp không tương ưng với Đạo trí, cũng không tương ưng với Vô nguyện: Nghĩa là Đạo trí không tương ưng với Vô nguyện và với các pháp thuộc tâm, tâm sở khác, sắc, vô vi, tâm bất tương ưng hành. Đối với ba Căn vô lậu, bảy Giác chi, tám Đạo chi, như phần Pháp trí đã nói.

Hỏi: Các pháp tương ưng với Không, ba Tam-ma-địa, các pháp ấy có tương ưng với Vô nguyện, ba Tam-ma-địa không?

Đáp: Không phải như vậy.

Hỏi: Giả sử các pháp tương ưng với Vô nguyện, ba Tam-ma-địa, các pháp ấy có tương ưng với Không-ba Tam-ma-địa không?

Đáp: Không phải như vậy. Đối với Vô tướng, cũng là như vậy.

Hỏi: Các pháp tương ưng với Không, ba Tam-ma-địa, các pháp ấy có tương ưng với Vị tri đương tri căn không?

Đáp: Nên nêu lên bốn trường hợp để giải thích:

1- Trường hợp có các pháp tương ưng với Không, không tương ưng với Vị tri đương tri căn: Nghĩa là Vị tri đương tri căn không thâu nhiếp pháp tương ưng với Không.

2- Trường hợp có các pháp tương ưng với Vị tri đương tri căn, không tương ưng với Không: Nghĩa là pháp Vị tri đương tri căn không thâu nhiếp Không và Không không thâu nhiếp, không tương ưng với các pháp tương ưng với Vị tri đương tri căn.

3- Trường hợp có pháp tương ưng với Không, cũng tương ưng với Vị tri đương tri căn: Nghĩa là pháp Vị tri đương tri căn thâu nhiếp pháp tương ưng với Không.

4- Trường hợp có các pháp không tương ưng với Không, cũng không tương ưng với Vị tri đương tri căn: Nghĩa là Vị tri đương tri căn không thâu nhiếp Không và Không không thâu nhiếp, không tương ưng với Vị tri đương tri căn và với các pháp thuộc tâm, tâm sở khác, sắc, vô vi, tâm bất tương ưng hành. Đối với Dĩ tri cụ tri căn, cũng là như vậy.

Hỏi: Các pháp tương ưng với Không, ba Tam-ma-địa, các pháp ấy có tương ưng với Niệm giác chi không?

Đáp: Nên nêu lên bốn trường hợp để giải thích:

1- Trường hợp có pháp tương ưng với Không, không tương ưng với Niệm giác chi: Nghĩa là Không tương ưng với Niệm giác chi.

2- Trường hợp có pháp tương ưng với Niệm giác chi, không tương ưng với Không: Nghĩa là Không và Không không tương ưng với pháp tương ưng của Niệm giác chi.

3- Trường hợp có pháp tương ưng với Không, cũng tương ưng với Niệm giác chi: Nghĩa là hai pháp tương ưng với nhau.

4- Trường hợp có pháp không tương ưng với Không, cũng không tương ưng với Niệm giác chi: Nghĩa là Không không tương ưng với Niệm giác chi và với các pháp thuộc tâm, tâm sở khác, sắc, vô vi, tâm bất tương ưng hành. Đối với các pháp như: Trạch pháp giác chi, Tinh tấn, Khinh an, Xả giác chi, Chánh kiến, Chánh tinh tấn, Chánh niệm, cũng là như vậy.

Hỏi: Các pháp tương ưng với Không, ba Tam-ma-địa, các pháp ấy có tương ưng với Hỷ giác chi không?

Đáp: Nên nêu lên bốn trường hợp để giải thích:

1- Trường hợp có pháp tương ưng với Không, không tương ưng với Hỷ giác chi: Nghĩa là Không tương ưng với Hỷ giác chi.

2- Trường hợp có pháp tương ưng với Hỷ giác chi, không tương ưng với Không: Nghĩa là Không tương ưng với Hỷ giác chi và Hỷ giác chi không tương ưng với pháp tương ưng với Không.

3- Trường hợp có pháp tương ưng với Không, cũng tương ưng với Hỷ giác chi: Nghĩa là hai pháp tương ưng với nhau.

4- Trường hợp có pháp không tương ưng với Không, cũng không tương ưng với Hỷ giác chi: Nghĩa là Không không tương ưng với Hỷ giác chi, Hỷ giác chi không tương ưng với Không và với các pháp thuộc tâm, tâm sở khác, sắc, vô vi, tâm bất tương ưng hành. Đối với Chánh tư duy, cũng là như vậy.

Hỏi: Các pháp tương ưng với Không, ba Tam-ma-địa, các pháp ấy có tương ưng với Định giác chi không?

Đáp: Các pháp tương ưng với Không, các pháp ấy cũng tương ưng với Định giác chi.

Có pháp tương ưng với Định giác chi, không tương ưng với Không. Nghĩa là Không không thâu nhiếp pháp tương ưng với Định giác chi. Đối với Chánh định, cũng là như vậy. Như Không đối với phần sau, Vô nguyện, Vô tướng đối với phấn sau, cũng là như vậy.

Có sự khác biệt là như Không đối với Hỷ giác chi; Chánh tư duy, Vô nguyện, Vô tướng, đối với Hỷ giác chi; Chánh kiến, Chánh tư duy, cũng là như vậy.

Hỏi: Các pháp tương ưng với Vị tri đương tri căn, các pháp ấy có tương ưng với Dĩ tri căn không?

Đáp: Không phải như vậy.

Hỏi: Giả sử pháp tương ưng với Dĩ tri căn, pháp ấy có tương ưng với Vị tri đương tri căn không?

Đáp: Không phải như vậy. Đối với Cụ tri căn, cũng là như vậy.

Hỏi: Các pháp tương ưng với Vị tri đương tri căn, các pháp ấy có tương ưng với Niệm giác chi không?

Đáp: Nên nêu lên bốn trường hợp để giải thích:

1- Trường hợp có pháp tương ưng với Vị tri đương tri căn, không tương ưng với Niệm giác chi: Nghĩa là Vị tri đương tri căn thâu nhiếp pháp tương ưng với Niệm giác chi.

2- Trường hợp có pháp tương ưng với Niệm giác chi, không tương ưng với pháp Vị tri đương tri căn: Nghĩa là Vị tri đương tri căn không thâu nhiếp pháp tương ưng với Niệm giác chi.

3- Trường hợp có pháp tương ưng với Niệm giác chi, cũng tương ưng với Vị tri đương tri căn: Nghĩa là Vị tri đương tri căn thâu nhiếp pháp tương ưng với Niệm giác chi.

4- Trường hợp có pháp không tương ưng Vị tri đương tri căn, cũng không tương ưng với Niệm giác chi: Nghĩa là Vị tri đương tri căn không thâu nhiếp Niệm giác chi và với các pháp thuộc tâm, tâm sở khác, sắc, vô vi, tâm bất tương ưng hành. Đối với Trạch pháp, Tinh tấn, Định giác chi, Chánh kiến, Chánh tinh tấn, Chánh niệm, Chánh định, cũng là như vậy.

Hỏi: Các pháp tương ưng với Vị tri đương tri căn, các pháp ấy có tương ưng với Hỷ giác chi không?

Đáp: Nên nêu lên bốn trường hợp để giải thích:

1- Trường hợp có pháp tương ưng với Vị tri đương tri căn, không tương ưng với Hỷ giác chi: Nghĩa là Vị tri đương tri căn, thâu nhiếp tương ưng với Hỷ giác chi và Hỷ giác chi không thâu nhiếp, không tương ưng với pháp tương ưng với Vị tri đương tri căn.

2- Trường hợp có pháp tương ưng với Hỷ giác chi, không tương ưng với Vị tri đương tri căn: Nghĩa là Vị tri đương tri căn, không thâu nhiếp pháp tương ưng với Hỷ giác giác chi.

3- Trường hợp có pháp tương ưng với Vị tri đương tri căn, cũng tương ưng với Hỷ giác chi: Nghĩa là Vị tri đương tri căn thâu nhiếp pháp tương ưng với Hỷ giác chi.

4- Trường hợp có pháp không tương ưng với Vị tri đương tri căn, cũng không tương ưng với Hỷ giác chi: Nghĩa là Vị tri đương tri căn không thâu nhiếp Hỷ giác chi và Hỷ giác chi không thâu nhiếp, không tương ưng với pháp tương ưng với Vị tri đương tri căn và với các pháp thuộc tâm, tâm sở khác, sắc, vô vi, tâm bất tương ưng hành.

Hỏi: Các pháp tương ưng với Vị tri đương tri căn, các pháp ấy có tương ưng với Khinh an chi không?

Đáp: Nên nêu lên bốn trường hợp để giải thích:

1- Trường hợp có pháp tương ưng với Vị tri đương tri căn, không tương ưng với Khinh an giác chi: Nghĩa là Vị tri đương tri căn tương ưng với Khinh an giác chi.

2- Trường hợp có pháp tương ưng với Khinh an giác chi, không tương ưng với Vị tri đương tri căn: Nghĩa là Vị tri đương tri căn, không tương ưng với pháp tương ưng với Khinh an giác chi.

3- Trường hợp có pháp tương ưng với Vị tri đương tri căn, cũng tương ưng với Khinh an giác chi: Nghĩa là Vị tri đương tri căn tương ưng với pháp tương ưng với Khinh an giác chi.

4- Trường hợp có pháp không tương ưng với Vị tri đương tri căn, cũng không tương ưng với Khinh an giác chi: Nghĩa là Vị tri đương tri căn không tương ưng với Khinh an giác chi và với các pháp thuộc tâm, tâm sở khác, sắc, vô vi, tâm bất tương ưng hành. Đối với Xả giác chi, cũng là như vậy.

Hỏi: Các pháp tương ưng với Vị tri đương tri căn, các pháp ấy có tương ưng với Chánh tư duy không?

Đáp: Nên nêu lên bốn trường hợp để giải thích:

1- Trường hợp có pháp tương ưng với Vị tri đương tri căn không tương ưng với Chánh tư duy: Nghĩa là Vị tri đương tri căn tương ưng với Chánh tư duy và Chánh tư duy không tương ưng với pháp tương ưng với Vị tri đương tri căn.

2- Trường hợp có pháp tương ưng với Chánh tư duy không tương ưng với Vị tri đương tri căn: Nghĩa là Vị tri đương tri căn không tương ưng với pháp tương ưng với Chánh tư duy.

3- Trường hợp có pháp tương ưng với Vị tri đương tri căn cũng tương ưng với Chánh tư duy: Nghĩa là Vị tri đương tri căn tương ưng với pháp tương ưng với Chánh tư duy.

4- Trường hợp có pháp không tương ưng với Vị tri đương tri căn, cũng không tương ưng với Chánh tư duy: Nghĩa là Vị tri đương tri căn không tương ưng với Chánh tư duy và Vị tri đương tri căn, Chánh tư duy không tương ưng với các pháp thuộc tâm, tâm sở khác, sắc, vô vi, tâm bất tương ưng hành. Như Vị tri đương tri căn đối với phần sau; Dĩ tri cụ tri căn đối với phần sau, cũng là như vậy.

Có sự khác nhau giữa Cụ tri căn đối với Chánh kiến. Nên nêu lên bốn trường hợp để giải thích:

1- Trường hợp có pháp tương ưng với Cụ tri căn, không tương ưng với Chánh kiến: Nghĩa là Cụ tri căn thâu nhiếp Chánh kiến và Chánh kiến không thâu nhiếp, không tương ưng với pháp tương ưng với Cụ tri căn.

2- Trường hợp có pháp tương ưng với Chánh kiến, không tương ưng với Cụ tri căn: Nghĩa là Cụ tri căn không thâu nhiếp pháp tương ưng với Chánh kiến.

3- Trường hợp có pháp tương ưng với Cụ tri căn, cũng tương ưng với Chánh kiến: Nghĩa là Cụ tri căn thâu nhiếp pháp tương ưng với Chánh kiến.

4- Trường hợp có pháp không tương ưng với Cụ tri căn, cũng không tương ưng với Chánh kiến: Nghĩa là Cụ tri căn, không thâu nhiếp Chánh kiến và Chánh kiến, Cụ tri căn không thâu nhiếp, không tương ưng với các pháp thuộc tâm, tâm sở khác, sắc, vô vi, tâm bất tương ưng hành. Niệm giác chi cho đến Chánh niệm đối với phần sau đã nói rộng rãi, như phần luận bàn về Giác chi.

Như đức Thế-tôn dạy: "Này Tỷ-khưu! Ta sẽ vì ngươi, nói bốn mươi bốn trí sự, ngươi hãy lắng nghe với tác ý cực thiện".

Hỏi: Thế nào là bốn mươi bốn trí sự?

Đáp: Nghĩa là trí biết già chết; trí biết tập khởi của già chết; trí biết tịch diệt của già chết; trí biết các hành hướng dẫn đến tịch diệt của già chết. Như vậy, trí biết Sinh, Hữu, Thủ, Ái, Thọ, Xúc, Lục xứ, Danh, Sắc, Thức, Hành.

Trí biết hành tập khởi; trí biết hành tịch diệt; trí biết hành dẫn đến; trí biết hành tịch diệt. Đó là là bốn mươi bốn trí sự.

Hỏi: Trí biết già chết... cùng với bốn mươi bốn trí sự ở trong đây, nên nói là Pháp trí cho đến Đạo trí chăng?

Đáp: Nên nói trí biết già chết là bốn trí. Nghĩa là Pháp trí, Loại trí, Thế tục trí, Khổ trí.

Trí biết già chết tập khởi là bốn trí. Nghĩa là Pháp trí, Loại trí, Thế tục trí, Tập trí.

Trí biết già chết tịch diệt là bốn trí. Nghĩa là Pháp trí, Loại trí, Thế tục trí, Diệt trí.

Trí biết dẫn đến già chết tịch diệt hành là bốn trí. Nghĩa là Pháp trí, Loại trí, Thế tục trí, Đạo trí.

Trí biết sinh cho đến hành là bốn trí, cũng là như vậy.

Như đức Thế-tôn dạy: "Này Tỷ-khưu! Ta sẽ vì ngươi, nói bảy mươi bảy trí sự, ngươi hãy lắng nghe, quán chiếu với tác ý cực thiện".

Hỏi: Thế nào là bảy mươi bảy trí sự?

Đáp: Nghĩa là trí biết Sinh duyên Lão tử. Trí biết không thể không Sinh duyên lão tử. Trí biết quá khứ Sinh duyên Lão tử. Trí biết quá khứ Sinh không thể không duyên Lão tử. Trí biết vị lai Sinh duyên Lão tử. Trí biết vị lai Sinh không thể không duyên Lão tử. Và Trí biết pháp trú, biến tri các sự này là vô thường, hữu vi, do từ nơi tâm tạo tác, do duyên sinh khởi, pháp cùng tận, pháp tăng giảm, pháp xả ly, pháp tịch diệt.

Như vậy, trí biết Hữu, Thủ, Ái, Thọ, Xúc, Lục xứ, Danh, Sắc, Thức, Hành, Vô minh duyên Hành. Trí biết không thể không Vô minh duyên Hành. Trí biết quá khứ Vô minh duyên Hành. Trí biết quá khứ không thể không Vô minh duyên Hành.

Trí biết vị lai Vô minh duyên Hành. Trí biết không thể không Vô minh duyên Hành. Và trí biết pháp trú, biến tri các sự này là vô thường, hữu vi, do từ nơi tâm tạo tác, do duyên sinh khởi, pháp cùng tận, pháp tăng giảm, pháp xả ly, pháp tịch diệt.

Hỏi: Ở trong đây, trí biết Sinh duyên Lão tử... bảy mươi bảy trí sự, nên nói là Pháp trí cho đến Đạo trí chăng?

Đáp: Nên nói trí biết sáu sự ở trước là Sinh duyên Lão tử... đều là bốn trí. Nghĩa là Pháp trí, Loại trí, Thế tục trí, Tập trí. Trí Pháp trú thứ bảy là Thế tục trí. Như bảy trí biết Sinh duyên Lão tử cho đến bảy trí biết Vô minh duyên Hành, cũng là như vậy.

Hỏi: Nếu thành tựu Pháp trí, ấy là Loại trí chăng?

Đáp: Nếu đạt được.

Hỏi: Nếu thành tựu Loại trí, ấy là Pháp trí chăng?

Đáp: Đúng như vậy.

Hỏi: Nếu thành tựu Pháp trí, ấy là Tha tâm trí chăng?

Đáp: Nếu đạt được mà không mất.

Hỏi: Giả sử thành tựu Tha tâm trí, ấy là Pháp trí chăng?

Đáp: Nếu đạt được.

Hỏi: Nếu thành tựu Pháp trí, ấy là Thế tục trí chăng?

Đáp: Đúng là như vậy.

Hỏi: Giả sử thành tựu Thế tục trí, ấy là Pháp trí chăng?

Đáp: Nếu đạt được.

Hỏi: Nếu thành tựu Pháp trí, ấy là Khổ trí chăng?

Đáp: Đúng là như vậy.

Hỏi: Giả sử thành tựu Khổ trí, ấy là Pháp trí chăng?

Đáp: Đúng là như vậy.

Hỏi: Nếu thành tựu Pháp trí, ấy là Tập trí chăng?

Đáp: Nếu đạt được.

Hỏi: Giả sử thành tựu Tập trí, ấy là Pháp trí chăng?

Đáp: Đúng là như vậy.

Hỏi: Nếu thành tựu Pháp trí, ấy là Diệt trí chăng?

Đáp: Đúng là như vậy.

Hỏi: Giả sử thành tựu Diệt trí, ấy là Pháp trí chăng?

Đáp: Đúng là như vậy.

Hỏi: Nếu thành tựu Pháp trí, ấy là Đạo trí chăng?

Đáp: Đúng là như vậy.

Hỏi: Giả sử thành tựu Đạo trí, ấy là Pháp trí chăng?

Đáp: Đúng là như vậy.

Hỏi: Nếu thành tựu Loại trí, ấy là Tha tâm trí chăng?

Đáp: Nếu được mà không mất.

Hỏi: Giả sử thành tựu Tha tâm trí, ấy là Loại trí chăng?

Đáp: Nếu đạt được.

Hỏi: Nếu thành tựu Loại trí, ấy là Thế tục trí chăng?

Đáp: Đúng là như vậy.

Hỏi: Giả sử thành tựu Thế tục trí, ấy là Loại trí chăng?

Đáp: Nếu đạt được.

Hỏi: Nếu thành tựu Loại trí, ấy là Khổ trí chăng?

Đáp: Đúng là như vậy.

Hỏi: Giả sử thành tựu Khổ trí, ấy là Loại trí chăng?

Đáp: Nếu đạt được.

Hỏi: Nếu thành tựu Loại trí, ấy là Tập trí chăng?

Đáp: Nếu đạt được.

Hỏi: Giả sử thành tựu Tập trí, ấy là Loại trí chăng?

Đáp: Đúng là như vậy.

Hỏi: Nếu thành tựu Loại trí, ấy là Diệt trí chăng?

Đáp: Nếu đạt được.

Hỏi: Giả sử thành tựu Diệt trí, ấy là Loại trí chăng?

Đáp: Đúng là như vậy.

Hỏi: Nếu thành tựu Loại trí, ấy là Đạo trí chăng?

Đáp: Nếu đạt được.

Hỏi: Giả sử thành tựu Đạo trí, ấy là Loại trí chăng?

Đáp: Đúng là như vậy.

Hỏi: Nếu thành tựu Tha tâm trí, ấy là Thế tục trí chăng?

Đáp: Đúng là như vậy.

Hỏi: Giả sử thành tựu Thế tục trí, ấy là Tha tâm trí chăng?

Đáp: Nếu đạt được mà không mất.

Hỏi: Nếu thành tựu Tha tâm trí, ấy là Khổ trí chăng?

Đáp: Nếu đạt được.

Hỏi: Giả sử thành tựu Khổ trí, ấy là Tha tâm trí chăng?

Đáp: Nếu đạt được mà không mất.

Hỏi: Nếu thành tựu Tha tâm trí, ấy là Tập trí chăng?

Đáp: Nếu đạt được.

Hỏi: Giả sử thành tựu Tập trí, ấy là Tha tâm trí chăng?

Đáp: Nếu đạt được mà không mất.

Hỏi: Nếu thành tựu Tha tâm trí, ấy là Diệt trí chăng?

Đáp: Nếu đạt được.

Hỏi: Giả sử thành tựu Diệt trí, ấy là Tha tâm trí chăng?

Đáp: Nếu đạt được mà không mất.

Hỏi: Nếu thành tựu Tha tâm trí, ấy là Đạo trí chăng?

Đáp: Nếu đạt được.

Hỏi: Giả sử thành tựu Đạo trí, ấy là Tha tâm trí chăng?

Đáp: Nếu đạt được mà không mất.

Hỏi: Nếu thành tựu Thế tục trí, ấy là Khổ trí chăng?

Đáp: Nếu đạt được.

Hỏi: Giả sử thành tựu Khổ trí, ấy là Thế tục trí chăng?

Đáp: Đúng là như vậy.

Hỏi: Nếu thành tựu Thế tục trí, ấy là Tập trí chăng?

Đáp: Nếu đạt được.

Hỏi: Giả sử thành tựu Tập trí, ấy là Thế tục trí chăng?

Đáp: Đúng là như vậy.

Hỏi: Nếu thành tựu Thế tục trí, ấy là Diệt trí chăng?

Đáp: Nếu đạt được.

Hỏi: Giả sử thành tựu Diệt trí, ấy là Thế tục trí chăng?

Đáp: Đúng là như vậy.

Hỏi: Nếu thành tựu Thế tục trí, ấy là Đạo trí chăng?

Đáp: Nếu đạt được.

Hỏi: Giả sử thành tựu Đạo trí, ấy là Thế tục trí chăng?

Đáp: Đúng là như vậy.

Hỏi: Nếu thành tựu Khổ trí, ấy là Tập trí chăng?

Đáp: Nếu đạt được.

Hỏi: Giả sử thành tựu Tập trí, ấy là Khổ trí chăng?

Đáp: Đúng là như vậy.

Hỏi: Nếu thành tựu Khổ trí, ấy là Diệt trí chăng?

Đáp: Nếu đạt được.

Hỏi: Giả sử thành tựu Diệt trí, ấy là Khổ trí chăng?

Đáp: Đúng là như vậy.

Hỏi: Nếu thành tựu Khổ trí, ấy là Đạo trí chăng?

Đáp: Nếu đạt được.

Hỏi: Giả sử thành tựu Đạo trí, ấy là Khổ trí chăng?

Đáp: Đúng là như vậy.

Hỏi: Nếu thành tựu Tập trí, ấy là Diệt trí chăng?

Đáp: Nếu đạt được.

Hỏi: Giả sử thành tựu Diệt trí, ấy là Tập trí chăng?

Đáp: Đúng là như vậy.

Hỏi: Nếu thành tựu Tập trí, ấy là Đạo trí chăng?

Đáp: Nếu đạt được.

Hỏi: Giả sử thành tựu Đạo trí, ấy là Tập trí chăng?

Đáp: Đúng là như vậy.

Hỏi: Nếu thành tựu Diệt trí, ấy là Đạo trí chăng?

Đáp: Nếu đạt được.

Hỏi: Giả sử thành tựu Đạo trí, ấy là Diệt trí chăng?

Đáp: Đúng là như vậy.

Hỏi: Nếu thành tựu Pháp trí quá khứ, ấy là vị lai chăng?

Đáp: Đúng là như vậy.

Hỏi: Giả sử thành tựu vị lai, ấy là quá khứ chăng?

Đáp: Nếu đã diệt mà không mất thì thành tựu. Nếu chưa diệt, giả sử diệt rồi mất, thì không thành tựu.

Hỏi: Nếu thành tựu Pháp trí quá khứ, ấy là hiện tại chăng?

Đáp: Nếu biểu hiện trước mắt.

Hỏi: Giả sử thành tựu hiện tại, ấy là quá khứ chăng?

Đáp: Nếu đã diệt không mất, thì thành tựu. Nếu chưa diệt, giả sử diệt rồi mất, thì không thành tựu.

Hỏi: Nếu thành tựu Pháp trí vị lai, ấy là hiện tại chăng?

Đáp: Nếu biểu hiện trước mắt.

Hỏi: Giả sử thành tựu hiện tại, ấy là vị lai chăng?

Đáp: Đúng là như vậy.

Hỏi: Nếu thành tựu Pháp trí quá khứ, ấy là vị lai chăng?

Đáp: Vị lai quyết định thành tựu hiện tại, nếu biểu hiện trước mắt.

Hỏi: Giả sử thành tựu vị lai-hiện tai, ấy là quá khứ chăng?

Đáp: Nếu đã diệt mà không mất là thành tựu. Nếu chưa diệt, giả sử diệt rồi mất, thì không thành tựu.

Hỏi: Nếu thành tựu Pháp trí vị lai, ấy là quá khứ, hiện tại chăng?

Đáp: Trường hợp có vị lai không phải quá khứ, hiện tại. Nghĩa là Pháp trí kia đã được, chưa diệt. Giả sử diệt đã mất, không biểu hiện trước mắt.

Trường hợp có vị lai và quá khứ, không phải hiện tại. Nghĩa là Pháp trí đã diệt mà không mất, không biểu hiện trước mắt.

Trường hợp có vị lai và hiện tại, không phải là quá khứ. Nghĩa là Pháp trí biểu hiện trước mắt chưa diệt, giả sử đã diệt rồi mất.

Trường hợp có vị lai và quá khứ, hiện tại. Nghĩa là Pháp trí đã diệt rồi, không mất, cũng biểu hiện trước mắt.

Hỏi: Giả sử thành tựu quá khứ, hiện tại, ấy là vị lai chăng?

Đáp: Đúng là như vậy.

Hỏi: Nếu thành tựu Pháp trí hiện tại, ấy là quá khứ, vị lai chăng?

Đáp: Vị lai quyết định thành tựu quá khứ. Nếu đã diệt, không mất, thì thành tựu. Nếu chưa diệt, giả sử diệt rồi mất, thì không thành tựu.

Hỏi: Giả sử thành tựu quá khứ, vị lai, ấy là hiện tại chăng?

Đáp: Nêu biểu hiện trước mắt. Như Pháp trí trải qua sáu loại. Khổ trí, Tập trí, Diệt trí, Đạo trí, cũng là như vậy.

Hỏi: Nếu thành tựu Tha tâm trí quá khứ, ấy là vị lai chăng?

Đáp: Đúng là như vậy.

Hỏi: Giả sử thành tựu vị lai, ấy là quá khứ chăng?

Đáp: Nếu đã diệt mà không mất, thì thành tựu. Nếu chưa diệt, giả sử diệt đã mất, thì không thành tựu.

Hỏi: Nếu thành tựu Tha tâm trí quá khứ, ấy là hiện tại chăng?

Đáp: Nếu biểu hiện trước mắt.

Hỏi: Giả sử thành tựu hiện tại, ấy là quá khứ chăng?

Đáp: Đúng là như vậy.

Hỏi: Nếu thành tựu Tha tâm trí vị lai, ấy là hiện tại chăng?

Đáp: Nếu biểu hiện trước mắt.

Hỏi: Giả sử thành tựu hiện tại, ấy là vị lai chăng?

Đáp: Đúng là như vậy.

Hỏi: Nếu thành tựu Tha tâm trí quá khứ, ấy là vị lai, hiện tại chăng?

Đáp: Vị lai quyết định thành tựu hiện tại, nếu biểu hiện trước mắt.

Hỏi: Giả sử thành tựu, vị lai, hiện tại, ấy là quá khứ chăng?

Đáp: Đúng là như vậy.

Hỏi: Nếu thành tựu Tha tâm trí vị lai, ấy là quá khứ, hiện tại chăng?

Đáp: Trường hợp có vị lai, không phải là quá khứ, hiện tại. Nghĩa là Tha tâm trí kia đã được không mất, chưa diệt. Giả sử diệt rồi, đã mất, không biểu hiện trước mắt.

Trường hợp có vị lai và quá khứ không phải hiện tại. Nghĩa là Tha tâm trí đã diệt không mất, không biểu hiện trước mắt.

Trường hợp có vị lai-quá khứ, hiện tại. Nghĩa là Tha tâm trí biểu hiện trước mắt.

Hỏi: Giả sử thành tựu quá khứ, hiện tại, ấy là vị lai chăng?

Đáp: Đúng là như vậy.

Hỏi: Nếu Tha tâm trí thành tựu hiện tại, ấy là quá khứ, vị lai chăng?

Đáp: Đúng là như vậy.

Hỏi: Giả sử thành tựu quá khứ, vị lai, ấy là hiện tại chăng?

Đáp: Nếu biểu hiện trước mắt.

Hỏi: Nếu thành tựu Thế tục trí quá khứ, ấy là vị lai chăng?

Đáp: Đúng là như vậy.

Hỏi: Giả sử thành tựu vị lai, ấy là quá khứ chăng?

Đáp: Đúng là như vậy.

Hỏi: Nếu thành tựu Thế tục trí quá khứ, ấy là hiện tại chăng?

Đáp: Nếu biểu hiện trước mắt.

Hỏi: Giả sử thành tựu hiện tại, ấy là thành tựu quá khứ chăng?

Đáp: Đúng là như vậy.

Hỏi: Nếu thành tựu Thế tục trí vị lai, ấy là hiện tại chăng?

Đáp: Nếu biểu hiện trước mắt.

Hỏi: Giả sử thành tựu hiện tại, ấy là vị lai chăng?

Đáp: Đúng là như vậy.

Hỏi: Nếu thành tựu Thế tục trí quá khứ, ấy là vị lai, hiện tại chăng?

Đáp: Vị lai quyết định thành tựu hiện tại, nếu biểu hiện trước mắt.

Hỏi: Giả sử thành tựu vị lai, hiện tại, ấy là quá khứ chăng?

Đáp: Đúng là như vậy.

Hỏi: Nếu thành tựu Thế tục trí vị lai, ấy là quá khứ, hiện tại chăng?

Đáp: Quá khứ quyết định thành tựu hiện tại, nếu biểu hiện trước mắt.

Hỏi: Giả sử thành tựu quá khứ, hiện tại, ấy là vị lai chăng?

Đáp: Đúng là như vậy.

Hỏi: Nếu thành tựu Thế tục trí hiện tại, ấy là quá khứ, vị lai chăng?

Đáp: Đúng là như vậy.

Hỏi: Giả sử thành tựu quá khứ, vị lai, ấy là hiện tại chăng?

Đáp: Nếu biểu hiện trước mắt.

Hỏi: Nếu thành tựu Pháp trí quá khứ, ấy là Loại trí quá khứ chăng?

Đáp: Nếu đã diệt không mất, thì thành tựu. Nếu chưa diệt, giả sử diệt rồi mất, thì không thành tựu.

Hỏi: Giả sử thành tựu Loại trí quá khứ, ấy là Pháp trí quá khứ chăng?

Đáp: Nếu đã diệt không mất, thì thành tựu. Nếu chưa diệt, giả sử diệt rồi mất, thì không thành tựu.

Hỏi: Nếu thành tựu Pháp trí quá khứ, ấy là Loại trí vị lai chăng?

Đáp: Nếu đạt được.

Hỏi: Giả sử thành tựu Loại trí vị lai, ấy là Pháp trí quá khứ chăng?

Đáp: Nếu đã diệt không mất, thì thành tựu. Nếu chưa diệt, giả sử diệt rồi mất, thì không thành tựu.

Hỏi: Nếu thành tựu Pháp trí quá khứ, ấy là Loại trí hiện tại chăng?

Đáp: Nếu biểu hiện trước mắt.

Hỏi: Giả sử thành tựu Loại trí hiện tại, ấy là Pháp trí quá khứ chăng?

Đáp: Nếu đã diệt không mất, thì thành tựu. Nếu chưa diệt, giả sử diệt rồi mất, thì không thành tựu.

Hỏi: Nếu thành tựu Pháp trí quá khứ, ấy là Loại trí quá khứ, hiện tại chăng?

Đáp: Trường hợp có Pháp trí quá khứ, không phải Loại trí quá khứ, hiện tại. Nghĩa là Pháp trí đã diệt không mất, Loại trí vị lai chưa diệt. Giả sử diệt rồi, mất không biểu hiện trước mắt.

Trường hợp có Pháp trí quá khứ và Loại trí quá khứ, không phải hiện tại. Nghĩa là Pháp trí, Loại trí đã diệt, không mất, Loại trí không biểu hiện trước mắt.

Trường hợp có Pháp trí quá khứ và Loại trí hiện tại, không phải là quá khứ. Nghĩa là Pháp trí đã diệt không mất; Loại trí biểu hiện trước mắt chưa diệt. Giả sử diệt rồi đã mất.

Trường hợp có Pháp trí quá khứ và có Loại trí hiện tại, quá khứ. Nghĩa là Pháp trí, Loại trí đã diệt không mất, Loại trí biểu hiện trước mắt.

Hỏi: Giả sử thành tựu Loại trí quá khứ, hiện tại, ấy là Pháp trí quá khứ chăng?

Đáp: Nếu đã diệt không mất, thì thành tựu. Nếu chưa diệt, giả sử diệt rồi mất, thì không thành tựu.

Hỏi: Nếu thành tựu Pháp trí quá khứ, ấy là Loại trí vị lai, hiện tại chăng?

Đáp: Trường hợp có Pháp trí quá khứ, không phải Loại trí vị lai, hiện tại. Nghĩa là Pháp trí đã diệt không mất, chưa được Loại trí.

Trường hợp có Pháp trí quá khứ và Loại trí, không phải là hiện tại. Nghĩa là Pháp trí đã diệt không mất, đã đạt được Loại trí, không biểu hiện trước mắt.

Trường hợp có Pháp trí quá khứ và Loại trí vị lai, hiện tại. Nghĩa là

Pháp trí đã diệt không mất, Loại trí biểu hiện trước mắt.

Hỏi: Giả sử thành tựu Loại trí vị lai, hiện tại, ấy là Pháp trí quá khứ chăng?

Đáp: Nếu đã diệt không mất, thì thành tựu. Nếu chưa diệt, giả sử diệt rồi mất, thì không thành tựu.

Hỏi: Nếu thành tựu Pháp trí quá khứ, ấy là Loại trí quá khứ, vị lai chăng?

Đáp: Trường hợp có Pháp trí quá khứ, không phải Loại trí quá khứ, vị lai. Nghĩa là Pháp trí đã diệt không mất, chưa được Loại trí.

Trường hợp có Pháp trí quá khứ và Loại trí vị lai, không phải là quá khứ. Nghĩa là Pháp trí đã diệt, không mất, đã đạt được Loại trí, chưa diệt. Giả sử diệt, không mất.

Trường hợp có Pháp trí quá khứ và có Loại trí quá khứ, vị lai. Nghĩa là Pháp trí, Loại trí đã diệt, không mất.

Hỏi: Giả sử thành tựu Loại trí quá khứ, vị lai, ấy là Pháp trí quá khứ chăng?

Đáp: Nếu đã diệt không mất, thì thành tựu. Nếu chưa diệt, giả sử diệt rồi mất, thì không thành tựu.

Hỏi: Nếu thành tựu Pháp trí quá khứ, ấy là Loại trí quá khứ, vị lai, hiện tại chăng?

Đáp: Trường hợp có Pháp trí quá khứ, không phải là Loại trí quá khứ, vị lai, hiện tại. Nghĩa là Pháp trí đã diệt không mất, chưa được Loại trí.

Trường hợp có Pháp trí quá khứ và Loại trí vị lai, không phải quá khứ, hiện tại. Nghĩa là Pháp trí đã diệt, không mất, đã đạt được Loại trí chưa diệt. Giả sử diệt rồi, đã mất, không biểu hiện trước mắt.

Trường hợp có Pháp trí quá khứ và Loại trí vị lai, hiện tại, không phải quá khứ. Nghĩa là Pháp trí đã diệt, không mất, Loại trí biểu hiện trước mắt, chưa diệt. Giả sử diệt rồi mất.

Trường hợp có Pháp trí quá khứ và có Loại trí quá khứ, vị lai, không phải là hiện tại. Nghĩa là Pháp trí, Loại trí đã diệt không mất, Loại trí không biểu hiện trước mắt.

Trường hợp có Pháp trí quá khứ và có Loại trí quá khứ, vị lai, hiện tại. Nghĩa là Pháp trí, Loại trí đã diệt không mất, Loại trí biểu hiện trước mắt.

Hỏi: Giả sử thành tựu Loại trí quá khứ, vị lai, hiện tại, ấy là Pháp trí quá khứ chăng?

Đáp: Nếu đã diệt không mất, thì thành tựu. Nếu chưa diệt, giả sử diệt rồi mất, thì không thành tựu. Như đối với Loại trí phân nhỏ làm thành bảy phần. Đối với Tập trí, Diệt trí-Đạo trí, cũng là như vậy.

Hỏi: Nếu thành tựu Pháp trí quá khứ, ấy là Tha tâm trí quá khứ chăng?

Đáp: Nếu đã diệt không mất, thì thành tựu. Nếu chưa diệt, giả sử diệt rồi mất, thì không thành tựu.

Hỏi: Giả sử thành tựu Tha tâm trí quá khứ, ấy là Pháp trí quá khứ chăng?

Đáp: Nếu đã diệt không mất, thì thành tựu. Nếu chưa diệt, giả sử diệt rồi mất, thì không thành tựu.

Hỏi: Nếu thành tựu Pháp trí quá khứ, ấy là Tha tâm trí vị lai chăng?

Đáp: Nếu đã được, không mất.

Hỏi: Giả sử thành tựu Tha tâm trí vị lai, ấy là Pháp trí quá khứ chăng?

Đáp: Nếu đã diệt không mất, thì thành tựu. Nếu chưa diệt, giả sử diệt rồi mất, thì không thành tựu.

Hỏi: Nếu thành tựu Pháp trí quá khứ, ấy là Tha tâm trí hiện tại chăng?

Đáp: Nếu biểu hiện trước mắt.

Hỏi: Giả sử thành tựu Tha tâm trí hiện tại, ấy là Pháp trí quá khứ chăng?

Đáp: Nếu đã diệt không mất, thì thành tựu. Nếu chưa diệt, giả sử

diệt rồi mất, thì không thành tựu.

Hỏi: Nếu thành tựu Pháp trí quá khứ, ấy là Tha tâm trí quá khứ, hiện tại chăng?

Đáp: Trường hợp có Pháp trí quá khứ, không phải Tha tâm trí quá khứ, hiện tại. Nghĩa là Pháp trí đã diệt không mất, Tha tâm trí chưa diệt. Giả sử diệt rồi mất, không biểu hiện trước mắt.

Trường hợp có Pháp trí quá khứ và Tha tâm trí quá khứ, không phải là hiện tại. Nghĩa là Pháp trí, Tha tâm trí đã diệt, không mất, Tha tâm trí không biểu hiện trước mắt.

Trường hợp có Pháp trí quá khứ và có Tha tâm trí quá khứ, hiện tại. Nghĩa là Pháp trí đã diệt không mất, Tha tâm trí biểu hiện trước mắt.

Hỏi: Giả sử thành tựu Tha tâm trí quá khứ, hiện tại, ấy là Tha tâm trí quá khứ chăng?

Đáp: Nếu đã diệt không mất, thì thành tựu. Nếu chưa diệt, giả sử diệt rồi mất, thì không thành tựu.

Hỏi: Nếu thành tựu Pháp trí quá khứ, ấy là Tha tâm trí vị lai, hiện tại chăng?

Đáp: Trường hợp có Pháp trí quá khứ, không phải là Tha tâm trí vị lai, hiện tại. Nghĩa là Pháp trí đã diệt không mất, chưa đạt được Tha tâm trí. Giả sử đạt được rồi mất.

Trường hợp có Pháp trí quá khứ và Tha tâm trí vị lai, không phải là hiện tại. Nghĩa là Pháp trí đã diệt không mất, Tha tâm trí đã đạt được không mất, không biểu hiện trước mắt.

Trường hợp có Pháp trí quá khứ và có Tha tâm trí vị lai, hiện tại. Nghĩa là Pháp trí đã diệt không mất, Tha tâm trí biểu hiện trước mắt.

Hỏi: Giả sử thành tựu Tha tâm trí vị lai, hiện tại, ấy là Pháp trí quá khứ chăng?

Đáp: Nếu đã diệt không mất, thì thành tựu. Nếu chưa diệt, giả sử diệt rồi mất, thì không thành tựu.

Hỏi: Nếu thành tựu Pháp trí quá khứ, ấy là Tha tâm trí quá khứ, vị lai chăng?

Đáp: Trường hợp có Pháp trí quá khứ, không phải Tha tâm trí quá khứ, vị lai. Nghĩa là Pháp trí đã diệt không mất, chưa đạt được Tha tâm trí. Giả sử đạt được rồi mất.

Trường hợp có Pháp trí quá khứ và Tha tâm trí vị lai, không phải là quá khứ. Nghĩa là Pháp trí đã diệt, không mất. Tha tâm trí đã đạt được không mất, chưa diệt. Giả sử diệt đã mất.

Trường hợp có Pháp trí quá khứ và Tha tâm trí quá khứ, vị lai. Nghĩa là Pháp trí, Tha tâm trí đã diệt, không mất.

Hỏi: Giả sử thành tựu Tha tâm trí quá khứ, vị lai, ấy là Pháp trí quá khứ chăng?

Đáp: Nếu đã diệt không mất, thì thành tựu. Nếu chưa diệt, giả sử diệt rồi mất, thì không thành tựu.

Hỏi: Nếu thành tựu Pháp trí quá khứ, ấy là Tha tâm trí quá khứ, vị lai, hiện tại chăng?

Đáp: Trường hợp có Pháp trí quá khứ, không phải là Tha tâm trí quá khứ, vị lai, hiện tại. Nghĩa là Pháp trí đã diệt, không mất, chưa đạt được Tha tâm trí. Giả sử đạt được, rồi mất.

Trường hợp có Pháp trí quá khứ và Tha tâm trí vị lai, không phải là quá khứ, hiện tại. Nghĩa là Pháp trí đã diệt không mất, Tha tâm trí đã đạt được không mất, chưa diệt. Giả sử diệt rồi, đã mất, không biểu hiện trước mắt.

Trường hợp có Pháp trí quá khứ và có Tha tâm trí quá khứ, vị lai, không phải là hiện tại. Nghĩa là Pháp trí, Tha tâm trí đã diệt không mất, Tha tâm trí không biểu hiện trước mắt.

Trường hợp có Pháp trí quá khứ và có Tha tâm trí quá khứ, vị lai, hiện tại. Nghĩa là Pháp trí đã diệt không mất, Tha tâm trí biểu hiện trước mắt.

Hỏi: Giả sử thành tựu Tha tâm trí quá khứ, vị lai, hiện tại, ấy là Pháp trí quá khứ chăng?

Đáp: Nếu đã diệt không mất, thì thành tựu. Nếu chưa diệt, giả sử

diệt rồi mất, thì không thành tựu.

Hỏi: Nếu thành tựu Pháp trí quá khứ, ấy là Thế tục trí quá khứ chăng?

Đáp: Đúng là như vậy.

Hỏi: Giả sử thành tựu Thế tục trí quá khứ, ấy là Pháp trí quá khứ chăng?

Đáp: Nếu đã diệt không mất, thì thành tựu. Nếu chưa diệt, giả sử diệt rồi mất, thì không thành tựu.

Hỏi: Nếu thành tựu Pháp trí quá khứ, ấy là Thế tục trí vị lai chăng?

Đáp: Đúng là như vậy.

Hỏi: Giả sử thành tựu Thế tục trí vị lai, ấy là Pháp trí quá khứ chăng?

Đáp: Nếu đã diệt không mất, thì thành tựu. Nếu chưa diệt, giả sử diệt rồi mất, thì không thành tựu.

Hỏi: Nếu thành tựu Pháp trí quá khứ, ấy là thế tục trí hiện tại chăng?

Đáp: Nếu biểu hiện trước mắt.

Hỏi: Giả sử thành tựu Thế tục trí hiện tại, ấy là Pháp trí quá khứ chăng?

Đáp: Nếu đã diệt không mất, thì thành tựu. Nếu chưa diệt, giả sử diệt rồi mất, thì không thành tựu.

Hỏi: Nếu thành tựu Pháp trí quá khứ, ấy là Thế tục trí quá khứ, hiện tại chăng?

Đáp: Quá khứ quyết định thành tựu hiện tại, nếu biểu hiện trước mắt.

Hỏi: Giả sử thành tựu Thế tục trí quá khứ, hiện tại, ấy là Pháp trí quá khứ chăng?

Đáp: Nếu đã diệt không mất, thì thành tựu. Nếu chưa diệt, giả sử diệt rồi mất, thì không thành tựu.

Hỏi: Nếu thành tựu Pháp trí quá khứ, ấy là Thế tục trí vị lai, hiện tại chăng?

Đáp: Vị lai quyết định thành tựu hiện tại, nếu biểu hiện trước mắt.

Hỏi: Giả sử thành tựu Thế tục trí vị lai, hiện tại, ấy là Pháp trí quá khứ chăng?

Đáp: Nếu đã diệt không mất, thì thành tựu. Nếu chưa diệt, giả sử diệt rồi mất, thì không thành tựu.

Hỏi: Nếu thành tựu Pháp trí quá khứ, ấy là Thế tục trí quá khứ, vị lai chăng?

Đáp: Đúng là như vậy.

Hỏi: Giả sử thành tựu Thế tục trí quá khứ, vị lai, ấy là Pháp trí quá khứ chăng?

Đáp: Nếu đã diệt không mất, thì thành tựu. Nếu chưa diệt, giả sử diệt rồi mất, thì không thành tựu.

Hỏi: Nếu thành tựu Pháp trí quá khứ, ấy là Thế tục trí quá khứ, vị lai, hiện tại chăng?

Đáp: Quá khứ, vị lai quyết định thành tựu hiện tại, nếu biểu hiện trước mắt.

Hỏi: Giả sử thành tựu Thế tục trí quá khứ, vị lai, hiện tại, ấy là Pháp trí quá khứ chăng?

Đáp: Nếu đã diệt không mất, thì thành tựu. Nếu chưa diệt, giả sử diệt rồi mất, thì không thành tựu.

Hỏi: Nếu thành tựu Pháp trí quá khứ, ấy là Khổ trí quá khứ chăng?

Đáp: Nếu đã diệt không mất, thì thành tựu. Nếu chưa diệt, giả sử diệt rồi mất, thì không thành tựu.

Hỏi: Giả sử thành tựu Khổ trí quá khứ, ấy là Pháp trí quá khứ chăng?

Đáp: Nếu đã diệt không mất, thì thành tựu. Nếu chưa diệt, giả sử diệt rồi mất, thì không thành tựu.

Hỏi: Nếu thành tựu Pháp trí quá khứ, ấy là Khổ trí vị lai chăng?

Đáp: Đúng là như vậy.

Hỏi: Giả sử thành tựu Khổ trí vị lai, ấy là Pháp trí quá khứ chăng?

Đáp: Nếu đã diệt không mất, thì thành tựu. Nếu chưa diệt, giả sử diệt rồi mất, thì không thành tựu.

Hỏi: Nếu thành tựu Pháp trí quá khứ, ấy là Khổ trí hiện tại chăng?

Đáp: Nếu biểu hiện trước mắt.

Hỏi: Giả sử thành tựu Khổ trí hiện tại, ấy là Pháp trí quá khứ chăng?

Đáp: Nếu đã diệt không mất, thì thành tựu. Nếu chưa diệt, giả sử diệt rồi mất, thì không thành tựu.

Hỏi: Nếu thành tựu Pháp trí quá khứ, ấy là Khổ trí quá khứ, hiện tại chăng?

Đáp: Trường hợp có Pháp trí quá khứ, không phải là Khổ trí quá khứ, hiện tại. Nghĩa là Pháp trí đã diệt, không mất, Khổ trí chưa diệt. Giả sử diệt rồi mất, không biểu hiện trước mắt.

Trường hợp có Pháp trí quá khứ và Khổ trí quá khứ, không phải là hiện tại. Nghĩa là Pháp trí, Khổ trí đã diệt, không mất, Khổ trí không biểu hiện trước mắt.

Trường hợp có Pháp trí quá khứ và có Khổ trí hiện tại, không phải là quá khứ. Nghĩa là Pháp trí đã diệt không mất, Khổ trí biểu hiện trước mắt, chưa diệt. Giả sử diệt, đã mất.

Trường hợp có Pháp trí quá khứ và có Khổ trí quá khứ, hiện tại. Nghĩa là Pháp trí, Khổ trí đã diệt không mất, Khổ trí biểu hiện trước mắt.

Hỏi: Giả sử thành tựu Khổ trí quá khứ, hiện tại, ấy là Pháp trí quá khứ chăng?

Đáp: Nếu đã diệt không mất, thì thành tựu. Nếu chưa diệt, giả sử diệt rồi mất, thì không thành tựu.

Hỏi: Nếu thành tựu Pháp trí quá khứ, ấy là Khổ trí vị lai, hiện tại chăng?

Đáp: Vị lai quyết định thành tựu hiện tại, nếu biểu hiện trước mắt.

Hỏi: Giả sử thành tựu Khổ trí vị lai, hiện tại, ấy là Pháp trí quá khứ chăng?

Đáp: Nếu đã diệt không mất, thì thành tựu. Nếu chưa diệt, giả sử diệt rồi mất, thì không thành tựu.

Hỏi: Nếu thành tựu Pháp trí quá khứ, ấy là Khổ trí quá khứ, vị lai chăng?

Đáp: Vị lai quyết định thành tựu quá khứ. Nếu đã diệt không mất, thì thành tựu. Nếu chưa diệt, giả sử diệt rồi mất, thì không thành tựu.

Hỏi: Giả sử thành tựu Khổ trí quá khứ, vị lai, ấy là Pháp trí quá khứ chăng?

Đáp: Nếu đã diệt không mất, thì thành tựu. Nếu chưa diệt, giả sử diệt rồi mất, thì không thành tựu.

Hỏi: Nếu thành tựu Pháp trí quá khứ, ấy là Khổ trí quá khứ, vị lai, hiện tại chăng?

Đáp: Trường hợp có Pháp trí quá khứ và Khổ trí vị lai, không phải quá khứ, hiện tại. Nghĩa là Pháp trí đã diệt, không mất, Khổ trí chưa diệt, giả sử diệt rồi mất, không biểu hiện trước mắt.

Trường hợp có Pháp trí quá khứ và có Khổ trí vị lai, hiện tại, không phải là quá khứ. Nghĩa là Pháp trí đã diệt, không mất, Khổ trí biểu hiện trước mắt chưa diệt, giả sử diệt rồi mất.

Trường hợp có Pháp trí quá khứ và có Khổ trí quá khứ, vị lai, không phải là hiện tại. Nghĩa là Pháp trí, Khổ trí đã diệt không mất, Khổ trí không biểu hiện trước mắt.

Trường hợp có Pháp trí quá khứ và có Khổ trí quá khứ, vị lai, hiện tại. Nghĩa là Pháp trí, Khổ trí đã diệt, không mất, Khổ trí biểu hiện trước mắt.

Hỏi: Giả sử thành tựu Khổ trí quá khứ, vị lai, hiện tại, ấy là Pháp trí quá khứ chăng?

Đáp: Nếu đã diệt không mất, thì thành tựu. Nếu chưa diệt, giả sử

diệt rồi mất, thì không thành tựu.

Như Pháp trí đối với phần sau, phân nhỏ làm bảy phần cho đến Diệt trí đối với Đạo trí, tùy theo những sự thích ứng phân làm nhỏ thành bảy phần, cũng là như vậy. Như phân làm nhỏ thành bảy phần, phân lớn thành bảy phần, cũng là như vậy.

Sự khác nhau do sử dụng hai hoặc nhiều đối với một; Hoặc do sử dụng một đối với hai hoặc nhiều. Như quá khứ là đầu tiên có bảy phần. Vị lai cho đến quá khứ, vị lai, hiện tại là đầu tiên, mỗi mỗi cũng đều có bảy phần. Đúng như vậy, nên biết.

SÁCH DẪN*

* Quảng Hạnh Tuệ thực hiên.

V

GIÁO HỘI PHẬT GIÁO VIỆT NAM THỐNG NHẤT

HỘI ĐỒNG HOẰNG PHÁP*

CHỨNG MINH:

Trưởng lão HT Thích Huyền Tôn (Úc châu),

HT Thích Bảo Lạc (Úc châu)

CỐ VẤN:

HT Thích Minh Đạt (Hoa Kỳ)

CHÁNH THƯ KÝ:

HT Thích Như Điển (Đức)

PHÓ THƯ KÝ:

HT Thích Nguyên Siêu (Hoa Kỳ),

HT Thích Bổn Đạt (Canada)

THÀNH VIÊN:

Âu châu: HT Thích Quảng Hiền (Thụy Sĩ), HT Thích Thông Trí (Pháp), HT Thích Nguyên Lộc (Pháp).

Úc châu: HT Thích Minh Hiếu, HT Thích Tâm Minh

Hoa Kỳ: HT Thích Nhật Huệ, HT Thích Từ Lực

* Cập nhật ngày 19/10/2025.

BAN PHIÊN DỊCH & TRƯỚC TÁC:

Cố Vấn: HT Thích Minh Đạt (Hoa Kỳ)

Trưởng Ban: *(bổ sung sau)*

Phó Ban: HT Thích Thiện Quang (Canada)

Phụ Tá: TT Thích Như Tú (Thụy Sĩ)

Thư Ký: TT Thích Hạnh Giới (Đức)

Ban Viên: ĐĐ Thích Thanh An (Tích Lan), NT Thích Nữ Giới Châu (Hoa Kỳ), NS Thích Nữ Quảng Trạm (Pháp), SC Thích Nữ Giác Anh (Úc), CS Hạnh Cơ (Canada).

BAN TRUYỀN BÁ GIÁO LÝ:

Trưởng Ban: HT Thích Nguyên Siêu (Hoa Kỳ)

Phó Ban: HT Thích Bổn Đạt (Canada)

Phó Ban: HT Thích Trường Sanh (Úc châu)

Phó Ban: HT Thích Tâm Huệ (Âu châu)

Thư Ký: TT Thích Hạnh Tấn (Đức)

Ban Viên: HT Thích Nhựt Huệ (Hoa Kỳ), HT Thích Thiện Long (Hoa Kỳ), HT Thích Hoằng Khai (Na Uy), TT Thích Giác Tín (Úc Châu), TT Thích Thiện Trí (Hoa Kỳ), TT Thích Đạo Tỉnh (Hoa Kỳ), TT Thích Chúc Đại (Hoa Kỳ), SC Thích Thông Niệm (Canada), SC Thích Tịnh Nghiêm (Hoa Kỳ), v.v...

BAN BÁO CHÍ & XUẤT BẢN:

Trưởng Ban: TT Thích Nguyên Tạng (Úc)

Phó Ban: TT Thích Hạnh Tuệ, CS Tâm Quang Vĩnh Hảo (Hoa Kỳ)

Thư Ký: CS Tâm Thường Định Bạch Xuân Phẻ (Hoa Kỳ)

Ban Viên: CS Tâm Huy Huỳnh Kim Quang (Hoa Kỳ), CS Quảng Tường Lưu Tường Quang (Úc), CS Nguyên Đạo Văn Công Tuấn (Đức), CS Quảng Trà Nguyễn Thanh Huy (Hoa Kỳ), CS Quảng Anh Lê Ngọc Hân (Úc), CS Thanh Phi Nguyễn Ngọc Yến (Úc).

BAN BẢO TRỢ:

Cố Vấn: HT Thích Trường Phước (Canada)

Trưởng Ban: HT Thích Tâm Hòa (Canada)

Phó Ban Úc Châu: HT Thích Tâm Phương (Úc)

Phó Ban Âu Châu: TT Thích Quảng Đạo (Pháp),
NT Thích Nữ Diệu Phước (Đức),
NS Thích Nữ Huệ Châu (Đức)

Phó Ban Châu Mỹ: NS Thích Nữ Diệu Tánh (Hoa Kỳ),
TT Thích Thường Tịnh (Hoa Kỳ)

Phụ Tá: ĐĐ Thích Thông Giới (Canada),
SC Thích Nữ Thông Tịnh (Canada)

Thủ Quỹ: NS Thích Nữ Bảo Quang (Canada)

Thư Ký: NS Thích Nữ Đức Nghiêm (Canada)

HỘI ẤN HÀNH ĐẠI TẠNG KINH VIỆT NAM*

VIETNAM TRIPITAKA FOUNDATION

(trực thuộc Hội Đồng Hoằng Pháp)

Hội trưởng:	HT Thích Nguyên Siêu
Thư ký:	TT Thích Hạnh Tuệ
Thủ quỹ:	CS Tâm Quang Vĩnh Hảo

Ban Ấn hành:

Trưởng Ban:	HT Thích Nguyên Siêu
Phó Ban:	CS Nguyên Đạo Văn Công Tuấn
- *Đặc trách Ấn loát:*	CS Tâm Thường Định Bạch Xuân Phẻ, CS Nhuận Pháp Trần Nguyễn Nhị Lâm
- *Đặc trách Kỹ thuật:*	CS Quảng Pháp Trần Minh Triết, CS Quảng Hạnh Tuệ Nguyễn Lê Trung Hiếu

---

Ghi chú các chữ viết tắt: HT: Hòa thượng; TT: Thượng tọa; ĐĐ: Đại đức; NT: Ni trưởng; NS: Ni sư; SC: Sư cô; CS: Cư sĩ.

---

* Cập nhật ngày 19/10/2025.

Liên lạc HỘI ĐỒNG HOẰNG PHÁP

Hòa thượng Thích Như Điển, Chánh Thư Ký, HĐHP
Chùa Viên Giác, Karlsruher Str. 6, 30519 Hannover, Germany
Website: www.hoangphap.org; Email: hdhp.ctk@gmail.com;
Tel: + 49 511 879 630

Thượng tọa Thích Nguyên Tạng, Trưởng ban Báo Chí & Xuất Bản, HĐHP
Tu Viện Quảng Đức, 105 Lynch Road, Fawkner, Vic.3060 Australia
Website: www.hoangphap.org; Email: hdhp.bbc@gmail.com;
Tel: +61 481 169 631

Hòa thượng Thích Tâm Hòa, Trưởng ban Bảo Trợ, HĐHP
Trung Tâm Văn Hóa Phật Giáo Pháp Vân, Ontario, Canada
420 Traders Blvd E, Mississauga, ON L4Z 1W7, Canada
Website: www.phapvan.ca; Email: thichtamhoa@gmail.com
Tel: +1 905-712-8809

www.ingramcontent.com/pod-product-compliance
Lightning Source LLC
LaVergne TN
LVHW082021150826
845671LV00006B/228

9798886661057